मर्यादा

मूळ इंग्रजी लेखिका
जीन सॅसन

अनुवाद
भारती पांडे

मेहता पब्लिशिंग हाऊस

✆ +91 020-24476924 / 24460313

Email : info@mehtapublishinghouse.com
production@mehtapublishinghouse.com
sales@mehtapublishinghouse.com

Website : www.mehtapublishinghouse.com

MAYADA - DAUGHTER OF IRAQ by JIN SASSON

This Edition Published by Arrangement with
Dutton, a member of Penguin Group(USA) Inc.
Translated in Marathi Language by Bharati Pande

मयादा - इराकची कन्या / अनुवादित सत्यकथा

अनुवाद : भारती पांडे
१५ ए/८, एरंडवणे, पुणे ४.

मराठी अनुवादाचे व प्रकाशनाचे हक्क, मेहता पब्लिशिंग हाऊस

प्रकाशक : सुनील अनिल मेहता, मेहता पब्लिशिंग हाऊस,
१९४१, सदाशिव पेठ, माडीवाले कॉलनी, पुणे - ४११०३०.

अक्षरजुळणी : एच. एम. टाईपसेटर्स, ११२०, सदाशिव पेठ, पुणे ३०.

मुद्रक : स्पेक्ट्रम ऑफसेट डी-२/४, सत्यम इस्टेट,
सीडीएसएसच्या मागे, एरंडवणे, पुणे - ०४.

मुखपृष्ठ : चंद्रमोहन कुलकर्णी

प्रकाशनकाल : फेब्रुवारी, २००६ / जुलै, २००७ / पुनर्मुद्रण : मार्च, २०१२

किंमत : ₹ २९०/-

ISBN 81-7766-657-6

हिंसा हे जगातलं सगळ्यात मोठं पाप आहे; मग ती एखाद्या माणसाची असो वा पशूची!

लेखिकेचं मनोगत

दूरचे देश मला नेहमीच हाकारत असतात, म्हणून जेव्हा जगातल्या एका सर्वांत धोकादायक आणि तेवढ्याच अनोळखी अशा भागात प्रवास करण्याची संधी मला मिळाली तेव्हा मी ते आव्हान अर्थातच स्वीकारलं.

१९७८ मध्ये युनायटेड स्टेट्स ऑफ अमेरिका सोडून मी जेव्हा रियाधमधील एका राजाश्रय असलेल्या रुग्णालयात नोकरी पत्करली तेव्हा मी तरुण होते. १९९० पर्यंत मी तेथे होते. सौदी अरेबियामध्ये १२ वर्षे राहून मी सौदी स्त्रियांशी जवळिकीचं नातं जुळवण्यात चांगलीच यशस्वी झाले होते. या मैत्रीमुळे, पुरुषप्रधान समाजामध्ये एक स्त्री म्हणून जगण्याचा काय अर्थ असतो, क्रौर्य आणि हिंसक कृत्यांपासून बचाव करणं किंवा त्यापासून संरक्षण मिळवणं किती अवघड असू शकतं हे मला थोडंफार कळायला लागलं होतं.

त्या पहिल्या प्रवासानंतर मी मध्यपूर्वेच्या अनेक देशांतून भरपूर प्रवास केला होता. लेबानन, इजिप्त, जॉर्डन, सीरिया, इस्राईल, पॅलेस्टाइन, युनायटेड अरब एमिरेटस, इराक आणि कुवेत. जेथे जेथे मी जाई तेथे तेथे बायका आणि मुलं यांच्याशी मी मुद्दाम बोलत असे. मी रुग्णालयांना भेट देत असे. अनाथाश्रमांमध्ये जात असे. मेजवान्यांना हजर राहात असे. आता मागे वळून पाहाताना असं वाटतं, मला जेवढं त्यांच्याबद्दल कुतूहल होतं तेवढंच मी ज्या ज्या लोकांना भेटत होते त्यांनाही माझ्याबद्दल वाटत असावं म्हणूनच तर त्यांची चांगली जवळून ओळख करून घेण्यात मला एवढं यश मिळालं.

मी मध्यपूर्वेतील ज्या ज्या देशांना भेटी दिल्या, ते सारे देश संकटांनी ग्रासलेले असेच होते ही एक फार मोठी निराशेची गोष्ट होती माझ्या दृष्टीनं. परंतु अगदी उघड उघड दिसणाऱ्या दारिद्र्यामध्येही माझं स्वागत अतिशय प्रेमानं करणारे लोक मला भेटले. एका अमेरिकन प्रवासी स्त्रीसाठी आनंदानं आपल्या घराची आणि हृदयाची दारं उघडणारे लोक मला भेटले.

१९९१ च्या आखाती युद्धानंतर संपूर्ण मध्य पूर्वभाग, विशेषत: इराक,

अतिक्षुब्ध बनला. या आखाती युद्धापासून मला इराकी जनतेबद्दल कुतूहल वाटू लागलं होतं. हे युद्ध आणि त्यांच्याच अध्यक्षाने, सद्दाम हुसैनने ओढवून घेतलेली बंधने या साऱ्यामध्ये जगत राहिलेल्या इराकी लोकांबद्दल मला वाटू लागलेल्या या कुतूहलामुळेच मी १९९८ च्या उन्हाळ्यामध्ये इराकला भेट देण्याचं ठरवलं.

सद्दामवर टीका असलेल्या एका पुस्तकाची लेखक असल्यानं मला कोणत्याही सरकारी अधिकाऱ्याकडून इराकमध्ये प्रवेश करण्याची परवानगी मिळणार नाही ह्याची मला खात्री असल्याने मी सरळ इराकी अध्यक्षांनाच एक पत्र लिहिलं आणि माझ्या 'द रेप ऑफ कुवेत' या पुस्तकाची एक प्रत त्यांना भेट म्हणून पाठवून दिली. या पुस्तकाबरोबर पाठवलेल्या पत्रामध्ये मी सद्दामना सांगितलं होतं की, त्याने कुवेतवर केलेल्या स्वारीला मी पाठिंबा देऊ शकत नसले तरी या बंधनांमध्ये राहावं लागत असलेल्या सर्वसामान्य इराकी माणसाच्या सुखरूप असण्याबद्दल मला चिंता वाटत आहे आणि इराकी लोकांचं कसं चाललं आहे ते स्वत:च्या डोळ्यांनी पाहण्याची माझी इच्छा आहे. तीन आठवड्यांच्या आतच मला बगदादहून फोन आला. न्यूयॉर्कच्या इराकी वकिलातीकडून माझ्या परवान्याची व्यवस्था करण्यात येईल असं मला सांगण्यात आलं.

मी युद्धावर निघावं त्याप्रमाणं स्वत:ची तयारी करायला सुरुवात केली. हवाबंद अन्नाचे डबे, विजेऱ्या आणि मेणबत्त्या वगैरे वगैरे. सोमवार, २० जुलै १९९८ या दिवशी मी बगदादला जायला निघाले. संयुक्त राष्ट्रसंघाची बंधने असल्यामुळे कोणत्याच विमानाला इराकमध्ये जाण्याची परवानगी नव्हती. म्हणजेच मला माझ्या प्रवासाची सुरुवात शेजारच्या एखाद्या देशामधून करावी लागणार होती. त्या भागातील इतर मोठ्या शहरांपासून बगदादचे अंतर पाहाता आणि अजूनही उत्तर आणि दक्षिण इराकमध्ये असलेली अशांतता पाहता, अशी सुरुवात जॉर्डनपासून करणंच योग्य ठरले असतं, असं मला वाटलं.

पहिल्या महायुद्धानंतर दुर्बल झालेल्या ओटोमन साम्राज्याची पुनर्रचना करून ग्रेट ब्रिटनने जॉर्डन हा देश निर्माण केला. आज जॉर्डन हा देश फक्त ३७,००० चौरस मैलांच्या भूभागावर वसलेला आहे. म्हणजे अमेरिकेतील इंडियाना राज्याएवढा आहे, असं म्हटलं तरी चालेल. या देशात सुमारे ४० लाख लोक राहतात. यांच्यापैकी बहुसंख्य लोक पॅलेस्टिनी आहेत. प्राचीन काळी ज्याप्रमाणे हा भाग म्हणजे प्रवासी कारवानांचे भेटण्याचे स्थळ होते, त्याचप्रमाणे आजही हा चिमुकला देश सिरियाचे दमास्कस हे शहर आणि सौदी अरेबियातील मदिना हे यात्रास्थळ यांच्यामधील राजमार्गाचे काम बजावत आहे.

लंडनमध्ये रॉयल जॉर्डनियन एअरलाईन्सच्या ६७०७ या उड्डाणामध्ये बसल्यापासून सात तासांनंतर मी जॉर्डनच्या 'क्वीन अलि' या आंतरदेशीय विमानतळावर येऊन

पोचले. तेथून राजधानी अम्मान ४५ मिनिटांच्या मोटार प्रवासाच्या अंतरावर आहे.

विमानतळावरील स्वत:चं सामान घेण्याचा विभाग इतका मोडकळीला आलेला आहे की मला अनेक लोकांनी सांगितलेल्या एका गोष्टीची आठवण झाली- जॉर्डन म्हणजे फक्त पुढच्या विमानाची वाट बघण्याची जागा आहे असं त्यांचं स्पष्ट मत आहे. खरं म्हणजे जॉर्डन हा देश कमालीच्या परस्परविरोधानं भरलेला असा आहे. टी.ई. लॉरेन्सच्या अद्‌भुत अशा साहसांचा मूलस्रोत असलेल्या अकाबापासून ते ३थेट सायरो-अरब वाळवंटातील रेताड जमिनीमध्ये प्राचीन काळापासून आपल्या शेळ्या-मेंढ्या चारणाऱ्या गुराखी टोळ्यांपर्यंत, लालगुलाबी रंगाच्या नबाटीयन थडग्यांपासून ख्यातनाम अशा पेट्रापर्यंत, जेथे अलौकिक अशा इमारती आणि थडगी कोणा फिरत्या टोळीनं अखंड खडकातून कोरून काढली आहेत.

जॉर्डनच्या तपासणी विभागातून झटकन बाहेर पडल्यावर मी विमानतळाबाहेर आले. अजून चांगलंच गरम होत होतं. जुलै महिन्यातला तळपता सूर्य मावळत असतानाच आमचं विमान जमिनीवर उतरलं होतं.

बाहेर थांबलेल्या गर्दीकडे मी थोडा वेळ निरखून पाहात राहिले आणि लवकरच मला एक मध्यमवयीन अरब माणूस दिसला. जुनीशी पिवळट पँट आणि निळा शर्ट घातलेल्या त्या माणसानं माझं नाव लिहिलेला एक फलक डोक्यावर उंचावून धरला होता. पांढऱ्या फलकावर गडद निळ्या रंगानं माझं नाव लिहिलेलं होतं. बऱ्याच थकलेल्या दिसणाऱ्या त्याच्या पिजो ५०४ स्टेशन वॅगनच्या मागच्या सीटवर मी स्थानापन्न झाले. येथून ४५ मिनिटांच्या अंतरावर असलेल्या अम्मान शहरातील इंटर-काँटिनेंटल हॉटेलमध्ये मला नेण्यासाठी तो आलेला होता. काही मिनिटांच्या औपचारिक संभाषणानंतर मी सीटवर मागे टेकून बसले आणि खिडकीतून बाहेरचं दृश्य न्याहाळायला सुरुवात केली.

संध्याकाळ होऊ लागली होती. वाळवंटील झाडं-झुडुपं गुलाबी आकाशाच्या पार्श्वभूमीवर आपआपले आकार रेखून दाखवत होती. त्यांच्या पद्धतीप्रमाणे अनेक जॉर्डनी नागरिक शहराच्या सीमेवर संध्याकाळच्या वनभोजनासाठी आलेले होते. वाळूच्या लहानशा टेकड्यांवर त्यांनी आपले रंगीबेरंगी पौर्वात्य गालिचे पसरले होते. अनेक शेकोट्या पेटल्या होत्या आणि त्यांच्या प्रकाशात त्या जमिनीवर चिकन भाजत असलेल्या स्त्रियांच्या सावल्या दिसत होत्या. अरब पुरुष हातात पेटत्या सिगरेटी घेऊन हातवारे करत बोलत होते. त्यामुळे अनेक काजवेच चमकत आहेत, असा भास होत होता. अनंत अशा पसरलेल्या वाळूमध्ये मुलं खेळत होती. त्यांच्या लहानशा सावल्या इथेतिथे धावत होत्या. मी मोटारीची काच खाली केली तेव्हा मला शेकोट्यांच्या जाळाच्या कडकड आवाजाबरोबर या कौटुंबिक संमेलनातील संभाषणांचे पुसटसे आवाजही ऐकू येत होते. एक क्षणभर– आपणही यांपैकी

एखाद्या कुटुंबातील सदस्य असतो तर— असा विचार माझ्या मनात येऊन गेला.

सात टेकड्यांच्या मध्ये वसलेलं अम्मान शहर अतिशय देखणं आहे. थोड्याच वेळात आम्ही इंटरकाँटिनेंटल हॉटेलमध्ये येऊन पोचलो. अम्मान शहराच्या परकीय वकिलातींच्या विभागामध्ये एका टेकडीच्या माथ्यावर हे हॉटेल आहे. हेच हॉटेल निवडण्याचं तसं काही खास कारण नव्हतं. फक्त या ठिकाणी मला चांगलं जेवण मिळू शकेल आणि पुढच्या बगदादपर्यंतच्या ६५० मैलांच्या प्रवासाची आखणी आणि त्यासाठी लागणारं सामानसुमानही मी या ठिकाणी खरेदी करू शकेन अशी माझी समजूत होती.

पहिल्या रात्री मला साधारणच झोप लागली. दुसऱ्या दिवशी सकाळी अनेक वेळा टेलिफोन केल्यानंतर अल-रहलचा जॉर्डनी मालक पांढरी मर्सिडीज घेऊन इंटरकाँटिनेंटलमध्ये आला. अम्मान-बगदाद-अम्मान अशा परतीच्या प्रवासाचे त्याने ४०० अमेरिकन डॉलर्स एवढं भाडं सांगितलं. यांपैकी अर्धे पैसे प्रवास सुरू होण्याआधी द्यायचे होते आणि उरलेले अर्धे परतीचा प्रवास सुरू होण्याआधी द्यायचे होते. मी त्याला २०० डॉलर्स दिले. 'दुसऱ्या दिवशी सकाळी ५.३० वाजता एक फोर व्हील ड्राईव्ह मोटार येईल. तिची वाट बघा' असं मला सांगण्यात आलं. माझ्या गाडीचा चालक होता बासेम नावाचा एक जॉर्डनी माणूस.

त्या दिवशी मला जेवढी माणसं भेटली त्या सगळ्यांना मी एकटी इराकमध्ये निघाले आहे हे ऐकून बरंच आश्चर्य वाटलेलं दिसत होतं. त्यांना काळजी वाटणं साहजिकच होतं. १९९८ च्या उन्हाळ्यात इराकचे अध्यक्ष सद्दाम हुसैन आणि संयुक्त राष्ट्रसंघाचे प्रमुख शस्त्रास्त्र निरीक्षक रिचर्ड बटलर यांच्यामध्ये प्रचंड तणाव होता. रिचर्ड बटलर हे अगदी चिकाटीचे गृहस्थ होते. त्यांनी इराकमध्ये असलेली शस्त्रास्त्रे शोधून काढून नष्ट करण्याचा चंगच बांधला होता. स्वत: सद्दामने त्यांना 'मॅड डॉग बटलर' असं नाव दिलं होतं. अर्थात सद्दामही तेवढ्याच चिकाटीने स्वत:जवळच्या अतिगुप्तता राखून सांभाळलेल्या शस्त्रपुरवठा मार्गाची गुप्तता सांभाळत होताच. इराकी अधिकाऱ्यांच्या असहकाराने रिचर्ड बटलर अगदी वैतागलेला आहे असं पाश्चात्त्य वृत्तपत्रांनी जाहीर केलेलं होतं. पूर्वेला हा आक्रमक हुकूमशहा आणि पश्चिमेला हा पाय रोवून उभा राहिलेला शत्रू या दोघांच्या मध्ये 'काहीतरी' नक्की घडणार आहे, अशी या भागातील प्रत्येकाला भीती वाटत होती. हा वाढता तणाव आणि सद्दामची वाढती वैरभावना पाहाता अमेरिकन वृत्तपत्रसृष्टीतील फार थोड्या लोकांनी इराकमध्ये जाण्याचा विचार केला होता आणि ज्यांनी केला होता त्यांनीही वेष बदलून जाणेच पसंत केले होते. सर्वसामान्यपणे एखाद्या मानवतावादी संघटनेचा कार्यकर्ता म्हणून जाणंच बऱ्याच जणांना सोयीचं वाटत असे.

पण मी साहसाशी गाठच बांधून घेतली होती. एकटीनं प्रवास करणं मला

आवडत असे. म्हणून ठरलेल्या दिवशी आणि ठरलेल्या वेळी मी फार मोठ्या अपेक्षेनं अम्मान सोडलं-एक मोठा साहसी अनुभव माझ्यापुढे उभा राहणार आहे, असा मला भास होत होता.

लवकरच अम्मान मागं पडलं. अल-अझक या वाडीशी येण्याआधी आम्ही झारका भागातून जात होतो. या भागातील राजमार्ग त्यातील मोठमोठे खड्डे आणि उंचवटे यांसाठी प्रसिद्ध आहेत. त्या अरुंद रस्त्यावरून धूळ उडवत जाणारे प्रचंड ट्रक्स आणि असंख्य बसेस पाहून माझ्या छातीत धडकीच भरली. रस्त्याच्या कडेला पडलेले ट्रक्सचे आणि बसेसचे अनेक जळके सांगाडे पाहून तर माझा घसा कोरडाच पडला. अतिशय यातनामय मृत्यू आलेल्या प्रचंड प्राण्यांसारखे ते सांगाडे दिसत होते.

तासामागून तास आम्ही-मी आणि बासेम-प्रवास करतच होतो. अनंत अशा पसरलेल्या कंटाळवाण्या प्रदेशातून हा आमचा प्रवास चालूच होता. सोसाट्यानं वाहणाऱ्या वाऱ्यांनी जणू काही तासून काढल्यासारखा दिसणारा हा प्रदेश. ताशी ८० मैलांच्या वेगानं प्रवास करूनही त्या फिकट पिवळट रंगाच्या वाळवंटापासून आणि त्यातल्या शुष्क खुरट्या झाडांपासून आणि काटेरी झुडपांपासून आमची जणू सुटका नव्हतीच.

हा सारा प्रदेश खडबडीतच होता, पण अगदी अचानकपणे माध्यान्हीच्या सूर्यप्रकाशात चमकणाऱ्या काळ्याभोर लावा दगडांनी या दृश्यात प्रवेश केला. दुर्दैवानं लवकरच हे दृश्य संपलं आणि आम्ही पुन्हा एकदा त्याच बिनचेहऱ्याच्या कंटाळवाण्या, बेरंगी, सपाट दुनियेत शिरलो.

दिवस चढत होता आणि आम्ही इराकी सीमेच्या जवळ वेगानं जात होतो इराक या नावानं प्रसिद्ध असलेला हा भूभाग प्राचीन मेसापोटेमियाच्या काळापासून या संपूर्ण प्रदेशात एक महत्त्वाची भूमिका बजावत आला आहे आणि याचा परिणाम म्हणून इराकला अनेक वेळा परकीय आक्रमणांना आणि पारतंत्र्याला सामोरं जावं लागलं आहे. मंगोल टोळ्यांपासून ते ओटोमन राज्य आणि ब्रिटिशांपर्यंत अनेक परकीय सत्तांनी मेसापोटेमियाचे सौंदर्य आणि सोयीचे स्थान बळकावण्याचा प्रयत्न केला आहे. पहिलं महायुद्ध संपल्यानंतर ब्रिटिशांनी कुर्द, सुन्नी आणि शिया या सर्वांना जुलमाने एकत्रित राहायला भाग पाडून इराक या नव्या राष्ट्राची स्थापना केली.

इराकची सीमा आणि इराकी तपासणीचे अडथळे सहजपणे पार केल्यानंतर माझी छाती उत्कंठेने धडधडू लागली. थोड्याच वेळात उफ्रातीस ही प्राचीन नदी नजरेला पडली. अल-अन्बार या भागातून आता आम्ही जात होतो. या भागात इराकी सुन्नी लोकांचं प्राबल्य आहे. विशेषत: दुलामी जमातीच्या सुन्नींचं. या लोकांनी

सद्दाम हुसैनला मजबूत पाठिंबा दिलेला होता. अगदी १९९१ च्या निरर्थक अशा आखाती युद्धानंतरही या भागातील लोकांनी सद्दामचं स्वागत इतकं मनापासून केलं की, सद्दामसारख्या अनेक भयगंडांनी पछाडलेल्या माणसानंदेखील एका विलक्षण रीतीनं त्या स्वागताला उत्तर दिलं होतं-'आपलं पिस्तुल हवेत बार टाकून सद्दामनं रिकामं केलं होतं.....स्वत:ला संपूर्णपणे नि:शस्त्र करून स्वसंरक्षणाचा कोणताही मार्ग शिल्लक न ठेवता....'

अखेरीस ११ तासांच्या प्रवासानंतर सपाट वाळवंटामधून नारळाच्या झाडांच्या झावळ्या आणि घरांची छपरं दिसू लागली. बगदाद सामोरं येत होतं. मी काही न बोलता त्या पिवळट रंगाच्या छोट्याछोट्या घरांकडे पाहात होते. दिवसभराच्या त्या वाळवंटातल्या प्रवासानंतर ती घरं म्हणजे एखाद्या महान संस्कृतीची निदर्शकच वाटू लागली होती. क्षितिजरेषेवर प्रचंड घुमटांच्या लहानलहान मशिदी दिसत होत्या. चौकाचौकांतून व्हरांडे आणि अंगणं असलेली लहानलहान घरं खुणावत होती. मधूनच एखाद्या नारळाच्या झाडाच्या छायेखाली वाढण्याचा आटोकाट प्रयत्न करणारी पांढऱ्या-निळ्या फुलांची अशक्त झाडंही दृष्टीला पडत होती.

गर्दीच्या रस्त्यांवरून वाट काढत जाणाऱ्या लोकांनी रस्त्यांचे कोपरे भरून गेलेले होते. दुर्दैवाने बगदादचे जुने, शांत रस्ते आता गोंधळ गडबडीनं व्यापून टाकले गेले होते. काळाभोर धूर ओकणाऱ्या, लंगडत चालणाऱ्या बसेसच्या मागून जुन्यापुराण्या मोटारी सपाट झालेल्या चाकांवर कशाबशा खुरडत चालल्या होत्या. युद्ध आणि इराकी सरकारनं स्वत:वर ओढवून घेतलेली अनेक प्रकारची बंधनं यांमुळे इराकी लोक उरलेल्या साऱ्या जगापासून दुरावले होते हे मला ठाऊक होतं. त्यामुळे सर्वसाधारणपणे जुनेपाने झालेले कपडे घातलेल्या गंभीर चेहऱ्याच्या इराकी लोकांना पाहून मला फारसं आश्चर्य वाटलं नाही. वाहतूक नियंत्रणाच्या लाल दिव्यापाशी आम्ही थांबलो की मी आसपास दिसणाऱ्या इराकी चेहऱ्यांचं निरीक्षण करीत होते. जिथली माणसं कल्पनाही करता येणार नाही असं नाट्यमय आयुष्य जगली आहेत अशा एका देशामध्ये मी आले आहे हे मला जाणवत होतं. बंड, क्रांती, राजांचे राज्याभिषेक, अनेक सरकारी उठाव, तेलाचा शोध, प्रचंड राष्ट्रीय संपन्नतेची स्वप्नं, कठोर युद्धांनी हिरावून घेतलेली संपत्ती, जुलमी लष्करी शासन आणि खच्ची करून टाकणारी बंधनं–एवढं सगळं माझ्या वयाच्या म्हणजे पन्नशीपर्यंतच्या आयुष्यात या इराकी स्त्री-पुरुषांना भोगावं लागलेलं आहे.

संध्याकाळ होत होती. मला संध्याकाळच्या प्रार्थनेसाठी मुस्लिम लोकांना हाकारणाऱ्या मुअझ्झिनचे स्वर ऐकू येऊ लागले. वर पाहिलं तर रस्त्याच्या कडेलाच एक लहानसं प्रार्थनास्थळ दिसलं. सूर्य हळूहळू मावळत होता आणि मुअझ्झिनचे हलके तालबद्ध सूर वरवर चढत होते. बासेमनं अल-रशीदच्या

प्रांगणात मोटार वळवली. मी सुखरूप पोचले होते.

इराक म्हणजे विरोधाभासांचं एक मोठं विलक्षण मिश्रण आहे. एवढे दडपलेले असूनही इराकी लोक खूपच मोकळे आणि मित्रत्वाने वागणारे आहेत. अल-रशीदमधील नोकरवर्ग सातत्याने अदबीने वागत होता. त्यांच्या कुटुंबीयांची छायाचित्रं आणून मला दाखवत होता आणि त्यांना खरंतर परवडतही नसतील, अशा लहानलहान भेटीही आणून मला देत होता. माहिती मंत्रालयातील अनेकांनी मला त्यांच्या घरी नेलं. मी त्यांचं जेवणही जेवले आणि त्यांच्या मित्रमंडळींनाही भेटले. मंत्रालयाबाहेरचे शिपाई त्यांच्या कुटुंबीयांच्या गमती सांगत सांगत माझ्या मोटारीपर्यंत माझ्या मागेमागे येत. जवळच्या एका रुग्णालयाला मी भेट दिली तेव्हा तेथील लहान मुलांच्या दालनात रक्ताचा कर्करोग झालेल्या मुलांच्या आईवडिलांनी त्यांचं खाणं माझ्यासमोर केलं. अल-रशीदच्या मॅनेजरनं माझ्यासाठी एक नवा चालक नेमला होता. माझ्या संपूर्ण मुक्कामात त्यानं दुसरं कोणतंही काम घेतलं नाही. मला कसली गरज भासेल म्हणून तो तासचे तास हॉटेलच्या लॉबीमध्ये बसून असे. माझ्या तेथील मुक्कामाच्या पहिल्याच रात्री तीन अनोळखी माणसांनी माझं दार ठोठावल्यानंतर हॉटेलच्या अधिकाऱ्यांनी माझ्या खोलीच्या बाहेर एक संपूर्ण वेळाचा पहारेकरीच नेमून टाकला.

पण माझ्या सफरीचा सर्वांत उत्कृष्ट भाग अजून घडायचाच होता. बगदादमध्ये पोचल्यानंतर दोन दिवसांनी माझी एका विलक्षण आणि अविस्मरणीय अशा स्त्रीशी भेट झाली. मयादा अल-अस्करी-जी आता माझ्या सख्ख्या बहिणीपेक्षाही मला जवळची झाली आहे.

बगदादमध्ये दुभाष्याचं काम करायला पुरुषाऐवजी मला एखादी बाईच हवी, अशा माझ्या हट्टामुळेच माझी आणि मयादाची भेट घडू शकली हे मान्य करायला हवं. मी बगदादमध्ये पोचून एक दिवस उलटल्यानंतरही माहिती खात्याकडून मला भेटायला कोणी कसं आलं नाही याचा मी विचारच करत होते. परदेशी पाहुण्यांना वागवण्याच्या त्यांच्या पद्धतींबद्दल मी थोडंफार वाचलेलं होतं. दुसऱ्या दिवसापर्यंत माझी सहनशक्ती संपुष्टात आलेली होती आणि मी माझ्या चालकाला मला माहिती खात्याच्या कचेरीत घेऊन जायला सांगितलं. तेथे मी मला एक दुभाष्या हवी आहे असं सांगणार होते. शीकर अल-दुलाईली नावाचा एक माणूस माहिती खात्याच्या वृत्तपत्र विभागाचा प्रमुख आहे असं मला सांगण्यात आलं.

शकीरच्या कचेरीत जाऊन मी सरळ विनोद करायला सुरुवात केली. ''परदेशी पाहुण्यांच्या सोबतीला माणसं पाठवली जातात असं मी ऐकलं होतं, पण मी शहरात येऊन पोचले आहे याची बातमी अजून कोणाला लागलेली दिसत नाही. मला एखादा रखवालदार देण्याइतकं मला महत्त्व नाही असं दिसतंय.'' माझ्या या

बोलण्याची शकीरला गंमत वाटलेली दिसली आणि त्याने उत्तर दिलं, "तुला चालणार असेल तर एखादा इराकी पुरुष देतो तुझ्या सोबतीला."

अरब स्त्रियांच्या प्रश्नांमध्ये मला विशेष रस होता आणि मध्य पूर्वेमध्ये अनेक वर्षे राहिल्यामुळे मला नीट माहीत होतं की एखाद्या अरब पुरुषाच्या समोर कोणतीही अरब स्त्री मनमोकळेपणानं बोलणार नाही. मी शकीरला सांगितलं की त्याने एवढ्या आपुलकीने पुढे मांडलेला प्रस्ताव मला स्वीकारता येत नाही. मी स्त्री दुभाष्याचा आग्रहच धरला. थोड्या मैत्रीपूर्ण घासाघिशीनंतर शकीरनं हात हवेत फेकले आणि खांदे उडवून माझी मागणी मान्य केली. पराभव स्वीकारला असं मित्रत्वाच्या पद्धतीने दाखवण्याची ही अरब लोकांची लकबच आहे. (मला नंतर कळलं की, फक्त पुरुष अनुवादकच नेमावेत हा अधिकृत सरकारी नियम होता.)

दुसऱ्या दिवशी सकाळी मी पुन्हा शकीरच्या कचेरीत पोचले. तेथे माझी भेट एका इराकी स्त्रीशी झाली. तिनं घोट्यापर्यंत पोचणारे कपडे घातले होते आणि चेहऱ्याभोवती एक काळा रुमाल गुंडाळला होता. सर्वसामान्य उंचीची आणि थोडी स्थूल अशी ती स्त्री फिकट वर्णाची आणि लाल-गुलाबी गालांची अशी होती. तिच्या हिरवट रंगाच्या डोळ्यांतून कुतूहल जाणवत होतं. आम्ही दोघी एकमेकींकडं क्षणभर निरखून पाहात राहिलो. मग तिनं एकदा शकीरकडं पाहिलं आणि पुन्हा माझ्याकडं नजर वळवली.

ती स्त्री स्वभावानं चांगली असावी, असं वाटत होतं. माझ्या इराकमधील वास्तव्यात हीच माझी वाटाड्या असावी अशा आशेनं मी तिच्याकडे पाहून थोडीशी हसले.

माझ्या हसण्याला तिनं एका अडखळत्या स्मिताने उत्तर दिलं.

शकीरनं माझ्याकडं पाहात घोषणा केली, "जीन, ही तुझी बाई."

उच्चारात थोडासाच वेगळेपणा होता आणि स्वर मधुर होता, अशा स्वरात ती म्हणाली, "माझं नाव मयादा अल-अस्करी." नंतर तिनं मला सांगितलं की,मंत्रालयाने तिला कितीतरी वर्षांत कामासाठी बोलावलं नव्हतं. अधिकारीवर्ग जवळजवळ कायमच पुरुष दुभाष्यांना बोलावून घेत आले होते. शकीरच्या याच सूचनेला मी जोरदार विरोध करून माझ्या मागणीला धरून राहिले याचा मला आनंद वाटला. मला वाटतं तिलाही वाटला असावा.

मयादाची आणि माझी अगदी घट्ट मैत्री जमली. ती उत्तम इंग्लिश बोलते आणि तिची विनोदबुद्धीही चांगलीच प्रखर होती, हे मला लगेचच कळून आलं. ती घटस्फोटित होती आणि १५ वर्षांची फे आणि १२ वर्षांचा अली अशी दोन मुलं तिला होती. माझ्या प्राणिप्रेमातही ती सहभागी होती. तिनं दोन मांजरं पाळली होती. ती तिची खूप लाडकी होती. त्यांपैकी एकीचं बाळंतपण नुकतंच पार पडलं होतं.

पुढच्या काही आठवड्यांमध्ये मला मयादाबद्दल बरीच माहिती मिळाली. प्राचीन मेसापोटेमियाची, म्हणजे आजचे जग ज्या प्रांताला इराक म्हणून ओळखतं त्या प्रदेशाची ती कन्या होती. तिला तिच्या देशाच्या इतिहासाचा सार्थ अभिमान होता. मेसापोटेमिया हा प्राचीन काळातील एक गौरवशाली देश होता, स्वर्गासमान होता. या देशाच्या संस्कृतीनं कलावंत, कवी आणि विद्वानांना जन्म दिला होता. येथील काही प्राचीन राज्यकर्ते फार मोठे निर्माते होते. साहित्य आणि चांगली कामं यांचे पाठीराखे होते. त्यांच्यापैकी काहींनी जगाला पहिले लिखित कायदे आणि स्वातंत्र्य दिलं आहे.

अनेक मेसापोटेमियन सुधारकांनी आपल्या देशबांधवांची स्थिती सुधारण्याचे प्रयत्न केले. परंतु हे न्यायी राज्यकर्ते अनेक वेळा जुलमी हुकूमशहांना बळी पडले आणि या जुलमी हुकूमशहांनी या देशाला पिढ्या-न्-पिढ्या हिंसाचाराच्या खाईत दडपून ठेवलं. सद्दाम हुसैन अधिकारावर येण्याच्या कितीतरी आधीपासून मयादाच्या देशात सतत संघर्ष चालूच होता. वाळवंटाचा प्रदेश म्हणून प्रसिद्ध असलेल्या या जगात या देशाला दोन मोठ्या नद्यांचं वरदान लाभलेलं आहे. गजबजलेल्या व्यापारी केंद्रांना सोयीचं जाणारं असं भौगोलिक स्थान या देशाला प्राप्त झालेले आहे आणि या साऱ्याच्या जोडीला अमाप संपत्ती. मेसापोटेमियावर सर्वच देशांचा डोळा होता. प्राचीन सुमेरियन लोक, तामरलेन, पर्शियन लोक, ते थेट ओटोमन साम्राज्यापर्यंत सर्वांनी या देशावर कायम हल्ले चढवले. पुन्हा पुन्हा हा देश जिंकला गेला आणि हरलाही गेला.

मयादाच्या घराण्याचा इतिहास समजून घेण्यासाठी आपल्याला इराकमध्ये ओटोमन साम्राज्य होतं त्या काळाबद्दल थोडी माहिती करून घ्यावी लागेल. १५१७ ते १९१७ या काळात संपूर्ण निकट पूर्वेवर आणि १५३२ ते १९१७ या काळात इराकवर ओटोमन साम्राज्याचे वर्चस्व होतं. या प्रचंड साम्राज्यामध्ये मध्य आशिया, इजिप्त, उत्तर आफ्रिकेचा काही भाग आणि दक्षिण-पूर्व युरोपचाही एक लहानसा तुकडा एवढा प्रदेश अंतर्भूत होता. त्यांनी काबीज केलेल्या प्रत्येक प्रांतात स्वत:शी सहमत असणाऱ्या व्यक्तींनाच राज्यकारभार करण्यास त्यांनी नेमलं. ओटोमन साम्राज्याचे सुलतान हे सुन्नी पंथाचे असल्याने साहजिकच अधिकाराच्या जागांवर सुन्नी पंथीयांचीच नेमणूक करण्याकडे त्यांचा कल असे. यामुळे खरं पाहता अल्पसंख्याक असलेल्या सुन्नी लोकांना बहुसंख्याक असलेल्या शिया पंथीयांवरसुद्धा वर्चस्व गाजवणं शक्य होऊ लागलं. अशा रीतीनं मयादाच्या देशात कायमचीच यादवी माजलेली राहावी याची पुरेपूर व्यवस्थाच ओटोमन राजांनी करून ठेवली असं म्हणायला हरकत नाही. परंतु जोपर्यंत ओटोमन घराण्याचं राज्य होतं तोपर्यंत हा ताणतणाव पृष्ठभागाखालीच राहात असे. वर उफाळून येऊन अराजक माजत

नसे. ओटोमन साम्राज्य डळमळीत झाल्याबरोबर मात्र ही सगळी खळबळ जोराने बाहेर पडली आणि त्याच अस्थिर शक्ती अजूनही या देशात कार्यरत आहेत.

पहिल्या महायुद्धानंतर ओटोमन साम्राज्याचा अस्त झाला. या महायुद्धात जर्मन सैन्याला पाठिंबा देण्याच्या सुलतानाच्या निर्णयानं या अस्ताची सुरुवात झाली. ओटोमनच्या अस्तानंतर इथल्या लोकांना फार मोठी आशा वाटत होती की, ओटोमन साम्राज्याच्या कारकीर्दीत शतकानुशतकं मानवी हक्कांची पायमल्ली झालेली ज्यांना सहन करावी लागली होती, असे अरब लोक आपआपली स्वतंत्र राष्ट्रं स्थापन करतील आणि सन्मानानं जगतील. दुर्दैवाने ओटोमनच्या अस्तानंही त्यांचे हाल संपले नाहीत. कारण ब्रिटिश आणि फ्रेंच या दोघांनीही ही पोकळी भरून काढण्यासाठी आपआपली सैन्यं तयारच ठेवली होती. नव्या युरोपीय जेत्यांच्या दृष्टीनं येथील सर्व संपत्तीचे खरेखुरे मालक येथील रहिवासी अरब नसून ते स्वतःच आहेत, हे पाहिल्यावर अरबांना मोठा धक्का बसला आणि मालकी हक्क डावलण्याचा क्रम चालूच राहिला. सुन्नी अधिकाऱ्यांशी ब्रिटिशांचं अधिक जमत असल्यानं सुन्नींचे शियांवरील वर्चस्व कायम राहिलं.

ओटोमन साम्राज्याच्या काळात घडून आलेल्या या प्रचंड घडामोडींनी मयादाच्या आजीआजोबा आणि आईवडिलांची आयुष्यं पार बदलूनच टाकली. कारण त्यांचा वंशवृक्ष पार ओटोमन राजघराण्यापर्यंत जाऊन पोचलेला होता. मयादाचे दोन्हीकडचे आजोबा या प्रचंड साम्राज्याचे प्रतिष्ठित नागरिक होते आणि पहिल्या महायुद्धातील दोस्तराष्ट्रांच्या विजयानंतर झालेल्या ओटोमन साम्राज्याच्या विनाशाचेही ते साक्षीदार होते. संपन्न आणि स्वतंत्र अरब देशांच्या आशेने दोघेही सीरिया आणि इराक या नव्या अरब राष्ट्रांच्या उभारणीतही सहभागी झालेले होते. मयादाच्या वडिलांचे वडील जाफर पाशा अल-अस्करी. हा एक विलक्षण माणूस होता. अरब रेग्युलर आर्मीमध्ये अधिकारी म्हणून काम करताना ते टी.ई. लॉरेन्स आणि राजपुत्र फैझल यांच्या बरोबरीने ओटोमन साम्राज्याचा पाडाव करण्यासाठी लढले होते. मयादाच्या आईचे वडील साती अल-हुसरी यांना सारं अरब जग अलौकिक बुद्धिमत्तेचा माणूस आणि अरब राष्ट्रीयतेचा जनक मानत होतं. अरब प्रदेशांवर अरब लोकांचंच राज्य असलं पाहिजे अशी मागणी करणाऱ्या पहिल्या काही विद्वानांमध्ये त्यांची गणना होती.

आईवडील आणि आजीआजोबांप्रमाणेच मयादाही सुन्नी मुस्लिम म्हणून जन्माला आली. इस्लाम धर्मातील सुन्नी हा पंथ सर्व जगामध्ये बहुसंख्याक आहे. पण इराकसह इतर अनेक अरब देशांमध्ये मात्र या पंथाचे लोक अल्पसंख्य आहेत. मयादाची आई सल्वा अल-हुसरी ही साती अल-हुसरीची मुलगी आणि मयादाचे वडील निझार अल-अस्करी हे सुप्रसिद्ध लढवय्या आणि सरकारी अधिकारी जाफर

अल-अस्करी यांचा मुलगा.

मयादाचं घर हे एक प्रसिद्ध असं 'राजकीय घराणं' होतं. राजकीय संबंधातील व्यक्तींनी तेथे भेट देणं किंवा दूरध्वनी करणं हे नवं नव्हतं. मयादा ही एक लाडकी मुलगी आणि नात असल्याने तिच्या कुटुंबानं तिला शिक्षणाचा, विशेष आयुष्याचा मार्ग उपलब्ध करून दिला. तिने वैद्यकीय शिक्षण घ्यावे किंवा एखादी कला शिकावी आणि अभिजनांचं आयुष्य जगावं अशी तिच्याकडून अपेक्षा केली जात होती.

परंतु (इराकमधील राजकीय संघर्षांनी) इतक्या काळजीपूर्वक आखलेले बेतही उधळून लावले. १९६८ मध्ये बाथ पक्ष सत्तेवर आल्यानंतर बहुतेक सर्व बुद्धिवादी शेजारच्या देशांमध्ये पळून गेले. पण मयादाचे वडील कॅन्सरच्या तावडीत सापडलेले होते. नजीकच्याच एका रुग्णालयात ते उपचार घेत होते. त्यामुळे मयादाच्या कुटुंबाने बगदादमध्येच राहण्याचं ठरवलं.

जाणाऱ्या प्रत्येक वर्षाबरोबर सद्दाम हुसैनचे जुलूम वाढतच होते तरीही मयादाचे आयुष्य इराकमध्ये ठीक चाललं होतं. ती इराकमध्येच लहानाची मोठी झाली होती. इराकमध्ये ती वृत्तपत्र वार्ताहराचे काम करत होती. तिचं लग्न इराकमध्ये झालेलं होतं. तिची दोन्ही मुलंही इराकमध्येच जन्मलेली होती. इराण-इराक युद्धातही ती टिकून राहू शकली होती. तशीच आखाती युद्धातही टिकून राहिली होती. इराकवर घालण्यात आलेल्या बंधनातूनही ती तावून- सुलाखून बाहेर पडली होती. आधुनिक इराकच्या प्रक्षुब्ध इतिहासातल्या जवळजवळ सर्वच अवस्था तिने सोसल्या होत्या, भोगल्या होत्या. पण या सर्व संकटांना तोंड देत असतानाही तिला खात्री होती की लहानपणापासून ज्या देशावर अपार प्रेम केलं, त्या देशात ती अखेरपर्यंत नक्कीच राहू शकेल.

एकदा आम्ही बगदादमधल्या एका बालरुग्णालयाला भेट देण्यासाठी गेलो होतो. त्या लहान मुलांसाठी मी आणलेल्या खास खेळण्यांशी ती दुःखी मुलं विमनस्कतेनं खेळताना पाहून मला माझ्या भावनांना आवर घालणं कठीण झालं. माझ्या डोळ्यांतून आसवांच्या धारा ओघळणार तेवढ्यात मयादाचा आश्वासक हात माझ्या खांद्यावर हलकेच टेकलेला मला जाणवला. माझं दुःख तिला पाहवत नव्हतं. इतक्यात एक नर्स दालनात आली आणि सुई टोचून घेण्यासाठी मुलांची काही मानसिक तयारी करून न घेताच तिनं मुलांना त्यांची त्यांची औषधं टोचायला सुरुवात केली. इतकी सगळी मुलं रडायला, किंचाळायला लागलेली पाहून मला सुचेनासंच झालं. त्यांचं रडणं थांबावं म्हणून मी गायला-नाचायला सुरुवात केली. त्या दुखवणाऱ्या सुयांकडून त्यांचं लक्ष दुसरीकडे वळवावं असं मला वाटत होतं. माझं हे वेड्यासारखं वागणं पाहून मुलांच्या तोंडावर बारीकसं हसू उमटलं आणि

त्यांचे आईवडील मात्र मोठ्यानं हसू लागले. साहजिकच होतं ते. कारण मला अजिबात गाता किंवा नाचता येत नाही.

मयादानं मला रुग्णालयाच्या बाहेर यायला खुणावलं. तिला सद्दाम हुसैनचा किती संताप येतो आणि त्याची कारकीर्द संपलेली पाहणं हे तिचं आयुष्यातलं एकमेव स्वप्न आहे, असं तिनं मला मोठ्या विश्वासानं सांगायला सुरुवात केली तेव्हा मला धक्काच बसला. तिनं आपल्याला सर्वांना माहीत असलेली गोष्टच पुन्हा एकदा सांगितली. ती म्हणाली, "या मुलांच्या हालांना सद्दामच मुख्य जबाबदार आहे. ज्यामुळे इराकवर बंधनं घालण्यात आली ते युद्ध तर त्यानं सुरू केलंच होतं, परंतु या लहान लहान मुलांच्या मृत्यूचं खापर या बंधनांवर फोडण्यासाठी तो इतका उतावळा झालेला होता की तो असलेली औषधंही रुग्णालयापर्यंत पोचू देत नव्हता, असं बोललं जात होतं. उदाहरणच द्यायचं तर काही विशिष्ट प्रकारच्या कर्करोगाचा उपचार करण्यासाठी दोन किंवा तीन वेगवेगळी औषधं वापरणं आवश्यक असे. पण हा जुलमी राज्यकर्ता एकच औषध वापरण्याची परवानगी देत असे. शिवाय सर्व जगाने अमेरिकेच्या विरुद्ध बोलावे म्हणून सद्दाम रिकाम्या लहान शवपेट्यांचे प्रदर्शन रस्त्यारस्त्यातून मांडत असे, असेही बोलले जात होते."

सद्दामच्या एखाद्या पाठीराख्यानं आमचं बोलणं ऐकलं तर मयादा संकटात सापडेल या भीतीनं मी तिला शांत करण्याचा खूप प्रयत्न केला, पण तिचं भडाभडा बोलणं काही थांबेना.

सद्दाम हुसैननं इराकला एक मोठा तुरुंग बनवून टाकलेलं तर मी माझ्या डोळ्यांनीच पाहात होते. प्रत्येकच इराकी जणू काही एखाद्या खोट्या आरोपाखाली पकडलं जाण्याच्या आणि छळ केला जाण्याच्या तयारीत होता असं वाटत होतं. पण सद्दामचं राज्य मात्र कायमचं राहणार असं वाटू लागलं होतं. इराकी लोकांना नजीकच्या भविष्यकाळात स्वातंत्र्याची चव चाखायला मिळेल अशी मला काही आशा वाटत नव्हती. ती इराक सोडून जॉर्डनला तिच्या आईबरोबर राहायला का जात नाही असं मी मयादाला विचारलं तेव्हा तिनं उत्तर दिलं की तिच्या वडिलांची कबर ज्या देशात आहे तिथंच ती राहणार आहे. ती तिच्या 'देशाशी' एकनिष्ठ आहे. सद्दामशी नव्हे. इराकी व्यक्ती या नात्यानं ती इराकशी बांधील आहे- कितीही धोका असला तरी.

माझं बगदादमधलं वास्तव्य फार थोड्या काळापुरतंच होतं. काही आठवड्यांनंतरच आम्हांला एकमेकींचा निरोप घेणं भाग पडलं.

मी बगदाद सोडलं तो दिवस फार दु:खाचा होता, पण मला आणि मयादाला कळून चुकलेलं होतं की आता आम्ही दोघी जन्माच्या मैत्रिणी झालो आहोत. मी अमेरिकेत परतल्यानंतर आम्ही अगदी सहजपणे आमच्या दूर अंतराच्या जवळिकीच्या

मैत्रीमध्ये शिरलो. आम्ही एकमेकीला पत्र लिहीत असू किंवा दूरध्वनी करत असू. आमचा एकमेकींशी संपर्क दर आठवड्याला होत असेच.

आमच्या पहिल्या भेटीनंतर सुमारे एक वर्षानं मयादा नाहीशी झाली. तिच्या घरच्या दूरध्वनीला काही उत्तर मिळत नव्हतं. माझ्या पत्रांना उत्तरे येईनाशी झाली. माझी उलघाल आता अगदी शिगेला पोचणार तेवढ्यात तिचा दूरध्वनी आला. ती बगदादमधल्या तिच्या घरातून बोलत होती. 'मी 'सासरी' म्हणजे तुरुंगात जाऊन आले,' असं तिनं सांगितलं. आणखी खोलात जाऊन प्रश्न विचारणं धोक्याचं आहे एवढं मला नक्कीच कळत होतं. ती जॉर्डनला पळून गेल्यानंतरच मला तिला झालेली अटक, करण्यात आलेला छळ आणि मग झालेली सुटका याबद्दलची सविस्तर हकिकत कळली.

तिच्या अटकेनंतर घडलेल्या काही घटनांमुळे या पुस्तकाच्या लेखनानं वेग घेतला. १९९९ मध्ये मयादा इराकमधून पळून गेली. २००० मध्ये तिची मुलगी फे इराक सोडून पळाली. २००१ मध्ये अतिरेक्यांनी न्यूयॉर्क आणि वॉशिंग्टन डीसीवर हल्ले केले. त्याच वर्षी अमेरिकेचे अध्यक्ष जॉर्ज बुश यांनी अतिरेक्यांची पाळंमुळं खणून काढण्यासाठी अमेरिकी सैन्य पाठवलं. २००२ मध्ये बुश यांनी ठरवलं की इराकी लोकांनी फार काळ सद्दामचा छळ सहन केला आहे आणि २००३ च्या सुरुवातीला युती सैन्यानं सद्दामला सत्तेवरून दूर केलं. त्या वर्षी मयादानं ठरवलं की इराकी आयुष्याची खरीखुरी कहाणी जगासमोर येणं फार गरजेचं आहे. सद्दामच्या राजवाड्यापासून ते थेट सद्दामच्या छळछावणीपर्यंत सगळं काही ज्यानं पाहिलं आहे, इराककडे सगळ्या कोनांमधून पाहिलं आहे अशा एखाद्या व्यक्तीच्या दृष्टीनं टिपलेलं सत्य जगासमोर आलं पाहिजे. बराच काळ या पुस्तकाची चर्चा केल्यानंतर मयादानं मला हे पुस्तक लिहायला सांगितलं आणि मी 'हो' म्हटलं.

हे पुस्तक लिहीत असताना मयादाच्या अनेक कुटुंबीयांची आणि माझी ओळख झाली. त्यांच्याबद्दल प्रेम निर्माण झालं. आधुनिक इराकच्या निर्मितीत या थोर स्त्री-पुरुषांनी फार मोलाची कामगिरी बजावलेली आहे. तिचे हे पूर्वसूरी आता नसले तरी आधुनिक इराकचा सारा इतिहास मयादा अल-अस्करीच्या धमन्यांतून वाहतो आहे याचा मला आनंद वाटतो आणि याच विलक्षण स्त्रीच्या जीवनकथेतून आधुनिक इराकचं सत्य जगाच्या अंतापर्यंत लोकांसमोर राहील.

मयादाचा वंशवृक्ष

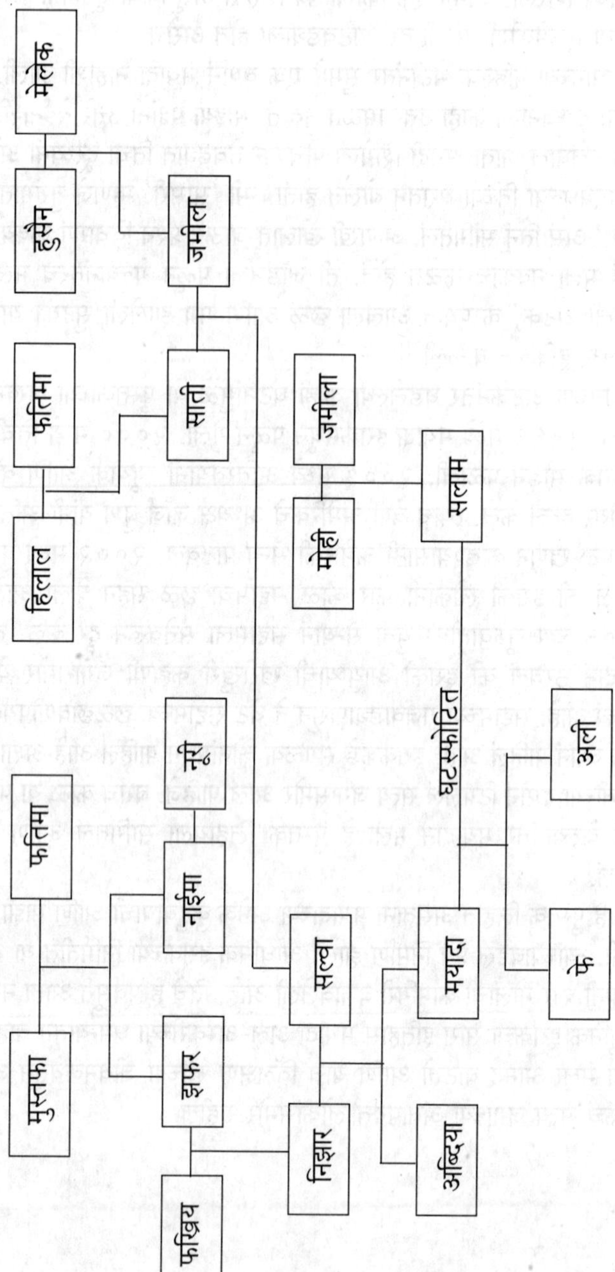
मेलेक
हुसैन
फतिमा
हिलाल
फतिमा
मुस्तफा
जमीला
साती
नुरी
नाईमा
झफर
फख्रिय
जमीला
मोह
सलाम
घटस्फोटित
सल्वा
निझार
मयादा
अब्द्या
अली
फे

इराक व त्याच्याशेजारील देश

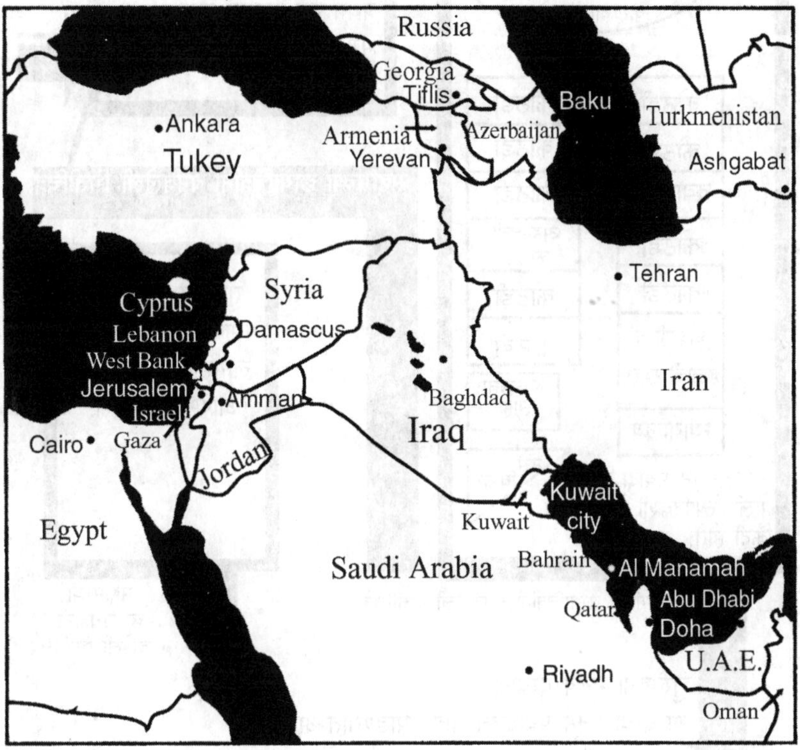

तुरुंगाचा नकाशा

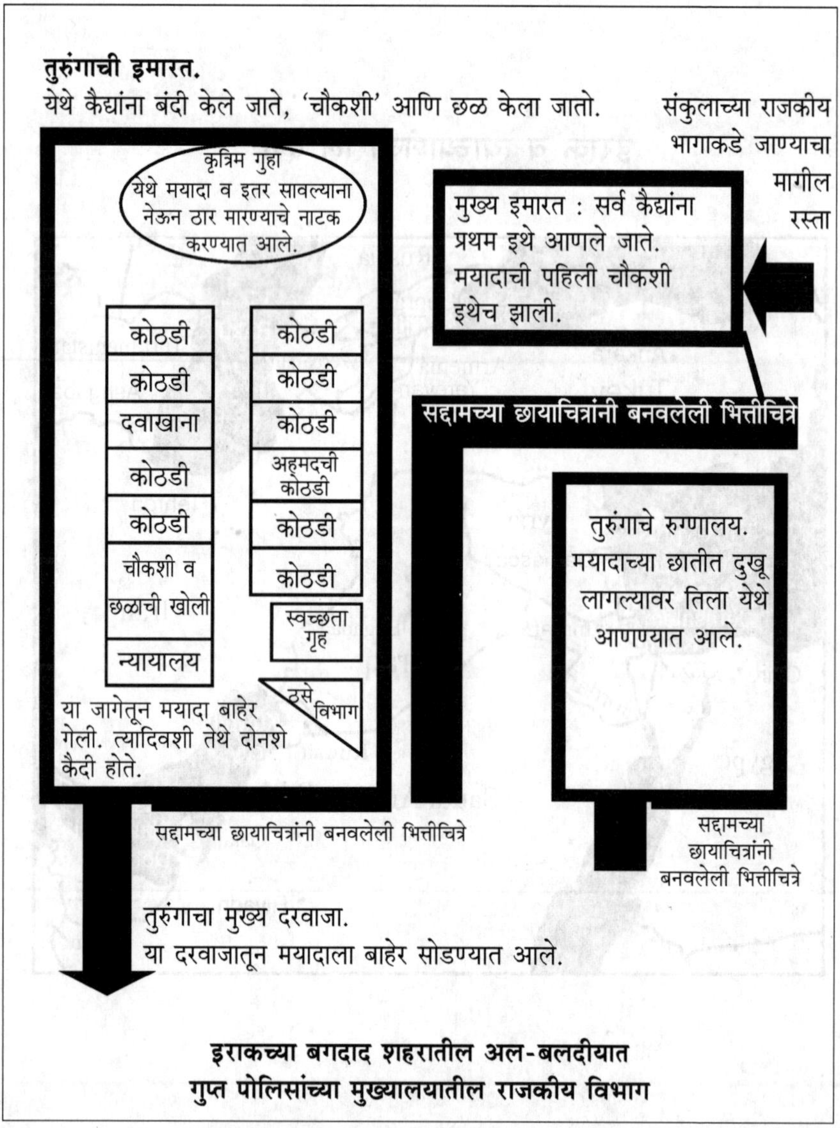
तुरुंगाची इमारत.
येथे कैद्यांना बंदी केले जाते, 'चौकशी' आणि छळ केला जातो.
संकुलाच्या राजकीय भागाकडे जाण्याचा मागील रस्ता
कृत्रिम गुहा येथे मयादा व इतर सावल्याना नेऊन ठार मारण्याचे नाटक करण्यात आले.
मुख्य इमारत : सर्व कैद्यांना प्रथम इथे आणले जाते. मयादाची पहिली चौकशी इथेच झाली.
कोठडी
कोठडी
दवाखाना
कोठडी
कोठडी
चौकशी व छळाची खोली
न्यायालय
कोठडी
कोठडी
कोठडी
अहमदची कोठडी
कोठडी
कोठडी
स्वच्छता गृह
ठसे विभाग
सद्दामच्या छायाचित्रांनी बनवलेली भित्तीचित्रे
तुरुंगाचे रुग्णालय. मयादाच्या छातीत दुखू लागल्यावर तिला येथे आणण्यात आले.
या जागेतून मयादा बाहेर गेली. त्यादिवशी तेथे दोनशे कैदी होते.
सद्दामच्या छायाचित्रांनी बनवलेली भित्तीचित्रे
सद्दामच्या छायाचित्रांनी बनवलेली भित्तीचित्रे
तुरुंगाचा मुख्य दरवाजा.
या दरवाजातून मयादाला बाहेर सोडण्यात आले.
इराकच्या बगदाद शहरातील अल-बलदीयात गुप्त पोलिसांच्या मुख्यालयातील राजकीय विभाग

१.

५२ क्रमांकाच्या कोठडीतील स्त्रिया

१९ जुलै १९९९ची सकाळ. वेळ सुमारे ८.४५. मयादा अल-अस्करी वेगानं तिच्या कचेरीकडे निघाली होती. तिच्या छापखान्यामध्ये सकाळची वेळ नेहमीच गडबडीची असायची आणि कालच तिच्याकडे येऊन पडलेल्या अनेक कामांमुळे आजची सकाळ तर अधिकच घाईगडबडीची जाणार यात मयादाला अजिबात शंका नव्हती. गेल्या वर्षी तिनं आपला हा व्यवसाय सुरू केला तेव्हा तिनं इराकमध्ये उपलब्ध असलेली सर्वोत्कृष्ट छपाईयंत्रं विकत घेतली होती आणि यामुळेच तिच्याकडे केलं जाणारं काम हे साऱ्या मुतानबी भागात सर्वोत्तम मानलं जात होतं. याचा परिणाम म्हणजे तिला तिच्या यंत्रांच्या क्षमतेपेक्षा कितीतरी अधिक काम मिळू लागलं होतं. ती सर्व प्रकारची कामं स्वीकारत असे. मानचिन्हं आरेखन करण्यापासून ते दुधाच्या डब्यांवरच्या जाहिराती लिहिण्यापर्यंत आणि प्लॅस्टिकच्या डबे-बाटल्या छापण्यापर्यंत सर्व काही ती करत असे. तसं तर ती पुस्तकंही छापत असे. फक्त त्यांच्या छपाईच्या सूचनेसोबत माहिती मंत्रालयाची परवानगी आणि शिक्का असणं आवश्यक होतं. मयादा तिचा व्यवसाय इतक्या कार्यक्षमतेनं चालवत होती की तिच्या भागातल्या इतर अनेक छापखान्यांनी आपली कामंही तिच्याकडून, त्यांच्या प्रतिस्पर्ध्याकडून करून घ्यायला सुरुवात केली होती. फक्त हे काम आपणच केलेलं आहे हे सांगायला ते विसरत नसत.

मयादानं घड्याळाकडे नजर टाकली. तिला उशीरच झाला होता. तिनं रस्त्यातली वळणं झपाट्यानं घ्यायला सुरुवात केली, पण वेगमर्यादा ओलांडली जात नाही ना याची काळजी घेतच. समोरच्या काचेतून तिनं आकाशाकडे नजर टाकली. वाऱ्यावर वाहत्या वाळूमुळे काळोखी पसरू लागली होती. इंग्लंडमधल्या एखाद्या धुकाळ दिवसासारखं वातावरण

होतं. वाऱ्याचा वेग वाढत होता. उष्णतेच्या लाटांवर वारा वरखाली होत होता. इराकमध्ये जुलैचा महिना नेहमीच असा नकोसा असतो. या उन्हाळ्यापासून दूर लेबाननच्या पहाडावर सुटी घेऊन पळून जावं असं मयादाला फार वाटत होतं. पण आता तिला सुट्या घेणं पैशाच्या दृष्टीनं परवडणारं नव्हतं. तिनं सुटीचा विचार मनातून काढून टाकला. रस्त्याच्या कडेला मोटार उभी करून ती खाली उतरली. वाऱ्याच्या झोताबरोबर वाळू डोळ्यांत जाऊ नये; घशात, छातीत शिरू नये म्हणून तिनं मान खाली घातली, तोंडावर हात दाबला आणि झपाट्याने चालू लागली. सुदैवानं तिच्या छापखान्याचं दार उघडलेलं होतं. मयादाचा प्रामाणिक कामगारवर्ग कामाला लागलाही होता. तिचे सर्व कर्मचारी अतिशय चांगलं आणि मन:पूर्वक काम करणारे होते. ती इतर छापखान्यांपेक्षा अधिक वेतन देत असे म्हणूनच केवळ नव्हे, तर हे सर्व लोक सुशिक्षित आणि मन लावून काम करणारे असे होते म्हणून. मयादानं झटकन एक नजर कचेरीभर टाकली. हुसेन, अदेल आणि विसम ह्या तिघांनी आपआपल्या संगणकांवर काम सुरूही केलं होतं. दुकानाच्या मागल्या बाजूला असलेल्या लहानशा स्वयंपाकघराकडे तिचं लक्ष गेलं. नेहला तिथे कॉफी बनवत होती. मयादाकडे हसून पाहात नेहलानं एका कपात कॉफी ओतली आणि ती तो कप घेऊन मयादाजवळ आली. कप ओठांशी नेऊन एक घोट घेण्याआधीच हुसेन आणि शेर्मीन या दोघांनी तिच्याशी एकाच वेळी बोलायला सुरुवात केली. त्यांच्या हातात असलेल्या ग्राफिक डिझाईनच्या कामासंबंधी त्यांना मयादाकडून काही सूचना हव्या होत्या. त्यांच्या बोलण्यात अडथळा आणतच उघड्या दारातून घाईघाईनं आत आलेल्या एका नव्या ग्राहकानं मयादाशी बोलायला सुरुवात केली. तो एक ट्युनिशियन विद्यार्थी होता आणि त्याच भागातल्या एका दुकानदारानं त्याला मयादाकडे जायला सुचवलं होतं. एक प्रश्नावली भाषांतरित करून तिनं छापून द्यावी असं त्याचं म्हणणं होतं. त्याच्या कामाबद्दल मयादा त्याच्याशी चर्चा करत असतानाच दुकानाचं मुख्य दार धाडकन उघडलं गेलं आणि तीन पुरुष तिच्या लहानशा कचेरीत शिरले. मयादाच्या हृदयाचा एक ठोका चुकला. तिला कळून चुकलं होतं की हे इतके कठोर दिसणारे लोक ग्राहक असणं शक्य नाही.

त्या तिघांपैकी सर्वांत उंच असलेल्या माणसानं विचारलं, "तुझं नाव मयादा निझार जाफर मुस्तफा अल-अस्करी आहे का?" त्याच्या प्रश्नाचं मयादाला खूपच आश्चर्य वाटलं, कारण फारच थोड्या लोकांना तिचं संपूर्ण नाव माहीत होतं. विशेषत: मुस्तफा या नावाचा तिला कितीही अभिमान वाटत असला तरी ती ते नाव अगदी क्वचितच वापरत असे. हे नाव तिला तिच्या पणजोबांकडून, मुस्तफा अल-अस्करी यांच्याकडून मिळालं होतं. तिचे हे पणजोबा तिच्या आजोबांप्रमाणेच, जाफर यांच्याप्रमाणे एके काळी शक्तिमान असलेल्या ओटोमन सैन्यामध्ये महत्त्वाच्या

अधिकारपदावर होते.

समोर उभ्या असलेल्या माणसांच्या नजरांकडे पाहात मयादा गप्प उभी राहिली. इथून पळून जावं किंवा या लोकांवर आग पाखडावी असं क्षणभर तिच्या मनात आलं, पण तिचे वडील हयात नव्हते आणि ती स्वत: घटस्फोटित होती. तिचं संरक्षण करण्यासाठी मयादाच्या कुटुंबात एकही पुरुष नव्हता. 'हो' म्हटल्यासारखा काहीसा स्वर तिच्या ओठातून फुटला.

त्या उंच माणसाने तुटकपणे तिला सांगितलं, 'माझं नाव लेफ्टनंट कर्नल मुहम्मद जस्सीम रहीम आणि हे माझे दोन सहकारी आहेत. आम्ही या जागेची झडती घेणार आहोत.'

आतापर्यंत मयादाला वाचा फुटली होती. तिनं कसाबसा एक प्रश्न विचारला, 'तुम्ही काय शोधता आहात?' लेफ्टनंट कर्नलनं मान थोडी उंचावली. मानेची सैल पडलेली कातडी थोडीशी हलली. मग बंदुकीतून गोळ्या सुटाव्यात तसं ठासून एक एक शब्द उच्चारत तो म्हणाला, 'ते तू सांगायचंस.'

मयादा गप्प झाली. त्या तीन माणसांनी तिचा लहानसा व्यवसाय फाडून काढायला सुरुवात केली. काय म्हटलं किंवा काय केलं तर आपण यातून वाचू हे मयादाला कळतच नव्हतं. कचऱ्याचे डबे रिकामे करण्यात आले. खुर्च्यांच्या खालच्या बाजू तपासण्यात आल्या. दूरध्वनी यंत्रं स्क्रू-ड्रायव्हरनं उघडून तपासली गेली. त्यानंतर त्या लोकांनी तिच्या प्राणप्रिय अशा संगणकांकडे आणि छपाईयंत्रांकडे मोर्चा वळवला. ही सामग्री त्यांच्या दोन पांढऱ्या टोयोटा करोला गाड्यांमध्ये भरताना पाहून मयादाला कळून चुकलं होतं की हे सर्व पुन्हा नव्यानं विकत घेण्याइतके पैसे ती कधीच गोळा करू शकणार नाही. इराकी गुप्त पोलीस पांढरी टोयोटा करोला गाडीच पसंत करीत असत. त्या ट्युनिशियन विद्यार्थ्याचे कागद हताशपणे मयादाने चुरगळून टाकले. हे लोक तिचं भविष्य उद्‌ध्वस्त करत होते आणि तिला ते असहायपणे पाहाण्याखेरीज काहीच करता येत नव्हतं.

आपल्या घाबरलेल्या कामगारांकडे मयादानं चटकन एक नजर टाकली. ते सारे एका कोपऱ्यात गोळा झाले होते. श्वास घेण्याचीही त्यांना भीती वाटत होती. नेहलाचा चेहरा पांढराफटक पडला होता आणि तिचे ओठ थरथरत होते. ट्युनिशियन विद्यार्थी चुकचुकत होता. कुठून आपण या दुकानात आलो असं त्याला वाटत असलेलं त्याच्या चेहऱ्यावर स्पष्ट दिसत होतं.

सामानानंतर त्या भीतिदायक गाडीत कोंबलं जाण्याची आपली पाळी आहे, याबद्दल मयादाला अजिबात शंका नव्हती. तिनं लेफ्टनंट कर्नलकडे फक्त एक दूरध्वनी करण्याची परवानगी मागितली. 'मला माझ्या दोन मुलांना फोन करण्याची कृपा करून परवानगी द्या. तुम्ही मला कुठे नेताय ते मी त्यांना फक्त सांगते.'

त्यानं तिच्याकडे एक दुष्ट कटाक्ष टाकला आणि ओरडून सांगितलं, 'नाही.'

शक्य तेवढ्या मृदूपणे ती म्हणाली, "कृपा करा. मला माझ्या मुलांना कळवायलाच हवं. त्यांना माझ्याखेरीज दुसरं कोणीच नाहीय."

तिच्या कळवळून केलेल्या विनंतीचा त्या माणसावर काहीच परिणाम झाला नाही. 'नाही' असं म्हणत त्यानं चुटकी वाजवताच त्याच्या दोन्ही सहकाऱ्यांनी तिला गराडा घातला.

त्या दोघांच्यामध्ये दडपून तिला बाहेर नेण्यात आलं. स्वत:च्या कचेरीच्या दारात तिनं एकवार मागे वळून पाहिलं. इथे पुन्हा कधी येऊ का हा विचार तिच्या मनात चमकून गेला.

टोयोटाच्या मागच्या सीटवरून मयादाला एका बाजूनं जाणाऱ्या माणसाची सहानुभूतीपूर्ण नजर दिसली. चोरून तिच्याकडे भीतीभरली नजर टाकत तो अनोळखी घाईघाईनंच तिथून निघून गेला.

बगदादच्या गर्दीच्या रस्त्यावरून वेगानं जाताना तिला चक्कर आल्यासारखं वाटू लागलं. बाहेरच्या शेंदरीपिवळ्या, उडणाऱ्या वाळूनं भरलेल्या आकाशावर लक्ष केंद्रित करण्याचा ती प्रयत्न करू लागली. वाळूच्या वादळानं आता संपूर्ण शहर झाकून टाकलं होतं. असं हे वाळूचं वादळ बगदादवर चाल करून येई तेव्हा खिडक्या घट्ट बंद करून घ्यायच्या आणि दरवाजाच्या फटी कागदांच्या सुरळ्यांनी बुजवून घ्यायच्या एवढंच मयादाला माहीत होतं. वादळाचा प्रचंड जोर ओसरेपर्यंत वाट पाहायची आणि मग एखादी बादली घेऊन झाडूनं सारी वाळू भरून काढून बागेत नेऊन ओतून द्यायची एवढीच तिची काळजी असायची. मयादाच्या पोटात खड्डा पडला.

मोटारीच्या खिडकीतून ती बाहेर पाहात राहिली, एकेकाळचे स्वाभिमानी पण आता दुरवस्थेला पोचलेले इराकी लोक तिला सगळीकडे दिसत होते. वीस वर्षांपूर्वी जेव्हा ती एक तरुण स्त्री होती तेव्हा इराक नव्या आशांनी भारलेला होता. उत्तम राजमार्ग, भरभराटीतली दुकानं, सुंदर सुंदर घरं, आणि एक आशादायक भविष्यकाळ. पण सद्दामच्या कारकीर्दीत इराक कमजोर होऊ लागला होता, ढासळू लागला होता. प्रत्येक सरकारी खातं भ्रष्टाचारानं बुजबुजलं होतं. संयुक्त राष्ट्रसंघाच्या ६६१ या करारानुसार इराकी तेल निर्यात करण्याच्या बदल्यात मिळालेले पीठ, तेल आणि साखरेच्या डब्यांसाठी रांगा लावून उभं राहण्याची वेळ इराकी जनतेवर आली होती.

प्रत्येक इराकी व्यक्तीच्या दृष्टीनं हा काळ दु:खाचाच होता. सल्वा अल-अस्करी, मयादाची आई चांगली हिंमतवान आणि बुद्धिमान स्त्री होती. इराकला संपूर्ण पाठिंबा होता तिचा, पण इराक पुन्हा सबल होऊ शकेल यावर तिचा आता विश्वासच राहिला नव्हता आणि म्हणून अखेरीस स्वदेशाचा त्याग करून ती

शेजारच्या जॉर्डनमध्ये राहायला गेली होती.

१९८८मध्ये मयादानं तिच्या नवऱ्याला-सलामला घटस्फोट दिला तेव्हापासूनच तिच्या हालअपेष्टांना खरी सुरुवात झाली होती. त्यानंतर वर्षभरानं तिनं वृत्तपत्र लेखनाची नोकरी सोडून देऊन स्वत:चा छपाईचा व्यवसाय सुरू केला होता; पण त्याच वेळी इराकी दिनारचं खूप मोठं अवमूल्यन झालं आणि ती सगळं गमावून बसली. पुन्हा एकदा मयादा नोकरी शोधू लागली आणि तेही बेकारी कळसाला पोहचली असताना. इतकी युद्धं झाल्यानंतर आणि इतकी बंधनं असताना फारच थोड्या इराकी माणसांना नोकऱ्या होत्या. शिवाय पुरुषांपेक्षा स्त्रियांना नोकरी मिळवणं अधिकच अवघड होतं. शक्य तेवढ्या जास्त माणसांना नोकरी द्यायची असं सरकारचं अलिखित धोरण होतं खरं, पण ज्या स्त्रियांना कुटुंबाच्या पालनपोषणाची जबाबदारी घ्यायला नवरा नाही त्यांचा काहीही विचार सरकारच्या मनातही आला नव्हता.

दोन मुलांना मोठं करायचं आहे आणि पैसा तर साफ संपलेला अशा परिस्थितीत मयादानं देवाची प्रार्थना केली आणि एखादा चमत्कार घडवून आण अशी त्याला कळवळून विनंती केली.

ब्रिटनच्या चॅनल ४चा एक निर्माता मायकल सिम्पकिन याच्या रूपानं हा चमत्कार मयादाच्या आयुष्यात घडून आला. अम्मानमध्ये तो मयादाच्या आईला भेटायला गेला होता. पंतप्रधान तारिक अझीझ किंवा संरक्षणमंत्री सुलतान हशिम यांच्याशी भेट घडवून आणण्यात मदत करण्याची विनंती करण्यासाठी तो सल्वाकडे गेला होता. सल्वाचे इराकमधले संबंध चांगले खोलवर रुजलेले होते. अनेक उच्चपदस्थ अधिकाऱ्यांचे दूरध्वनी क्रमांक अजून तिच्याजवळ होते. तिनं काही दूरध्वनी केले आणि मायकल सिम्पकिन हा माणूस सरकारी अधिकाऱ्यांनी जरूर भेटावं असा आहे, एवढी पार्श्वभूमी तयार करून ठेवली. हा ब्रिटिश पत्रकार मग अझीझ, हशिम आणि सद्दामच्या राजवाड्यातील परराष्ट्र संबंध सांभाळणारा साद कासिम हमूदी यालाही भेटला.

इराकमध्ये असताना माझ्या मुलीला, मयादालाही भेट असं सल्वानं सिम्पकिनला आग्रहानं सांगितलं. बगदादच्या वाझिहिया प्लेस या भागातील तिच्या घरी त्यानं मयादाची भेट घेतली. त्याला एका दुभाष्याची जरूर होती. मयादानं पत्रकार म्हणून काम केलेलं आहे हे त्याला समजलं. शिवाय तिचं उत्कृष्ट इंग्रजी बोलणंही त्यानं ऐकलं आणि तिची निवडही करून टाकली. तो तिला अमेरिकन डॉलर्समध्ये पगार देणार होता, ते वेगळंच.

'वॉर फॉर द गल्फ' हा सिम्पकिनचा टीव्ही कार्यक्रम खूपच गाजला. तो बगदाद सोडून जाताक्षणी आपण आपला स्वत:चा व्यवसाय पुन्हा सुरू करायचा

असं मयादानं ठरवून टाकलं. स्वतःचा व्यवसाय चालवायला ती अगदी समर्थ होती. तिचा आधीचा व्यवसाय बुडण्याचं कारण इराकची ढासळती अर्थव्यवस्था हे होतं, त्यात तिची काहीही चूक नव्हती. तिनं पुन्हा एकदा प्रयत्न करायचं ठरवलं.

ज्या दिवशी आपले डॉलर्स पर्समध्ये घेऊन तिनं एका दुकानात जाऊन सहा संगणक आणि तीन छपाईयंत्रं खरेदी केली तो दिवस तिच्या आयुष्यातला सर्वांत आनंदाचा दिवस होता. त्या आनंदाची बरोबरी तिच्या लग्नाच्या दिवसाचा आनंदही करू शकत नव्हती. तिच्या लग्नाच्या दिवशी एका सुंदर पांढऱ्या पोशाखात तिनं स्वतःला आयुष्यात प्रथमच सुंदर मानलं होतं.

तिचे डॉलर्स आणि तिचा निश्चय या दोन गोष्टी बरोबर घेऊन मयादानं पुन्हा एकदा व्यावसायिक छपाईच्या जगात प्रवेश केला. दिवसदिवसभर कष्ट करून काही काळानं तिचा व्यवसाय फायदेशीर होऊ लागला. कोणाचीही मदत न घेता ती तिच्या मुलांना जेवू घालत होती आणि शिक्षणही देत होती. जसजसं यश मिळू लागलं तसं दुःखाचे दिवस आता मागे पडले, असा मयादाला विश्वास वाटू लागला होता.

पण आता मात्र ती स्वतःला बजावत होती की, हे सुख फार काळ टिकणार नाही, हे आपल्याला कळायला हवं होतं. गेल्या काही वर्षांत बाथ पार्टीच्या अधिकाऱ्यांना छापखान्यांबद्दल वाटणारा संशय फारच वाढीला लागला होता. सद्दामच्या कमकुवत होऊ लागलेल्या सरकारच्या विरोधात प्रचार करण्यासाठी छापील पत्रकांचा चांगलाच उपयोग होऊ लागला होता आणि हा मार्ग अतिशय प्रभावीही ठरत होता. सरकारी रोषाला बळी पडावं लागेल असं काहीही मयादानं केलं नव्हतं, ती त्या गोष्टीची पुरेपूर काळजी घेत होती. पण केवळ निरपराध असणं सुरक्षिततेसाठी पुरेसं नव्हतं.

थोडं पुढं वाकून मोटारींच्या पुढच्या काचेतून बाहेर पाहिलं मात्र, तिच्या मनात एक प्रचंड भीती दाटून आली. अशी भीती तिला आजवर कधीही वाटली नव्हती. ती दर्ब-अल-साद मा रेदच्या मार्गाने चालली होती- परतीची वाट नसलेला मार्ग.

मोटार ज्या रस्त्यानं चालली होती त्यावरून तिला कळून चुकलं की बलदीयात या सद्दामच्या गुप्त पोलिसांच्या मुख्य कचेरीमध्ये तिला नेण्यात येत आहे, याच ठिकाणी एक तुरुंगही होता.

या आवारात ती यापूर्वी कधीच आली नव्हती. पण हा तुरुंगाचा भाग बांधला जात असताना रोज सकाळी कामावर जाताना मात्र ती या आवारातून जात असे. या ठिकाणी आपण कधी कैदी म्हणून आणले जाऊ असं तिच्या स्वप्नातही कधी आलं नव्हतं. पण तो अकल्पनीय दिवस आज उजाडला होता आणि तिथे बलदीयातमध्ये मरण आपली वाट पाहत आहे अशी भयंकर भीती तिला वाटू लागली होती.

काही मिनिटांतच तुरुंगाचं मुख्य प्रवेशद्वार दिसू लागलं. तिला घेऊन आलेली

मोटार एका प्रचंड आणि चमत्कारिक अशा काळ्या दरवाजातून आत शिरली. त्या दारावर दोन भित्तिचित्रं लटकवलेली होती. त्या सोन्याचा मुलामा दिलेल्या चित्रांमधून सद्दाम शेतात, कारखान्यात आणि कचेऱ्यांत कष्ट उपसणाऱ्या इराकी लोकांकडे पाहत होता. मोटार एका मोठ्या इमारतीच्या अगदी समोरच जाऊन उभी राहिली. या इमारतीला अगदी वरच्या भागात लहानलहान खिडक्या होत्या. मयादा भीतीनं थरथरू लागली. त्या दोन माणसांनी तिला उचलूनच मोटारीबाहेर काढलं तेव्हा वाळूच्या काळ्या ढगांनी सारं आकाश झाकून टाकलंय असं तिच्या लक्षात आलं. भीतीमुळे तिला गरगरल्यासारखं होऊ लागल, पण डोळे मिटून तिन५ं एक दीर्घ श्वास घेतला आणि पूर्ण शुद्धीत राहिलंच पाहिजे असं स्वत:ला बजावून सांगितलं. स्वत:च्या शरीरावर थोडा ताबा मिळवून तिनं जेव्हा वर पाहिलं तेव्हा सद्दाम हुसैनचा चेहरा सर्व दिशांतून तिच्याकडे रोखून पाहतो आहे असं तिला दिसलं.

तशी मयादा सद्दामच्या समोर एकाहून अधिक वेळा गेलेली होती. एकदा तर एके काळी त्याच्या नाकाच्या टोकावर त्यानं नोंदवून घेतलेला, त्याच्या जमातीची खूण असलेला हिरवा ठिपकाही तिला दिसला होता. इतकी ती त्याच्याजवळ उभी राहिली होती.

सगळीकडे बाथ पार्टीच्या घोषणा असलेले फलक फडकत होते. 'जो पेरत नाही, तो खात नाही.' मला आता कधी भूक लागेल का? मयादाच्या मनात आलं. तिला खेचत इमारतीमध्ये नेलं जात असताना तिनं आकाशाकडे पाहून देवाचा धावा केला. 'देवा, फे आणि अलीला सुखरूप ठेव आणि मला लवकर त्यांच्याकडे ने.'

दोन्ही बाजूंनी मयादाला धरून दोन माणसांनी तिला जिन्यानं वर नेलं. वरच्या मजल्यावर फाटक्या, रक्तानं माखलेल्या कपड्यांतली अनेक हडकुळी माणसं जमिनीवर उकिडवी बसलेली होती. त्यांचे हात मागे बांधलेले होते. प्रत्येक चेहऱ्यावर जखमा होत्या. काहींमधून अजूनही रक्त वाहत होतं. तिथे बसलेल्यांपैकी कोणीही काहीही बोललं नाही. पण तिला खेचत, ढकलत नेलं जात असताना तिच्या त्या धडपडत्या प्रवासाबद्दल त्या सर्वांना वाटत असलेली खरीखुरी सहानुभूती मात्र मयादाला स्पष्ट जाणवली.

या वेळपर्यंत मयादा कशीबशी पावलं टाकीत होती आणि कमालीच्या भीतीनं ओक्साबोक्शी रडतही होती. दुष्ट वडील आणि इतर पुरुषांचे जुलूम वर्षानुवर्षे सहन करावे लागलेल्या अरब बायकांचं जिणं सुदैवाने मयादाच्या वाट्याला आलेलं नव्हतं. पुरुषी वर्चस्व किंवा पुरुषी अन्याय याचा सामना मयादाला कधीच करावा लागला नव्हता. तिचे वडील निझार जाफर अल-अस्करी हा एक सौम्य स्वभावाचा माणूस होता. त्यांनी मुलीपेक्षा मुलगा श्रेष्ठ या कल्पनेला कधीच थारा दिला नव्हता.

खरं तर आजूबाजूला सर्व स्त्रियाच असलेल्या पुरुषाची इराकमध्ये कीवच केली जाते.

मयादाचा जन्म झाला तेव्हा तिच्या वडिलांनी स्कॉटीच्या प्रतिक्रियेचीही काळजी घेतली होती. स्कॉटी म्हणजे त्यांनी इंग्लंडमधून आणलेला त्यांचा अतिशय लाडका असलेला काळाभोर स्कॉटिश टेरियर जातीचा कुत्रा. मयादाच्या वडिलांनी स्कॉटीला उचलून घेऊन तान्ह्या मयादाच्या पावलांचा त्याला वास दिला होता आणि त्याला बजावलं होतं, 'आत्तापुरती ही तुझी सीमा आहे. थोडी मोठी झाली की मग खेळेल तुझ्याशी.'

सद्दामच्या पोलिसांच्या मुख्य कचेरीमध्ये आता आत कोठेतरी नेल्या जाणाऱ्या मयादाला आपले शांत वडील आत्ता आपल्याबरोबर असायला हवे होते, असं फार वाटू लागलं. तिच्या त्रेचाळीस वर्षांच्या आयुष्यात तिला इतकं एकटं, एकाकी कधीच वाटलं नव्हतं.

तिला मागून कोणीतरी एक जोरदार धक्का दिला आणि मयादा धडपडतच एका खोलीत ढकलली गेली. तो धक्का इतका जोराचा होता की तिचे सँडल्स सैल झाले आणि जमिनीवर पडू नये यासाठी तिला खूप प्रयत्नांनी स्वतःचा तोल सांभाळावा लागला.

टेबलाशी उभं राहून एक माणूस टेलिफोनवर खूप मोठ्याने बोलत होता. त्याचा चेहरा तरुण होता, पण केस संपूर्णपणे पांढरेशुभ्र होते.

त्यानं फोन खाली आपटला आणि मयादाकडे रागानं पाहत ओरडून विचारलं, "हा असा राजद्रोह करण्यानं काय साध्य करणार होतीस तू?"

'राजद्रोह' हा शब्द ऐकून तर मयादा अधिकच रडू लागली. कारण या गुन्ह्याला फक्त मृत्यूचीच शिक्षा इराकमध्ये देण्यात येते, हे तिला ठाऊक होतं. तिनं गळ्याशी हात आवळून धरत थरथरत विचारलं, "हे काय बोलताय तुम्ही?"

"तुमच्यासारख्या दीडदमडीच्या माणसांची हिंमत कशी होते सरकारविरोधी पत्रकं छापायची?" तो आणखी मोठ्याने किंचाळून म्हणाला.

तिला या आरोपाचा अर्थच कळेना. तिच्या छोट्याशा छपाईच्या दुकानात हे सरकारवर टीका करणारी पत्रकं छापण्याचं काम कधीच आलं नव्हतं आणि आलं असतं तरी मयादानं ते कधीच स्वीकारलं नसतं. तिला चांगलंच माहीत होतं की असं काही करणं म्हणजे सद्दामच्या गुप्त पोलिसांचं लक्ष स्वतःकडे वेधून घेणं आहे आणि मग या गोष्टीचा शेवट फक्त तिच्या छापखान्याशी संबंधित असलेल्या प्रत्येक स्त्री-पुरुष आणि लहान मुलंसुद्धा- या सर्वांच्या मृत्यूमध्येच होणार हेही तिला चांगलंच ठाऊक होतं. सद्दामचं सरकार उलथून टाकण्याचा प्रयत्न करणारे क्रांतिकारकच तेवढे अशी बेकायदेशीर कृत्ये करत असत. ती एक कायदा पाळणारी नागरिक होती आणि अशी राजकीय वादांपासून दूरच राहण्याची काळजीही

घेत होती.

भयंकर भीतीनं जमिनीला खिळून गेल्यासारखी ती उभी होती, तेवढ्यात तो माणूस पुन्हा ओरडला, "या फालतू बाईला इथून घेऊन जा. मी नंतर घेतो तिचा समाचार.' त्याच्या बोलण्याचा खरा अर्थ काय असावा असं मनात येऊन मयादा क्षणभर थरारली. पण लगेच तिच्या मनात फे आणि अलीचा विचार आला. इराकमध्ये जर एखाद्या व्यक्तीला अटक झाली तर बऱ्याच वेळा त्या व्यक्तीच्या कुटुंबातील मुलांनाही पकडून नेऊन त्यांचा छळ केला जात असे. सगळं धैर्य एकवटून तिनं त्या पांढऱ्या केसांच्या माणसाला विचारलं, 'तुम्ही मला कुठे पाठवता आहात?'

तिच्याकडे पाहत त्यानं ओरडूनच उत्तर दिलं, 'तुरुंगात.'

'मी एक टेलिफोन करू शकते का?' हा प्रश्न विचारण्याचं धाडस मयादाला तिच्या कौटुंबिक पार्श्वभूमीनंच दिलं होतं.

मयादा उच्च कुळात जन्मलेली होती आणि तिच्या खानदानाचं मोठेपण प्रत्येक इराकी माणसाला ठाऊक होतं, ही गोष्टही तिला माहीत होती. या गोष्टीचा फायदा घेता येईल हे जाणवल्यामुळे तिनं आपल्या प्रश्नाला एक पुस्तीही जोडून टाकली, 'सल्वा अल-हुसरी म्हणजे माझी आई.'

त्या माणसानं जाण्यासाठी एक पाऊल उचललं होतं, तो त्याच हास्यास्पद अवस्थेत थबकला आणि तिच्याकडे पाहू लागला. काय उत्तर द्यावं याचा विचार करत तो तसाच पाऊल उचललेल्या स्थितीत उभा राहिला. दुसरी कोणतीही वेळ असती तर मयादा त्याच्या त्या अवस्थेला खूप हसली असती. पण तो क्षण मात्र अजिबात विनोदी नव्हता. तरी तिच्या मनात आशेचा एक क्षीण किरण उमटला. या पांढऱ्या केसांच्या माणसाला आपण कोण आहोत हे माहीतच नसेल का? त्याला वाटलेलं आश्चर्य पाहून आपल्या शब्दांनी पुढच्या घटना कदाचित टळतील अशी आशा तिच्या मनाला चाटून गेली.

'आज नाही तर उद्या, पण तुम्हांला याचं उत्तर द्यावंच लागेल. माझ्या आईच्या ओळखी फार वरपर्यंत आहेत.'

अगदी सावकाशपणे त्याने आपलं पाऊल जमिनीवर टेकलं. पण तो अजून विचार करतो आहे हे उघड होतं. एक शब्दही न बोलता त्यानं तिच्या हातात टेलिफोन ठेवला.

तिचे थरथरणारे हात इतके पांढरेफटक दिसत होते, जणू तिच्या हातातलं रक्त नाहीसंच झालं असावं. तिनं थरथरत्या हातानं तिच्या घरचा क्रमांक फिरवला. धडधडत्या हृदयात आशा होती की, मुलं फोन घेतील. अजून त्यांना पकडलं गेलं नसेल. फोन वाजतच राहिला, वाजतच राहिला.

काहीच उत्तर मिळत नव्हतं.

त्या माणसाच्या चेहऱ्याकडे नजर न टाकता तिनं मनात दाटून आलेल्या भीतीला आवर घालण्याचा प्रयत्न करत पुन्हा एकदा क्रमांक फिरवला. आपल्या अशा घाबरलेल्या, भांबावलेल्या मन:स्थितीत न जाणो आपण आपल्याच घरचा नंबर चुकीचा फिरवला असेल तर...

फोन वाजतच राहिला. तो माणूस तिच्याकडे रोखून बघत उभा होता. डोकं एकदा इकडे एकदा तिकडे असं झुकवत. त्यानं अचानक मयादाच्या हातून फोन काढून घेतला. फे आणि अली या गुप्त पोलिसांच्या तावडीत सापडतील ही भीती, युद्धाच्या सर्व काळामध्ये प्रत्येक बॉंब-वर्षावाच्या वेळी तिला वाटलेल्या भयंकर भीतीपेक्षा कितीतरी पटीनं अधिक होती. पण तिला उत्तर मिळणार नव्हतं. कुत्सितपणे हसत त्या पांढऱ्या केसांच्या माणसानं तिला जाण्याची खूण केली.

मयादाला पुन्हा एकदा अजूनही जमिनीवर बसून असलेल्या त्या माणसांच्या गर्दीतून जावं लागणारं होतं. आता आपणही त्यांच्यापैकीच एक आहोत हे मान्य करण्यासाठी मयादानं मन घट्ट केलं आणि सर्वांत वाईट गोष्ट म्हणजे बल दीयातच्या बाहेर कोणालाही ती कोठे आहे हे माहीत नव्हते.

दोन्ही पहारेकऱ्यांनी आपल्या पॅंटच्या खिशातून एकसारखे काळे चष्मे काढून डोळ्यांवर चढवले. तिच्या बाजूंनी तिला घसटून चालत, तिला खांद्याला धरून गंभीर चेहऱ्यांनी तिला भराभर चलण्याची सूचना करत ते निघाले. तुरुंगाच्या कचेरीबाहेरचं पटांगण ओलांडून तिला पलीकडच्या प्रत्यक्ष तुरुंगाच्या इमारतीकडे नेण्यात आलं.

ती यापूर्वी या संकुलात कधीच आलेली नव्हती. परंतु गुप्त पोलिसांच्या जुन्या मुख्य कचेरीत मात्र ती १९८०च्या दशकात बऱ्याच वेळा येऊन गेली होती. कारण तिच्या कुटुंबाचे मित्र आणि मार्गदर्शक असलेले डॉक्टर फदल अल बराक तेथे डायरेक्टर जनरल म्हणून काम करत होते. आत्ता ही नवी इमारत पाहिल्यानंतर साहजिकच तिच्या मनात दोन्ही इमारतींची तुलना होण्यास सुरुवात झाली. त्या काळात आपण ज्या इमारतीमध्ये जातो आहोत तेथे इतके भयानक प्रकार घडत आहेत याची तिला अजिबात कल्पना नव्हती. डॉ. फदल हे इराकमधील धोकादायक विरोधी गटांच्या कारवायांपासून किंवा अंतर्गत अतिरेक्यांच्या हल्ल्यांपासून इराकी जनतेचं संरक्षण करण्याच्या महत्त्वाच्या कामगिरीवर नेमलेले आहेत अशी तिची समजूत होती. जेव्हा जेव्हा ती डॉ. फदलना भेटायला जात असे तेव्हा त्यांच्या पुस्तकांवर चर्चा करणं किंवा तिच्या लेखनाबद्दल चर्चा करणं एवढंच तिला माहीत होतं. परंतु आता मात्र डॉ. फदलशी असलेल्या जिव्हाळ्याच्या संबंधामुळे तिला मिळालेले अनेक फायदे आठवून मयादाला कमालीचं अपराधी वाटू लागलं. ज्या

ठिकाणी हजारो इराकींचा मरेपर्यंत छळ केला जात होता अशा एका छावणीचे ते प्रमुख होते हे तिला आता कळून आलं. तिच्या सरकारच्या लज्जास्पद कृत्यांकडे तिनं जाणूनबुजून डोळेझाक केली होती. सत्याकडे पाठ फिरवली होती आणि स्वतःची फसवणूक करत राहिली होती हेही तिला स्पष्टपणे कळून चुकलं. तरुणपणाच्या भोळेपणात तिनं स्वतःच्या देशाचं खरंखुरं स्वरूप पाहिलंच नव्हतं. अचानकपणे तिला फार पूर्वी जुन्या इमारतीत पाहिलेल्या, आतापर्यंत विस्मरणात गेलेल्या अनेक गोष्टी आठवल्या. त्याच गोष्टी तिला आता या नव्या इमारतीत दिसत होत्या. सगळंच बदललं होतं आणि नवी इमारत त्या बदलांचं दर्शन घडवत होती.

डॉ. फदल डायरेक्टर जनरल होते तेव्हा, गुप्त पोलिस शाखेतील सर्वजण त्यांना अल सईद अल-आम असं म्हणत असत- म्हणजे मिस्टर जनरल. ही मुख्य कचेरी बगदादच्या पार्क अल-सदून या भागाच्या जवळ अल-मस्बा येथे होती. या भागात ज्यू आणि ख्रिश्चन लोकांची वस्ती अधिक होती. तेथील घरं जुन्या बगदादी पद्धतीनं बांधलेली होती. मोठ्या बाल्कनी, नक्षीदार झडपा आणि हसरी मुलं खेळत असलेल्या प्रशस्त बागा. एका सुंदर इराकी सकाळी सरकारी अधिकारी अचानकपणे या भागात आले होते आणि त्यांनी ह्या जुन्या हवेल्या जप्त केल्या होत्या, त्यांच्या मालकांना घराबाहेर हाकलून काढलं होतं. मग या संपूर्ण भागाभोवती त्यांनी उंच भिंत उभारली होती आणि आत अनेक इमारती आणि रस्त्यांचं जाळं पसरलं होतं. अनेक गुप्त दालनं बांधली होती. डॉ. फदल हे या सर्व विभागांचे प्रमुख होते. फक्त सद्दामच त्यांना जाब विचारू शकत होता. या जुन्या हवेल्यांच्या मध्येच त्यांनी स्वतःसाठी एक आधुनिक कचेरी बांधून घेतली होती. त्यांच्या कचेरीच्या इमारतीचा तळमजला नव्या जपानी मोटारींनी भरलेला होता. या सर्व मोटारी सद्दामने त्यांना भेट म्हणून दिल्या आहेत हे मयादाला माहीत होतं. डॉ. फदलच्या कचेरीत एक प्रशस्त शिसवी लाकडाचं टेबल आणि गडद चामड्यानं मढवलेला एक कोच होता. शिवाय दोन आरामशीर खुर्च्या आणि काचेची कॉफीटेबलंही होती. या दालनाचं छत धातूच्या लहानलहान तुकड्यांनी बनवलेलं होतं. या तुकड्यांनी निर्माण केलेलं चित्र इतकं विलक्षण होतं की, ते छत एखाद्या नृत्यगृहाला अधिक शोभलं असतं, असं मयादाला वाटत असे. त्याच्या प्रचंड कचेरीमध्ये सर्व आधुनिक सुखसोयी होत्या. शिवाय त्या विस्तृत तुरुंगातील प्रत्येक भागामध्ये काय चाललं आहे ते दाखवणारे अनेक मॉनिटर्सही तेथे होते. त्या काळात इराकमध्ये नवीन असलेली व्हिडियो यंत्रंही तेथे होती. कधी कधी डॉ. फदल आपल्या जवळच्या मित्रांना नवीन अमेरिकन चित्रपट पाहण्यासाठी तेथे आमंत्रित करत असे. त्याने स्वतःच्या कचेरीमध्ये एक मोठा जलतरण तलावही बांधून घेतला होता.

१९८४मध्ये डॉ. फदलना बढती मिळाली आणि इराकी गुप्तहेर खात्यामध्ये

त्यांची नियुक्ती करण्यात आली. त्यांची नवी कचेरी अल-मन्सूर भागामध्ये सहत अल नोसूर येथे होती. १९९०पर्यंत मयादा डॉ. फदलना भेटण्यासाठी त्यांच्या नव्या कचेरीत जात असे. १९९०मध्ये अचानक सद्दामने फदलना अटक करण्याचा हुकूम दिला. डॉ. फदल अजून इथले प्रमुख असते तर आज एका भेदरलेल्या कैद्याऐवजी एक माननीय पाहुणी म्हणून ती येथे आली असती, याबद्दल मयादाला अजिबात शंका नव्हती.

मयादा आणि तिचे दोन्ही पहारेकरी एका सिमेंट कॉंक्रीटच्या इमारतीजवळ येऊन पोचले. इमारतीत प्रवेश केल्याबरोबर उजव्या हाताला एका गोलाकार खोलीत मयादाला नेण्यात आलं. एका गोलाकार टेबलापाठी एक लुकडासा, सुरकुतलेल्या चेहऱ्याचा माणूस बसलेला होता. मयादानं त्याच्याकडे निरखून पाहिलं. त्याच्या चेहऱ्यावरच्या सुरकुत्या काळजीच्या होत्या. वयाच्या नव्हत्या. त्यानं जे जे काही पाहिलं होतं त्यामुळे त्याच्या चेहऱ्यावर एवढ्या सुरकुत्या पडल्या होत्या, जाणाऱ्या काळामुळे नव्हे, हे तिला कसं कळलं, कोण जाणे; कळलं हे मात्र खरं.

अचानक त्यानं बोलायला सुरुवात केली. स्वत:जवळच्या सर्व वस्तू त्याच्या स्वाधीन करायला त्यानं मयादाला फर्मावलं. मग त्यानं अगदी शांतपणे प्रत्येक वस्तूची नोंद केली. एक अंगठी, एक घड्याळ, २०,००० इराकी दिनार असलेले एक पैशाचं पाकीट (म्हणजे सुमारे १० अमेरिकन डॉलर्स.) छपाईच्या आणि आरेखनाच्या मागण्या नोंदवलेलं एक पुस्तक, एक दूरध्वनी क्रमांक टिपलेली छोटी वही, जवळ असणं अनिवार्य असलेलं एक ओळखपत्र, तिच्या किल्ल्या आणि 'आज दुपारी आपण दोघी जेवायला जाणार आहोत हे विसरू नकोस' अशी तिच्या मुलीनं-फेनं तिला लिहिलेली चिठ्ठी.

एकदम एक माणूस कुठूनसा आला. त्यानं तिचा उजवा हात खेचून तिचा अंगठा शाईच्या पॅडवर जोरात दाबला आणि तिच्या वस्तूंच्या यादीवर तिच्या अंगठ्याचा ठसा उमटवला. मग आणखी एक माणूस खोलीत आला आणि त्या दोन पहारेकऱ्यांनी तिला कोठडीकडे नेलं.

एका दुहेरी दारापलीकडे नेल्यावर तिला दिसलं की ती एका लांबलचक अशा कॉरिडॉरमध्ये पोचली आहे. त्या कॉरिडॉरच्या दोन्ही बाजूंना कोठड्यांची दारं होती. उजव्या हाताच्या तिसऱ्या दारापाशी पहारेकरी थांबले. जाड्या माणसानं दाराचं मजबूत कुलूप उघडलं आणि मयादाला आत जाण्याची खूण केली. या वेळपर्यंत मयादा थरथर कापत उभी होती. तिला तो आकडा दिसला '५२' आणि भयानक घाबरून जाऊन ती जोरात किंचाळली, 'नको, नको, नको हो नको.'

थरथरत्या हातानं तिनं त्या आकड्याला स्पर्श केला. ते तिला '५२' क्रमांकाच्या

कोठडीत बंद करणार आहेत यावर तिचा विश्वासच बसत नव्हता. तिचे डोळे चुरुचुरू लागले आणि पायाच्या नखांपासून ते डोक्याच्या केसांपर्यंत तिचं सर्वांग जळू लागलं. '५२' हा आकडा तिच्या हृदयावर तापल्या सळीनं डाग द्यावा तसा भाजू लागला. '५२' हा आकडा अनेक पिढ्या तिच्या घराण्याला शापवत ठरला होता. तिचे प्रिय वडील त्यांच्या वयाच्या ५२व्या वर्षी वारले होते, तेही नन्स हॉस्पिटलच्या ५२ क्रमांकाच्या खोलीत. तिच्या वडिलांचे वडील जाफर पाशा अल-अस्करी यांचा वध करण्यात आला होता तो त्यांच्या ५२व्या वर्षी. आणि आता तिला कैदेत ठेवण्यात येत होतं तेही ५२ क्रमांकाच्या कोठडीत. तिला झालेली अटक म्हणजे मृत्यूची शिक्षाच आहे याची मयादाला खात्रीच पटली. नाही–तिला त्या कोठडीत पाऊल टाकणंही शक्यच नव्हतं. तिला कोणीही तसं करायला भाग पाडू शकणार नव्हतं. तिनं पावलं जमिनीवर रोवून धरली आणि घट्ट पकडून धरायला काही जवळपास मिळतं आहे का हे पहायला सुरुवात केली. चेहऱ्यावर देवीचे वण असलेला पहारेकरी ओरडला, 'जा आत.'

मयादाचा स्वर कापरा होता. अगदी अस्पष्ट आवाजात ती पुटपुटली, 'नाही जमणार मला. नाही जमणार.'

दात आवळून तो पहारेकरी ओरडला, 'जा म्हणतो ना...'

दुसऱ्यानं तिला एक जोरदार धक्का दिला.

मयादा ५२ क्रमांकाच्या कोठडीत धाडकन ढकलली गेली. साफ आडवं पडू नये म्हणून तिनं बोटांनीच कोठडीची भिंत पकडण्याचा प्रयत्न केला. त्या थंडगार भिंतीवरून तिची बोटं निसटली आणि तिचे डोळे पाण्यानं भरून आले. तिच्या मागे कोठडीचा दरवाजा धाडकन बंद झाला आणि किल्ली फिरली. ती पुरती अडकली होती. दोन्ही हात भिंतीवर दाबून तिनं आपला तोल सावरला. ती एका लहानशा चौकोनी खोलीत होती.

घाबरलेली, धापा टाकणारी आणि छतावरच्या मिणमिणत्या उजेडाच्या दिव्यामुळे आजूबाजूला दिसणाऱ्या अनेक हलत्या-डुलत्या सावल्यांमुळे गांगरून गेलेली मयादा रडायलाच लागली आणि तिला जाणवलं- त्या सावल्या नव्हत्याच. त्या सावल्या हळूहळू खऱ्या स्त्रिया झाल्या. त्यांच्यापैकी एकजण मयादाजवळ आली. मायाळू स्वरात तिनं विचारलं, 'तुला इथं का आणलंय?'

एवढाच प्रश्न विचारून ती मयादाजवळ आलेली स्त्री गप्प उभी राहिली. मयादाला उत्तराची जुळवाजुळव करायला वेळ दिल्यासारखी. मयादानं या इतक्या साध्या प्रश्नाला उत्तर देण्याचा प्रयत्न केला, पण तिच्या तोंडातून शब्दच फुटत नव्हता. उत्तरादाखल तिनं आपले पंजे वरखाली हलवले. तिनं असं का केलं हे काही तिला सांगता आलं नसतं. आपल्या या वागण्यानं इतर बायकांना काय वाटेल

असं तिच्या मनात येऊन गेलं. ती भयंकर घाबरलेली होती...तिला वाटलं... न जाणो या बायका पहारेकऱ्यांना बोलावून तिला वेड्यांच्या विभागात नेऊन टाकायला सांगतील. तसं नशिबात येऊ नये म्हणून तिनं मोठ्या प्रयासानं घसा साफ केला. आत्तापर्यंतच्या ताणानं तिचा घसा अगदी गच्च होऊन गेला होता. तिची सुकलेली जीभ आणि सुकलेला घसा ओला करण्यासाठी तिनं तोंडात थुंकी जमवण्याचा प्रयत्न केला. तिला सकाळी अटक झाल्यापासून थेंबभर पाणीही प्यायला मिळालेलं नव्हतं. कोठडीतल्या उजेडाला सरावण्यासाठी तिनं डोळ्यांची दोनचारदा उघडझाप केली. कोठडीत इतका कमी उजेड होता की, तेथे दिसणाऱ्या सावल्यांवरून नक्की किती स्त्रिया आहेत हे अजमावण्याचा मयादानं प्रयत्न केला खरा; पण ती इतकी गोंधळून गेलेली होती की, ते तिला जमलंच नाही. तरी एका डझनापेक्षा नक्कीच जास्त कैदी स्त्रिया होत्या एवढं तिनं ताडलं. का कोण जाणे, पण या स्त्रिया तेथे असण्यानं मयादाला एक अनपेक्षित धीर आला, एवढं मात्र खरं.

नंतर तिला कळलं की, आठ माणसं राहू शकतील, अशा त्या कोठडीत एकूण अठरा स्त्रिया होत्या आणि ती स्वत: १८ क्रमांकाची कैदी होती. पण त्या क्षणी मात्र त्या गच्च भरलेल्या चौकोनी खोलीकडे नजर टाकताना तिला ८० जणी तिथं असल्यासारखं वाटलं होतं. कोठडीतल्या स्वच्छतागृहाची जागा मुद्दामच काबाकडे तोंड करून असावी अशी निवडलेली होती. त्या दिशेला तोंड करून मयादाला दिवसातून पाच वेळा प्रार्थना करायची होती. हा प्रत्येक मुसलमान व्यक्तीचा जाणूनबुजून केलेला भयंकर अपमान होता. कारण इस्लामी वास्तुरचनाशास्त्र नेहमीच स्वच्छतागृहे काबाच्या दिशेपासून शक्य तेवढ्या दूर अंतरावर बांधण्याची पूर्ण खबरदारी घेत आलेलं आहे. एका भयंकर दुर्गंधीने मयादाचं लक्ष प्रार्थनेकडून दूर झालं. ही अशी दुर्गंधी तिनं यापूर्वी कधीच अनुभवली नव्हती. अगदी भर युद्धाच्या काळात पडझड झालेल्या इमारतींच्या खाली अनेक दिवस दबून राहिलेली आणि जळून गेलेली प्रेतं लोकं ओढून बाहेर काढत तेव्हासुद्धा अशी दुर्गंधी तिनं अनुभवली नव्हती. कोठडीतली ही दुर्गंधी इतकी वेढून टाकणारी होती की, तिचा उगम जमिनीवरच्या ओकारीच्या थरातूनच असला पाहिजे, हे तिच्या लक्षात आलं. आपण घाणीच्या प्रचंड थरावर उभे आहोत या कल्पनेनं तिनं पाऊल उचलून स्वत:चे बूट तपासलेसुद्धा. पण ते तर स्वच्छ होते. सावधगिरीनं एक उथळसा श्वास घेत तिनं ठरवलं, हा घाण वास सगळीकडेच आहे. हा वास म्हणजे तुरुंगाच्या भटारखान्यात शिजत असलेल्या कडधान्यांचा वास कोठडीच्या सिमेंटच्या भिंतीतूनही आत झिरपला आहे आणि तेथे त्याचा संयोग अनेक दिवसांत स्नान न केलेल्या शरीरांच्या वासाशी आणि भरपूर वापर असलेल्या स्वच्छतागृहाच्या वासाशी होऊन हा अशक्य असा घाणेरडा वास तयार झाला आहे, असं तिच्या लक्षात आलं.

मायाळू आवाजाची मालकीण तिच्याजवळ आली. एका हातानं मयादाच्या खांद्याला हलकेच स्पर्श केला. 'तुला इथं का आणलं गेलं, चिमणे?' तिनं विचारलं.

मयादानं त्या स्त्रीच्या चेहऱ्याकडे पाहिलं. ती अतिशय सुंदर होती. तिचा वर्ण गोरापान होता. चाफेकळी नाकावर वांगाचे थोडे ठिपके होते आणि डोळे चमकदार हिरवे होते.

ती सुंदर स्त्री म्हणाली, 'माझं नाव समारा. तुला इथं का आणलंय?'

मयादाचं उत्तर ऐकण्यासाठी इतर सावल्या पुढं सरकल्या. त्यांच्या चेहऱ्यांवर मयादाला अनुकंपा दिसत होती. त्यांच्याकडे पाहत मयादानं तिला अधिकृतपणे तिच्या अटकेचं देण्यात आलेलं कारण त्यांना सांगितलं. 'त्या पांढऱ्या केसांच्या माणसानं मला सांगितलं की, माझ्या छापखान्यात सरकारविरोधी असं काहीतरी छापलं गेललं आहे. पण ते खरं नाही. मी सरकारच्या विरोधी असं काहीही छापलेलं नाही.'

स्वत:चे आवाज कानावर पडताच मयादाचा बांध फुटला. तिच्या दोन मुलांचे चेहरे तिच्या नजरेसमोर गरगरू लागले. ती आज फेला जेवायला घेऊन जाणार होती आणि मग तेथून दंतवैद्याकडे. अलीला केस कापायला न्यायला हवं होतं. त्यानंतर ते सगळं वाणसामान आणून टाकणार होते. फेचा किडलेला दात दुखत असेल की काय या विचारानं ती सैरभैर झाली.

दोनच दिवसांपूर्वी तिनं फेचा सोळावा वाढदिवस साजरा केला होता. लेकीच्या आनंदासाठी मयादानं तिला न झेपणारा खर्च केला होता. तिनं अल्विया क्लब या बगदादमधील प्रसिद्ध सोशल क्लबमध्ये वाढदिवसाची मेजवानी केली होती. मयादाचे आईवडील आणि आजीआजोबा यांनीही त्या क्लबमध्ये अनेक प्रसंग साजरे केलेले होते. त्यामुळे तेथे पार्टी करणे फार मजेचं वाटत असे. शिवाय स्वत:च्या भूतकाळाशी मयादा, फे आणि अली यांना जोडून ठेवणारा तो एक दुवा होताच.

आता, तिच्या अटकेनंतर मात्र काल अशक्य वाटलं असतं इतक्या विलक्षण रीतीनं त्यांचं साऱ्याचं आयुष्य ढवळून निघालं होतं. आता हृदय पोखरून टाकणाऱ्या दु:खाला थोपवणं मयादाला अशक्य झालं आणि ती आक्रोशून म्हणाली, 'माझी मुलं...त्यांच्याकडे पाहाणारं कोणीसुद्धा नाहीये हो!'

समारानं तिचा हात हातात घेतला आणि ती म्हणाली, 'हे बघ, माझं ऐक. आता मागे जे जे काय राहिलं त्याच्याभोवती एक भिंत उभारून टाक. आता फक्त एकच विचार कर, स्वत:ला कसं सोडवता येईल त्याचा... नाहीतर तुला वेड लागेल.'

मयादाला सरळ विचार करताच येत नव्हता आणि मुलांची काळजी करणं तिला थांबवताच येणार नाही, हेही तिला पक्कं ठाऊक होतं. तरीही तिच्या मनानं तिला सांगितलं, 'एक दीर्घ श्वास घे आणि समारा काय सांगते आहे, ते लक्ष देऊन

ऐकायला लाग.' इथं टिकून रहायला तिला समाराची मदत होणार होती. मयादानं मान डोलावली, पण तिच्या गालांवरून अश्रू ओघळतच राहिले. समाराखेरीज इतर प्रत्येक चेहरा फिकुटलेला आणि निराश दिसत होता हे प्रथमच दिसल्यावर मयादाच्या पोटात खड्डाच पडला.

समारा ही अगदी शहाणी आणि व्यवहारी स्त्री होती, हे लगेच सिद्ध झालं. मयादाच्या अश्रूंकडे लक्ष न देता तिनं विचारलं, 'तुला भूक लागलीय का? आमच्याजवळ जे काही आहे त्यातलं थोडंसं देऊ आम्ही तुला.' 'नको, नको. आभारी आहे मी तुमची, पण नको.' काही खाण्याच्या कल्पनेनंही मयादाला मळमळायला लागलं. पण समारा इतकी प्रेमळ होती की, तिनं आग्रह धरला. 'तुला तुझी ताकद टिकवून धरायला हवी. ते जेव्हा आपली 'चौकशी' करतात ना तेव्हा आपल्या हाडांबरोबर आपलं धैर्यही तोडून मोडून टाकण्याचा प्रयत्न करतात.'

मयादाच्या चेहऱ्यावर पसरलेलं भीतीचं भयंकर सावट समाराला दिसलं तेव्हा तिनं तिच्या पाठीवर हात ठेवून म्हटलं, 'तुझ्या मुलांचा विचार मनाच्या एका कप्प्यात बंद करून ठेव, आत्तापुरता. बाहेर नक्कीच कोणीतरी त्यांची काळजी घेणारं भेटेल. इथून बाहेर पडेपर्यंत फक्त तुझा स्वत:चा विचार कर. लवकरच ते आपल्याला उसळ आणि भात आणून देतील. तुला आता खावंसं वाटत नसेल तर मी तुझं ताट घेऊन ठेवीन. पण माझा सल्ला ऐक.' मयादाजवळ वाकून थोड्या खालच्या स्वरात ती पुटपुटली, 'वांग्याची भाजी मात्र कधीच खाऊ नकोस. एका महिन्यापूर्वी त्यांनी आम्हांला वांग्याची भाजी दिली होती आणि आम्ही सगळ्याजणी खूप आजारी झालो. बरेच दिवस जमिनीवर विव्हळत पडण्याखेरीज आम्हांला काहीही दुसरं करता आलं नाही. नंतर आम्हांला कळलं की, खूप कैदी मेले. आमच्या कोठडीतलं मात्र कोणी नाही मेलं.'

समाराच्या सल्ल्यानं मयादाचे हातपाय गळूनच गेले. आपण इथंच मरून जाऊ की काय असं तिला वाटू लागलं. एवढ्यात प्रथम हलकेहलके आणि मग हळूहळू वाढत जाणारा एक अद्वितीय स्वर तिच्या कानावर पडला. तुरुंगाच्या सिमेंटच्या भिंतीमधूनही तो स्वर झिरपत आला होता. एक पुरुष-स्वर कुराणातील ३६वी सुरा गात होता. जो कोणी या काही विशिष्ट सुरांचं पठण करेल त्याच्या इच्छा पूर्ण होतील अशी मुसलमानधर्मीयांची श्रद्धा आहे. तो सुरेल स्वर गात होता; 'यासाठी माझ्या स्वामीने मला क्षमा केली आहे आणि माझं नाव मान्यवरांच्या यादीत घातलं आहे.'

कोठडीतील इतर सावल्या-स्त्रियांबरोबर मयादाही कोठडीच्या खरबरीत भिंतीला डोकं टेकून बसली आणि ते शांतवणारे सूर ऐकू लागली.

तो स्वर, सांत्वना देत पुढे गात होता. 'त्या दिवशी बगिच्यातले सर्व मित्र जे

काही त्यांना करावे त्या कृत्यांमध्ये आनंद प्राप्त करतील हे सत्यवचन. ते आणि त्यांचे सहकारी थंड सावलीच्या कुंजांमध्ये मानाच्या आसनांवर नक्कीच बसलेले असतील.'

मोठ्या तपकिरी डोळ्यांची एक उंच बाई पुटपुटली, 'आता तो थांबला नाही, तर, ते त्याला बिचाऱ्याला ठार करतील, हे नक्की.'

त्या तपकिरी डोळ्यांच्या स्त्रीकडे पाहत समारा म्हणाली, 'त्याच्यासाठी प्रार्थना कर, रौला.'

कानावर पडणाऱ्या त्या विलक्षण स्वरामुळे मयादाचं कुतूहल जागं झालं होतं. मान उचलत तिनं विचारलं, 'कोण आहे तो?'

'तो अहमद नावाचा एक तरुण मुलगा आहे.' समारा उत्तरली. 'तो मूळ शिया पंथाचा आहे. पण त्यानं वहाबी पंथ स्वीकारला म्हणून त्याला पकडून आणलं आहे.'

कडक आचारविचारांचा वहाबी पंथ सौदी अरेबियामध्ये निर्माण झालेला आहे. हा पंथ अतिशय कट्टर असल्याचं इतर सर्व मुस्लिमांचं मत आहे. त्यामुळे इराकी सरकारने इराकी नागरिकांना या पंथाचा स्वीकार करण्यास मनाई केली आहे. कोठडीतल्या लोखंडी बाकावर आपले लांबसडक लाल केस विंचरत बसलेली आणखी एक सावली म्हणाली, 'अहमद, आता सहा महिने झाले, इथे आहे. रोज संध्याकाळी तो कुराणाचं पठण करतो. रोज संध्याकाळी ते त्याला बाहेर नेतात आणि बडवतात. त्याच्या किंचाळ्यांनी आमच्या कोठडीच्या भिंतीही हादरून जातात. पण त्यांनी त्याला परत त्याच्या कोठडीत आणून टाकलं की, त्याच क्षणी तो पुन्हा कुराण म्हणायला सुरुवात करतो. अगदी हट्टी आहे तो.' तिनं मोठ्या दुःखानं मान हलवली.

'हो ग, वफाए' समारा बोलली, 'आणि ते त्याला मारत असतानासुद्धा तो पठण करतच राहतो.'

या वेळपर्यंत मयादा इतकी थकली होती की, तिचे पाय तिच्या शरीराचं ओझं पेलू शकणार नाहीत, असं तिला वाटू लागलं. ती हळूहळू भिंतीला खाली थंड जमिनीवर मरगळून बसली. बगदादच्या रस्त्यांवर असे बसलेले मनोरुग्ण भिकारी तिनं खूप वेळा पाहिले होते.

आता बाकीच्या सावल्या-स्त्रिया मयादाभोवती गोळा झाल्या. त्यांच्यापैकी तिघी-चौघींनी तिला लहान मुलासारखं उचलून एका लोखंडी बाकाजवळ नेलं आणि हळुवारपणे आडवं केलं. तिच्या थरथर कापणाऱ्या शरीराला एक सुती पांघरुणाचा आश्वासक स्पर्श झाला.

एक इराकी व्यक्ती दुसऱ्या इराकी व्यक्तीचा सामाजिक दर्जा चटकन ओळखू

शकते. हे कौशल्य कोणताही तुरुंग नष्ट करू शकत नाही. मयादा कमालीची दमली होती तरीही आशिया नावाची कोणीतरी बाई दुसरीच्या प्रश्नाला हलक्या आवाजात उत्तर देत असलेली तिच्या कानावर पडलं, 'आजचा दिवस कदाचित भाग्याचा ठरेल आपल्याला. एवढ्या मोठ्या घराण्यातल्या बाईलाही इथंच आणून ठेवलंय. कदाचित आपलं जेवणही वाढेल आता.'

मयादा इतकी खचून गेली होती की, तिच्या कोठडीतल्या सावल्या तिला हळुवारपणे प्रश्न विचारत असताना ती गप्पच पडून राहिली. तिला असं खडूस वागण्याची खरोखरच इच्छा नव्हती, पण त्यांना एखाद्या शब्दानं उत्तर देण्याचं त्राणही तिच्यामध्ये उरलं नव्हतं.

समारा तिच्या बाकाशेजारी जमिनीवर बसली आणि मयादाला तिची स्वत:ची हकीकत सांगू लागली. 'मी शिया पंथाची आहे. इराकमध्ये प्रत्येक सरकारी कामात शिया लोकांना नेहमीच अडचणी येतात, पण तरीही मला मी शिया असल्याचा अभिमान आहे.'

'माझ्या घरातल्या लोकांनी मला सांगितलं आहे की, मी लहानपणी अतिशय सुंदर दिसत असे. माझ्या आईच्या वडिलांची मी पहिल्यापासूनच फार लाडकी होती. म्हणून त्यांनी माझ्या वडिलांना सांगितलं की, 'मी त्यांचं नाव लावावं, पुढं चालवावं, याला त्यांनी परवानगी द्यावी.' माझ्या आईवडिलांनी लगेच परवानगी दिली. कारण पोसणं जड जावं इतकी बाकीची मुलं त्यांना होती.' समारा हसून पुढे म्हणाली, 'शिवाय अखेरीला मी तर एक मुलगीच होते ना. माझ्या भावांइतकी किंमत नव्हतीच मला. म्हणून मग माझी अधिकृत सरकारी ओळखपत्राची कागदपत्रं माझ्या वडिलांच्या नावाऐवजी माझ्या आजोबांच्या नावाने तयार केली गेली.' मोठ्या अभिमानाने ती पुढे सांगू लागली, 'मी त्या भागात तर एक प्रसिद्ध व्यक्ती म्हणूनच मोठी झाले. कारण बरेच लोक मी फार सुंदर आहे असं मानत असत.' मयादानं मान डोलावली. इराकी समाजामध्ये सौंदर्याला सर्वांत अधिक महत्त्व होतं आणि ही सावलीतली स्त्री खरोखरीच अतिसुंदर होती.

'मी किशोरावस्थेत प्रवेश केला तेव्हा अनेक लोकांनी माझ्या आजोबांकडे मला मागणी घातली. त्यामुळे त्यांच्यापैकी सर्वांत योग्य अशा माणसाशी माझं फार लहान वयात लग्न करून देण्यात आलं. मी त्याला लहानपणापासून ओळखत होते. चांगला माणूस होता तो. त्यामुळे तो गरीब असला तरी इराण-इराक युद्ध सुरू होईपर्यंत आम्हांला कसलाच त्रास नव्हता. शिया लोकांना कोणताच सरकारी फायदा दिला जात नाही, हे तुला माहीतच आहे. पण तरी आमच्या लोकांनीही सोन्याची खाण सापडल्याच्या उत्साहाने सैनिकी गणवेश चढवून सैन्यात दाखल व्हावं अशी अपेक्षा केली जात होती.'

तिचे हिरवे जर्द डोळे मयादाकडे वळले. 'आमच्या खेड्यातल्या इतर सर्व पुरुषांसारखा माझा नवराही कर्तव्यभावनेने युद्धावर गेला. वर्षातून चार-पाच वेळा त्याला घरी येण्याची परवानगी मिळत असे, याबद्दल मी देवाचे आभार मानत असे. पण त्याची प्रत्येक सुटी म्हणजे माझं आणखी एक गरोदरपण ठरलेलं.' अचानक तिचे डोळे आक्रसले. 'माझ्या तिसऱ्या मुलाच्या जन्मानंतर थोड्याच दिवसांनी मला कळविण्यात आलं की, माझा तरणाताठा नवरा एका महत्त्वाच्या लढाईत कामी आला. लढाई महत्त्वाची होती की बिनमहत्त्वाची होती हे माझ्या दृष्टीनं महत्त्वाचं नव्हतं. महत्त्वाचं होतं ते हे की, माझा नवरा मरून गेला होता. दोन मुलगे आणि एक मुलगी यांचं पालनपोषण करण्याची जबाबदारी अंगावर येऊन पडलेली मी एक तरुण विधवा होते. चिंतेनं माझी झोप उडाली होती.'

'माझ्या नवऱ्याच्या मृत्यूनंतर काही आठवड्यांनी सरकारनं माझ्याकडे एक शवपेटी पाठवून दिली. तिच्यात माझ्या नवऱ्याचं प्रेत होतं, असं त्यांचं म्हणणं होतं. शवपेटी घेऊन आलेल्या अधिकाऱ्याने शवपेटी उघडायची नाही असं मला बजावलं. माझ्या नवऱ्याचा देह छिन्नविच्छिन्न झाला असावा आणि ते पाहण्याच्या दुःखापासून आम्हांला वाचवावं म्हणून त्यानं असं सांगितलं असावं असं आम्ही समजत होतो. मलाही माझ्या नवऱ्याला अशा विद्रूप अवस्थेत पाहण्याची इच्छा नव्हती. इराणी गोळ्यांनी त्याला विद्रूप केलेलं पाहिलं तर जन्मभर मी ते दृश्य विसरू शकणार नाही अशी मला भीती वाटत होती. पण माझ्या नवऱ्याच्या भावांपैकी एकानं शवपेटी उघडण्याचा आग्रहच धरला.' वळून मयादाकडे रोखून पाहत समारानं विचारलं, 'माझ्या दिरांनी सरकारी हुकूम मोडून शवपेटी उघडली आणि त्यांना काय सापडलं असेल?'

मान हलवत मयादानं विचारलं, 'काय सापडलं त्यांना?'

समारा तोंड वाकडं करत उत्तरली, 'ती शवपेटी दगड-धोंड्यांनी भरलेली होती.'

'दगड-धोंडे?'

दात आवळत समारा म्हणाली, 'हो, दगड-धोंडे. विश्वास बसतोय तुझा?'

'मग तू काय केलंस?'

हवेत हात फेकत समारा म्हणाली, 'काय करू शकणार आम्ही? आम्ही याबद्दल तक्रार केली असती, तर सरकारी हुकूम मोडल्याबद्दल आम्हांला सर्वांनाच अटक झाली असती.'

समारा सांगतच होती, 'मग घरातल्या सर्वांनी दफनविधी केला. सर्वजण रडले. आमचं दुःख संपणारं नव्हतं. माझा नवरा खरंच मेला आहे की इराणी सैन्याच्या कैदेत सापडला आहे आणि कुठल्यातरी इराणी तुरुंगात सडत पडला

आहे हे आम्हांला कधीच कळणार नव्हतं. आजपर्यंत माझ्या नवऱ्याच्या मृत्यूचं कोडं तसंच, न उलगडलेलं आहे.'

कमालीच्या रागानं समारा उद्गारली, 'हा असा इराक....'

मयादा शांत, स्तब्ध बसून होती. एक प्रचंड उदासी तिच्या मनात भरून आली. 'त्या दगड-धोंड्यांचा दफनविधी पार पडल्यानंतर एका माणसानं मला मागणी घातली. पुन्हा माझं नशीब चांगलं ठरलं. माझा दुसरा नवरा चांगला होता. माझ्या गरीब बिचाऱ्या बापावेगळ्या मुलांशी तो प्रेमानं वागायचा.'

मयादानं समाराकडे पुन्हा एकदा निरखून पाहिलं. तीन मुलं असलेल्या विधवा अरब स्त्रीला दुसऱ्याच्या मुलांची जबाबदारी घेणारा असा दुसरा नवरा शोधायला फार अडचण येणं नेहमीचं होतं. पण या स्त्रीचं सौंदर्यच असं होतं की, तिच्याशी लग्न करायला अनेक पुरुष तयार झाले असते, याची मयादाला खात्री होती.

'अडचण फक्त एकच होती. मी माझ्या वडिलांच्या नावाऐवजी माझ्या आजोबांचं नाव लावते, हे माझ्या दुसऱ्या नवऱ्याला फारसं रुचत नसावं. एखाद्या मुलीनं आपल्या वडिलांऐवजी दुसऱ्या कोणाशीतरी निष्ठा ठेवावी, मग तो माणूस अगदी तिच्या आईचे वडील का असेनात, ही तिच्या वडिलांच्या दृष्टीनं अगदी शरमेची गोष्ट आहे, असं त्याचं मत होतं. म्हणून मग त्याला बरं वाटावं म्हणून मी अगदी सरकारी अधिकाऱ्यांनी सांगितल्याप्रमाणे करून माझं अधिकृत कागदपत्रांवरचं नाव बदलून घेतलं.'

एक क्षणभरच समाराचा चेहरा दु:खानं झाकळून गेला. पण लगेच तिनं हसून मयादाच्या हातावर थोपटलं आणि ती म्हणाली, 'काय झालं होतं...इराण-इराक युद्ध, खाडी युद्ध आणि युनोनं घातलेली बंधनं या सगळ्यांत माझ्या नवऱ्याला कामच मिळेनासं झालं होतं. एकोणीसशे सत्त्याण्णव साल उजाडलं तोपर्यंत आम्ही अगदी घायकुतीला आलो होतो. तेव्हा आम्ही माझ्या मुलांना पहिल्या नवऱ्याच्या कुटुंबाकडे सोडून जॉर्डनला जायचा निर्णय घेतला. इतर काही जोडप्यांनी असं केलेलं आम्ही ऐकलं होतं. आम्ही कमी किमतीला बऱ्याच सिगरेटी विकत घेतल्या आणि अम्मानच्या प्रमुख रस्त्यावर, अल-हशिमीच्या एका कोपऱ्यावर त्या विकायला बसलो. बऱ्यापैकी फायदाही झाला आम्हांला या कामातून. आम्हांला स्वत:पुरतं तर मिळतच होतं, पण इराकला त्याच्या आणि माझ्याही घरी थोडीफार रक्कम पाठवता येत होती. पण आम्ही अगदी मूर्खच होतो. सगळ्यांना पुरेसे पैसे कमावण्यात आम्ही इतके गुंतून गेलो की, आमच्या ओळखपत्रांकडे आमचं दुर्लक्षच झालं. तेथे राहण्यासाठी मिळालेल्या परवानगीचा काळ टळून गेला आहे, हे आमच्या लक्षातच आलं नाही. आम्ही जॉर्डनमध्ये अडकून पडलो. आता काय करायचं ते आम्हांला कळेनासंच झालं. पण एकोणीसशे नव्याण्णव मध्ये जॉर्डनचे राजे हुसेन यांचं

दुःखद निधन झाल्यावर गादीवर आलेल्या त्यांच्या पुत्रानं-अब्दुल्लानं मोठ्या मनानं योग्य ते कागदपत्र जवळ नसलेल्या सर्व इराकी लोकांना माफी दिली. आता सगळं नीट कायदेशीर करावं, आपल्या पासपोर्टवर शिक्के मारून घ्यावेत म्हणून आम्ही इराकमध्ये परत आलो. इराकमध्ये आपल्या कुटुंबीयांना भेटून जॉर्डनला परत जायचं असा आमचा बेत होता.' बोलता बोलता तिचा आवाज खालावला. 'आम्हांला अम्मान खूप आवडलं होतं. मला तिथं अगदी एखाद्या पक्ष्यासारखं मोकळंमोकळं वाटायचं.'

एक दीर्घ श्वास टाकून ती पुढे म्हणाली, 'आणि म्हणून आम्ही इराकला परत आलो. हे कालच घडलं असावं असं मला स्पष्ट आठवतंय. इतकं काही मध्ये घडून गेलं आहे तरीही. मी आणि माझा नवरा दोघेही खूपच आनंदात होतो त्या दिवशी हे मला कबूल केलंच पाहिजे. आमचे कागदपत्र आता नीट कायदेशीर झाले आहेत आणि आता आपली माणसं लवकरच भेटणार आहेत, या खात्रीनं आम्हाला अगदी सुटल्यासारखं वाटत होतं. जवळजवळ दोन वर्षं होत आली होती ना-त्याच्या आणि माझ्या अशा दोन्ही कुटुंबांना खास मासे आणि भाताची मेजवानी द्यायची असा आम्ही बेत केला होता. पण ती सगळी स्वप्नं मातीला मिळाली. इराकमध्ये पाऊल ठेवताक्षणीच, अगदी इराकच्या सीमेवरच आम्हांला बाजूला घेण्यात आलं. आम्ही दोघे आश्चर्यचकित तर झालोच, पण कमालीचे घाबरूनही गेलो. किती ओरडून सांगितलं की, आम्ही निरपराध आहोत तरी आम्हांला तुरुंगात टाकण्यात आलं. इराक-जॉर्डन सीमेजवळच्या अल-रमादी इथल्या गुप्त पोलिस कचेरीत आम्हांला एका कोठडीत ठेवण्यात आलं. सहा आठवडे....तिथं मला काही त्रास देण्यात आला नाही, पण माझ्या बिचाऱ्या नवऱ्याला मात्र दररोज मार बसे. दोन आठवड्यांनंतर तर त्याच्या छळात वाढ झाली. तिथले छळकर्ते त्याला हातांच्या आधारानं छताला टांगत असत. कधी कधी तर त्याला आमच्या कोठडीत फेकलं जायचं ते तो बेशुद्ध झाल्यानंतरच. त्याला बरं वाटण्यासाठी तिथे काहीच नसायचं. पाणीही नसे. काहीच नाही. मला आठवतंय, त्याला शुद्धीवर आणण्यासाठी मी त्याच्या तोंडावर थुंकत असे.'

समारानं मयादाकडें पाहात म्हटलं, 'मी खरोखरच केलं तसं. मी माझ्या गरीब बिचाऱ्या नवऱ्याच्या तोंडावर थुंकले आहे. पण ते थुंकणं प्रेमातून आलेलं होतं. द्वेषातून नव्हे.' मान वर करून तिनं छताकडे नजर टाकली. 'त्याचा छळ थांबावा म्हणून आम्ही काहीही केलं असतं, पण आमचा छळ का केला जातो, आमच्यावर आरोप तरी कसला आहे हे कळल्याशिवाय हा छळ थांवबणार तरी कसा? आणि आश्चर्याची गोष्ट म्हणजे आमच्या पहारेकऱ्यांनाही हे माहीत नव्हतं. माझ्या नवऱ्यानं त्यांना विचारलं की, 'त्याने काय गुन्हा केला आहे? तेव्हा त्यांनी कबूल केलं की,

त्यांनाही माहीत नाही. आम्हांला पकडण्याचा हुकूम आला एवढंच त्यांना माहीत होतं. अटक करण्याचं कारण मात्र काहीही दिलेलं नव्हतं.'

'या मारानं माझा नवरा मरून जाणार असं मला वाटू लागलं. तेव्हांच आम्हांला इथं बलदीयातमध्ये आणून टाकण्यात आलं. इथे आल्यावर मात्र आम्हांला एक मोठा धक्का बसला. आम्हाला वेगळं करण्यात आलं. आता मार्चपासून मी माझ्या नवऱ्याला बघितलेलं नाही.' बोटांवर मोजत ती म्हणाली, 'चार महिने. आता चार महिने झाले, बघ. तो जिवंत आहे की मेला हेही मला माहीत नाहीये. आणि माझी खात्री आहे की, माझ्या किंवा त्याच्या कुटुंबीयांपैकी कोणालाही आम्ही कुठे आहोत हे ठाऊक नसणार. त्यांना बहुतेक वाटत असेल की, आम्ही मेलो असणार किंवा सरकारनं दगडधोंडे भरलेल्या दोन शवपेट्या पाठवून दिल्या असतील आत आमची प्रेतं आहेत, असं सांगून.' मग खाली वाकून कुजबुजत्या स्वरात ती म्हणाली, 'इथे बलदीयातमध्ये आल्यावर माझी पहिली चौकशी झाली, तेव्हा कुठे मला आम्हाला अटक का केली आहे ते कळलं.'

समारा थांबली. लाल लांब केसांच्या सावलीनं, वफाएनं पुढे केलेले पाण्यांचं भांडं तिनं मयादाच्या ओठांशी धरलं. 'नको, नको. मला खरंच काही नको. मला पिववणारच नाही आता, मग जरा वेळानं.'' मयादानं निश्चयानं सांगितलं. समारानं थोड्या आठ्या घातल्या, पण त्या भांड्यातून एक घोट घेऊन तिनं तिची कहाणी पुढे सांगायला सुरुवात केली.

पोपडे उडालेल्या भिंतीकडे पाहात समारा म्हणाली, 'मला जेव्हा चौकशीसाठी बोलवण्यात आलं तेव्हा मला वाटलं की, सरकारी अधिकाऱ्यांना आता कळून आलं असेल की आम्ही काहीच गुन्हा केलेला नाही. माझी चौकशी करणारा अधिकारी तर इतका सुसंस्कृत आणि सभ्य होता-सीमेवर आम्हांला ज्यांनी कैद केलं होतं त्यांच्यासारखा अजिबात नव्हता....त्यानं मला बसायला सांगितलं आणि चहाही दिला. मी जणू काही एखादी सरदारपत्नी असावी आणि तो माझा नोकर असावा असं त्याचं वागणं होतं.'

समारा पुढे सांगतच होती, 'त्यानं मला काय विचारलं ठाऊक आहे? त्यानं विचारलं, तुला कानांत डूल घालायला आवडेल की पाटलोण घालायला आवडेल?'

मला थोडा धीर यायला लागला. त्याच्या वागण्यावरून माझी खात्री पटली की, इतका सगळा त्रास सहन करावा लागल्याची भरपाई म्हणून तो सरकारतर्फे आम्हांला एखादी देणगी देणार आहे. पण त्यानं पाटलोणीचं बोलणं काढल्यामुळे मी अगदी संकोचून गेले. मी त्याला सांगून टाकलं की, माझ्या प्रांतातल्या स्त्रिया पाटलोणी घालीत नाहीत, पण कानांतले डूल मला आवडतील. 'ते बगदादमध्ये विकून टाकून मी माझ्या मुलांसाठी काहीतरी वस्तू खरेदी करू शकेन असं मी

ठरवून टाकलं.'

''तोही सैलावल्यासारखा दिसत होता. त्याच्या टेबलाच्या कोपऱ्याशी वाकून त्यानं एकदा माझ्याकडे पाहिलं आणि तो उठून उभा राहिला. तो डूल आणायला जातो आहे, असं मला वाटलं. 'आमच्या माननीय पाहुण्यांना डूल हवे आहेत आणि ते त्यांना देण्यात येतील' असं त्यानं म्हटल्यावर माझं मन आशेनं भरून आलं.'

मूर्खासारखी तोंड वासून हसत मी तिथे बसलेली होती खरी, पण ते हसू लगेच माझ्या चेहऱ्यावरून पुसून गेलं. त्या माणसानं त्याच्या सहकाऱ्यांना बोलावलं. मी ज्या खुर्चीवर बसले होते त्या खुर्चीशी माझे हातपाय बांधायला त्यांनी सुरुवात केली. माझ्या कानाला त्यांनी एक बॅटरी चार्जर जोडला तेव्हा मला काय झालं असेल, विचार कर. मी काही म्हणायच्या आतच त्या सभ्य गृहस्थानं वीजप्रवाह चालू केला. माझी भीती आणि यातना बघत तो मोठ्याने हसत तिथे उभा होता. बाळंतपणाच्या कळांपेक्षाही त्या छळाच्या वेदना अधिक भयंकर होत्या. वेदना थोड्या कमी झाल्या की तो पुन्हा वीजप्रवाह चालू करायचा. अचानक तो थांबला. मला वाटलं, संपलं वाटतं आपलं छळ करणं. पण तेवढ्यात तो म्हणाला, 'तुझ्या पायांकडं थोडं लक्ष द्यायला हवं आहे, असं मला वाटतं.'

समारानं आपलं एक नाजूक पाऊल उचलून धरलं. इतकी सुंदर आणि नाजूक पावलं मयादानं यापूर्वी कधीच पाहिली नव्हती. पण समारानं जेव्हा पाऊल वाकडं करून तळव्याची बाजू दाखवली तेव्हा मात्र मयादाचा श्वासच थांबला. समाराच्या तळव्यावर उभे-आडवे लालबुंद वण, मांसात खोलवर गेलेले असे उमटलेले होते. समारा म्हणली, 'तो पाटलोण म्हणाला होता ना, तो एक धक्काच होता, बघ. तोंडातली घाणेरडी चव जाण्याची वाट बघत मी अगदी मरगळून जाऊन बसले होते तेवढ्यात त्याचा एक सहकारी मोठी थोरली काळी सलवार घेऊन आला. ती सलवार त्यांनी माझ्या पायांवर चढवली. मग मला उचलून एका खास टेबलावर ठेवण्यात आलं. ती सलवार माझे पाय आणि पावलं बांधून ठेवण्यासाठी मुद्दाम बनवलेली होती. एका लाकडी खोड्यात माझी दोन्ही पावलं एकत्र बांधण्यात आली. त्या दुष्ट माणसानं एका खास छडीनं माझ्या पावलावर फटके मारायला सुरुवात केली. एवढं झाल्यानंतर मला कळलं आमच्यावर काय आरोप आहे ते. कारण फटके मारता मारता तो ओरडून विचारत होता, 'तू नाव का बदललंस? तुम्ही तुमचे कागदपत्र का बदलले? कोणासाठी हेरगिरी करता तुम्ही? इस्रायलसाठी? की इराणसाठी?'

समाराच्या चेहऱ्यावर उमटलेलं हसू बघून मयादाला नवल वाटलं. पण समारा पुढं सांगतच होती, 'कितीतरी आठवडे मला एखाद्या लहान मुलासारखं बिछान्यात पडून राहावं लागलं. अगदी संडासापर्यंतही लंगडत जाऊ शकत नव्हते. त्या

फटक्यांमुळे माझ्या पावलांवरचं सगळं मांस झडून गेलं. मग त्या जखमा सडल्या. मला तर खात्रीच वाटत होती की, आपण काही यातून जगत नाही. पण हळूहळू मी बरी झाले आणि आता मी चालूही शकते. त्या पहिल्या दिवसापासून मला रोजच्या रोज बोलावण्यात येतं. कधीकधी ते नुसते प्रश्न विचारतात, तर कधी कधी माझ्या पाठीवर फटके मारण्यात येतात. मग दुसऱ्या दिवशी ते पुन्हा माझ्या पावलांवर फटके मारतात. कधी विजेचे झटके देतात, पुन्हा पुन्हा तेच तेच प्रश्न विचारत राहतात आणि मीही तीच तीच उत्तरे देत राहते.'

समारानं छातीशी घेतलेल्या गुडघ्यांवर डोकं टेकवलं. 'मी त्यांना पुन्हा पुन्हा सांगितलं की, मी एक सामान्य साधीसुधी बाई आहे. माझ्या दैवानं मला माझ्या आजोबांची लाडकी नात बनवलं. मी त्यांचं नाव चालवावं अशी माझ्या प्रेमळ आजोबांची इच्छा होती. माझ्या दुसऱ्या नवऱ्यानं मला माझ्या वडिलांचंच नाव लावायला सांगितलं आणि माझी कागदपत्रं बदलण्याचं हे एकच कारण आहे, ही एवढीच माझी कहाणी आहे.'

आता मात्र समाराचा चेहरा उतरला. 'मी हेर असल्याचं कबूल करीत नाही तोपर्यंत मला इथंच ठेवलं जाईल असं त्यांनी मला बजावलं आहे. पण कबूल करण्यासारखं माझ्याकडे काही नाहीच. मी हेर नाहीये आणि त्यांनी मला कितीही विजेचे झटके दिले किंवा कितीही मारलं तरी मी असं खोटं सांगणार नाही.'

समाराची परिस्थिती कठीणच होती. ती इराण किंवा इस्त्रायलसाठी हेरगिरी करत होती असं तिनं कबूल करेपर्यंत बलदीयातमधले अधिकारी तिचा छळ थांबवणार नव्हते आणि एकदा तिनं हेरगिरी केल्याचं कबूल केलं, मग ते खरं असो की खोटं, तिला मृत्यूची शिक्षा होणार हेही नक्की होतं.

समारा मयादाकडे पाहून प्रशस्त हसली. 'गेल्या आठवड्यात एकच चांगली गोष्ट घडलीये माझ्या बाबतीत आणि ती म्हणजे माझा छळ करणाऱ्या अधिकाऱ्याची बदली बसऱ्याच्या तुरुंगावरचा अधिकारी म्हणून झालीये आणि त्याच्या जागी जो माणूस आला आहे तो छडी किंवा विजेच्या धक्क्यांबद्दल इतका आग्रही नाहीये. याबद्दल आनंदच वाटायला हवा. कारण तो पहिला माणूस इतका दुष्ट होता की, एखादा महाविषारी साप त्याला चावला तर तो सापच मरून जाईल.''

त्याच क्षणी मयादाच्या हातामधून एक जीवघेणी कळ आली आणि ती कळ सरळ तिच्या छातीमध्ये शिरली. ही अशी कळ तिला प्रथमच आली होती. पण अशा प्रकारची कळ म्हणजे हृदयविकाराचा झटका येण्याचं चिन्ह आहे, हे तिला माहीत होतं. दुसऱ्याच क्षणी तिची बोटं बधिर होऊ लागली. तिनं समाराकडे हात करत म्हटलं, 'मला हार्ट अटॅक येतोय असं वाटतं. कोणा डॉक्टराला बोलावता येईल का....प्लीज?'

समारा एकदम उडी मारून उठली. जवळ पडलेलं एक लोखंडाचं भांडं घेऊन ती कोठडीच्या लोखंडी दाराकडे धावली. दारावर ते भांडं आपटत ती मोठ्यानं ओरडू लागली, 'धावा, धावा, मदत करा कुणीतरी...'

एका लांबलचक क्षणानंतर कोणीतरी दरवाजाशी आलं आणि त्यानं दरवाजातली छोटी फट उघडून विचारलं, 'काय झालं? काय गडबड आहे?'

समारा ओरडून म्हणाली, 'या नव्या बाईला हार्ट ॲटॅक येतोय वाटतं.'

मयादाला एकदम जाणवलं, या सावल्या स्त्रियांपैकी कोणालाही तिचं नावच माहीत नव्हतं. त्यांचं लक्ष वेधून घेण्यासाठी तिनं हाताच्या आधारानं उठून बसण्याचा प्रयत्न केला. तिला या सगळ्याजणींना स्वत:बद्दल थोडीतरी माहिती द्यायची होती. म्हणजे यदाकदाचित ती मेली असती तरी इथून सुटका झालेल्या स्त्रियांपैकी कोणीतरी तिच्या मुलांना शोधून काढलं असतं आणि त्यांच्या गरीब बिचाऱ्या आईचा मृत्यू कसा झाला हे न कळल्यामुळे त्यांना वाटणाऱ्या चिंतेमधून त्यांची सुटका केली असती. तिनं त्यांना सांगितलं, 'प्लीज, प्लीज, माझं ऐका... माझं नाव मयादा अल-अस्करी. मी वाझिहिया प्लेसमध्ये राहते आणि माझा फोन नंबर आहे ४२५-७९५६. मी मेले किंवा परत नाही आले तर, प्लीज कोणीतरी माझ्या मुलीला, फेला हे सगळं कळवाल का?'

त्या सावल्यांपैकी एकजण घाईघाईनं उठली आणि याच कामासाठी ठेवलेला एक जळक्या लाकडाचा तुकडा घेऊन आली. समारानं तो तुकडा तिच्या हातून ओढूनच घेतला आणि मयादाला म्हटलं, 'पुन्हा एकदा सांग.' त्या जळक्या ढलपीनं तिनं मयादानं सांगितलेली सर्व माहिती भिंतीवर लिहून काढली. मग ती मयादाकडे वळून म्हणाली, 'काळजी करू नकोस. तू तुझ्या मुलांकडे परत जाशीलच. पण जर काही कारणानं तसं झालं नाही, तर तुझ्या मुलांना तू इथं होतीस हे सांगितलं जाईल. इथून सुटणारी पहिली बाई ते काम करेल.'

दरवाजाशी आलेला माणूस काहीच न बोलता निघून गेलेला होता. आता आपण इथंच मरणार अशी भीती मयादाला वाटू लागली. पण काही मिनिटांतच दोन नवी माणसं तेथे येऊन पोचली. त्यांना जेवताना मधूनच उठून यावं लागलं होतं हे स्पष्ट दिसत होतं. एक जण अजून काहीतरी चावत होता आणि दुसरा बोटांनी दातात अडकलेलं काहीतरी काढायच्या प्रयत्नात होता. चावणाऱ्यानं घास गिळला आणि विचारलं, 'कोण गडबड करतंय?'

समारानं म्हटलं, 'खरंच झालंय असं. चेष्टा नाहीये ही.' मयादाकडे बोट दाखवून ती म्हणाली, 'या बाईला हार्ट ॲटॅक येतोय.'

त्या माणसानं चिडून एक उसासा टाकला आणि मयादाजवळ येऊन तो उभा राहिला. एक मिनिटभर मयादाच्या चेहऱ्याकडे निरखून पाहून झाल्यावर त्यानं एक

बोट मयादाच्या छातीत टोचलं-जणू काही असं केल्यानं त्याला परिस्थितीचं गांभीर्य नीटपणे कळणार होतं. 'ऊठ आणि माझ्यामागोमाग ये.' असं मयादाला ओरडून फर्मावून तो दाराशी गेला. समारा आणि तिच्यासारखीच आणखी एक उंच आणि मजबूत बाई अशा दोघींनी मयादाला उठवून उभं केलं आणि हळूहळू चालवत दाराशी आणून त्या दोन माणसांच्या स्वाधीन केलं.

रुग्णालयाची इमारत शेजारीच होती. पण छातीतल्या कळा वाढल्यामुळे मयादाला सांभाळून चालावं लागत होतं. जेवण थंड होत असल्याची कुरकुर एकजण करत होता आणि दुसरा तिच्या हळू चालण्याबद्दल तक्रार करत होता. तिच्यासारखी तरणीताठी बाई अशी म्हाताऱ्या बाईसारखी का चालतेय असंही विचारायला त्यानं कमी केलं नाही. या झटक्यानं आपण मरणार असल्याची मयादाला इतकी खात्री वाटत होती की, त्यांच्या वर्तनाबद्दल तिला काय वाटतं आहे हे तिनं त्यांना स्पष्टपणे बोलूनही दाखवलं. एखाद्या आजारी बाईशी असं वागताना तुम्हांला लाज वाटायला हवी असं तिनं त्यांना सांगून टाकलं. तिच्या धीटपणाचं बक्षीस म्हणून तिला डोक्यावर एक फटका आणि दुसऱ्याकडून शिव्या मिळाल्या.

शेवटी एकदाचे मयादा आणि तिचे पहारेकरी रुग्णालयाशी पोचले. इमारतीचा बाह्य भाग नवा आणि आधुनिक असला तरी आतमध्ये मात्र घाण आणि अव्यवस्था माजलेली होती. ते दोघे तिला एका तपासणीच्या खोलीत घेऊन गेले.

'मी डॉक्टर हादी हमीदना शोधून घेऊन येतो,' असं म्हणून एकजण निघून गेला आणि दुसरा तिच्यावर नजर ठेवत तिथेच दाराशी उभा राहिला.

पहिला पहारेकरी लगेच परत आला. त्याच्याबरोबर पांढरा कोट घातलेला एक डॉक्टर होता. तो खाली मान घालून स्वत:च्या पावलांकडे पाहत चालत होता. त्याच्या वागण्यामुळे तो बराच वयस्कर असावा असं मयादाला प्रथम वाटलं. पण त्यानं मान वर केली तेव्हा तिला दिसलं की, तो एक देखणा तरुण होता आणि त्याचे डोळे काळेभोर होते. तिच्या अवस्थेबद्दल त्यानं चिंता व्यक्त केली तेव्हा तिला आश्चर्यच वाटलं. तपासणीच्या टेबलावर बसायला सांगून त्याने तिचा रक्तदाब तपासला. काळजीयुक्त प्रेमळ नजरेनं तिच्याकडे पाहात त्याने तिला माहीत असलेली गोष्टच तिच्या कानावर घातली. तिचा रक्तदाब धोकादायक ठरण्याइतका वाढलेला होता. त्याच्या चिंताग्रस्त चेहऱ्याकडे निरखून पाहताना मयादाच्या मनात आलं, आपल्या तुरुंगातल्या अनुभवांमुळे आपण कदाचित माणसाच्या स्वभावाबद्दल अगदी सरळसोट कल्पना करून घ्यायला लागू. आपण एक लक्षात ठेवलं पाहिजे की, अनेक इराकी लोकांना त्यांच्या मनाविरुद्ध बाथ पार्टीमध्ये सामील व्हावं लागलं आहे आणि थोडीही सहानुभूती असलेल्या माणसांना करणं कठीण जाईल अशा सरकारी नोकऱ्याही या लोकांना जबरदस्तीनं करायला लागत आहेत.

हा डॉक्टर अशा लोकांपैकीच एक असावा असं तिला वाटू लागलं.

दोन्ही पहारेकरी थोडे दूर गेले आहेत, असं पाहून त्यानं मयादाशी हलक्या आवाजात बोलायला सुरुवात केली तेव्हा तिचा हा समज बरोबर असल्याचं तिला कळून चुकलं. तो म्हणाला, 'तुझी सुटका झाली तर दुरुस्त होणार नाही, असं काहीही तुला झालेलं नाही. पण हे करणं माझ्या हातात नसल्यानं मी तुला काही गोळ्या देतो. त्याने तुझं धडधडणं कमी होईल.' मागे वळून त्याने एक लोखंडी कपाट उघडलं आणि छोट्या गुलाबी गोळ्यांचं एक पाकीट तिच्या हातात ठेवत तिला सूचना दिल्या. 'एक गोळी जिभेखाली ठेव. ती विरघळून जाऊ दे. केव्हाही छातीत दुखत आहे असं वाटलं तर असंच कर.' परंतु पुढे धोक्याची सूचना देत तो म्हणाला, 'दर काही दिवसांनी एक गोळी यापेक्षा शक्यतोवर जास्त गोळ्या घेऊ नकोस. या गोळ्यांनी डोकं खूप दुखू शकतं.' या वेळेपर्यंत त्यांतली एक गोळी तिनं तोंडात ठेवलीही होती. तिनं नुसती मान डोलावली.

डॉक्टरनं मागं वळून तिच्या उपचारांची नोंद करण्यास सुरुवात केली.

गोळी विरघळेपर्यंत मयादानं खोलीचं निरीक्षण करायला सुरुवात केली. तपासणीच्या टेबलावर काळं प्लॅस्टिक घातलेलं आहे आणि सकाळच्या वाळूच्या वादळामुळे त्यावर वाळूचा एक थर बसला आहे, असं तिच्या लक्षात आलं. या वाळूचा मला काही उपयोग करून घेता येईल का, मयादाच्या मनात आलं. या डॉक्टरचं सहानुभूतीपूर्वक वागणं बघून मयादाला एक कल्पना सुचली. धोका पत्करण्याचं धाडस करून तिनं मुलांच्या आजोबांचा दूरध्वनी क्रमांक बोटानं त्या वाळूच्या थरात लिहिला. तिचा आणि तिच्या नवऱ्याचा घटस्फोट झाल्यानंतरही त्या आजोबांचे तिच्याशी आणि मुलांशी प्रेमाचे संबंध होते. मग तिनं डॉक्टरच्या कनवाळू मनाला आवाहन करत म्हटलं, 'डॉक्टर हमीद, कृपा करून या नंबरवर फोन करा आणि जो कोणी फोन घेईल त्याला सांगा, मयादाला बलदीयातमध्ये नेण्यात आलेलं आहे. त्यांना माझ्या आईला, सल्वाला अम्मानमध्ये फोन करायला सांगा. ती करेल काय करायला हवं ते.' मयादा डॉक्टरडे रोखून बघत होती.

डॉक्टर हमीदनं एक दीर्घ दृष्टिक्षेप मयादाकडे टाकला. त्याच्या डोक्यात जो सतत संघर्ष चालू होता त्याचं स्पष्ट प्रतिबिंब त्याच्या चेहऱ्यावर दिसत होतं. सापडलो तर भोगाव्या लागणाऱ्या भयानक परिणामांची जाणीव आणि रोज रोज बघाव्या लागणाऱ्या कमालीच्या मानवी निराशेमुळे दुःखी झालेलं हृदय. मयादानं वाळूच्या थरावर लिहिलेल्या क्रमांकाकडे त्यानं नजर टाकली. त्याचे ओठ हलताना मयादा श्वास रोखून पाहत होती. तो क्रमांक पाठ करतो आहे हे मयादाच्या लक्षात आलं. डॉक्टरनं एकदा मागे नजर टाकली आणि एक फडकं घेऊन टेबल आणि त्यावरचे आकडे पुसून काढले. त्याच्या बुद्धीचं तो ऐकणार की त्याच्या हृदयाचं हे

काही त्याच्या चेहऱ्यावरून उघड होत नव्हतं. पण मयादाला एवढी खात्री वाटू लागली होती की, त्यानं निरोप पोचवला नाही तरी तो पोचवण्याचं धैर्य आपल्यामध्ये असावं अशी त्याची इच्छा मात्र नक्की आहे. आपण दोघे आणि इतरही सर्वच इराकी लोक एका भयंकर काळातून जात आहेत, हे आपण सतत लक्षात ठेवायला हवं असं मयादाच्या मनात येऊन गेलं आणि बाथ पार्टीच्या आचारपद्धतीपेक्षा उलट वागल्याबद्दल या सज्जन माणसाचा मरेपर्यंत छळ करण्यात येऊ शकतो याची तिला पुन्हा एकदा जाणीव झाली.

'मी तुमच्या दयाळूपणावर विसंबून राहू का?' असं विचारायला मयादानं तोंड उघडलं तेवढ्यात तिचे दोन्ही पहारेकरी परतले आणि आता तिला तिच्या कोठडीत परत गेले पाहिजे असं ओरडून सांगू लागले. मयादा भीतीनं स्तब्ध झाली. आपल्या प्रियजनांना वाचवण्यासाठी डॉक्टर हमीद आपली मदतीची विनंती या पहारेकऱ्यांच्या कानावर घालतील की काय अशा शंकेनं तिचं काळीज कापू लागलं. पण डॉक्टर काहीच बोलला नाही. उलट स्थिर नजरेनं तिच्याकडे रोखून पाहात तो म्हणाला, 'बरं वाटेल तुला. जा आणि थोडी झोप घेण्याचा प्रयत्न कर.' तिचा प्राण वाचवू शकेल असा तो निरोप पोचवण्याचं काम हमीद करेल अशी आशा त्याच्या या शब्दांनी मयादाच्या मनात निर्माण झाली.

पहारेकऱ्यांनी तिला लगेच ५२ क्रमांकाच्या कोठडीकडे नेलं. तिच्या छातीतलं दुखणं अजून कमी झालेलं नव्हतं. म्हणून थोडं हळू चालण्याची तिनं केलेली विनंतीही त्यांनी मानली नाही. चालण्याच्या वेगामुळे तिच्या छातीत पुन्हा धडधडू लागलं आणि त्यामुळे ५२ क्रमांकाच्या कोठडीत परतल्यावर तिला एकदम सुटल्यासारखं वाटलं याचं तिला नवलच वाटलं.

समारा धावतच मयादाजवळ आली आणि मयादाला जपून पुन्हा एका लोखंडी खाटेकडे घेऊन गेली. तिला आराम वाटावा म्हणून कोठडीतल्या इतरही स्त्रिया मदत करू लागल्या. मयादाला उशाशी एक ब्लँकेटची घडी देण्यात आली आणि थंडगार खाटेवरही एक ब्लँकेट पसरण्यात आलं. तिसरं ब्लँकेट तिला पांघरलं गेलं. मयादा रुग्णालयात होती तेवढ्या वेळात कोठडीत संध्याकाळचं जेवण दिलं गेलं होतं. कबूल केल्याप्रमाणे समारानं मयादासाठी थोडं जेवण बाजूला काढून ठेवलं होतं. पण मयादाला जेवण जाणं शक्यच नव्हतं.

कोठडीतल्या बायका आता स्वतःच्या आयुष्याबद्दल बोलू लागल्या. राशा नावाची एक बाई दक्षिणेकडची. शिया पंथाची होती. सफादा कुर्द जमातीची होती, तर आणखी एक नाव नसलेली बाई बगदादची सुन्नी पंथाची होती. कोठडीच्या बाहेर काय पाहिलं ते सविस्तर सांगण्याचा आग्रह त्या मयादाला करू लागल्या. एक जड उसासा टाकून मयादानं त्यांना सांगितलं की, ती आत्ता बोलू शकणार नाहीये. पण

उद्या ती आनंदानं त्यांच्या सर्व प्रश्नांची उत्तरं देईल. अखेरीस स्वत:चं नाव सांगितल्यापासून मयादा ज्या प्रश्नाची वाट पाहत होती तो प्रश्न एका स्त्रीनं विचारलाच, 'एवढंच सांग. तू त्या महान जाफर पाशा-अल अक्सरीची नातेवाईक आहेस का?'

मयादानं एक क्षणभर विचार केला. काय उत्तर द्यावं हे तिला ठरवता येत नव्हतं. एकदा तिला वाटलं, सरळ नाकबूल करून टाकावं. उगाच कोणाला ती स्वत:ला फार उच्च दर्जाची समजते आहे असं वाटायला नको आणि ती खरोखर स्वत:ला असं काही समजतही नव्हती. शिवाय तिचं घराणं कोणतं आहे हे समजल्यावर काहीजण काहीही कारण नसताना तिचे अगदी कट्टर शत्रूही बनून गेले असते अशीही शक्यता होतीच. आणखी काहीजण तिला अगदी राजघराण्यातीलच एक समजून अगदी नम्रतेने वागू लागले असते. परंतु तिच्या कोठडीत राहणाऱ्या या साध्या भोळ्या स्त्रियांच्या मायाळू नजरा पाहिल्यानंतर मयादाची पक्की खात्री पटली की तिचं घराणं कोणतंही असलं तरी या साऱ्या जणींचं तिच्याशी वागणं तसंच समजूतदारपणाचं आणि प्रेमाचं राहणार आहे. 'होय' एक फिकट हास्य करत ती उत्तरली, ''जाफर पाशा म्हणजे माझे आजोबा. माझ्या स्वत:च्या वडिलांचे-निझार अल-अस्करी यांचे वडील.'

त्या स्त्रीनं खाली वाकून अतिशय प्रेमानं मयादाच्या गालाला स्पर्श केला आणि म्हटलं, 'पहिल्या फैजल राजासाठी मतं मागायला तुझे आजोबा दक्षिणेकडे आले होते तेव्हा माझे आजोबा त्यांना भेटले होते. ते नेहमी म्हणत असत, 'जाफर अल-अस्करी हा एक फार थोर इराकी आहे.' ते असं म्हणतानाही मी खूप वेळा ऐकलं आहे की, 'आपल्याकडे जाफर पाशासारखी काही माणसं आज असती तर आजची ही भयंकर स्थिती आपण इराकी लोक नक्कीच टाळू शकलो असतो.'

या शब्दांनी जणू काही एखादा बांध फुटावा तसे इतर सावल्यास्त्रियांचे आवाज उमटू लागले. इराकी लोकांना आपल्या चांगल्या भविष्याबद्दल काही आशा वाटत होती तेव्हाच्या आठवणी त्या एकमेकींना सांगू लागल्या. जाफर पाशानी आमच्या कुटुंबीयांच्या आयुष्यातही अनेक चांगले बदल घडवून आणले असं शांतपणे सांगणाऱ्या अनेक स्त्रिया तेथे होत्या. खाली मयादाकडे पाहत समारा हसून म्हणाली, 'त्या थोर माणसाचे उपकार आम्ही त्याच्या नातीची नीट काळजी घेऊन फेडू.'

■

२.

ते चार काळे दरवाजे

अनेक महान व्यक्तींनी महत्त्वाच्या क्षणांशी स्वत:ला गुंतवून घेतलं आहे, हे इतिहास आपल्याला नेहमी सांगत आला आहे. पहिलं महायुद्ध आणि त्यानंतरच्या कालखंडात जाफर-अल अस्करी, नूरी अल-सैद, राजा फैझल, लॉरेन्स ऑफ अरेबिया आणि साती अल हुसरी ही माणसं या प्रकारची होती. त्यांच्यापैकी तिघेजण मयादाच्या जवळच्या नात्याचे होते. स्वत:च्या आयुष्याइतकी त्यांच्या आयुष्याचीही मयादाला माहिती होती.

१९१८ साली पहिलं महायुद्ध संपलं. ४०० वर्षं चालत आलेली ओटोमन सत्ता अखेरीस संपुष्टात आली. इराकवर आता कोणाचंच राज्य नव्हतं. एक नवी सुरुवात करण्याची संधी इराकी जनतेसमोर चालून आली होती. ओटोमन साम्राज्याचा पाडाव करण्यासाठी मदत करणाऱ्या फ्रेंच आणि ब्रिटिश सत्तांनी सर्व अरबांना स्वातंत्र्याचं वचन दिलं. या स्वप्नानं भारून जाऊन जाफर, नूरी, लॉरेन्स ऑफ अरेबिया आणि फैजल या साऱ्यांनी अनेक वेळा स्वत:चे प्राण धोक्यात घातले.

परंतु मयादाच्या आजोबांएवढा, जाफर अल-अस्करीएवढा हिंमतबाज दुसरा कोणीही नव्हता.

ओटोमन साम्राज्य संपण्याच्या सुमारासच जाफर अल-अस्करीचा जन्म व्हावा हाही एक दैवयोगच होता, असं म्हटलं पाहिजे. १३ जून १८८५ या दिवशी त्याने या जगात प्रवेश केला. त्याचे आई-वडील, मुस्तफा आणि फतिमा हे बगदादमध्ये राहत होते. या वेळी त्याचे वडील मुस्तफा हे इराकचे मिलिटरी गव्हर्नर आणि चौथ्या सैन्यदलाचे प्रमुख अधिकारी म्हणून नियुक्त झालेले होते.

जाफर अगदी वडिलांसारखा होता. तसेच लालसर केस, सोनेरी ठिपके असलेले तपकिरी डोळे आणि अतिशय उच्च प्रतीची बुद्धिमत्ता,

जिच्यामुळे सैनिकी डावपेच, भाषा आणि राज्यशास्त्र या विषयांमध्ये तो प्रावीण्य मिळवू शकला होता.

सैन्यदळाच्या प्रमुखाचा मुलगा असल्याने जाफरला उत्कृष्ट शिक्षण मिळालं. शिवाय वडील एक सैनिक असल्याने हे सारं शिक्षण उत्तम सैनिक बनण्याकडेच कल असलेलं होतं. परंतु तेवढ्यात दुर्दैवाने घाला घातला. मुस्तफाच्या खांद्यावर एक लाल चट्टा दिसू लागला. अशा चट्ट्याला तुर्की लोक 'सिंहाचा पंजा' म्हणतात. हा चट्टा कर्करोगाचा होता की अँथ्रॅक्स होता, हे काही निश्चितपणे सांगता येणार नाही. परंतु मुस्तफा लवकरच बिछान्याला खिळला आणि अतिशय यातनामय रीतीने त्याचा मृत्यू झाला, ही गोष्ट मात्र खरी.

वडिलांच्या मृत्यूचं कमालीचं दु:ख झालं तरी जाफरनं आपलं शिक्षण पूर्ण केलं. सैनिकी शाळेत असतानाच त्याला आयुष्यभर साथ देणारा मित्र नूरी अल-सैद हा भेटला. या दोघांची मैत्री इतकी दृढ झाली की, दोघांनी एकमेकांच्या बहिणीशी विवाह करण्याचं वचन परस्परांना दिलं आणि ते पारही पाडलं. नूरीने जाफरच्या धाकट्या बहिणीशी-नाईमाशी विवाह केला आणि जाफरने नूरीच्या बहिणीशी-फख्रियाशी लग्न केलं.

पहिलं महायुद्ध सुरू झालं तेव्हा जाफर ओटोमन आणि जर्मन लोकांच्या बाजूने लढत होता. अनेक शौर्यपदकंही त्याला लाभली. परंतु त्याची बुद्धिमत्ता इतकी विलक्षण होती की, ब्रिटिशांनी त्याला आपल्या बाजूला ओढण्याचाही प्रयत्न केला. जाफर या गोष्टीला नकार देत राहिला. परंतु सुलतान मोहम्मद रेसतनं जाफरच्या अनेक मित्रांना मृत्युदंड दिल्यावर मात्र ओटोमन राज्याबद्दल त्याचा भ्रमनिरास झाला आणि त्यानं टी. ई. लॉरेन्स (लॉरेन्स ऑफ अरेबिया) आणि हिजाझचा राजपुत्र फैझल (जो पुढे सीरिया आणि इराकचा राजा फैझल झाला) यांची, अरब सैन्यामध्ये सामील होण्याची विनंती मान्य केली. या युद्धाच्या काळातच जाफर आणि राजपुत्र फैझल चांगले मित्र बनले. जाफर-अल-अस्करी अरब रेग्युलर फोर्सेसचा प्रमुख बनला. पहिल्या महायुद्धात जर्मन आणि ब्रिटिश या दोन्ही पक्षांकडून सर्वोच्च सैनिकी सन्मान मिळवणारा तो जगातील एकमात्र माणूस आहे.

युद्ध संपल्यानंतर ब्रिटिशांनी इराकवर कबजा केला तेव्हा इराकी टोळीवाल्यांच्या हल्ल्यांपासून आपल्या सैनिकांना वाचवताना त्यांना खूपच त्रास झाला. इराकी जनतेला थोडं चुचकारून घेऊन शांत करण्यासाठी मग ब्रिटिशांनी एक वेगळा मार्ग अवलंबला. इराकवर पडद्यामागून राज्य करण्याचं ठरवून, ब्रिटिश सरकारच्या आज्ञेनुसार चालणारी एक राज्यसत्ताक पद्धती त्यांनी स्थापन केली. बरीच चर्चा झाली आणि मग इराकमधील ब्रिटिश प्रतिनिधींच्या पाठिंब्यानंतर विन्स्टन चर्चिलनं निर्णय घेतला की, राजपुत्र फैजल हा इराकचा नवा राजा होईल. कारण एवढंच की,

फैझलचे वडील मक्का आणि मदिना या प्रांतांचे राजे होते. खरं तर फैझलनं यापूर्वी इराकमध्ये पाऊलही ठेवलेलं नव्हतं.

इराकचा ताबा घेण्यासाठी फैझल जेव्हा देशात आला, तेव्हा त्याचे जिवलग मित्र आणि भूतपूर्व सैन्याधिकारी जाफर अल-अस्करी आणि नूरी अल-सैद हे त्याच्या सेवेसाठी सज्ज होते. फैझलच्या राज्याभिषेक समारंभासाठी शेकडो इंग्लिश आणि इराकी लोक तग्रिस नदीच्या तीरावर जमा झाले होते. जाहीरनामा अरबी भाषेमध्ये वाचून दाखवण्यात आला. फैझल हा लोकांच्या मतानं निवडून आलेला राजा आहे, असं त्या जाहीरनाम्यामध्ये म्हटलं होतं. यानंतर एका वाद्यसमूहानं 'गॉड सेव्ह द किंग' हे ब्रिटिश राष्ट्रगीत वाजवण्यास सुरुवात केली आणि तेथे हजर असलेल्या इराकी जनतेला आश्चर्याचा एक जोरदार धक्का बसला.

जाफर संरक्षणमंत्री झाला आणि नूरी सर्व सैन्याचा प्रमुख अधिकारी म्हणून काम पाहू लागला. पहिल्या दिवसापासूनच त्याला अनेक संकटांना तोंड द्यावं लागलं. परंतु या तीन व्यक्तींनी प्रखर निर्धाराच्या जोरावर देश एकत्रित ठेवला. १९३३मध्ये, केवळ १२ वर्षांच्या कारकीर्दीनंतर फैझल हृदयविकारानं आजारी पडला. उपचारासाठी स्वित्झर्लंडला गेला आणि तेथेच वयाच्या अठ्ठेचाळिसाव्या वर्षी मरण पावला. राजा फैझलचा एकुलता एक मुलगा राजपुत्र गाझी हा राजा झाला–राजा गाझी पहिला.

जाफर बरीच वर्षे लंडनमध्ये राहत होता. परंतु १९३४मध्ये त्याचा मित्र आणि मेव्हणा नूरी यानं त्याला इराकला परतण्याची आणि राज्यकारभारात मदत करण्याची विनंती केली. नूरी आता इराकचा पंतप्रधान होता. नूरीनं जाफरला समजावून सांगितलं की, इराकमध्ये त्याला अनेक शत्रू आहेत आणि जाफर त्याच्या शेजारी त्याला बळ द्यायला उभा असणं नूरीला फार गरजेचं वाटतं आहे. जाफरला इंग्लंड फार आवडत असे. एक साधी काठी घेऊन मी बाहेर पडू शकतो-नाहीतर इराकमध्ये सतत शस्त्रे बाळगावी लागतात असं त्याचं म्हणणं असे. तरीही इराकमधील परिस्थिती दिवसेंदिवस अधिकाधिक अस्थिर, प्रक्षुब्ध बनू लागली होती हे पाहून जाफरनं नूरीची विनंती मान्य केली आणि पुन्हा इराकच्या संरक्षणमंत्र्याच्या पदावर काम करण्यास सुरुवात केली.

दोन वर्षांनंतर १९३६मध्ये जाफरने सैन्याला काही नित्य शिरस्त्याच्या कवायती करण्याचा हुकूम दिला. परंतु त्याला आश्चर्याचा एक धक्का बसणार होता. सैन्याच्या दोन क्रमांकाच्या विभागाचा प्रमुख जनरल बाकिर सिद्की याने आधुनिक इराकमधील पहिला सैनिकी उठाव करण्याचं ठरवलं. जाफर जनरल सिद्कीला आपला मित्र समजत असे.

तीन विमानांनी बॉंबफेक केली. एक बॉंब काही नुकसान न करता तग्रिस नदीत

पडला. परंतु इतर दोन मात्र गृहमंत्रालय आणि मंत्रिमंडळाच्या बैठकी होत असत ती इमारत आणि मुख्य डाकघर या इमारतींवर पडले. बगदादवर चाल करून येत असलेल्या सैन्याला वाटेतच गाठून अडवायचं असं जाफरनं ठरवलं. जाफरनं हा निर्णय घेतला तेव्हा ब्रिटिश सरकारचे वकील सर क्लार्क कीर तिथे हजर होते. 'हा निर्णय कमालीच्या शौर्याचा निदर्शक होता. इराकी सरकारमध्ये एवढा शूर माणूस दुसरा नव्हता' असं सर कीर यांनी नंतर लिहून ठेवलं आहे. जाफरच्या सुरक्षिततेची राजा गाझीला काळजी वाटत होती. परंतु 'राजा आणि देश यांचं रक्षण करणं हे माझं कर्तव्य आहे' असं जाफरनं सांगितलं. जाफर जायला निघाला तेव्हा काहीतरी वाईट घडणार असल्याच्या सूचनेप्रमाणे राजा गाझीच्या अंगावर एक शहारा उठला. असे म्हणतात, तो जाफरला थांबवण्यासाठी राजवाड्याबाहेर धावला. पण फार उशीर झाला होता. जाफर निघून गेला होता.

आपल्या मित्राने सिद्‌कीने आपल्याच पाच सहकाऱ्यांना आपल्याला ठार मारण्यासंबंधी विचारलं आहे, हे जाफरला माहीत असणं शक्यच नव्हतं. पाचांपैकी चारांनी स्पष्टच सांगितलं की, जाफर अल-अस्करीसारख्या थोर व्यक्तीला ते कधीच मारणार नाहीत. परंतु पाचवा माणूस-कॅप्टन जमील कधीच जाफरला भेटलेला नव्हता. त्यानं जाफरचा खून करण्याचं मान्य केलं.

सिद्‌कीच्या सैन्यापैकी थोडं सैन्य जाफरला बगदादच्या सीमेपाशीच भेटलं. त्यांनी जाफरला सिद्‌कीकडे नेण्याचे कबूल केलं. जाफरला मोटारीच्या पुढच्या भागात बसवण्यात आलं. काहीतरी गडबड असल्याचं त्याच्या लगेच लक्षात आलं. मागे वळून त्यानं मागच्या भागात बसलेल्या सैनिकांना सांगितलं, 'तुम्ही लोक मला ठार मारणार आहात असं मला वाटत आहे. पण मला मृत्यूची भीती वाटत नाही. प्रत्येक मनुष्यप्राणी हा केव्हा ना केव्हा मरतोच. परंतु मी तुम्हांला एक गोष्ट सांगू इच्छितो की, तुम्ही जर कत्तलीला सुरुवात केलीत तर या देशाला पुढे जी संकटं भोगावी लागतील त्याबद्दल तुम्हांलाच जबाबदार धरण्यात येईल. तुम्ही रक्ताच्या नद्या वाहावाल.'' सिद्‌कीच्या छावणीबाहेर गाडी थांबली. जाफर बाहेर उतरला आणि कॅप्टन जमीलने त्याला पाठीत गोळी घातली. जाफर मागे वळून ओरडला, 'नो—' आणि गतप्राण होऊन जमिनीवर कोसळला. घाईघाईने वाळूत एक कबर खोदून जाफरचं दफन करण्यात आलं. बाकिर सिद्‌कीनं आपल्या साथीदारांना गुप्ततेची शपथ दिली. जाफर राजवाड्यात परत आलाच नाही तेव्हा साऱ्या देशात गोंधळ उडाला. संपूर्ण सरकारला एकत्र बांधून ठेवू शकणारी जाफर ही एकटीच व्यक्ती होती. सिद्‌कीने बगदादवर कबजा केला आणि एक नवं सरकार स्थापन करण्यास राजा गाझीला भाग पाडलं.

जाफर अल-अस्करीच्या मृत्यूची बातमी ऐकून सारं अरब जग स्तंभित झालं.

इराकमध्ये रक्ताच्या नद्या वाहतील ही जाफरची भविष्यवाणी दुर्दैवाने खरी ठरली. जाफरशी एकनिष्ठ असलेल्या अधिकाऱ्यांनी लवकरच सिद्‌कीचा खून केला. एकामागोमाग सैनिकी उठाव होत राहिले आणि सतत बदलत्या सरकारच्या प्रमुखपदी राजघराण्याची स्थापना होत राहिली.

१९५८मध्ये राजघराण्यानं मयादाच्या आईवडिलांना त्यांच्याबरोबर काही दिवस सुट्टीवर येण्याचं निमंत्रण दिलं. या सुट्टीनंतर राजा दुसऱ्या फैजलच्या विवाहासाठी ते सर्वजण परत येणार होते. परंतु मयादाच्या आईनं, सल्वाने विवाहात करवली म्हणून वावरताना मयादाला घालण्यासाठी ख्रिश्चन डिऑर या फ्रेंच वेषभूषाकाराकडे एका झग्याची मागणी नोंदवलेली होती.

हा वेष ठाकठीक होतो आहे किंवा नाही हे तपासून पाहण्यासाठी मयादाच्या आईने जीनिव्हा येथील फ्रेंच डिऑरच्या दुकानामध्ये वेळ ठरवून घेतलेली होती. या वेळी मयादा फक्त तीन वर्षांची होती. हे कुटुंब युरोपमध्ये होतं तेव्हाच त्यांना बातमी कळली की जनरल अबदुल करीम कासिम या सैनाधिकाऱ्याने काही सैनिकांना राजवाड्याला वेढा घालण्याची आज्ञा केली होती. एका ध्वनिवर्धकातून त्यांनी सर्व राजघराण्याला बाहेर येण्यास फर्मावलं होतं. या वेळी फक्त सकाळचे ७ वाजून ४५ मिनिटं झाली होती. परंतु काही वेळातच राजवाड्याचं स्वयंपाकघराकडील दार उघडलं गेलं आणि राजपरिवार बाहेर पडू लागला. राजवाड्याच्या एका बाजूला असलेल्या छोट्या बगिच्यातील एका प्रचंड मलबेरी वृक्षाखाली सर्वांनी उभं रहावं, असं राजपरिवाराला ओरडून सांगण्यात आलं. सर्व नोकरचाकरांसह राजपरिवार तेथे उभा राहिला. किशोरवयीन राजा गोंधळून जाऊन सैनाधिकाऱ्यांना सलाम करीत राहिला.

अल-अबूसी नावाच्या एका कॅप्टनने राजावर गोळी झाडली. राजाच्या डोक्याची शकलं झाली. मग इतरांनीही गोळीबार करण्यास सुरुवात केली. या कत्तलीनंतर राजपरिवाराचे मृतदेह ओढत नेऊन एका गाडीत भरण्यात आले आणि मग जमावाने राजवाडा लुटण्यास सुरुवात केली.

ही गाडी राजवाड्याच्या दरवाजातून बाहेर पडत असताना एक माणूस उडी मारून आत शिरला आणि त्याने सर्व मृतदेह पुन्हा एकदा भोसकले. काही अंतरावर एका सैनिकी जीपनं गाडी थांबवली आणि राजा आणि रीजंट यांचे मृतदेह त्यांनी ताब्यात घेतले. आता गर्दी जमू लागली होती. संतापलेल्या जमावाला शांत करण्यासाठी जीपच्या चालकाने फैझलच्या रीजंटचा मृतदेह बाहेर फेकला. जमावाने ताबडतोब त्या मृतदेहावरील कपडे काढले आणि फरफटत तो देह बगदादभर फिरवला. अल-कर्हक नावाच्या हॉटेलच्या बाल्कनीतून तो देह टांगण्यात आला. जमावानं त्या प्रेताचं पंजे, हात, पावलं, पाय आणि गुप्तांग कापून काढलं. त्याचं

तोंड फाडण्यात आलं. मग त्या प्रेताचे उरलेसुरले अवशेष संरक्षण मंत्रालयाच्या इमारतीकडे ओढत नेऊन तेथे टांगून ठेवण्यात आले. जमावातील एका तरुण माणसाने एका खंजिरानं त्या प्रेताचं पोट फाडलं आणि आतडी बाहेर काढली. जमावातील अनेक माणसे ती आतडी गळ्यात घालून रस्तोरस्ती नाचत फिरू लागली. अखेरीस कोणीतरी रीजंटचं प्रेत खाली काढलं आणि त्यावर पेट्रोल ओतून पेटवून दिलं. जे काही उरलं ते सर्व नदीत फेकून देण्यात आलं.

किशोरवयीन राजाला अल-रशीद सैनिकी रुग्णालयात नेण्यात आलं. तेथे तो मरण पावला आहे असं जाहीर करण्यात आलं. जमावानं त्याच्या प्रेताचीही रीजंटच्या प्रेतासारखी दुर्दशा करू नये म्हणून ते प्रेत तात्पुरतं रुग्णालयाच्या आवारातच पुरण्यात आलं. राजपरिवारातील इतर व्यक्तींनाही तिथेच पुरण्यात आलं.

मयादाच्या वडिलांचे काका पंतप्रधान नूरी अल-सैद हे फरारी झाले होते. त्यांना या कत्तलीची बातमी कळली होती आणि स्वत:ला वाचविण्याखेरीज ते दुसरे काहीही करू शकत नाहीत हे त्यांच्या लक्षात आलं होतं. या वेळेपर्यंत नूरी वृद्ध झाले होते, परंतु तरीही जमावाला त्यांनाही ठार मारण्याची इच्छा होती. त्यांचा एक शेजारी उम अबदुल अमीर अल-एस्तराबादी याने त्यांना उमारा जमातीकडे जाऊन त्यांच्याकडे आश्रय मागण्याचा सल्ला दिला. नूरीने वेषांतर करण्यासाठी स्त्रीचा अबाया (पायघोळ वस्त्र) पेहरले. दुर्दैवाने नूरी आणि त्याच्या शेजाऱ्याने नदीकाठी अबू नवास येथे थोडा वेळ थांबण्याचं ठरवलं. तेथून जाणाऱ्या लोकांपैकी एकाचं लक्ष बायकी वेषाखाली दिसणाऱ्या पुरुषी जोड्यांकडे गेलं. काहीतरी गडबड आहे हे त्याच्या लक्षात आलं आणि त्यांनी नूरीला कैद केलं. त्याला एका मोटारीच्या मागे बांधून फरफटवत बगदादभर फिरवण्यात आलं. जमावाने नूरीचं प्रेत रस्त्यावर फेकलं आणि त्यावर आळीपाळीने मोटार नेण्याचा खेळ बरेच लोक खेळले. काहींनी सुरीने त्याची बोटं कापून घेतली. काही काळाने बगदादमधील एका चांगल्या घराण्यातील एक सुप्रसिद्ध स्त्री चांदीच्या डब्यात ठेवलेलं नूरीचं एक बोट मेजवान्यांच्या प्रसंगी सर्वांना दाखवत फिरत असे. बगदाद उलटंपालटं होऊन गेलं होतं.

नूरीच्या कुटुंबाला या हत्येची वार्ता कळल्यानंतर त्याचा मुलगा सबा हा त्याच्या प्रेताची मागणी करण्यासाठी गेला. त्याचं प्रेत मिळालं तर त्याचं व्यवस्थित दफन करता येईल असा त्याचा विचार होता. सबालाही अशाच प्रकारानं ठार करून त्याचं प्रेतही बगदादभर फिरवण्यात आलं.

आणि जाफरची भविष्यवाणी खरी ठरतच राहिली. एकामागून एक उठाव होत राहिले आणि त्यातूनच अखेरीस बाथ पार्टीचा जन्म झाला. या पार्टीचे नेते होते

अहमद हसन अल-बाकिर आणि सद्दाम हुसेन.

समाजसत्तावादी, धर्मनिरपेक्ष असं सरकार आणणं आणि सर्व अरब जमातींमध्ये ऐक्य निर्माण करून परदेशी सत्तेच्या विरोधात अरब राजवट आणणं असं या पार्टीचं ध्येय होतं.

१९६३च्या फेब्रुवारी महिन्यात बाथ पार्टी इराकमध्ये प्रथम सत्तेवर आली असली तरी त्याच वर्षाच्या अखेरीला तिचा पराभवही झाला होता. १९६८मध्ये अधिक ताकदवान बनलेली बाथ पार्टी सद्दाम हुसेनच्या नेतृत्वाखाली पुन्हा एकदा इराकमध्ये सत्तेवर आली. मयादाच्या दृष्टीनं बाथ पार्टी हे एक कधी न संपणारं दु:स्वप्नच होतं. इराकवरील अनेक संकटांचं मूळ या बाथ पार्टीमध्येच होतं.

तुरुंगातील तिची पहिली रात्र ही मयादानं घालविलेली सर्वांत मोठी रात्र होती. डोळे सताड उघडे ठेवून ती तिच्या कुटुंबाचा, फे आणि अलीचा विचार करत होती. तिच्या आईने 'आता इराकला काही भविष्य उरलं नाही' अशी धोक्याची सूचना दिल्यानंतरही इराक सोडून न गेल्याबद्दल ती स्वत:ला दोष देत होती. सद्दाम आल्यानंतर इराकचा इतिहास तिच्या नजरेसमोरून गेला तेव्हा तिला जाणवलं की, सद्दामच्या अत्यंत प्रभावी अशा व्यक्तिमत्त्वामुळे सर्व इराकी जनता मंत्रमुग्ध झाल्यासारखी झाली होती आणि त्याच वेळी तो स्वत:चे दुष्ट उद्योग लपविण्यासाठी आणि त्यांवर पांघरूण घालण्यासाठी चार काळे दरवाजे निर्माण करत होता.

१९८०मध्ये, सद्दाम इराकचा अध्यक्ष होऊन जेमतेम एक वर्ष झालं होतं आणि अनेक इराकी लोकांना त्याच्या महानतेची अजूनही खात्री वाटत होती. तो मात्र या वेळी अशा दोन युद्धांपैकी पहिल्याचे आराखडे तयार करण्यात गर्क होता ज्या युद्धांमुळे इराकचा सर्वनाश होणार होता.

तो सप्टेंबर महिन्यातील एक शांत दिवस होता. बगदाद अजून सकाळच्या कोवळ्या थंडीत गुरफटलेलंच होते. मयादा आणि तिचा पती सलाम हे तिच्या आईकडे सकाळच्या न्याहरीसाठी गेलेले होते. ती त्याच्याकडे निरखून पाहत म्हातारा झाल्यावर तो कसा दिसेल याचा विचार करत होती. एवढी सगळी अंडी, लोणी, साखर, दूध आणि पाव खायला त्याला इतकं आवडतं म्हणजे वय वाढल्यावर तो नक्कीच लठ्ठ होणार, त्याचे काळेभोर केस पिकायला लागतील आणि तो लठ्ठ होऊ लागेल तेव्हा आपण जवळपास असू नये अशी तिची फार इच्छा होती.

त्यांच्या मधुचंद्राच्या काळातच मयादाला कळून चुकलं होतं की त्याच्या विवाहाच्या प्रस्तावाला होकार देऊन तिनं एक मोठी चूक केली होती. आता त्याला सोडून देण्याचा विचार पुन्हापुन्हा तिच्या मनात येत असे. परंतु मध्यपूर्वेतील स्त्रिया घटस्फोटाचा विचार फार सावधगिरीनेच करतात. त्यामुळे तिनं मनाशी हे मान्य

करून टाकलं होतं की निष्प्रेम विवाहात कोणतीही तक्रार न करता जगणाऱ्या लाखो स्त्रियांपैकी एक म्हणूनच तिला उरलेलं आयुष्य काढावं लागणार आहे.

मयादाच्या विचारामागे आणखी एक कारणही होतं. सलामला नुकतंच सक्तीच्या सैन्यसेवेमध्ये भरती व्हावं लागलं होतं. आताही तो अतिशय गैरसोईच्या अशा सैनिकी गणवेषातच होता. एकदा बाही खेचत होता, तर एकदा तुमान ढिली करण्याचा प्रयत्न करत होता. ते कपडे आतापर्यंत फक्त एकदाच धुतले गेले होते आणि त्यामुळे अजून बरेच कडक होते. त्यानं एका सैनिकाचा वेष केला होता, परंतु या माणसाबरोबर अत्यंत जवळिकीचं आयुष्य जगलेली मयादा त्याच्या बाबतीत हिंसेची कल्पनाही करू शकत नव्हती. तिच्या मनात एवढे सगळे विचार चालले असतानाच तिच्या आईचं घर एकदम गदगदा हललं. एक मोठा 'व्हू-श' असा आवाज आला आणि मग काही वेळाने एक असा कंप जाणवू लागला. बशा किणकिणल्या, दिवे मिणमिणले आणि तिच्या आईने पाळलेले तीन रंगीबेरंगी फिंच पक्षी कावरेबावरे होऊन पिंजऱ्याच्या एका बाजूकडून दुसऱ्या बाजूकडे असे फडफडू लागले. एक भयंकर भीती तिच्या साऱ्या शरीरावरून पसरत गेली आणि तिच्या पोटात जाऊन गच्च झाली.

'सलाम, ही इस्रायली विमानं होती का?'

सलामच्या चेहऱ्यावर आश्चर्य पसरलं. घामाचे थेंब उभे राहिले. त्याचा नेहमीचा बसका आवाज एकदम बारीक झाला. 'नाही, नाही-शक्यच नाही.'

भोंग्याचा कर्कश आवाज कानावर पडण्याची वाट पाहत असताना मयादाची छाती धडधडू लागली. पण तिच्या आजूबाजूला सर्व काही शांत होतं. सलामने चटकन उठून रेडियो लावला. पण नेहमीचेच कार्यक्रम चालू होते. मयादा बगदादमधील अल जम्हूरीय या वृत्तपत्रात काम करत होती. तिने आपल्या कचेरीत दूरध्वनी करून चौकशी करण्याचं ठरवलं. तिचा हात दूरध्वनी यंत्राकडे जातो आहे तेवढ्यात यंत्राची घंटा वाजली आणि ती एकदम दचकलीच. तिनं यंत्र उचलून कानाला लावलं, तर तिच्या कानावर डॉक्टर फदल अल-बराक यांचा आवाज पडला. त्यांची आणि तिच्या कुटुंबाची नुकतीच ओळख झाली होती. डॉ. फदल हे गुप्त पोलिस प्रमुख होते आणि त्यांना फक्त सद्दाम हुसैनच प्रश्न करू शकत असे, हेही सर्वांना माहीत होतं. इतक्या सौम्यपणे बोलणाऱ्या माणसाच्या ताब्यात देशाची अंतर्गत सुरक्षा व्यवस्था असावी, हे थोडं आश्चर्यजनकच होतं. परंतु संपूर्ण सत्ता हातात घेतल्यानंतर थोड्याच दिवसांत सद्दामने गुप्तहेर खात्याची संपूर्ण पुनर्रचना केली होती. 'अडाणी माणूस हा बुद्धिमान माणसापेक्षा कमी विश्वासार्ह असतो' असं सद्दामचं मत होतं आणि म्हणून त्याने अनेक उच्चशिक्षित इराकी व्यक्तींना महत्त्वाच्या जागांवर नेमलं होतं. डॉक्टर फदल हा इराकमधील एक अतिशय शक्तिवान माणूस होता. त्याच्या

अखत्यारीत अनेक विभाग येत असत. त्यांमध्ये सुरक्षासंबंधी बाबी, इस्लामी चळवळी, सैन्यातून पळून जाणारे लोक, विरोधी गट, अमली पदार्थ आणि असेच इतर विभाग होते.

इतक्या मोठ्या हुद्द्यावरील माणसांना भेटण्याची संधी फार थोड्या इराकी लोकांना मिळत असे. परंतु त्या वेळेला तरी मयादाला त्या गोष्टीचं विशेष वाटलं नव्हतं. कारण तिचे आईवडील आणि आजीआजोबा यांचे नेहमीच मोठ्या लोकांशी संबंध येत असत.

खरं सांगायचं तर डॉक्टर फदल यांचे मयादाच्या कुटुंबाशी काही वेगळेच संबंध होते. तो आता तिच्या कुटुंबाचा स्नेही बनला असला तरी सल्वाने- मयादाच्या आईने त्याला स्नेही होण्याचं निमंत्रण कधीच दिलं नव्हतं. डॉ. फदल हा एक लेखक होता आणि मयादाच्या आईच्या वडिलांची-सुप्रसिद्ध साती अल-हुसरीचे कागदपत्र आणि पुस्तकं पाहण्याची परवानगी मागण्यासाठी तो प्रथम त्यांच्याकडे आला होता. मयादाच्या कुटुंबाला या विनंतीमध्ये काहीच वेगळं वाटलं नव्हतं. कारण अरब राष्ट्रवाद आणि अरब शैक्षणिक कार्यक्रम यांवरील सातीचं लेखन अनेक अरब लेखक संदर्भासाठी वापरत असत. या इतक्या सरळ-साध्या सुरुवातीनंतर फदल त्यांच्या घरी नियमितपणे येऊ लागला होता.

त्या दुर्दैवी दिवशी मात्र डॉ. फदलनं शिष्टाचाराला फाटा दिला आणि विचारलं, 'सलामची नेमणूक बगदादमध्येच झाली आहे ना?'

तिच्या नवऱ्याच्या सुरक्षिततेबद्दल डॉ. फदलला वाटणाऱ्या काळजीचं मयादाला नवल वाटलं. पहिल्या दिवसापासूनच डॉ. फदल तिच्या विवाहाच्या विरुद्ध होता. कारण सलामचं घराणं हे एक प्रसिद्ध जहागीरदार घराणं असलं तरी १९६० पर्यंत त्याच्या वडिलांच्या मालकीचे गुलाम होते आणि डॉ. फदलसारखे क्रांतिकारक बाथ पार्टीचे लोक माजी गुलाम मालकांपासून दूरच राहत असत. मात्र तरीही त्याची या कुटुंबाशी असलेल्या जवळीक कमी झाली नव्हती आणि त्यानं मयादाला तिच्या विवाहाप्रीत्यर्थ एक मौल्यवान दागिनाही दिला होता.

'नाही, त्याची नेमणूक अल-महावीलमध्ये आहे' मयादानं उत्तर दिलं. ही दक्षिण इराकमधील एक लष्करी छावणी आहे. काहीतरी विशेष घडतं आहे, याची जाणीव होऊन तिनं डॉ. फदलला तसं विचारलंही.

त्यानं अनिष्टसूचक स्वरात पुटपुटत सांगितलं, 'तुझा आवडता हीरो आपल्याविरुद्ध लढाई करायला लागला आहे.' त्याला काय म्हणायचं आहे हे तिला ताबडतोब कळून आलं. तिला हेही कळून आलं की, ती विमानं इराकमधील अंतर्गत संघर्षाशी संबंधित नव्हती, तर इराण आणि इराकमधील वाढत्या तणावाचे ते परिणाम होते. इतकी गंभीर घटना असूनही डॉ. फदलच्या तोंडचे 'तुझा आवडता हीरो' हे शब्द

ऐकून तिला हसू फुटलं. एखादी खरोखर काहीच अर्थ नसलेली घटना या माणसाच्या मनाला किती लागली होती. हा माणूस-जो तिच्या कुटुंबाचा एकनिष्ठ मित्र म्हणवत होता-हे तिला चांगलंच समजून आलं होतं.

ती घटना तिचा वाङ्‌निश्चय झालेला होता त्या काळातील होती आणि तिचा सरळ संबंध बगदादमधील अल-मस्तानसिरिया विद्यापीठामध्ये झालेल्या एका विद्यार्थिमेळाव्याशी होता. त्या मेळाव्यामध्ये अनेक बाँबस्फोट झाले होते. दोन विद्यार्थी मरण पावले होते आणि अनेकजण जखमी झाले होते. या घटनेनंतर एका आठवड्यानं विद्यापीठापासून बाब अल-मुआदम दफनभूमीपर्यंत विद्यार्थ्यांचा एक प्रचंड मोर्चा निघाला होता. या दफनभूमीमध्ये मृत विद्यार्थ्यांना दफन करण्यात आलं होतं. हा मोर्चा बगदादच्या रस्त्या-रस्त्यावरून फिरून गेला होता. तसाच तिच्या आईच्या घराजवळून जाणाऱ्या महामार्गावरूनही गेला होता. दोन सरकारी अधिकारी मोर्चाच्या अग्रभागी होते. त्यामुळे पोलिसांच्या अनेक गाड्या, गुप्त पोलिस आणि गुप्त हेर त्या संपूर्ण भागामध्ये फिरत होते. हा मोर्चा तिच्या आईच्या घराजवळून जात असतानाच त्यावर दोन हातबाँब फेकण्यात आले. तिच्या आईच्या घराशेजारचं घर हे इराणी वकिलातीनं घेतलेलं होतं आणि त्यामुळे इराकी पोलिसांनी लगेच ठरवून टाकलं की, हा प्रकार इराणी वकिलातीमधूनच करण्यात आला.

मयादाच्या घराण्याचा प्रासाद अतिशय सुंदर होता आणि त्याला भव्य असे सज्जे होते. तिच्या शय्यागृहाचा सज्जा त्यांच्या बगिचाच्या वर उघडणारा असा होता आणि तेथून इराणी वकिलात दिसत असे. संरक्षण दलाला मयादाच्या शय्यागृहातून पुढे जाऊन मगच इराणी प्रतिनिधीच्या घरात गोळ्या झाडता येणार होत्या.

काही आठवड्यांपूर्वीच मयादाने आयातोल्ला खोमेनीचे एक लक्षवेधी छायाचित्र कापून आपल्या खोलीच्या भिंतीवर चिकटवलं होतं. फिकट लालसर पार्श्वभूमीवर कपाळाला आठ्या आणि डोक्यावर काळा फेटा असं या धर्मगुरूचं ते छायाचित्र होतं.

गुप्त पोलिस तिच्या खोलीत घुसले तेव्हा त्यांची नजर आपल्या शत्रूच्या छायाचित्रावर पडली आणि ते स्तंभितच झाले. इतके की आपण धोकादायक बंडखोरांच्या मागावर आहोत हे विसरून जाऊन तिचा राजद्रोह अधिकाऱ्यांच्या कानावर घालण्यासाठी ते तातडीने निघून गेले. प्रचंड गोळीबारातून त्या दिवशी इराणी अधिकारी वाचले. याचे कारण एका तरुण मुलीने, मयादा-अल-अस्करीने शिया धर्मगुरूचं-खोमेनीचं छायाचित्र स्वत:च्या खोलीत लावलं होतं. इराकमधील सुन्नी पंथी सरकारच्या दृष्टीने हा फारच मोठा अपराध होता. परंतु एक छायाचित्र भिंतीवर लावल्यामुळे आपल्याला काही त्रास होऊ शकेल हे खरं न वाटण्याइतकी मयादा तेव्हा तरुण आणि निधडी होती. डॉ. फदलला ही घटना सांगण्यात आल्यानंतर त्याने मयादाला दूरध्वनी केला. त्याच्या आवाजात नेहमीचा मित्रभाव

नव्हता. 'मी रात्री दहा वाजता तुझ्या घरावरून जाणार आहे आणि कृपा करून तुझी दागिन्यांची पेटी अशी सगळ्यांना दिसेल अशी टाकत जाऊ नकोस' त्याने थोड्या कडक स्वरात तिला सांगितलं. मयादाला त्याच्या बोलण्याचा अर्थ लगेच कळला. इराकमध्ये कोणाला एखाद्याबद्दल रागानं बोलायचं असेल तर तो अगदी उलट अर्थाचे वाक्य बोलतो. डॉ. फदलने खोमेनीला 'दागिन्यांची पेटी' म्हटलं असलं तरी त्या शब्दांचं सांस्कृतिक भाषांतर 'एक घाणेरडी वस्तू' असं होत होतं.

डॉ. फदल शब्दाचा पक्का होता. त्या दिवशी तो बरोबर दहा वाजता येऊन पोचला. त्याचा चेहरा शांत दिसत असला तरी त्याच्या वागण्यात मात्र निश्चितपणे एक अलिप्तता होती. उंचापुरा डॉ. फदल ताठ उभा राहून खाली मयादाकडे पाहत होता आणि तेव्हा तिच्या लक्षात आलं, त्याचा डावा डोळा त्याच्या उजव्या डोळ्यापेक्षा लहान आहे. प्रथमच तिला जाणवलं की हा वरून दाखवतो तेवढा दयाळू माणूस नाही. मयादाच्या आईकडे एक ग्लास स्कॉच मागण्याआधी त्याने ओठ घट्ट आवळले. मयादाकडे पुन्हा संपूर्ण लक्ष केंद्रित करण्याआधी त्याने व्हिस्कीचा एक मोठा घोट घेतला.

सद्दामच्या इतक्या जवळ असणारा हा माणूस–इराकी राजकारणाच्या उतरंडीमध्ये खूपच वरच्या स्थानावर असलेला आणि अमर्याद सत्ता हाती असलेला हा माणूस तिला अगदी सहज एखाद्या किड्यासारखा चिरडून टाकू शकत होता. परंतु व्हिस्कीचा घोट ओठातून पोटात गेल्यावर थोडासा सैलावला आणि एखाद्या शाळामास्तरासारखा तिला तिच्या शेजाऱ्यांबद्दल, इराणी वकिलातीतील लोकांबद्दल भाषण देऊ लागला. हातातील ग्लास गोल फिरवत त्याने स्वत:चे शब्द नीट गोळा केले आणि मग बोलायला सुरुवात केली. 'खोमेनीला इराणमधून हाकलून दिलं तेव्हा तू त्याला पाहायला हवं होतंस. त्याच्याकडे काहीही नव्हतं. पण आपण आपल्या देशाची दारं त्याच्यासाठी उघडली. एक सन्माननीय शरणार्थी म्हणून तो इराकमध्ये अनेक वर्षे राहिला. परंतु जेव्हा सद्दामने त्याला शिया लोकांशी इराणच्या शहाविरुद्ध बोलण्याची सूचना केली तेव्हा त्याने सरळ नकार दिला. हा शहा दुसरंतिसरं काही नाही तर आपलं सरकार उलथून लावण्याचा प्रयत्न करत होता.' नेहमी सौम्यपणे बोलणाऱ्या डॉ. फदलने आपल्या भडिमारानं मयादा आणि तिची आई यांना आश्चर्यचकित करून टाकलं होतं. 'तो माणूस म्हणजे अगदी हाडांपर्यंत घाण भरलेला पर्शियन आहे. दुसरं काही नाही.' तो आपल्या संतापावर नियंत्रण मिळवण्याचा आटोकाट प्रयत्न करत आहे, हे अगदी उघड दिसत होते. त्याने एकदा घसा खाकरला आणि हळू आवाजात म्हटलं, 'त्याच्या धार्मिक मुखवट्यामागे लपून तो साम्राज्यवाद्यांशी हातमिळवणी करतो आहे.' त्या काळात मयादा अगदी भोळी होती. आपल्यावर काही संकट येणारच नाही अशा खात्रीनं तिनं फुटणारं हसू

कसंबसं दाबलं. परंतु डॉ. फदल अगदी कडेलोटाशी पोचला आहे याची जाणीवही तिला होत होतीच. त्याच्या खाली झुकलेल्या पापण्या त्याच्या डोळ्यांतील संताप झाकू शकत नव्हत्या आणि त्याचा सावळा वर्ण लालसर होऊ लागला होता. तरीही तिने हिमतीने त्याला उत्तर दिलंच, 'बाथ पार्टी' लोकशाही मानते असा माझा समज होता आणि तसं असेल तर मी माझ्या शत्रूचं छायाचित्र भिंतीवर लावलं तर कुठं बिघडलं? माझ्या शय्यागृहात मला आवडेल ते चित्र लावण्याचं मला स्वातंत्र्य हवं.' त्याने एक दीर्घ श्वास घेतला तेव्हा तिला जाणवलं की तो आता अधिकच गंभीर झाला आहे आणि म्हणून तिनं काहीतरी हलकंफुलकं बोलून ताण कमी करण्याचा प्रयत्न केला. 'त्या छायाचित्रातला लालसर रंग आणि काळा रंग यातला विरोध खरंतर मला जास्त भावला होता.' मोठ्याने हसून ती पुढे म्हणाली, 'तो धर्मगुरू नव्हे, ते रंग मला जास्त आवडले.'

तिच्या अशा या उथळपणामुळे डॉ. फदल भयंकर संतापला आणि पर्शियन पशूंविरुद्ध एक अरब म्हणून तिला अजिबात निष्ठा नाही असं ओरडू लागला. तिची आई शहाणी स्त्री होती. पुरुषांच्या वागण्याची तिला कल्पना होती. तिने त्याचा व्हिस्कीचा ग्लास पुन्हा भरला आणि हलक्या स्वरात म्हटलं, 'माझ्या लेकीला मार्गदर्शन करायला तुम्ही आहात, हे किती चांगलं आहे. तिला वडील नाहीयेत, तुम्हांला ठाऊकच आहे.'

मयादाला आईचा खूप राग आला. तिच्या वडिलांच्या जागी-निझार अल-अस्करीच्या जागी दुसऱ्या कोणाही माणसाने स्वत:ला पाहण्याची कल्पनाही तिला शहारे आणणारी वाटली.

तिचं तिच्या वडिलांवर कमालीचं प्रेम होतं. २ मार्च १९७४ या दिवशी तिच्या वडिलांचे आतड्याच्या कर्करोगाचा दीर्घ आजार सहन केल्यानंतर निधन झालं. तो दिवस तिच्या आयुष्यातील सर्वांत दु:खाचा दिवस होता. आजसुद्धा ती फार कष्टानेच त्यांचा विचार करू शकत असे, त्यांच्या यातनांची आठवण झाली तरी पसरत्या काळोखासारखं दु:ख तिच्या सर्वांगातून पसरत जात असे आणि ती खरोखर आजारी होत असे. परंतु आत्ता मात्र तिला त्यांच्या आयुष्यातील तीनही स्त्रियांना-त्यांची पत्नी सल्वा आणि त्यांच्या दोन मुली-मयादा आणि अब्दिया यांना वेढून घेणाऱ्या त्यांच्या हळुवार पुरुषी प्रेमाचीच आठवण झाली. मुलींबरोबरच्या त्यांच्या शेवटच्या संभाषणाच्या वेळी आता आपण लौकरच मरणार आहोत आणि मुलींना वडिलांच्या छत्राला पारखे करणार आहोत या कल्पनेने ते कमालीचे अस्वस्थ झालेले होते! बेरूतमधील अमेरिकन विद्यापीठातील वैद्यकीय शिक्षण मयादाने घेतलंच पाहिजे. या कामासाठी मी लेबाननमधील बँकेमध्ये पैसे ठेवले आहेत आणि नंतर अब्दियानेही तिच्या बहिणीच्या मागोमाग गेलं पाहिजे हे सल्वाला

सांगताना त्यांचं शरीर थरथर कापत होतं. अब्दियाकडे पाहात त्यांनी तिला 'माझं लाडकं माऊ' अशी हाक मारली होती आणि चांगलं शिक्षण घेणं हेच तिच्या आयुष्याचे मुख्य ध्येय असलं पाहिजे असं तिला आग्रहाने बजावलं होतं. तिच्या वडिलांचा शिक्षण घेण्यावर एवढा कटाक्ष असणं योग्यच होतं. कारण ते स्वत: बेरूतमधील अमेरिकन विद्यापीठात अर्थशास्त्र हा विषय शिकलेले होते आणि त्यानंतर केंब्रिजच्या किंग्ज कॉलेजमध्ये त्यांनी अर्थशास्त्राचं उच्च शिक्षण घेतलेलं होतं. शिक्षक म्हणून सुप्रसिद्ध अर्थतज्ज्ञ जॉन मेनार्ड कीन्स हे लाभलेले होते.

मयादाच्या आईचे शब्द कानात घुमत असताना मयादाला अनपेक्षितपणे कमालीचा तिरस्कार वाटू लागला. माझे वडील मरून जातात आणि हा माणूस मात्र जिवंत राहतो अशी काहीशी ती चीड होती. हे असे विचार करणं म्हणजे पाप आहे हे मयादाला माहीत होतं कारण हे सर्व निर्णय परमेश्वरच घेणारा असतो. तरीही तिची चीड काही कमी झाली नाही. आपल्या सौम्य आणि गोड बोलण्याने त्या माणसाला शांत करण्याचा प्रयत्न करणाऱ्या आपल्या आईकडे पाहाताना तिच्या मनात आलं, 'निर्दयीपणाला फार काळ शांत ठेवता येणे अशक्यच आहे.' डॉ. फदलच्या स्वभावामध्ये तिला आणि तिच्या आईला अजूनपर्यंत कधीही न जाणवलेला एक क्रूरपणा आहे हे तिला आत्ता थोडंसं जाणवू लागलं होतं. तिची आणि त्याची ओळख आहे हे कळल्यानंतर इतर इराकी लोकांची काय प्रतिक्रिया होत असे हेही तिला आठवू लागलं. काहीजण डोळे खाली झुकवून नजर दुसरीकडे वळवत असत, जणू काही त्यांना अचानक एखादं जरुरीचं काम आठवलं असावं, असे वागत, तर काही तिच्याशी अत्यंत आदराने वागण्यास सुरुवात करत– तेवढा आदर मिळण्यासारखं तिने काहीही केलं नसतानाही– आणि पुढच्याच क्षणी त्यांचं एखादं काम तिच्या कानावर घालून ती नोकरी किंवा तो जमिनीचा तुकडा मिळवण्यासाठी तिने मध्यस्थी करावी अशी विनंतीही तिला करत असत.

इराकी लोक त्याचं नाव ऐकलं की असे भीतीनं का वागू लागतात असा प्रश्न त्याला विचारावा असं तिच्या मनात आलं, परंतु तिच्या आईनं तिच्या दंडाला एक सणसणीत चिमटा काढून तिच्याकडे एक रागाचा कटाक्ष टाकला. प्रत्यक्ष साती अल-हुसरीच्या नातीला मार्गदर्शन करण्याची कल्पना डॉ. फदलला खूपच आवडली असावी. हसून त्याने आणखी थोडी स्कॉच घेतली. मग मुलांच्या मूर्खपणाबद्दल त्याने मयादाच्या आईशी थोडा हास्यविनोद केला. जाण्यापूर्वी त्याने मयादाला पुन्हा एकदा सांगितलं की त्याचं संरक्षण आहे म्हणूनच केवळ तिच्या खोलीतल्या तिच्या 'हीरो'च्या चित्राचा पत्ता लागूनही ती आणि तिचं सारं घरदार मोठी शिक्षा भोगण्यासाठी तुरुंगात गेलेलं नाही, हे तिनं लक्षात ठेवलं पाहिजे. मध्यरात्री डॉ. फदल एकदाचा गेला आणि अगदी नाइलाजानं मयादाला कबूल करावंच लागलं की अशा चमत्कारिक

परिस्थितीतून मार्ग काढण्यात तिची आई खरोखरच हुशार आहे आणि आज त्याच डॉ. फदलचा दूरध्वनी होता. त्याला अजूनही ती घटना चांगली लक्षात होती आणि तो तिला सांगत होता की इराण आणि इराकचं युद्ध सुरू झालं आहे. 'इराणी विमानांनी इराकी हवाई हद्दीत प्रवेश केला आणि बगदादवरून ती विमाने गेली, परंतु आता इराकी वीरांनी त्यांचा पाठलाग करून त्यांना इराकच्या हद्दीबाहेर हाकलून दिलं आहे.' असंही त्याने पुढे मयादाला सांगितलं.

दूरध्वनी बंद केल्यानंतर मयादाने सलामला ही बातमी सांगितली आणि मग आघाडीवर जाताना नेण्यासाठी काही आवश्यक वस्तू गोळा करताना त्याची उडालेली धावपळ पाहात ती बसून राहिली. सलाम हाच कदाचित आघाडीवरील पहिला बळी ठरेल अशी जाणीव होताच तिच्या पोटात खड्डा पडल्यासारखं झालं. त्याच्याशी झालेला विवाह टिकवून धरण्याची तिची इच्छा नसली तरी तो मरावा अशी तिची इच्छा नक्कीच नव्हती.

मध्य पूर्वेतील स्त्रिया सर्वसाधारणपणे विवाह आणि मुलाबाळांचे संगोपन या बाबींमधील कर्मकांड बिनतक्रार स्वीकारतात. मयादाही याला अपवाद नव्हती. ती तेवीस वर्षांची झाली तोपर्यंत लग्नाचा विचार कितीतरी वेळा तिच्या मनात येऊन गेला होता.

तिच्या वृत्तपत्राच्या कचेरीत एक जाहिरात देण्यासाठी एक रुबाबदार पुरुष आला होता. त्याचं नाव होतं सलाम अल-हैमूस. त्या किंचित लाजवट माणसाने तेव्हाच तिचं लक्ष वेधून घेतलं. मयादाची भेट झाल्यानंतर त्याने तिला सांगितलं होतं की ते शेजारी आहेत. त्याच्या आकर्षक चेहऱ्याकडे पाहताना इतके दिवस आपलं लक्ष या देखण्या माणसाकडे कसं गेलं नाही, याचं मयादाला नवलच वाटलं. त्या दिवसापासून मात्र ती अधिक जागरूक बनली, हे खरं. पुढच्या वेळी मयादा घरी आली तेव्हा तिचं स्वागत करण्यासाठी सलाम बाहेरच उभा होता. सल्वाच्या मनात या विवाहासंबंधी अनेक शंका होत्या तरीही काही महिन्यांतच दोन्हीकडच्या मोठ्या मंडळींचा आशीर्वाद मिळवण्यात मयादा आणि सलाम यशस्वी झाले होते.

समारंभ संपताच ते मधुचंद्रासाठी युरोपच्या दीर्घ सहलीला निघून गेले. लहानपणापासून मयादा जगभर फिरली होती, परंतु सलामची मात्र इराकच्या बाहेर पडण्याची ही पहिलीच वेळ होती. विमानात बसल्यानंतर तासाभरातच सलामने तिला बजावलं की अरब शेख लोकांच्या पद्धतीप्रमाणे तिनं तिचं ज्ञान लोकांसमोर प्रकट करता कामा नये. हसत हसत त्याने म्हटलं, 'मी बघतो सगळं– मी कर्ता आहे.'

इटलीमध्ये सलामला सर्व ट्रेन्समध्ये बसून फिरायचं होतं. मयादाला वस्तुसंग्रहालयं पाहायची होती. सलामला जुगाराचे अड्डे आवडत होते. मयादाला ग्रंथालयामध्ये फिरत राहाणं पसंत होतं.

देशामागून देशांमध्ये फिरताना हे लग्न उसवत गेलं.

पिकासो-प्रतिभावंत चित्रकार म्हणून प्रसिद्ध असलेलं हे नाव म्हणजे एखादा खाण्याचा प्रकार आहे असा सलामचा समज आहे, हे मयादाला स्पेनमध्ये समजलं.

आणि मयादाला कळून चुकलं की तिने तिच्या आयुष्यातील सर्वांत मोठी घोडचूक केलेली आहे.

आणि तरीही सलामनं युद्धात प्राण पणाला लावावा या कल्पनेने ती हादरून गेली.

सप्टेंबरची ती सकाळ म्हणजे पुढच्या अनेक वर्षांमध्ये होणाऱ्या प्रचंड नाशाची नांदीच होती. सद्दाम आणि खोमेनी यांच्यातील या युद्धात १५ लाख स्त्री-पुरुष आणि मुलं मृत्युमुखी पडली.

खरं म्हणजे मयादा लहान असतानाच या कुरबुरीला सुरुवात झालेली होती. त्या वेळी खोमेनी हा एक हेकट पण फारसा कुणाला माहीत नसलेला असा धर्मगुरू होता. इराणच्या शहाचं धर्मनिरपेक्ष सरकार इराणमधील शिया पंथीयांच्या धर्मजीवनाचा नाश करत आहे, या ठाम समजुतीने त्याने इराणच्या शहावर जोरदार टीका करण्यास सुरुवात केली होती. शहाची सहनशक्ती संपल्यानंतर त्याने खोमेनीला हद्दपार केलं होतं. खोमेनी पळून जाऊन शेजारच्या इराकमध्ये १५ वर्षे राहिला. अल-नजफ हे शहर शिया पंथीयांचं पवित्र शहर होतं तेथे तो राहात होता.

इस्लाम धर्माच्या शिया पंथाने घालून दिलेल्या दंडकांचे जो राज्यकर्ता शब्दः पालन करत नसेल त्याच्याविरुद्ध बंडखोरी करण्यास खोमेनी नेहमीच उत्तेजन देत असे, यातून त्याला आश्रय देणारा सद्दाम हुसेनही सुटला नव्हता. मध्य पूर्वेमध्ये, राजा असो की हुकूमशहा असो, धर्मगुरूंच्या शब्दांचं पालन करताना ते सर्व जण सावधगिरीनेच वागत असतात. कारण या धार्मिक लोकांच्या सन्मानासाठी अनेक लोक प्राण द्यायलाही तयार असतात.

सप्टेंबरच्या बॉंबफेकीच्या सुमारे वर्षभर आधी खोमेनीला इराकमधून हाकलून द्यावं अशी विनंती शहाने सद्दामला केलेली होती. याच्या बदल्यात इराकमधील शिया पंथीयांना इराणमधून होणारा शस्त्रपुरवठा थांबवण्याचं त्याने मान्य केलं होतं. ही गोष्ट इराकच्या नव्या हुकूमशहाला आवडेल अशीच होती. कारण तो स्वतः सुन्नी या अल्पसंख्याक पंथाचा होता. इराकमधील शिया पंथाच्या बहुसंख्याक जनतेवर त्याचा विश्वास नव्हता. त्यामुळे आपली सत्ता अधिक मजबूत करण्याचा हा एक चांगला आणि सोपा मार्ग आहे असं त्याला वाटलं. शिवाय सद्दामच्या वतीने शहावर टीका करण्याची त्याची विनंती खोमेनीने फेटाळल्यामुळे तो आधीच अतिशय संतापलेला होता. सद्दामने या त्रासदायक धर्मगुरूला इराकमधून ताबडतोब घालवून दिलं. एका वर्षानंतर खोमेनी जेव्हा एक वर्ष पॅरिसमध्ये हद्दपारी सोसून

इराणमध्ये परत आला आणि त्याने इराणच्या सरकारचा ताबा घेतला, तेव्हा तो सद्दाम हुसेनचा अतिशय कट्टर शत्रू बनलेला होता, हे त्याने सिद्ध केलं. ताण वाढतच होते. इराकी शिया पंथीयांनी 'अल-दावा अल इस्लामिया' (इस्लामची हाक) या नावाची एक संघटना स्थापन केली. इराणमध्ये घडत असलेल्या पद्धतीनुसार दंगे करणं आणि मूलतत्त्ववादी सरकारची मागणी करणं ही या संस्थेची कामं होती. मग मात्र सद्दामने स्वत:च्याच शिया जनतेच्या विरुद्ध पाऊल उचललं. प्रत्येक शिया गावामध्ये प्रचंड प्रमाणावर अटकसत्र सुरू झालं आणि त्याचबरोबर प्रमुख शिया नेत्यांना मृत्युदंडही देण्यात आला. अल-दावाने प्रत्युत्तर म्हणून इराकी-परराष्ट्रमंत्र्याचा तारिक अझिझ यांचा खून करण्याचा प्रयत्न केला.

खोमेनी आणि इराणचा शहा या दोन हाडवैऱ्यांमधील हे वैर आता फार दिवसांचं झालं होतं. या वैरामुळे इराण आणि इराक या दोन देशांच्या सरकारांमध्येही वैरभाव चांगलाच मजबूत झालेला होता. आपल्या सीमेवरील या नव्या आणि भांडखोर शत्रूमुळे सद्दाम थोडा घाबरला होता आणि म्हणून त्याने इराणबरोबर केलेलं १९७५चं अल्जीअर्स करारपत्र डावलून एक चढाई केली. या करारान्वये शत्त अल-अरब या कालव्यावर इराणची संपूर्ण सत्ता मान्य करण्यात आली होती. हा अरुंद कालवा म्हणजे पर्शियन खाडीकडे जाण्यासाठी इराकला उपलब्ध असलेला एकमेव मार्ग होता. शतकानुशतके हे दोन देश या कालव्याच्या निरंकुश मालकीसाठी बाचाबाची करत होते. हीच जुनी जखम पुन्हा उकरून काढणं सद्दामला सोयीचंच होतं.

हे युद्ध म्हणजे आठ वर्षे चाललेलं एक दु:स्वप्नच होतं. सर्व इराकी आणि इराणी जनतेप्रमाणे मयादा आणि तिची मुलंही घाबरलेल्या प्राण्यांप्रमाणे जगत होती. इराणी बाँबफेकी विमानं इराकच्या आकाशात एकूण एक इराकी व्यक्तीला ठार करायचंच या उद्देशाने घिरट्या घालू लागली की धडपडत जेवणाच्या टेबलाखाली किंवा सोफ्याच्या मागे लपून बसायचं. ती अगदी शंभर वर्षे जगली तरी त्या वेळची भीतीदायक परिस्थिती ती कधीच विसरू शकणार नव्हती. एकदा तर बाँबफेकी आणि गोळीबार इतका वाढला की इराणी सैन्याने बगदादवर कबजा केला, अशी अफवाही पसरली होती. तिच्या भयंकर भेदरलेल्या बछड्यांना खाली बसा किंवा त्यांच्या पलंगाखाली लपा असे किंचाळून सांगत ती घराची दारं कड्या-कुलपं लावून बंद करायला आणि खिडक्यांसमोर जड फर्निचर लावून ठेवायला धावत सुटली होती. कोणत्याही क्षणी विजयी झालेले इराणी सैनिक घरात घुसतील आणि मला आणि माझ्या बाळांना ठार मारतील अशी तिला खात्रीच वाटू लागली होती.

इराण आणि इराक या दोन्ही देशांनी संयुक्त राष्ट्र-संघाच्या संरक्षण समितीचा ५९८ क्रमांकाचा ठराव स्वीकारला आणि २० ऑगस्ट १९८८ या दिवशी एकदाची ही दमून भागून कशीबशी चालू असलेली लढाई संपली. हा प्रस्ताव युद्ध

थांबवण्याचा होता. हे महाभयंकर, रक्तरंजित युद्ध संपल्याचा इराकी जनतेला इतका आनंद झाला की एक महिन्याहून अधिक काळ इराकी जनता रस्त्यारस्त्यावर नाचून आपला आनंद साजरा करत होती.

इराकी जनता अजून त्यांची ढासळलेली व्यवस्था पूर्ववत करण्याचा प्रयत्न करतच होती. तेवढ्यात सद्दामने आणखी एक काळा दरवाजा उघडला. सद्दामने त्याचं सैन्य वाळवंटातून आपल्या चिमुकल्या शेजाऱ्यावर-कुवेतवर चढाई करण्यासाठी पाठवलं. या चढाईमुळे पश्चिमी दोस्त राष्ट्रांचा संताप इराकवर कोसळला. पुन्हा इराकमध्ये आणखी एक युद्ध सुरू झालं. आता इराकी लोकांना रक्ताच्या नद्यांमध्ये स्वत:ला बुडवून घ्यावं लागणार याबद्दल मयादाला अजिबात शंका नव्हती. परंतु हे दुसरं युद्ध सुरू झालं आणि संपलंही. दोस्त राष्ट्रांची बॉंबफेकी विमानं बिनचूकपणे सैन्यांच्या छावण्यांवरच बॉंब फेकत होती. क्वचितच एखादा बॉंब शहरी वस्तीवर पडे. त्यामुळे इराणी युद्धाशी तुलना करता हे युद्ध म्हणजे लहानशी चकमक असावी, असंच मयादाला वाटलं होतं. परंतु युद्ध संपताक्षणीच नवी संकटं सामोरी आली आणि तीही प्रत्येक कानाकोपऱ्यांतून. दक्षिणेकडे शिया पंथीयांनी उठाव केला आणि उत्तरेकडे कुर्दिश लोकांनी बंड पुकारलं.

पुढे काय होणार हे मयादाला कळतच नव्हतं. तिच्या लग्नाचा बट्ट्याबोळ होऊन आता घटस्फोटही मिळाला होता आणि युद्ध आणि हिंसक अशांततेच्या या काळात दोन लहान मुलांचे संगोपन करण्याची जबाबदारी तिच्या एकटीवर पडलेली होती. बगदादमधील रस्त्यांवर चाललेल्या हिंसाचारातून ती पाव, अंडी आणि पाणी आणण्यासाठी जीव मुठीत धरून घराबाहेर पडत असे. परंतु दोस्त सैन्यं जेव्हा बगदादमध्ये पाऊलही न टाकता युद्ध सोडून विजयाकडे पाठ फिरवून निघून गेली तेव्हा मात्र तिच्या आश्चर्याला पारावर राहिला नाही. यानंतर काही काळ अत्यंत शांततेत गेला. दहा वर्षे चाललेल्या भीषण अशा दोन युद्धांनंतर ही शांतता विलक्षण आनंददायक वाटत होती.

परंतु या शांततेमागोमागच आत्यंतिक निराशा आली. कारण संयुक्त राष्ट्रसंघाने घातलेली बंधनं तिसऱ्या काळ्या दरवाजामागे उभी होतीच. मयादाच्या दृष्टीने युद्धापेक्षा ही बंधनं अधिक जायबंदी करणारी होती. दररोज बाजारात जाऊन दोन वाढत्या मुलांसाठी खाण्याच्या वस्तू शोधणं आणि त्याही योग्य किमतीला हे तिच्या आयुष्यातील सर्वांत धीर सोडायला लावणारं काम होतं. आपल्या भुकेल्या बाळांच्या चेहऱ्याकडे पाहायला लागावं आणि त्यांना देण्यासाठी आपल्याजवळ काहीही नसावं यासारखं हृदय पिळवटून टाकणारं दुसरं दुःख नाही. ती इतकी अस्वस्थ झालेली होती की तिनं कुटुंबाच्या वारसाहक्काच्या वस्तू विकायला सुरुवात केली. तिच्या तुर्की आजीच्या पदकामधील रत्नं- हे पदक मेलेकला सुलतानानं दिलेलं

होतं- रस्त्यावरील विक्रेत्यांकडे मयादा प्राचीन नकाशे आणि पुस्तकं नेऊन त्यांच्या खऱ्या किमतीपेक्षा कितीतरी कमी किमतीला विकू लागली.

अजून एक काळा दरवाजा उघडायचा होता. सद्दामच्या राजवटीच्या सुरुवातीच्या काळापासूनच या गोष्टीची लक्षणं दिसू लागली होती. कधी न संपणाऱ्या युद्धांच्या आणि हिंसेच्या आवर्तनांमागे आणखी एक गट दबा धरून बसलेला होता. इराकच्या बाथ समाजवादी पार्टीतील अंतर्गत सुरक्षा विभाग– गुप्त पोलिस– १९६८मध्ये सद्दामने या विभागाची बांधणी केली होती. मयादा त्या वेळी फक्त १३ वर्षांची होती. तिच्याबरोबरच हा विभाग वाढत गेला होता. बलदीयातवरून किंवा इतर तुरुंगांवरून जाणाऱ्या प्रत्येक इराकी माणसाला छळणे हे त्यांचे काम होते. म्हणून इराकी माणसाचा आवडता उद्‌गार– अल्लाह योस्तुर– यांचे लक्ष माझ्याकडे जाऊ नये यासाठी– देवाने वाचवावे असा होता.

तिच्या अंधाऱ्या कोठडीत पडल्यापडल्या मयादा आपल्या खोट्या सुरक्षिततेच्या भावनेला शिव्याशाप देत होती कोणत्याही क्षणी त्यांच्यावर खोटे आरोप ठेवण्यात येतील आणि आपले निरपराधित्व सिद्ध करण्याची कोणतीही संधी देण्यात येणार नाही अशी भीती बहुसंख्य इराकी लोकांना वाटत असे.

परंतु बलदीयातमधील त्या पहिल्या रात्रीमुळे मयादाच्या मनातील इराकसंबंधीचे विचार स्पष्ट होऊन गेले. तिनं एक निश्चय केला की ती जर या तुरुंगातून जिवंत बाहेर पडली तर एक कपड्यांची बॅग आणि मुलं यांना घेण्यास जेवढा वेळ लागेल त्या वेळापेक्षा क्षणभरही अधिक वेळ ती इराकमध्ये थांबणार नाही. ती तिचं घरदार आणि तिचा देश सोडून निघून जाईल. मग तिला समाराप्रमाणे अम्मानच्या रस्त्यावर बसून सिगरेटी विकाव्या लागल्या तरी बेहत्तर.

कोठडीतील बाकी सर्व स्त्रिया झोपी गेलेल्या होत्या. तिला दरवाजाबाहेर पावलांचे आवाज ऐकू येऊ लागले. दुसरी दारं उघडली आणि बंद झालेली ऐकू येऊ लागली. जसजशी बाहेरच्या स्वरांमधील निकड वाढू लागली, तसतसे मयादाला वाटू लागलं, तुरुंगाला आगबीग लागली आहे की काय? कोठडीच्या दाराच्या लहानशा खिडकीमधून धूर आत येताना दिसतो का ते ती पाहू लागली. फक्त बारा तासांच्या अवधीमध्ये चौथ्या वेळेला तिला भीती वाटू लागली की आपले दिवस आता भरले, यानंतर काही आपण जिवंत राहात नाही. परंतु आग लागल्याचं काहीच चिन्ह नव्हतं. ती थोडी सैलावते आहे तेवढ्यात तिच्या कानावर एक किंचाळी पडली. त्या आवाजाने तिच्या अंगावर सरकन काटा उभा राहिला. पहिल्या किंचाळीच्या मागोमाग दुसरी आणि तिच्या मागोमाग तिसरी किंचाळी कानावर आल्यावर ती थोडी उठून बसली.

समारा चटकन तिच्या जवळ आली आणि पुटपुटली, 'काळजी करू नकोस.

ते रात्री नवे लोक आणतात छळ करणारे.' त्याच क्षणी काळीज कापून काढणारी एक भयानक किंचाळी तुरुंगभर घुमली. समाराने मयादाच्या तोंडावर आपला तळहात दाबला आणि ती म्हणाली, 'मला माहीत आहे, याच्याकडे दुर्लक्ष करणं कठीण आहे, पण तरी झोपण्याचा प्रयत्न कर. उद्या काय समोर वाढून ठेवलंय, कोणास ठाऊक. विश्रांती घेतलीस तर जे काही समोर येईल त्याला अधिक चांगल्या रीतीनं तोंड देऊ शकशील.'

परंतु मयादाला झोप येणं शक्यच नव्हतं. ती रात्रभर तशीच जागी पडून राहिली.

तुरुंगातही एक मुअझ्झिन होता. पहाट होताच तिच्या कानावर प्रार्थनेला येण्याची, ओळखीची सुरेल हाक पडली. तिच्या मुस्लिम मनाला थोडा दिलासा मिळाला. 'परमेश्वर महान आहे आणि परमेश्वराखेरीज दुसरा कोणताही देव नाही. आणि मोहम्मद हा त्याचा प्रेषित आहे. या– प्रार्थनेला या– परमेश्वर महान आहे. आणि परमेश्वराखेरीज दुसरा कोणताही देव नाही.'

मयादाने तिच्या लोखंडी बाकावरच पाय वर घेतले आणि त्या अरुंद जागेत तोल सांभाळत ती स्वच्छतागृहाकडे दुर्लक्ष करण्याचा प्रयत्न करू लागली. तिनं मक्केकडे तोंड करून अल्लाची करुणा भाकली. 'माझी संकटं दूर कर आणि मला शक्य तितक्या लौकर बलदीयातमधून बाहेर काढ.' एवढीच तिची प्रार्थना होती.

तिची प्रार्थना संपते आहे तेवढ्यातच न्याहारी वाटण्यात आली. थोडीशी उसळ आणि पावाच्या ताटल्या, चहाचे लहानसे कप आणि पाण्याची भांडी एवढं मिळवण्यासाठी कोठडीतील बायका दरवाजाशी कशी गर्दी करताहेत ते पाहत मयादा बसून राहिली. 'मी तुझ्यासाठी एक ताटली आणते,' समारा म्हणाली.

'मला काही जाणार नाही पण ताकद राहावी म्हणून थोडी साखर शिल्लक ठेवू शकलीस तर बरं होईल.' मयादानं उत्तर दिलं. पण तरीही समारानं उसळपावाची एक ताटली घेऊन झाकून ठेवलेली तिने पाहिली. थोड्या वेळानं मयादाचं मन वळवून तिला थोडं खायला लावता येईल अशी तिला आशा वाटत होती.

न्याहारी झाल्यानंतर त्या कोठडीतील १७ बायकांनी पाळीपाळीने शौचस्थान वापरायला सुरुवात केली. तिला इतकी लाज वाटत होती की तिने स्वतःच्या शरीराच्या या क्रिया दांडग्या इच्छाशक्तीने बंद करण्याचा प्रयत्न सुरू केला. स्वतःवर लादून घेतलेला उपास तिला या बाबतीत उपयोगी ठरणार होता, असं तिनं ठरवून टाकलं.... आपल्या लोखंडी बाकाच्या कडेशी बसून ती इतर स्त्रियांची घाई बघत होती. जणू काही आता दिवसभर खूप कामे असल्यासारख्या त्या घाईघाईने इकडेतिकडे करत होत्या. काही बायका तिच्याकडे, त्यांच्या नव्या सोबतिणीकडे पाहून हसल्या देखील–अस्फुटशी, उत्साह देणारी स्मितहास्यं–मयादानेही स्मितहास्यानं

त्यांना प्रतिसाद दिला.

अचानकपणे दरवाजामधील लहान खिडकी बाहेरून ढकलून उघडण्यात आली आणि एका कर्कश स्वराने केलेला पुकारा साऱ्या कोठडीत घुमला. 'मयादा निझार जाफर मुस्तफा अल-अस्करी.'

भीतीने तिचे पाय गळून गेले. तिला उठून उभं राहाता येईनासं झालं, परंतु समारा तिच्याजवळ येऊन हलक्या आवाजात म्हणाली, 'हा तर मोठा चमत्कारच आहे. तुरुंगात आणलेल्या दिवशी ते कधीच–अगदी कध्धीच कुणाला असं बोलावत नाहीत. त्याची चौकशी सुरू करण्याच्या आधी चांगले दोन-तीन आठवडे या घाणीत त्याला सडवतात.'

मयादाला काही हा चमत्कार वगैरे वाटत नव्हता, पण समाराने तिला धीर देण्याचा प्रयत्न करत म्हटलं, 'ते इतक्या सकाळी कधीच छळत नाहीत–अगदी कध्धीच असं घडलेलं नाही–तुला आज नुसते प्रश्न विचारतील. बघशील तू–छळ वगैरे काही करणार नाहीत ते –'

मयादाचं शरीर इतकं जडशील झालं होतं की रात्रभरामध्ये तिच्या हाडांमध्ये शिसं ओतलं गेलं होतं की काय अशी शंकाही तिला आली असती. असं काहीही झालेलं नाही हे तिला माहीत होतं म्हणूनच ती या शंकेला बळी पडली नाही. थोडं ओढून आणि थोडं ढकलून असं समारानं तिला दरवाजापर्यंत कसंबसं पोचवलं.

बाहेर उभ्या असलेल्या माणसानं तिच्या डोळ्यांवर पट्टी बांधली. तेव्हा मयादा भीतीने बेशुद्ध होण्याचीच बाकी होती. परंतु तिने दोनचार वेळा भराभर आवंढे गिळले आणि समाराच्या शब्दांची स्वतःला आठवण करून दिली–सकाळच्या वेळी ते छळ करत नाहीत.–रात्रभर झोप नव्हती आणि रिकामं पोट यामुळे तिचे पाय थरथरू लागले. चालताना ती दोन्ही बाजूंच्या भिंतीवर सारखी आपटत होती. तिला योग्य दिशेने ठेवण्यासाठी मागून कोणीतरी तिचे खांदे पकडून तिला सरळ रस्त्यावर आणत होते आणि तरीही नीटपणे चालणं तिला अशक्यच होतं. शेवटी एका माणसाने रागाने शिव्या हासडत तिच्या डोळ्यांवरील पट्टी ओढून काढली आणि तिला एका खोलीत जाण्यास फर्मावलं.

त्या माणसांपैकी एकजण बुटका आणि लठ्ठ होता, परंतु त्याची बोटं मात्र त्याच्या शरीराला न शोभणारी अशी लांब आणि हडकुळी होती. त्याने जोरात चुटकी वाजवून तिला आत येण्याची खूण केली... त्याच्या आज्ञेप्रमाणे ती खोलीत गेली.

ती खोली एखाद्या लहानशा प्रेक्षागृहाएवढी मोठी होती. संरक्षण गणवेशात तीन माणसं तेथे बसलेली होती. तिघांनाही मिशा होत्या. काळेभोर केस आणि बुलडॉगसारखे चेहरे–ते तिघे इतके सारखे दिसत होते की ते एकमेकांचे नातेवाईक आहेत का हा प्रश्न मयादाच्या अगदी ओठावर आला होता, पण तिने महाप्रयासाने

तो अडवला. ते तिघेही एका लांबलचक टेबलाच्या मागे बसले होते. मध्यभागी बसलेल्या माणसाच्या मगरूर नजरेवरून तिला लगेच जाणवलं की हाच प्रमुख आहे–आणि ज्या पद्धतीनं त्यानं त्याच्या उजव्या हाताला बसलेल्या माणसाला नवीन पृष्ठ उघडण्यास सांगितलं त्यावरून आपला तर्क खरा आहे हेही तिला कळून चुकलं. तिच्याकडे रोखून बघत त्यानं तिला बसायला सांगितलं आणि जणू काही आपण कोणाला बोलावून घेतलं आहे हे माहीत नसल्याच्या थाटात तिला विचारलं, 'तुझं नाव काय आहे?'

मयादा भयंकर भेदरली. एखादा वकीलही देण्याची संधी न मिळता किंबहुना आपल्यावर आरोप तरी काय आहे याची कल्पनाही न देता आपल्यावर खटला चालवण्यात येणार आहे की काय असं तिला वाटू लागलं. पण तरी तिने उत्तर दिलं, 'माझं नाव मयादा निझार जाफर मुस्तफा अल-अस्करी असं आहे.' ही प्रश्नोत्तरं लिहून घेणारा माणूस हे लिहून घेत असतानाच प्रमुख ओरडला. 'मुतनबी आणि अल-बत्तावियीन भागामध्ये ही 'उम अली' म्हणून ओळखली जाते.' बगदादच्या या विभागांमध्ये छापखाने आहेत. ती अलीची आई आहे हे त्याला माहीत आहे याचं तिला आश्चर्य वाटलं नाही पण आपल्या मुलाचं नाव त्याच्या जिभेवर आलं म्हणून ती अस्वस्थ मात्र झाली.

अचानकपणे तो इतक्या मोठ्याने ओरडला की ती दचकलीच. 'लिही की शियांना भरपूर पाठिंबा देणारी ही एक सुन्नी बाई आहे.' तसाच रागाने तिच्याकडे पाहात तो पुढे म्हणाला, 'दोन वर्षांपूर्वीच तुला इकडे आणणार होतो, पण डॉक्टर ए. अल-हदिथीनी तुझ्यावर दया केली. कारण एवढंच की तुझे पणजोबा म्हणजे इराकचं भूषण होते.' डॉक्टर ए.अल-हदिथी इराकी सरकारमध्ये एका महत्त्वाच्या हुद्द्यावर काम करतात आणि त्यांच्या पदव्युत्तर प्रबंधामध्ये त्यांनी तिचे आजोबा साती अल-हुसरी यानी अमलात आणलेल्या शैक्षणिक पद्धतीची चर्चा केलेली आहे हे तिला माहीत होतं.

हसतच तो चौकशी अधिकारी पुढे म्हणाला, 'अर्थात ते वाईटच झालं, कारण त्या हरामी नूरी अल-सैदच्या पुतणीची 'चौकशी' करण्याची आमची फार इच्छा होती.'

आपल्या चेहऱ्याचा एक स्नायूही हलणार नाही याची तिने पुरेपूर काळजी घेतली. तिच्या वडिलांच्या काकांना, नूरी अल-सैदना शिव्या घातल्याचं तिला अजिबात आश्चर्य वाटलं नाही. तिच्या आजोबांबद्दल- जाफर यांच्याबद्दल त्यांच्या काळातील बहुतेक इराकी लोकांना खूप प्रेम असलं तरी नूरीची गोष्ट मात्र वेगळी होती-जाफरबद्दल इतकं प्रेम होतं की त्यांच्याबद्दल एखादा कटु शब्दही बोलणारा इराकी माणूस क्वचितच सापडला असता. नूरी हा कडक आणि प्रागतिक विचारांचा नेता होता, नव्याने निर्माण झालेल्या आपल्या इराक या देशाच्या संरक्षणासाठी जे

काही करणं आवश्यक वाटेल ते करून तो मोकळा होत असे. स्वत:च्या पंतप्रधानपदाच्या काळात त्याने अनेक शत्रू निर्माण करून ठेवले होते.

प्रमुख अधिकारी वाकून लिहिणाऱ्या अधिकाऱ्याच्या कानात काहीतरी मोठ्याने सांगत होता. तेवढ्यात मयादाने आपल्या डाव्या-उजव्या बाजूला पाहून घेतलं आणि लगेच असं केल्याचा तिला पश्चात्तापच झाला. तिच्या सभोवतालच्या भिंतीवर रक्ताचे फराटे होते. खुर्च्यांना दोरखंड अडकवून कैद्यांना बांधण्याची सोय केलेली होती आणि टेबलांवर छळ करण्याची अनेक अवजारे रचून ठेवलेली होती. बॅटरी चार्जर्स होते आणि बाणाशिवाय धनुष्य असावं तसं काहीसं दिसणारं एक यंत्रही होतं. परंतु या सर्व छळयंत्रांमध्ये सर्वांत भीतिदायक होते ते छतापासून लोंबकळणारे अनेक आकडे. या आकड्यांच्या खालच्या जमिनीवर ताजे रक्ताचे डागही मयादाला दिसले. रात्रभर जे ऐकू येत होतं ते याच ठिकाणच्या छळामुळे असणार हे मयादाला कळून चुकलं.

प्रमुख एकामागून एक प्रश्नांची फैर झाडतच होता. 'तुझ्या घरात एखादा कंप्युटर आहे का? आपल्या अध्यक्षांची राजवट उलथून टाकण्याचं आवाहन करणारी पत्रकं तू छापलीस की नाही ते सांग. ही तुझी घाणेरडी कामं करण्यासाठी तू बंडखोरांना कामाला ठेवतेस का?'

धापा टाकतच ती पुन्हा पुन्हा उत्तरं देत होती, 'नाही–नाही' आणि त्याला सांगायचा प्रयत्न करत होती. 'माझ्या दुकानात कमर्शियल ग्राफिक डिझाईनिंग केलं जातं आणि माझ्याकडे काम करणारे लोक कंप्युटर इंजिनीयर आहेत. उच्चशिक्षित आहेत आणि अशी बेकायदेशीर कामं करण्यात ते स्वत:चा जीव कधीच धोक्यात घालणार नाहीत.'

प्रमुखाने अचानक विषयच बदलला तेव्हा ती एकदम गोंधळून गेली. त्याने अगदी नाटकी पद्धतीनं आवाज खाली आणून तिच्या आईबद्दल प्रश्न विचारण्यास सुरुवात केली. सल्वा आता कोठे राहाते आणि सरकारी नोकरीत असताना तिचं शेवटचं पद कोणतं होतं, ही माहिती त्याला हवी होती. तसंच आता परत येऊन स्वत:चा अनुभव इराकच्या प्रगतीसाठी वापरण्याचा तिचा बेत आहे की नाही हेही त्याला जाणून घ्यायचं होतं. 'अलीकडे आईशी बोलणं झालं की नाही तुझं? मग? काय म्हणतंय जॉर्डनचं राजघराणं?'

मयादा अडखळत उत्तरली, 'निवृत्त होण्याआधी ती ब्यूरो ऑफ इंटरनॅशनल रिलेशन्समध्ये डायरेक्टर जनरल म्हणून काम करत होती. ती आता अम्मानमध्ये राहाते हे सगळ्यांना माहीत आहे. ती मला भेटायला इराकला केव्हा येणार आहे हे मला माहीत नाही, पण तुमच्या शेवटच्या प्रश्नाच्या उत्तरासाठी, तुम्ही म्हणत असाल तर तिला फोन करीन मी. आनंदानं.'

प्रमुख मोठ्याने हसून म्हणाला, 'तू तुझ्या वडिलांच्या काकासारखी-नूरीसारखी हुशार दिसतेस. अगदी मरेपर्यंत तो माणूस आपल्या प्रत्येक शत्रूला हरवत राहिला. पण त्याने भेकडपणे केलेलं बाईचं वेषांतर काही त्याला मरणापासून वाचवू शकलं नाही.' दोन वाक्यांमध्ये क्षणभराचाही खंड पडू न देता त्याने पुन्हा एकदा तिच्या संगणकांवर असलेली सर्व बेकायदेशीर माहिती सांगून टाकण्यास फर्मावलं.

मयादाने उत्तर दिलं, 'माझ्याकडच्या एकाही कंप्युटरवर कोणतेही बेकायदेशीर कागदपत्रं नाहीत, हेच तर मी तुम्हांला सांगते आहे.'

त्याने जड पापण्यांखालून तिच्याकडे बघितलं आणि म्हटलं, 'बरोबर आहे. आम्ही तुझ्या कंप्युटरवरच्या सर्व फाईल्स आणि डिस्क्स तपासल्या आहेत. काहीही सापडलं नाही आम्हांला.'

मयादाला पुरतं ठाऊक होतं की तिच्या संगणकावर नेहमीच्या कामाखेरीज दुसरं काहीही नाही. तरीही ती भयंकर भेदरून गोठून गेल्यासारखी बसली होती. त्याच्या या शब्दांनी मात्र तिची भीती एकदम कमी झाली. सगळा ताण सैलावला. तिची चौकशी करणाऱ्या अधिकाऱ्याने असा कबुलीजबाब द्यावा ही एक आशेची बाब होती. एखाद्या अमूल्य हिऱ्यासारखीच ही एक भेट होती. आपण जगून-वाचून यातून कदाचित बाहेर पडूही अशी एक अंधुक आशा मयादाच्या मनाला प्रथमच चाटून गेली.

त्याच्या बोलण्यानं आलेला धीर गोळा करून तिने विचारलं, 'मग माझी सुटका केव्हा होईल?'

तो मोठ्यानं हसला. 'सुटका? कोण म्हणालं, तुझी सुटका होईल म्हणून?'

काही न कळून मयादा निराशेनं त्याच्याकडे पाहातच राहिली.

तो पुढे म्हणाला, 'पण तुझ्या देवाचे आभार मान. कारण आपल्या लाडक्या नेत्याने-सद्दामने बायकांची चौकशी करताना मारहाणीचे उपाय वापरू नका असे हुकूम दिले आहेत. हे हुकूम आजच सकाळी इथे पोचले आणि त्यामुळे तू वाचलीस.'

आत्तापर्यंत तिसरा माणूस एक शब्दही बोलला नव्हता. तो एकदम खुर्चीत ताठ बसला आणि ओरडून म्हणाला, 'पण मी तुला लौकरच तेलात तळून काढीन.' त्याच्या आवाजात या नव्या माहितीमुळे उत्पन्न झालेली निराशा होती. राग होता. तो इतका चिडला होता की आत्तापर्यंत चाललेल्या चौकशीमध्ये काहीही भाग न घेता हा खरा प्रमुख असलेला अधिकारी मोठ्या आतुरतेने तिचा छळ करण्यास सुरुवात करण्याची वाट पाहात बसला होता. कोणकोणत्या प्रकारांनी तिचे हाल करता येतील याची चित्रं मनात रंगवत बसला असावा, असं मयादाला खात्रीने वाटू लागलं. तेलात तळून काढण्याची धमकी देणं म्हणजे त्या व्यक्तीला सावकाश छळून मारीन ही धमकी देणं असा अर्थ इराकमध्ये केला जातो.

प्रमुखाने तिसऱ्या माणसाकडे रागानंच पाहिलं. ही दोन माणसं माझं काय करावं या मुद्द्यावरून भांडणार की काय असं मयादाला वाटू लागलं, पण तिसरा माणूस त्या प्रमुखाच्या रोखून बघण्याने थोडा रमला.

'तुझ्या कोठडीत परत जा. आमची चौकशी अजून संपलेली नाही. तुला उद्या पुन्हा बोलावण्यात येईल.' प्रमुखाने हुकूम केला.

आता त्याच्या निश्चयाची परीक्षा पाहाण्याइतका तिला धीर आला होता. 'काहीही बेकायदेशीर सापडलं नाही तर मग मला इथे का ठेवता आहात?'

'काहीतरी आमच्या नजरेतून सुटलं असेल.'

तिने दामटून विचारलं, 'मला मुलं आहेत, आणि मी एकटी त्यांना वाढवते आहे. त्यांना त्यांच्या आईची गरज आहे आणि त्यांची काळजी घ्यायला मला घरी गेलं पाहिजे.'

प्रमुख खुर्चीतच वळला आणि तिच्याकडे रोखून पाहात द्वेषाने भरलेल्या आवाजात म्हणाला, 'तुझ्या घराण्याची सत्ता संपलेली आहे. जाफर मेलेला आहे, नूरी मेलेला आहे. साती मेलेला आहे, निझार मेलेला आहे. सल्वाने तुला सोडून दिलेलं आहे. तुला पाठीशी घालायला आता इथे कोणीही नाही.'

तो म्हणतो ते खरं आहे, हे जाणवून ती गप्प झाली. सद्दाम सत्तेवर आल्यापासून इराकमधील परिस्थिती साफ बदलून गेली होती. तिचे पहारेकरी तिच्या संगणकांवर खोटी माहिती टाकून ती खोटी माहिती खरी म्हणून त्यांच्या वरिष्ठांना देऊ शकत होते. त्यांचे वरिष्ठ पायरी-पायरीने वरवर जात त्यांच्या वरिष्ठ अधिकाऱ्यांना तिच्या अपराधांची खात्री पटवून देण्यात यशस्वी झाले असते आणि मग तिच्या छळाला पारावार राहिला नसता आणि अगदी खरं सांगायचं तर तिला मदत करायला होतंच कोण?–कोणी नाही–अगदी कोणीही नाही मदत करू शकेल असं. तिने अतिशय दु:खानं स्वत:शीच हे मान्य करून टाकलं.

तिच्या नजरेसमोर अध्यक्ष सद्दामचा चेहरा आला. बलदीयात तुरुंगातून सुटका व्हावी म्हणून मदत मागण्यासाठी त्याच्या राजवाड्यातील कचेरीत दूरध्वनी केला तर त्याची काय प्रतिक्रिया होईल असा विचार तिच्या मनात आला. ती सद्दामला ५-६ वेळा भेटली होती, एवढेच नव्हे, तर तिच्या साहित्याबद्दल त्याच्या हातून तिला पारितोषिकेही मिळाली होती, त्याने तिचा गौरवही केला होता. खास सद्दामच्या वाचनासाठी नॉस्ट्रडॅमसच्या पुस्तकाचं भाषांतर करण्याची कामगिरी मुद्दाम तिच्याकडे सोपवण्यात आली होती. त्या भविष्यवेत्त्याच्या लेखनात उल्लेख केला गेलेला जागतिक नेता आपण असल्याचा सद्दामचा ठाम विश्वास असल्याने त्याला या पुस्तकामध्ये फार रस होता. यापूर्वी इतर काही लोकांसाठी सद्दामला विनंती करून मयादाने त्यांचे प्राण वाचवलेही

होते. परंतु तिने लगेच ही कल्पना सोडून दिली. कारण एकतर तिने सद्दामचा दूरध्वनी क्रमांक लिहिलेली छोटी वही तिच्या घरात एका गुप्त ठिकाणी लपवून ठेवलेली होती आणि दुसरे म्हणजे डॉ. फदलला राजद्रोहाच्या आरोपावरून मृत्यूची शिक्षा झाल्यानंतर ती सद्दामशी एकदाही बोलली नव्हती. तो तिची भेट घेईल याची काहीच खात्री देता येत नव्हती.

माझ्याकडे सद्दामचा खाजगी दूरध्वनी क्रमांक आहे असं या तिघांना कळलं तर ते काय करतील, असंही क्षणभर तिच्या मनात येऊन गेलं. परंतु अगदी खोल मनात तिला ठाऊक होतं की सद्दामने स्वत:काही त्रास घेऊन तिला सोडवावं अशी ती त्याच्या कौटुंबिक स्नेही वर्तुळातील नव्हती. शिवाय सद्दाम हा असा एक भयगंड असलेला माणूस होता, ज्याने आपल्या जवळच्या स्नेह्यांनाही फसवलं आणि काहींना ठारही केलं होतं. एखादी व्यक्ती एकनिष्ठ नाही असं त्याच्या कानावर नुसतं आलं तरी काहीही प्रश्न न विचारता तो आरोप तो मान्य करून टाकत असे. वीस वर्षांहून अधिक काळ त्याने डॉ. फदलवर पूर्ण विश्वास टाकला होता, पण जेव्हा डॉ. फदलवर खोटे आरोप करण्यात आले, तेव्हा सद्दामने अत्यंत निर्दयपणे त्याचा निकाल लावून टाकला होता. या गोष्टीचीही तिला आठवण झाली.

'जा–' प्रमुख तिच्याकडे पाहात ओरडला, 'नीघ माझ्या डोळ्यासमोरून–'

मयादाने एक क्षणभर त्याच्याकडे रोखून पाहिलं. जिची काहीही माहिती नाही अशा स्त्रीचा तो इतका तिटकारा कसा करू शकतो, असे त्याला विचारण्याचा मोह झाला, पर धीर झाला नाही. तिने दोन-चार दीर्घ श्वास घेतले., स्वत:ला सावरलं आणि मग उठून हळूहळू ती दरवाजाकडे गेली, कारण तिला वाटत असलेली भीती या लोकांपासून दडवून ठेवणं महत्त्वाचं आहे, हे तिच्या दृष्टीने आवश्यक होते.

तिला तिच्या कोठडीकडे परत नेण्यासाठी आधीचेच दोघे पहारेकरी दाराबाहेर उभे होते. त्यांच्यापैकी एकजण भिंतीवर डोके टेकून झोपी गेल्यासारखा दिसत होता. मयादाने घसा खाकरला तेव्हा दोघेही ताडकन सरळ उभे राहिले. खोलीच्या बाहेर पाऊल टाकताच तिला दुसरा एक कैदी चौकशीसाठी आणण्यात आलेला दिसला. अगदी हडकुळा, सांगाड्यासारखा असलेला तो माणूस जमिनीवर उकिडवा बसून होता. मयादा बाहेर आल्यानंतर तो उठून उभा राहिला. तेव्हा मयादाला तो एखाद्या भुतासारखा नव्हे, तर वाऱ्याने हलणाऱ्या नारळाच्या झाडासारखा दिसतो आहे असं वाटलं. त्याच्या चेहऱ्यावर अनेक जखमा होत्या आणि त्याच्या डोळ्यांइतके दु:खी डोळे मयादाने साऱ्या आयुष्यात पाहिले नव्हते. ती ज्या खोलीतून बाहेर आली होती त्याच खोलीच्या दारात एका पहारेकऱ्याने त्याला ढकललं. तो पहारेकरी अतिशयच निर्दय असावा कारण त्या कैद्याला उभं राहाण्याचीही ताकद नाही हे स्पष्ट दिसत असूनही तो त्याला शिव्या देत भराभर चालायला फर्मावत होता. मयादा

आणि तो हडकुळा माणूस यांची नजरानजर झाली. आजचा दिवस हा या गरीब बिचाऱ्या माणसाच्या आयुष्याचा शेवटचा दिवस आहे याबद्दल मयादाला शंका उरली नाही. तरीही ती त्याच्याकडे पाहून हसली. एका स्त्रीच्या स्मितानं त्याचे शेवटचे क्षणतरी कदाचित बरे जातील असं तिला वाटत होतं. त्यालाही तसंच वाटलं असावं कारण मोठं धाडस करून तो म्हणाला, 'माझ्या घरच्यांना कळवा– मी प्रोफेसर–' या धाडसाबद्दल त्याच्या आधीच जखमी चेहऱ्यावर आणखी एक फटका बसला आणि एखाद्या गवताच्या पोत्यासारखं उचलून त्याला चौकशीच्या खोलीत फेकण्यात आलं.

कोठडीमध्ये उत्कंठेचं वातावरण होतं. दोन नवे कैदी नुकतेच आणण्यात आले होते–आता त्यांची संख्या वीस झाली होती. ही बातमी कळल्यावर मयादाने हे नवे चेहरे शोधण्याचा प्रयत्न केला पण समाराने तिला घाईनं तिच्या बाकाकडे नेलं आणि तिच्या चौकशीबद्दल खोदून खोदून विचारण्यास सुरुवात केली. 'मला अगदी सगळं सगळं सांग' तिने मागणी केली.

मयादाने तिला सगळ्या घटना सविस्तर सांगितल्या. समारा उडी मारूनच उठली आणि अल्लाची करुणा भाकत म्हणाली, 'आपल्या मयादाला आज तीन चमत्कारांचा अनुभव आला आहे. मला बलदीयातमध्ये येऊन आता चार महिने झाले आहेत, पण मी आजवर असं कधीच ऐकलं नव्हतं.'

मयादा हसू लागली. समारा अगदी नाटकी होती. एक हात कमरेवर ठेवून दुसऱ्या हातानं हावभाव करत ती बोलत होती. 'पहिला चमत्कार–पकडण्याच्या पहिल्याच दिवशी मयादाला चौकशीसाठी बोलावण्यात आलं. असं कधीच घडत नाही हे आपल्याला सगळ्यांनाच माहीत आहे. ही दुष्ट माणसं नेहमीच नव्या कैद्याला पहिले काही दिवस कोठडीत बसून सडायला लावतात. दुसरा चमत्कार– मयादाचे काही हाल करण्यात आले नाहीत. असंही कधीच घडत नाही–त्यांना शारीरिक छळ करायला फार आवडतं. तिसरा चमत्कार–एकही खराखुरा प्रश्न तिला विचारण्यात आला नाही–एवढंच नव्हे तर, त्यांनी कबूलही केलं की मयादाचे कंप्युटर स्वच्छ आहेत', समाराने एक टाळी वाजवली.. 'तीन चमत्कार-याचा अर्थ असा की आपली मयादा फार काळ या ५२ नंबरच्या कोठडीत राहाणार नाहीये.' मोठे हसून समारा म्हणाली, 'ऐका ग सगळ्याजणी–तुमच्या घरच्यांना काय निरोप पाठवायचे आहेत ते ठरवून ठेवा ग– मयादाची लवकरच सुटका होईल'. मग मयादाकडे वळून ती म्हणाली, 'तू आमचं निरोप पोचवणारं कबूतर आहेस, मयादा, बलदीयातमध्ये सुटका होऊन बाहेर जाणारा कैदी, एवढा एकच मार्ग आहे बाहेर निरोप पाठवण्याचा.'

समारा इतकी खात्रीलायकपणे, उत्साहानं बोलत होती की मयादाच्या मनातही

आशेचा एक बारीकसा किरण चमकू लागला.-बलदीयातमधील आपलं वास्तव्य थोड्याच काळाचं ठरणार अशी आशा तिला वाटू लागली.

आता लौकरच आपली मुलं फे आणि अली आपल्याला भेटतील या कल्पनेनं तिचं हृदय भरून आलं. तेवढ्यात कोठडीच्या बाहेरून धावत जाणाऱ्या बुटांचा आवाज ऐकू येऊ लागला. कोणीतरी ओरडून सांगत होतं, 'त्याचं हृदय थांबलंय.'

असं करण्यास बंदी होती तरी मयादाने गुडघ्यावर बसून अन्न कोठडीत टाकण्यासाठी जी फट केलेली होती ती उघडली. बाहेर प्रोफेसरचं शरीर जमिनीवर आडवं पडलं होतं. त्याचं नावही कळू शकलं नाही, नाहीतर त्याच्या कुटुंबीयांना तरी कळवता आलं असतं या विचाराने मयादाच्या मनात दुःख दाटून आलं.

समाराकडे वळून ती म्हणाली, 'तो मेला म्हणून ते एवढे घाबरले का आहेत? त्यांनीच तर मारलंय त्याला–'

खांदे उडवून समाराने मयादाला आधीच कळून चुकलेली गोष्ट परत सांगितली, 'काही कैद्यांकडून त्यांना काहीतरी विशेष माहिती हवी असते. अशा लोकांची चौकशी करताना त्यांना मृत्यूच्या अगदी दारात आणायचं, पण मरू द्यायचं नाही असं करण्यात हे लोक फार पटाईत असतात. एखाद्या माणसाला आपण किती वेळा कबरीपर्यंत नेऊन परत आणू शकतो ते पाहाण्याचा त्यांचा एक खेळच आहे. त्यांच्या इच्छेच्या आधी एक क्षण जरी तो कैदी मेला तर ते एक अपयश समजण्यात येतं.'

प्रोफेसरच्या दुर्दैवी मृत्यूमुळे मयादाचं मन आनंदी उत्कंठेकडून कडवट दुःखाकडे झुकलं. आपल्या खाटेकडे जाऊन ती शांतपणे पडून राहिली. ती तुरुंगात येऊन तिला फक्त एक दिवस झाला होता, पण एक सगळं आयुष्य इथे गेलं असावं असं तिला वाटत होतं.

एका लहानशा जागेत बंदिस्त असलेल्या एकोणीस सावल्यांच्या बोलण्याचे आवाज आता वाढत जाऊन टिपेला पोचले. संडासाच्या चराचा घाण वास तिच्या कपड्यांनाच फक्त नव्हे, तर कातडीत आणि केसातही भरून गेला आहे असं तिला वाटू लागलं. नुकता कोठे दिवस सुरू झाला होता, पण ती मात्र आत्ताच साफ दमून गेली होती. तिने डोळे मिटून घेतले. स्वतःच्या आठवणींच्या जोरदार प्रवाहात तिने स्वतःला झोकून दिलं. तिच्या आईचे वडील–तिचे आजोबा साती यांची तिला आठवण झाली–अरब जगतातील एक प्रभावी व्यक्तिमत्त्व ठरलेला हा पुरुष–त्यांना ती 'जीदो साती' म्हणत असे-त्यांची लाडकी, आवडती नात या कुप्रसिद्ध बलदीयात तुरुंगात कैदी आहे हे त्यांना कळलं तर ते काय म्हणतील असा विचार तिच्या मनात घोळू लागला.

■

३.

जीदो साती

स्वत:च्या कठीण लोखंडी खाटेवर गप्प पडून मयादा आजोबांच्या आठवणीत हरवून गेली–त्यांच्या कचेरीत फेऱ्या मारताना किंवा बागेमध्ये फिरत असताना जीदो साती हात पाठीशी बांधत असत. टेबलाशी बसून अनेक महत्त्वाच्या समस्यांवर विचार करत असताना त्यांची अनामिका त्यांच्या चेहऱ्यावर टेकलेली असे. त्यांच्या प्रचंड कचेरीतील असंख्य पुस्तके आणि नोंदी असतानाही प्रत्येक कागद अगदी शिस्तीत लावून ठेवलेला असे इतके ते व्यवस्थित होते. एखाद्या प्रवासाला निघण्यापूर्वी ते अत्यंत काळजीपूर्वक कागद आणि विशिष्ट लेखण्या निवडून घेत असताना त्यांच्याकडे बघत बसणं मयादाला खूप आवडत असे.

मयादाने आपले डोळे बलदीयातमध्ये मिटले आणि बेइत मेरि नावाच्या शांत अशा डोंगरगावात उघडले. लेबाननमधल्या या थंड हवेच्या ठिकाणी जीदो साती आपल्या कुटुंबाला दर सुटीत नेत असत. तेथे त्यांचा एक बंगला होता. अचानकपणे १९६२ साल आलं आणि मयादा आपली आई आणि धाकटी बहीण यांच्याबरोबर बेरूतमध्ये राहात होती. लेबाननमध्ये युद्ध सुरू होऊन सर्व काही धुळीला मिळण्याच्या कितीतरी वर्षे आधीची ही गोष्ट आहे, तेव्हा ती एक लहान मुलगी होती.

तो वसंतातील एक खास दिवस होता. ती सात वर्षांची होती आणि जीदो साती ब्याऐंशी वर्षांचे वृद्ध होते. या वयातही त्यांचं दिसणं आणि प्रकृती साठीच्या एखाद्या माणसाची असावी तशी होती.

जीदो सातींना कुटुंबाचं गजराचं घड्याळ म्हटलं जात असे, कारण ते न चुकता रोज सकाळी बरोबर साडेसहा वाजता, इतर सर्वांच्या आधी उठत असत. त्या दिवशी ते हळूच मयादा आणि तिची धाकटी बहीण अब्दिया झोपत त्या खोलीत आले. अर्धवट झोपेतही त्यांना ओळखून मयादाचे

झोपाळू डोळे फडफडलेले त्यांनी पाहिले तेव्हा हळू आवाजात अब्दियाला जागं करू नकोस असं सांगून त्यांनी मयादाला त्यांच्याबरोबर न्याहारी करण्यास बोलावलं. असं स्वत:ला खास आमंत्रण मिळाल्यामुळे अभिमान वाटून मयादा बिछान्यातून बाहेर आली. जीनीव्हातील एका मोठ्या दुकानातून तिच्या वडिलांनी तिच्यासाठी आणलेला चमकता लांब झगा तिने घातला. तिची ऐटबाज आई सल्वा एखाद्या फार बड्या मेजवानीला जाताना जसे कपडे घालत असे आणि सुंदर, दिमाखदार दिसत असे तशाच आपण आता दिसतो आहोत असे तो रेशमी गुलाबी झगा घातल्यावर मयादाला वाटू लागलं. तीच कल्पना डोळ्यासमोर ठेवून मयादाने स्वयंपाकघरात थाटात प्रवेश केला. तिचा रेशमी झगा पार जमिनीवर लोळत होता. जीदो सातीनी तिच्यासाठी खुर्ची मागे सरकवली आणि त्यांच्या लहानग्या राजकन्येने तिच्यावर बसून त्यांच्याबरोबर न्याहारी घ्यावी असं सुचवलं तेव्हा मयादाचा आनंद गगनात मावेनासा झाला. ती आता मोठी झाली आहे हे तिनं मान्य करून टाकलं. आवाज नकरता ती संत्र्याचा रस प्यायली आणि तोंडात पाव किंवा अंड्याचा घास असताना बोलायचं नसतं हेही तिने लक्षात ठेवलं आणि याचा तिला खूप अभिमानही वाटला. जीदो सातींची न्याहारी म्हणजे भाजलेला पाव, चीज आणि चहा एवढीच होती. मयादाला रस वाटेल अशाच विषयांवर म्हणजे तिची पुस्तकं, तिची चित्रकला अशा विषयांवर ते तिच्याशी बोलत राहिले. ती मोठी झाली की ती म्हणेल त्या कलाकृतींनी भरलेल्या शहरामध्ये ते तिला सुटीसाठी घेऊन जातील असं वचनही त्यांनी तिला दिलं.

न्याहारी झाल्यानंतर ती दोघं बाहेरचं दृश्य पाहण्यासाठी फिरत फिरत बाल्कनीमध्ये आली. निसर्गसौंदर्य पाहण्याऐवजी ती आजोबांचा चेहराच पाहात होती. मधाळ रंगाचे त्यांचे मोठे डोळे म्हणजे मायाळूपणाचे झरेच होते. तिने एकदा एका स्त्रीला असं म्हणताना ऐकलं होतं की जीदो साती हा काही फार देखणा पुरुष नाही परंतु ही गोष्ट फार थोड्या लोकांना जाणवते कारण त्यांची थक्क करून टाकणारी बुद्धिमत्ता, शहाणपणाने केलेली कृत्ये आणि सौम्य वर्तन यांमुळे त्यांच्या भोवती एक रुबाबदारपणा, शक्ती आणि प्रतिष्ठेचं वलयच तयार झालेलं आहे. जीदो सातींनी तिला इतिहासाचं एक लहानसं व्याख्यान दिलं ते तिनं लक्षपूर्वक ऐकलं. फोनिशिअन लोकांच्या काळापासून बेइत मेरि हे लहानसं खेडं वसलेलं आहे. येथे रोमन आणि बायझँटियन काळातील अप्रतिम असे अवशेषही आहेत. त्यांचं सौंदर्य जाणून घेण्याइतकी ती आता मोठी झाली आहे असंही त्यांनी तिला सांगितलं. याच सुटीत आपण ते अवशेष पाहायला जाऊ असं वचन त्यांनी तिला दिलं. बेरूतच्या मध्यापासून बेइत मेरि १७ किलोमीटर अंतरावर होतं आणि समुद्रसपाटीपासून ८०० मीटर उंचीवर होतं. जीदो सातीच्या या आरामगृहाची जागा अशी होती की

घराच्या पुढच्या बाल्कनीतून बेरूतचं सुंदर दृश्य दिसत असे आणि पाठच्या बाजूने हन्न अल-जमानीच्या खोल दरीचे दर्शन घडत असे.

चमकता सूर्य डोंगराच्या कडेशी येऊन टेकला होता तरी हवा अजून चांगली थंड होती. भूमध्य समुद्रामध्ये घुसू पाहाणाऱ्या सुंदर बेरूत शहराकडे टक लावून पाहात जीदो साती उभे होते. मयादा त्यांच्या शेजारी शांतपणे उभी होती. बंदरावर नांगरून पडलेल्या मोठ्या नौका दाखवण्यासाठी त्यांनी तिला उचलून घेतलं. तेलाने श्रीमंत झालेल्या अनेक देशांमधील अतिश्रीमंत शेख लोकांच्या त्या नौका होत्या. यांच्यापैकी काही नौकांवर काही कामानिमित्त मी जाऊन आलेलो आहे असं जीदो सातींनी तिला सांगितलं. 'एक दिवस आपण सगळे समुद्रावर एक छोटासा फेरफटका करून येऊ.' असं वचन त्यांनी मयादाला दिलं तेव्हा तिला त्या नौकांकडे पाहाण्यात अधिकच रस वाटू लागला. एक दिवस आपणही अशाच एका नौकेत बसून निळ्याशार समुद्रावर फिरू याची तिला खात्री वाटत होती. कारण जीदो साती आपला शब्द कधीच मोडत नसत. मग तिने बेरूतमधील त्यांच्या घराचं छप्पर शोधण्याचा प्रयत्न केला. अर्थातच तिला ते सापडलं नाही कारण त्या लांबवर पसरलेल्या शहरावर अनेक रंगीबेरंगी छपरांचं जाळंच होतं. जीदो साती रोज सकाळी फिरायला जात असत. आजूबाजूचं निसर्गसौंदर्य निरखून झाल्यावर त्यांनी मयादाच्या दाईला हाक मारली. ही दाई असीरियन ख्रिश्चन होती. तिचं नाव ॲना होतं. जीदो सातीनी ॲनाला त्यांच्या नातीला फिरायला जायला योग्य असे कपडे घालून घेऊन यायला सांगितलं. ॲना मयादाच्या डोक्यावरून एक साधा निळा झगा घालत असताना स्वतःच्या लहानशा बोटांमधून सरसरत जाणाऱ्या ॲनाच्या लांबसडक निळसर काळ्या केसांचा मऊ स्पर्श अजूनही मयादाच्या स्मरणात होता. मयादाच्या पायांत चालायचे बूट घालत असलेल्या ॲनाच्या सुंदर हिरव्यागार डोळ्यांकडे मयादा टक लावून पाहात राहिली. ॲनाच्या पापण्यांइतक्या काळ्याभोर आणि लांबसडक पापण्या मयादाने कोणाच्याही पाहिल्या नव्हत्या. नीटनेटके कपडे घालून झाल्यावर ती अगदी आनंदाने जीदो सातींच्या मागोमाग जिना उतरून घरातून बाहेर पडली. समोरचा वळणदार रस्ता ब्राउम्मना नावाच्या लहानशा खेड्याकडे जात असे. हे खेडं तेथील कॅफे, दुकानं आणि उपाहारगृहांसाठी प्रसिद्ध होतं.

साती आणि मयादा यांच्या वाटेच्या दोन्ही बाजूंना रंगीबेरंगी फुलांचे ताटवे फुललेले होते. एक सुंदर पिवळं फूल तोडायला मयादा खाली वाकली तेव्हा सातींनी तिला हळुवारपणे आठवण करून दिली की मालकाच्या परवानगीशिवाय एक साधं फूल तोडणंही चांगलं समजलं जात नाही. परंतु ब्राउम्मनमध्ये ते तिला एक छान फुलांचा गुच्छ घेऊन देतील आणि तिने त्यात अब्दियालाही सहभागी करून घ्यायला हरकत नाही. रात्रीच्या जेवणाच्या वेळी टेबल सजवण्यासाठी

मुलीनी त्या फुलांचा चांगला उपयोग करावा असंही त्यांनी सुचवलं. मयादाने थोड्या नाखुषीनंच त्या खुणावणाऱ्या फुलाजवळून हात मागे घेतला. तिच्या आई-वडिलांचा एक संवाद तिला आठवला. तिची आई म्हणाली होती, 'माझे वडील साती हे मध्य पूर्वेतील एक सर्वांत मान्यवर व्यक्ती आहेत याचं कारण म्हणजे ते सबंध आयुष्यात कधीही खोटं बोललेले नाहीत. अरब राष्ट्रवादाच्या आपल्या तत्त्वांपासून ते कणभरही कधी ढळले नाहीत. म्हणूनच तर प्रत्येक अरब माणसाला त्यांच्याबद्दल प्रचंड आदर आणि प्रेम होतं आणि त्यांच्या प्रभावाला ब्रिटिश सरकारही वचकून होतं. ब्रिटिश गव्हर्नरांनी त्यांचा पासपोर्ट जप्त केला होता. त्यांना त्यांच्या बायको-मुलांसह इराकच्या बाहेर आणून सोडलं होतं आणि त्यांचं कमालीचं प्रेम असलेल्या त्यांच्या देशात त्यांनी यापुढे कधीही पाऊलही ठेवू नये असं बजावलं होतं. प्रत्येक अरब नेत्याने आपल्या देशाचं नागरिकत्व त्यांना देऊ केलं होतं, परंतु सातींनी सर्वांना नम्रपणे नकार दिला होता. प्रत्येक अरब व्यक्तीला एका अरब देशातून दुसऱ्या अरब देशामध्ये कोणत्याही आडकाठीशिवाय प्रवास करता आला पाहिजे, ही त्यांची धारणा होती हे त्यांनी त्या सर्व नेत्यांना समजावून सांगितलं होतं. पासपोर्ट नसतानाही ब्रिटिश सरकार नसलेल्या प्रत्येक अरब देशामध्ये त्याचं मोठं आदरपूर्वक स्वागत झालं होतं.

जीदो सातींच्या आग्रहामुळे ते रंगीत सुगंधी फूल न तोडताच पुढे जावं लागलं असलं तरी मयादाला ते फिरणं खूप आवडलं होतं. मयादाच्या लहानशा पावलांना त्या पायवाटेचा चढ थोडा कठीण वाटत होता, पण त्या वाटेच्या दोन्ही बाजूंना लेबाननी पाईन वृक्षांची सुरेखशी कमान असल्याने सावलीही छान होती. त्यांची लहानशी नात कष्टानेच चढत आहे, हे जेव्हा सातींच्या लक्षात आलं तेव्हा त्यांनी आपला वेग कमी केला आणि तिच्या शाळेतील तिच्या आवडत्या विषयांबद्दल तिच्याशी गप्पा मारायला सुरुवात केली.

मयादा ही एक थोडी वांड मुलगी होती. काही वर्षांपूर्वी जीदो सातींनी मयादाच्या आई-वडिलांना असं सुचवलं होतं की तिला बेरूतमधील जर्मन किंडरगार्टन अँड प्रायमरी स्कूलमध्ये घातलं तर तिचं हे बंडखोर वर्तन थोडंफार बदलू शकेल. त्यांनी हा सल्ला मान्य केला होता. त्या शाळेतील शिक्षक अतिशय कडक असले तरी त्या शिस्तीचा मयादाला फायदाच झाला होता.

आपल्या शाळेतील अभ्यासाविषयी आणि कामाविषयी सातींना एवढी माहिती आहे हे पाहून मयादाला खूपच आश्चर्य वाटलं होतं. ते हळूच सर्वांची नजर चुकवून आपल्या वर्गात येऊन बसत तर नसावेत असंही तिच्या मनात डोकावून गेलं. तिने काढलेली चित्रं आपल्याला इतकी आवडली आहेत की आपण तिच्यासाठी चित्रं काढण्याचे ब्रश आणि रंग बक्षीस म्हणून आणले आहेत असं जीदो सातींनी तिला

सांगितल्यावर तर तिनं आनंदानं एक आरोळीच दिली. ती आपल्या चित्रांचं एक प्रदर्शन भरवेल, अशी आशाही त्यांनी बोलून दाखवली. यामुळे तर मयादा इतकी उत्साहित झाली की ताबडतोब मागे वळून घरी परत जावं आणि एक कॅनव्हास घेऊन त्यावर उत्तम चित्र काढायला सुरुवातही करून टाकावी असं तिला वाटू लागलं. पण तिचे आजोबा मोठ्याने हसून म्हणाले, 'कलावंतानं घाईघाईने काम सुरू करण्याआधी आपल्या कल्पना नीट विचार करून ठरवून घेणं फार महत्त्वाचं असतं' आणि त्यांनी तिला आपलं प्रदर्शन नीट आखणी करून, चित्रं काढून मांडणी करण्यासाठी दोन आठवड्यांची मुदतही दिली.

तिच्या आजोबांनी त्यांचा शब्द पाळला. दोन आठवड्यांनंतर त्यांनी मयादाने काढलेल्या चित्रांचं एक नीट आखणी करून प्रदर्शन भरवलं. तिच्या वर्गमित्रांबरोबरच अनेक मोठी माणसंही हे प्रदर्शन पाहायला आली. ती एक जगप्रसिद्ध चित्रकार बनेल अशी खात्रीही त्यांच्यापैकी काहींनी बोलून दाखवली. परंतु जीदो सातींनी स्वतःच्या गुणांविषयी नम्रता असण्याचं महत्त्व तिला समजावून दिलं आणि तिच्या स्वतःच्या समाधानाइतकी दुसरी कोणतीही गोष्ट महत्त्वाची नाही याची आठवणही करून दिली.

काही वर्षांनी, ती सुमारे चौदा वर्षांची होती तेव्हा जीदो साती मरण पावले. त्यानंतर काही दिवसांनी मयादाची आई आपल्या मृत वडिलांचे महत्त्वाचे कागदपत्रं नीट जपून ठेवत होती, तेव्हा तिला त्यांच्या अतिमहत्त्वाच्या कागदपत्रांबरोबर मयादाची ती बालिश चित्रंही जपून एका खोक्यात ठेवलेली आढळली आणि मयादाला अश्रू अनावर झाले.

बेइत मेरिमधील त्या अविस्मरणीय सकाळची आठवण मयादाने जपून ठेवली होती. त्या सकाळी जिदो सातींबरोबर चालत जात असताना रस्त्यात भेटणारी माणसं किंवा दुतर्फा असलेल्या घरांमधील माणसं जिदो सातींना आदराने लवून अभिवादन करत होती तरी त्यांच्याबरोबर फिरायला जाणारी ती एकटीच होती याबद्दल तिला अभिमान होता. प्रत्येक जाणारा-येणारा माणूस तिच्या आजोबांशी मोठ्या आस्थेने बोलत होता. तिला या गोष्टीचं नवल मात्र वाटलं नव्हतं कारण तिला आठवत होतं तेव्हापासून लोक त्यांच्याशी असंच वागत आले होते.

ब्रिटिशांनाही इराक सोडून जावं लागल्यानंतर इराकी लोकांनी साती अल-हुसरींना घरी परत बोलावलं होतं. ते परत आले तेव्हा बगदादच्या माणसांनी फुललेल्या रस्त्यांवर हजारो जाहिरनामे त्यांच्या स्वागतासाठी फडकवण्यात आले होते आणि साऱ्या इराकने आनंदोत्सव साजरा केला होता. आपल्या मुलीला, सल्वाला भेटण्यासाठी ते जेव्हा जेव्हा बगदादमध्ये येत, तेव्हा तेव्हा तग्रीस नदीच्या काठावरचं त्यांचं घर सकाळपासून रात्रीपर्यंत जीदो सातींना अभिवादन करण्यासाठी येणाऱ्या लोकांनी गजबजलेलं असे. ज्या माणसाला सारे अरब जग 'अरब राष्ट्रवादाचा

पिता' असं प्रेमाने म्हणत असे, त्याला भेटण्याची सर्वांनाच असोशी असे.

मयादाचा आणि तिच्या आजोबांचा वाढदिवस जवळजवळ एकच होता. साती अल-हुसरी यांचा जन्म ५ ऑगस्ट १८७९ या दिवशी झाला होता आणि मयादाचा ६ ऑगस्ट १९५५ हा जन्मदिवस होता. आपल्या वडिलांच्या वाढदिवशीच आपलं पहिलं मूल जन्माला यावं अशी मयादाच्या आईची महत्त्वाकांक्षाच होती. मयादाच्या जन्माची वेळ आली त्या वेळी तिचे आईवडील बेरूतमध्ये आलेले होते. वडिलांच्या जन्मदिवसाचीच वेळ गाठायची या इच्छेने सल्वा इतकी पछाडली गेली होती की वेणा सुरू व्हाव्यात म्हणून आपल्या नवऱ्याला बरोबर घेऊन ती बेरूतच्या रस्त्यांवर खूप वेळ चालत राहात होती. अनेक वर्षांनतर मयादाच्या वडिलांनी तिला हसत हसत सांगितलं होतं, 'सल्वाने मला त्या वेळी अमेरिकन युनिवर्सिटीजवळच्या सबंध ब्लिस स्ट्रीटवरून अंकल सॅमचा बार, मग सादत स्ट्रीट आणि परत ऐन-अल मिराइसाकडे इतकं चालायला लावलं होतं. एवढ्या प्रयत्नांनंतरही सल्वाला कळा यायला सुरुवात झाली ती ६ ऑगस्टलाच.

जीदो साती आणि मयादा या दोघांच्या जन्मदिवसांमधील ही विशेष जवळीक हा त्यांच्या आदर्श नातेसंबंधातील एक लहानसा भाग होता. मयादाला आठवत होतं तेव्हापासून जीदो त्यांच्या नातीसंबंधी अतिशय जागरूक होते. तिला हे एकच आजोबा माहीत असल्याने ही विशेष जवळीक तिला खूपच उत्साह देणारी अशी होती. मयादाच्या वडिलांचे वडील जाफर पाशा अल-अस्करी यांचा मयादा जन्मण्याआधी १९ वर्षे खून करण्यात आला होता. मयादाचे वडील निझार हे स्वतःच्या वडिलांच्या स्मृतीशी एकनिष्ठ होते आणि मयादाचं आपल्या वडिलांवर अतिशय प्रेम होतं. जाफर पाशाबद्दलच्या अनेक कथा ऐकायला खूप मजा येत असली तरी सातीसारख्या आजोबांची जागा त्या कथा घेऊ शकत नव्हत्या. साती हा हाडामांसाचा माणूस होता आणि तिच्या लहानशा आयुष्यातील सर्व गोष्टींमध्ये त्याला भरपूर रसही होता.

१८७९मध्ये मयादाचे आजोबा साती अल हुसरी यांचा जन्म झाला त्या वेळी अरब जगामध्ये प्रचंड बदल होऊ घातला होता. सुलतान दुसरा अबदुल हमिद हा ओटोमन साम्राज्याचा महाराज होता. ओटोमन साम्राज्य सुमारे ६०० वर्षे अस्तित्वात होतं. तरीही या साम्राज्याचा विनाश होण्याचा काळ जवळ येऊन ठेपला होता. बाल्कन जमातींना आपली वेगळी ओळख पटू लागली होती आणि त्या जमाती स्वतंत्र राष्ट्रे निर्माण करण्यासाठी ओटोमन साम्राज्यापासून फुटून निघू लागल्या होत्या. त्याच वेळी पूर्वेकडून रशिया ओटोमन सीमांशी भिडला होता, तर इंग्लंडने इजिप्तवर हल्ला चढवला होता.

सातीचे वडील हिलाल हे उच्चशिक्षित होते आणि सुलतानाच्या विश्वासू सल्लागारांपैकी एक होते. इजिप्तच्या अल-अझर या महान धर्मशास्त्र विद्यालयामधून

त्यांनी पदवी मिळवलेली होती. सातीचा जन्म झाला त्या वेळी ते सर्वोच्च न्यायालयातील एक न्यायाधीश आणि येमेनमधील अपिलाच्या न्यायालयाचे मुख्य म्हणून काम करत होते. हिलाल अल-हुसरीचा गौरवपूर्ण वंशवृक्ष हा थेट प्रेषित मोहम्मदाचा नातू अल-हस्सन बिन अली बिन अबि तालिब याच्यापर्यंत जाऊन पोचत होता. प्रेषिताच्या कुटुंबाशी असलेला हा शुद्ध संबंध १६व्या शतकात अल-अझरमध्ये मान्य केला गेलेला होता.

येमेनमधील लहाज या शहरात सातीचा जन्म झाला. तेथे त्याचे वडील एका महत्त्वाच्या सरकारी हुद्द्यावर काम करत होते. जन्मापासूनच साती आपल्या आईच्या अतिशय जवळ होता परंतु त्याच्या वडिलांनी मात्र अनेक पत्नी घरात आणून त्याला दुःखच दिलं. प्रत्येक नव्या विवाहाच्या वेळी साती सूड उगवण्याचे नवे बेत रचत असे. पाण्याने भरलेल्या बादल्या घराच्या वरच्या मजल्यावर लपवून ठेवून नवी नवरी खालून जाऊ लागली की पाणी ओतायचं असा त्याचा बेत असे. त्याची आई ही एक देवताच होती. मुलाने अशा खोड्या करू नयेत म्हणून ती त्याच्या विनवण्या करत असे. 'अल्लाने माझ्यासाठी स्वर्गात नक्की चांगल्या गोष्टी राखून ठेवल्या असतील.' अशी खात्री ती मुलाला देत असे आणि या जगातील संकटांना शांतपणे आणि मानाने तोंड द्यायचं असतं हेही तिनं सातीला शिकवलं.

सातीच्या या बालसुलभ खोडकरपणाचा परिणाम असा झाला की त्याच्या वडिलांनी इतर मुलांपेक्षा लहान वयातच त्याला शाळेत पाठवून दिलं. साती ५ वर्षांचा असताना त्याच्या गणिताच्या शिक्षकांनी एक कठीण उदाहरण सोडवण्याच्या ५ पायऱ्या वर्गाला समजावून सांगितल्या. सातीने शांतपणे सांगितलं की हे उदाहरण फक्त दोन सोप्या पायऱ्यांमध्ये सोडवता येणं शक्य आहे. रागावलेल्या शिक्षकांनी या उर्मट मुलाला फळ्याशी येऊन हे उदाहरण सोडवून दाखवून स्वतःचं हसं करून घ्यायला फर्मावलं. झालं मात्र उलटंच–सातीने त्याचं दोन पायऱ्यांचं गणित झटकन फळ्यावर सोडवलं. शिक्षक आश्चर्यचकित झाले. साती इतका बुद्धिवान होता की अनेकदा त्याने एका शालेय वर्षामध्ये दोन दोन वर्षे पूर्ण केली. तो जेव्हा माध्यमिक शाळेचे शिक्षण संपवून सर्वाधिक गुण मिळवून उत्तीर्ण झाला तेव्हा तो संपूर्ण ओटोमन साम्राज्यातील ही परीक्षा उत्तीर्ण होणारा पहिला सर्वांत तरुण विद्यार्थी होता. फक्त तेरा वर्षांचा असताना सातीला इस्तंबूलच्या रॉयल शहानी स्कूलमध्ये प्रवेश देण्यात आला. साम्राज्यातील काही खास शाळांपैकी ही एक शाळा होती. काही वर्षांतच साती राज्यशास्त्राची पदवी घेऊन येथून बाहेर पडला. या वेळेपर्यंत त्याच्या बुद्धिमत्तेची ख्याती थेट सुलतानाच्या आसनापर्यंत जाऊन पोचली होती. त्याला पदवी मिळाल्याबरोबर त्याची नेमणूक युगोस्लावियामधील बायना येथे गव्हर्नर म्हणून करण्यात आली. तेथे गव्हर्नरची कर्तव्ये पार पाडत

असतानाच त्याने तेथील शैक्षणिक व्यवस्थेकडे लक्ष देण्यासही सुरुवात केली.

सातीच्या संपूर्ण शैक्षणिक आयुष्यातील सर्वांत जाणीवजागृतीचा आणि उत्साहवर्धक काळ म्हणजे इस्तंबूलपासून दूर असताना गेलेला काळ. त्याने शेजारच्या युरोपीय देशांमध्ये प्रवास करून तेथील पुस्तकांची दुकाने पालथी घातली. रोम आणि पॅरिसच्या ग्रंथालयांमध्ये तो सतत जात असे आणि तेथील शैक्षणिक विषयांवरील चर्चासत्रांमध्ये भागही घेत असे. अनेक वरिष्ठ युरोपीय शिक्षणतज्ज्ञांशी त्याची चांगली मैत्री झाली आणि त्यांच्या तत्त्वप्रणाली त्याने आत्मसात करून घेतल्या. इतर देशांमधील लोकांच्या राष्ट्रवादाच्या पद्धतींचा अभ्यास करण्यामध्ये सातीला विशेष रस होता. या अभ्यासाच्या मदतीने अरब राष्ट्रवादी त्यांना शोभेल असं स्वतःचं सरकार आणि इतर संस्था स्थापन करण्याची तयारी करू शकतील, असा त्याला विश्वास वाटत होता.

१९०८मध्ये २८ वर्षांचा साती इस्तंबूलमध्ये परत आला. जग पाहिल्याने शहाणा झालेला पण ओटोमन साम्राज्याचा अखेरचा काळ पाहिल्याने दुःखी झालेला—ओटोमन साम्राज्याच्या शेवटच्या वर्षांमध्ये जाफरने ज्याप्रमाणे स्थिर सरकार आणण्यासाठी काम केलं, त्याचप्रमाणे सातीने शैक्षणिक पद्धत सुधारण्यासाठी खूप काम केलं. साती स्वतःच्या सरकारी कामामध्ये इतका यशस्वी ठरला होता की साम्राज्याच्या अंतानंतरही आधुनिक तुर्कीचा संस्थापक अध्यक्ष मुस्तफा केमाल अतातुर्क याने पुन्हा पुन्हा म्हटल्याचा उल्लेख आहे की साती अल हुसरीने स्वतःच्या शाळा ज्या उत्कृष्ट रीतीने चालवल्या, तेवढ्या उत्कृष्ट रीतीने मला तुर्कीवर राज्य करता यावं एवढीच माझी इच्छा आहे.

सातीला त्याच्या अनेक सावत्र मातांचा असा काही अनुभव लहानपणी आलेला होता की लवकर लग्न करण्याची त्याची अजिबात इच्छा नव्हती. त्याचं सारं लक्ष त्याच्या कामावर केंद्रित झालेलं होतं. ऑपेरा आणि सिंफनीज ऐकणं एवढाच त्याचा विरंगुळा होता. परंतु त्याच्या शिक्षक या व्यवसायानं त्याला प्रेमाची ओळख थोड्या लांबच्या रस्त्याने का होईना पण करून दिली. इस्तंबूलमधील 'येनि मेक्तबी' (न्यू स्कूल्स) चा साती प्रमुख होता. इंग्लिश, फ्रेंच आणि जर्मन भाषा अस्खलितपणे बोलू शकणाऱ्या शिक्षकांची त्याला नेहमीच उणीव भासत असे. एके दिवशी त्याच्या जवळच्या मित्रांपैकी एक-जलाल हुसेनने त्याला सांगितलं की त्याची एकुलती एक बहीण जमिला ही उच्चशिक्षित आहे. जमिला खूप श्रीमंत होती, पण आपल्या निरुपयोगी, निरुद्योगी आणि ऐषारामी आयुष्याचा तिला वीट आला होता. आपल्या सुधारक विचारांच्या मित्राच्या साती अल हुसरीच्या न्यू स्कूल्समध्ये शिक्षकाचं काम करण्यासाठी आपली बहीण अगदी योग्य आहे असं जलालचं मत होतं.

पहिल्या भेटीतच साती जमिलाच्या प्रेमात पडला. तिने लग्नाला होकार देईपर्यंत त्याच्या सर्व शक्ती या अद्वितीय स्त्रीच्या प्रियाराधनामध्ये गुंतलेल्या होत्या.

जमिलाचे वडील नौदलाचे मंत्री होते आणि आई एक राजकन्या होती. अशा घराण्यातील या सौंदर्यवती तुर्की मुलीशी सातीने लग्न केलं याचं त्याला ओळखणाऱ्यांपैकी बऱ्याच जणांना आश्चर्य वाटल्याखेरीज राहिलं नाही.

जमिला ही सहा भावंडांमधील एकुलती एक मुलगी होती आणि वडिलांची खूप लाडकी होती. तिचे वडील हुसेन हुसरी पोर्सन हे कोसोवो या ओटोमन साम्राज्यातील एका प्रांताचे रहिवासी होते. ओटोमन नौदलामध्ये ते ॲडमिरल झाले आणि मग त्यांच्या वैशिष्ट्यपूर्ण कारकीर्दीमुळे ते संपूर्ण ओटोमन नौदलाचे मंत्री झाले. जमिलाची आई मेलेक ही ओटोमन राजघराण्यातील होती. ओटोमन सुलतान हा तिचा सख्खा मावसभाऊ होता. मेलेक तिच्या सौंदर्याबद्दल प्रसिद्ध होती. तिची त्वचा इतकी पांढरीशुभ्र होती की सूर्याच्या किरणांपासून तिला फार जपावं लागत असे. तिचे डोळे हिरवेगार होते आणि असं म्हणतात की ती रागात असली की तिच्या डोळ्यांतून तेजस्वी किरणं बाहेर पडताहेत की काय असं वाटत असे. मेलेकला तिच्या अफाट श्रीमंतीचा गर्व होता. एका भयंकर दुष्काळात ओटोमन नागरिक उपासमारीनं रस्त्यारस्त्यावर मरून पडत असतानाही आपल्या सहा पांढऱ्या शुभ्र घोड्यांना उत्तम खाणं मिळालंच पाहिजे आणि त्यांची निगराणीही ठेवली गेली पाहिजे असा तिने आग्रह धरला होता. एवढंच नव्हे, तर राजवाड्याच्या दाराशी गरीब भुकेली जनता भीक मागत गर्दी करून उभी असताना ती आपले हे घोडे नाचवत तेथून गेली होती. बघणाऱ्यांच्या चेहऱ्यावरचं आश्चर्य बघायला तिला आवडत असे म्हणून ती पैसे जाळत असे असं म्हटलं जातं. तिचा राजवाडा इतका प्रचंड होता–सुमारे ७० दालनांचा- की, तिच्या मृत्यूनंतर त्या वाड्यामध्ये एक आलिशान हॉटेल सुरू करण्यात आलं.

जमिला सुदैवी होती. तिचे वडील फक्त उच्चशिक्षित होते असं नव्हे, तर आपल्या मुलांप्रमाणे आपल्या मुलीनंही तिचं शिक्षण पूर्ण करावं अशी त्यांची इच्छा होती. परंतु ओटोमन जगामध्ये स्त्रियांचं शिक्षण ही एक अतिशय दुर्मिळ गोष्ट होती म्हणून त्यांनी जमिलाला शिक्षणासाठी अमेरिकेला पाठवण्याची योजना आखली. ही विलक्षण बातमी राजवाड्यात पसरली. सुलतानाच्या कानावर हे गेल्यावर त्याने हुसेनला आपल्या दरबारात बोलावून घेतलं आणि स्त्रियांना शिक्षण देण्यावर आपला विश्वास नसल्याचं स्पष्ट केलं. स्त्रिया स्वतंत्र झाल्या की घरातील पुरुषांना काय दुःख भोगावं लागतं हे कळण्यासाठी तुझ्या स्वतःच्या बायकोकडे-मेलेककडे एक नजर टाक–तेवढं पुरेसं होईल असंही सुलतानानं बोलून दाखवलं.

हुसेनला यावर काय बोलावं हेच सुचेनासं झालं. कारण सुलतान आणि मेलेक ही दोघंही दुष्टपणाच्या बाबतीत एकमेकांना तोडीस तोड आहेत हे त्याला माहीत होतं. त्याला ही विलक्षण माहितीही पुरवण्यात आलेली होती की रोज सकाळी

उठल्याबरोबर सुलतान पहिला प्रश्न विचारतो तो हा की कालच्या रात्रभरात माझ्या मावसबहिणीनं मेलेकनं काय भयंकर कृत्य केलं आहे?

'जमिलाने शिक्षणासाठी परदेशात जाणं मला पसंत नाही.' असं एकदा सुलतानाने सांगितल्यानंतर त्याच्या इच्छेविरुद्ध जाणं हुसेनला शक्य नव्हतं. नाहीतर त्याला मृत्यूचीच शिक्षा झाली असती. म्हणून मग हुसेनने गुप्तपणे काही शिक्षक नेमले आणि त्याच्या गोड मुलीला-जमिलाला घरीच शिक्षण देण्याची व्यवस्था केली. तिला उत्तम दर्जाचं शिक्षण मिळालं. ती अनेक भाषा अस्खलितपणे बोलत असे आणि कोणत्याही पुरुषाइतकं तिला समाजशास्त्र, शरीरशास्त्र आणि मानसशास्त्र यांचं ज्ञान होतं. सातीला जमिलाबद्दल वाटणाऱ्या अमर्याद प्रेमाचं हे एक महत्त्वाचं कारण होतं हे मयादाला ठाऊक होतं. तो स्वत: इतक्या तेजस्वी बुद्धिमत्तेचा माणूस होता की एखादी अशिक्षित स्त्री त्याचं प्रचंड प्रेम आणि आदर तर सोडाच, त्याचं साधं लक्षही वेधून घेऊ शकली नसती. साती अल हुसरी हा माणूस इतर लोकांपेक्षा वेगळा आहे हे जमिलाच्या सहज लक्षात आलं. तिनंही त्याच्या प्रेमाला आणि आदराला प्रतिसाद दिला. त्यांचा विवाह झाला. त्यांना दोन मुलं झाली–एक मुलगी–मयादाची आई सल्वा आणि एक मुलगा-मयादाचा मामा खाल्दुन. एकुलती एक मुलगी असल्याने जमिलाला तिच्या आईचे बरेच दागदागिने मिळाले. ते सर्व दागिने तिने आपली मुलगी सल्वा हिला दिले. सल्वाने ते आपल्या दोन मुलींना वाटून दिले. मयादाला त्यापैकी काही वंशपरंपरेनं चालत आलेली अशी अमूल्य रत्नं मिळाली होती. सुलतानाने मेलेकला दिलेलं 'डेकोरेशन ऑफ परफेक्शन' हे पत्रही मयादाकडे अजून आहे. या पत्रावर सुलतानाचा शिक्का असून ते सोनेरी शाईनं लिहिलेलं आहे. त्यात असं नमूद केलेलं आहे की मेलेकच्या अठराव्या वाढदिवशी तिला अनेक जहागिरी देण्यात येतील. या पत्रासोबत एक पट्टा आणि एक पदकही होतं. त्या पदकात हिरे, मोती, माणकं, पाचू आणि नीलमणी जडवलेले होते. यांपैकी एक मोठा हिरा आणि ते पत्र या गोष्टी मयादाला वारसाहक्कानं मिळाल्या होत्या. पण १९९६मध्ये इराकवर अनेक बंधनं घालण्यात आली होती तेव्हा तिच्या मुलांना जेवू घालण्यासाठी तिला नाइलाजानं तो हिरा विकावा लागला होता. परंतु तिनं ओटोमन सुलतानाचं ते दुर्मिळ पत्र मात्र आपली मुलगी फे हिला देण्याच्या इच्छेनं जपून ठेवलं.

ओटोमन साम्राज्य असं हळूहळू मोडकळीला येऊ लागल्यामुळे जुन्या परंपरांपैकी अनेक परंपरा अचानकपणे नष्ट झाल्या हे खरं असलं तरी त्यामुळेच साती अल हुसरीसारख्या विचारवंतांनी जोपासलेल्या नव्या कल्पनांना वाव मिळाला हे कबूल करावं लागेल. हा माणूस इतका बुद्धिवान होता की राजेमहाराजे त्याचं मत विचारत असत आणि त्याला उच्च अधिकाराच्या पदावर नेमत असत.

आपल्या आजोबांच्या आठवणीत रमलेल्या मयादाला एकदम जाग आली ती एका स्त्रीच्या रडण्याच्या आवाजानं. डोक्यावरच्या ट्यूबच्या प्रकाशाला डोळे सरावायला मयादाला थोडा वेळच लागला. पण डोळे चोळून ती हा आवाज कुठून येतो आहे याचा शोध घ्यायला लागली तेव्हा त्याच दिवशी तेथे आणण्यात आलेल्या दोन स्त्रियांपैकी लहान स्त्री अशी दु:खानं रडते आहे, असं तिला दिसलं.

या वेळेपर्यंत त्या साऱ्या सावल्या तिच्याभोवती-अलियाभोवती गोळा झाल्या होत्या. ती दु:खानं इतकी व्याकूळ झाली होती की त्यांनी किती समजूत घातली किंवा काहीही सांगितलं तरी ती शांत होत नव्हती. अलियाचं रडणं खूपच वाढलं तेव्हा तिचा चेहरा हातात धरून समारानं हलकेच पण हुकमी आवाजात तिला सांगितलं, 'पोरी, स्वत:ला आवरलंच पाहिजे तुला. तुझा आवाज ऐकून सशाच्या मागे येणाऱ्या शिकारी कुत्र्यांसारखे येतील बघ ते पहारेकरी–त्यांचं रात्रभराचं खेळणं म्हणून जायचं आहे का तुला?'

समाराच्या शब्दांनी मयादाच्या अंगावर शहारे आले, पण त्यांनी अलियाचं रडणं थांबवण्याचं काम मात्र पार पाडलं. काही वेळापूर्वी मयादा कोठडीत परतली तेव्हा ती स्वत:च्या परिस्थितीच्या विचारात अगदी गर्क झालेली होती. त्यामुळे या नवीन आलेल्या दोन सावल्यांकडे तिचं फारसं लक्ष गेलं नव्हतं. पण आता मात्र तिनं अलियाकडे नीट निरखून पाहिलं. इथे खूप काळ राहावं लागणार अशा तयारीनंच अलिया आलेली दिसत होती. तिच्याजवळ ब्लँकेट्स, उशा, जास्तीचे कपडे, पवित्र कुराणाच्या आणि इतर इस्लामी पवित्र ग्रंथांच्या काही प्रती तर होत्याच, पण तुरुंगामध्ये क्वचितच दिसणारे काही चांगलेचुंगले खाद्यपदार्थही तिच्याजवळ होते.

या कोठडीत समाराएवढी सुंदर दुसरी कोणतीच स्त्री नाही असं मयादाला वाटलं होतं, पण अलिया उंच, सडपातळ आणि अतिशय सुंदर रूपाची होती. तिचे मोठे मोठे, टपोरे काळेभोर डोळे सर्वांत लक्षवेधक होते.

एक पाय दुसऱ्या पायावर आडवा ठेवून इराकी पद्धतीनं अलिया खाली जमिनीवर बसली. इतर सावल्या तिच्याभोवती बसल्या. मयादा त्यांच्यामध्ये जाऊन बसली खरी, पण तिला जमिनीवर बसण्याची सवय नव्हती. अशा रीतीनं फक्त खालच्या दर्जाचे नोकरलोक बसतात असं तिची आई ठामपणे शिकवत असे. तिनं तिच्या मुलींना सोफ्यावर किंवा खुर्चीवर नीट पाय जुळवून बसायला शिकवलं होतं.

त्यामुळे थोड्याच वेळात हे असं खाली बसणं मयादाला कठीण जायला लागलं आणि ती चुळबूळ करू लागली. अलियानं तिच्याकडे कुतूहलानं पाहात विचारलं, 'तू नवी आहेस का इथं?'

'फार नवी नाहीये, तुझ्या आधी एक दिवस आलेय मी इथं', मयादानं

उत्तर दिलं.

अलियानं मान खाली झुकवली. 'मी जवळजवळ दोन वर्षं तुरुंगात काढली आहेत.' ती म्हणाली, 'पंधरा वर्षांची सुद्धा शिक्षा होई शकेल मला असं सांगितलंय त्यांनी.'

आता मयादाला अलियाच्या अपरंपार दु:खाचं कारण समजलं. तिला स्वत:ला आणखी एक दिवस आणि एक रात्र इथे बलदीयातमध्ये काढणं सुद्धा कमालीचं यातनेचं वाटत होतं. तिला जर कोणी सांगितलं की तिला पंधरा वर्षांची शिक्षा झाली आहे, तर ती स्वत:च्या दातांनी हाताची नस चावून तोडून घेईल आणि जीव देईल-कुराणामध्ये जीव देणं हे मोठं पाप समजलं जातं तरी–असं तिनं त्याच क्षणी ठरवून टाकलं.

अलिया गोड हलक्या आवाजात बोलू लागली, 'मी बसरा या दक्षिण विभागात राहाते. माझा नवरा इंजिनीयर असूनही अनेक वर्षं बेकार होता. आमच्या पहिल्या मुलाच्या जन्मानंतर तो काळजीनं इतका ग्रासला गेला की बसरा सोडून तो जॉर्डनला नोकरीसाठी गेला. त्याच्या शिक्षणाप्रमाणे नोकरी काही त्याला मिळालीच नाही. उलट एक रोटीवाला म्हणून नोकरी मिळाली तेव्हा आम्हांला तो एक चमत्कारच वाटला.

दोन वर्षांनी त्यानं अम्मानमध्ये एक खोली भाड्याने घेण्याइतके पैसे साठवले. त्या खोलीत त्यानं एक खाट, एक टेबल, दोन खुर्च्या, एक लहान रेफ्रिजरेटर आणि एक विजेची शेगडी एवढं सामान जमवलं आणि मग मला आणि आमची लहान मुलगी सुझन हिला बोलावणं पाठवलं. त्याला आमची इतकी आठवण येत असे की त्याचा परिणाम त्याच्या रोटी बनवण्याच्या कामावर होऊ लागला होता, असं त्यानं मला सांगितलं. अनेक वेळा त्याच्या हातून डझनावारी रोट्या जळल्या होत्या, असंही त्यानं कबूल केलं. त्याची मुलगी तिच्या वडिलांच्या आधाराशिवाय वाढते आहे याचं त्याला अतोनात दु:ख होत होतं. या त्याच्या निराशेमध्ये सगळा भटारखाना जळून जाईल अशी त्याला धास्ती वाटू लागली. तेव्हा त्यानं माझ्या भावाशी संपर्क साधला. माझा भाऊ इराकी सैन्यामध्ये जनरल आहे. मला ठाऊक आहे की एका शिया माणसाला जनरलचा हुद्दा मिळणं अवघडच आहे, पण त्याला कधी एखाद्या सुन्नी अधिकाऱ्याप्रमाणे महत्त्वाची कामगिरीही देण्यात आली नाही किंवा बढतीही देण्यात आली नाही.

'माझ्या नवऱ्यानं माझ्या भावाला आमचे कागदपत्रं तयार करायला सांगितले, आणि त्यानं ते केलेही. माझा भाऊ उदार माणूस आहे. त्यानं आमच्या पासपोर्टच्या कराचे ७ लाख इराकी दिनारही दिले (३५० अमेरिकन डॉलर) आणि वर मला १ लाख इराकी दिनार (५० अमेरिकन डॉलर) प्रवासासाठी म्हणून दिले. एवढंच नव्हे, तर मला सोबत म्हणून आवश्यक असलेला 'महरम' म्हणून माझ्याबरोबर येण्याचंही त्यानं मान्य केलं.

युद्धामध्ये अनेक पुरुष–पती-पिता–मरण पावले होते. संयुक्त राष्ट्रसंघाच्या

बंधनांमुळे इराकची अर्थव्यवस्था कमकुवत झालेली होती. अशा वेळी अनेक इराकी स्त्रिया त्यांच्या भुकेल्या मुलांना अन्न मिळवण्यासाठी लपून-छपून जॉर्डनमध्ये जाऊन वेश्याव्यवसाय करत होत्या. शरीरविक्रय करून इराकी स्त्रिया देशाच्या अब्रूला काळिमा फासत आहेत हे सद्दामच्या लक्षात आल्यानंतर त्यानं एक कायदा केला. या कायद्यान्वये प्रत्येक स्त्रीबरोबर एक 'महरम' असणं आवश्यक होतं. हा 'महरम' त्या स्त्रीचा नवरा किंवा मग असा नातेवाईक की ज्याच्याशी ती स्त्री लग्न करू शकणार नाही–म्हणजे तिचे वडील, भाऊ, काका-मामा, पुतण्या-भाचा, सावत्र वडील, सासरा किंवा जावई यांपैकी कोणीतरी.

अलिया आपली कहाणी पुढे सांगत होती, 'त्राईबीलच्या इराकी तपासणी नाक्यावर आमचे पासपोर्ट शिक्के मारण्यासाठी घेण्यात आले. थोड्याच वेळात मला, माझ्या मुलीला आणि माझ्या भावाला बाजूला घेण्यात आलं. दोन गुप्त पोलिसांनी माझ्या भावाला लाथाबुक्क्यांनी मारायला सुरुवात केली आणि सगळाच गोंधळ उडाला. एका माणसानं विजेची छडी घेऊन त्याच्यावर हल्ला केला तेव्हा त्या झटक्यानं माझा भाऊ बेशुद्धच पडला. माझी तीन वर्षांची मुलगी भीतीनं किंचाळायला लागली. इतर प्रवासी आरडाओरडा करत आमच्यापासून दूर पळायला लागले. अखेरीस त्या तपासणीच्या खोलीत थोडीफार व्यवस्था लावण्यासाठी पोलिसांनी आम्हांला एका लहान खोलीत नेलं. मला माझा पासपोर्ट कुठे आणि कसा मिळाला हे ते ओरडून मला विचारत होते. भीतीनं माझी तर दातखीळच बसली होती, पण अल्लाच्या कृपेनं माझा भाऊ आतापर्यंत सावध झाला होता. त्यानं पोलिसाना सांगितलं की हा पासपोर्ट त्यानं बसऱ्याच्या एका भरवशाच्या पासपोर्ट देणाऱ्या कंपनीकडून घेतला आहे. पासपोर्ट घेताना काहीही गडबड झालेली नव्हती, असंही त्यानं पोलिसांना सांगितलं.

विजेची छडी हातात घेतलेल्या त्या भयानक माणसानं ओरडून म्हटलं, 'हा पासपोर्ट चोरीचा आहे.' तो इतका संतापलेला होता की त्यानं माझ्या भावाला आणि मला, दोघांनाही विजेचे धक्के दिले.

'त्या लोकांचा आमच्या निरपराधीपणावर विश्वास बसला नाही आणि त्यांनी आम्हांला तिघांनाही अल-रमादी डिटेन्शन सेंटरमध्ये पाठवलं. आम्ही तिथे तीन आठवडे होतो. कोणीही आम्हांला प्रश्न विचारायला किंवा आमचा छळ करायलाही आलं नाही. आम्ही तिथे आहोत हे जणू काही सगळे जण विसरूनच गेले होते. अखेरीस कोणतंही स्पष्टीकरण न देता माझ्या भावाला सोडून देण्यात आलं. पण माझ्या बाबतीत काही करण्यासारखं त्याच्या हातात नव्हतंच. कारण पासपोर्ट माझा होता. त्या पहिल्या तुरुंगात मी ६ महिने होते. माझी मुलगीही माझ्याबरोबर कैदेत होती. माझ्या गरीब बिचाऱ्या पोरीला माझ्याबरोबर चौकशीच्या खोलीत यावं

लागायचं. मला मारहाण होत असलेली तिला पाहावी लागायची.' अलियाचे डोळे त्या आठवणींनी भरून आले. माझ्या सगळ्या आयुष्यात सगळ्यांत कठीण गोष्ट मी कुठली केली असेल तर माझा छळ होत असताना फुटणाऱ्या किंचाळ्या दाबण्याचा प्रयत्न करणं ही. ते मला मारायचे पण मी रक्त फुटेपर्यंत जीभ चावायची. आपल्या आईच्या किंचाळ्या ऐकण्याच्या दुर्दैवापासून आपल्या मुलीला वाचवावं एवढीच माझी इच्छा होती. त्या पहारेकऱ्यांपैकी एक जास्त दुष्ट होता. त्यानं एकदा माझ्या बाळाला टेबलाच्या पायाला बांधलं आणि सुझनचा छळ करण्याची मला धमकी दिली. मला एका खुर्चीला बांधण्यात आलेलं होतं. मी सुझनला मारहाण होत असलेली बघत राहाण्यावाचून दुसरं काहीच करू शकत नव्हते. माझं गरीब बिचारं बाळ इतक्या जोरात किंचाळत होतं की तिची बेंबी एकदम बाहेर आली. त्या राक्षसांना हे दिसल्यावर त्यांनी खदाखदा हसायला सुरुवात केली.

'मी आजपर्यंत अशी कुणाची बेंबी बाहेर आलेली पाहिली नव्हती. मी डॉक्टरला बोलवा अशी त्यांना विनंती केली, पण अर्थातच त्यांनी सरळ नाही म्हटलं. मग मी माझ्या डोक्याचा रुमाल तिच्या पोटाभोवती गुंडाळला. कदाचित तिची बेंबी आपल्या आपणच आत जाईल असं मला वाटत होतं. पण तसं झालं नाही. पण खरं संकट तर पुढेच होतं. एका छळप्रसंगाच्या वेळी त्यांच्यापैकी दोघांनी मी आणि सुझन दोघींवरही बलात्कार करण्याची धमकी दिली. त्यांनी माझ्या पोरीवर बलात्कार केला नाही ही देवाची कृपाच म्हटलं पाहिजे.'

अलियानं एक नि:श्वास टाकला आणि म्हटलं, 'बिचारी राशाही माझ्यासारखीच निरपराधी आहे. आमचं आत्तापर्यंतचं सगळं आयुष्य आम्ही एकमेकींना ओळखतही नव्हतो. पण आता मात्र कल्पनाही करता येणार नाही अशा एका धाग्यानं आम्ही एकमेकींशी बांधल्या गेलो आहोत.' राशाकडे वळून ती म्हणाली, 'मी तुझी गोष्टही सांगू का राशा?' काहीही न बोलता राशानं एक हुंकार तेवढा दिला. त्या कडवट आवाजालाच होकार मानून अलिया पुढे सांगू लागली, 'एके दिवशी मी माझ्या बाळाला सुझनला मांडीवर घेऊन आमच्या कोठडीत बसले होते तर एकदम कोठडीचं दार धाडकन उघडलं गेलं. आणखी मार खाण्यासाठी आता आपल्याला नेतील या कल्पनेनं मी भेदरले. पण मार खाऊन खाऊन अगदी मरायला टेकलेल्या एका बाईला आत फेकण्यात आलं. तिच्या चेहऱ्यावर खोल जखमा होत्या आणि तिचं डोकं फुटलं होतं. तिच्या डोक्यावरच्या एका भोकातून रक्त वाहात होतं. ते भोक विजेच्या हत्यारानं पाडलेलं असावं असं होतं. तिच्या हाताच्या तीन बोटांची नखं उपटून काढलेली होती. आणि तिच्या पायांवर जळत्या सिगरेटीचे इतके चटके दिलेले होते की कोठडीभर जळक्या मांसाची दुर्गंधी भरून राहिली होती. ती बाई म्हणजे राशा.

'आमच्या कोठडीतल्या सगळ्या बायका तिचा जीव वाचवण्यासाठी तिची शुश्रूषा करू लागल्या. दोनतीन वेळा तर ती जवळजवळ मेलीच होती. शेवटी एका बाईनं एका पहारेकऱ्याला तिला दवाखान्यात नेणं किती जरुरीचं आहे हे पटवलं. तिला दुसऱ्याच दिवशी परत कोठडीत आणून टाकण्यात आलं. तिच्या तब्येतीत काहीच फरक नव्हता. तिला बरं करण्यासाठी आम्हाला आमची सगळी कल्पनाशक्ती आणि कौशल्य पणाला लावावं लागलं.

'तीन दिवसांनंतर राशा शुद्धीवर आली. तिनं डोळे उघडले आणि त्या क्षणापासून आमच्या यातना वाढल्या.'

'ते असं झालं होतं-माझा जो पासपोर्ट त्राईबिलमध्ये जप्त करण्यात आला होता तो मुळात राशाचा होता. गेल्या वर्षीच तिनं तो हरवला असल्याची तक्रार नोंदवली होती. त्या दिवसापासूनच तिला कैदेत ठेवण्यात आलं होतं. एक महत्त्वाची गुप्तहेर यंत्रणा आपल्या हाती लागणार आहे, या खात्रीनं गुप्त पोलिस आमच्यापैकी एकीनं दुसरीच्या विरुद्ध जबाब द्यावा म्हणून प्रयत्न करत होते.'

अलियानं दु:खानं मान हलवली. 'आता चौकशी आधीपेक्षाही अधिक कडक झाली. दररोज आम्हांला दोघींनाही वेगळं नेऊन प्रश्न विचारले जायचे. मग दोघींना एकत्रितपणे प्रश्न विचारायचे ते. आमचा छळ करणाऱ्या माणसांनी राशानं स्वत:चा पासपोर्ट कोणाला विकला ते सांगावं म्हणून तिची सगळी नखं उपटून काढली. मग माझ्या उघड्या पायांवर ते सिगरेटी चुरडायचे. मीही राशाबरोबर एका गुप्तहेर टोळीमध्ये काम करते आहे असं मी कबूल करावं म्हणून हा सगळा छळ चालला होता. पण ते जे काही कबूल करायला सांगत होते त्यांपैकी काहीच खरं नव्हतं. त्यामुळे त्यांना द्यायला आमच्याकडे एकही नाव नव्हतं आणि आम्ही निरपराधी असल्याचं आम्ही सारखं सांगत होतो. त्यामुळं त्यांचा राग आणि आमचा छळ मात्र वाढला.'

तिला किती छळ सहन करावा लागला हे दाखवण्यासाठी अलियानं तिच्या झग्याच्या बाह्या कोपरापर्यंत वर सारल्या आणि घोळ गुडघ्यापर्यंत वर घेतला. सावल्यांपैकी अनेकींच्या तोंडून एकदम श्वास खेचल्याचा स्वर आला. अलियाचे हात आणि पाय खोल ओल्या जखमानी भरलेले होते. याहून वाईट वण तिच्या पाठीवर, पोटावर आणि ढुंगणावर आहेत असं तिनं सांगितलं.

अलियाचा भयंकर अपमान करण्याच्या हेतूनं तिचा छळ करणाऱ्या लोकांनी तिला विवस्त्र केलं होतं हे लक्षात आल्याबरोबर मयादा अतिशय घाबरली. अलियावर बलात्कारही केला गेला असेल का असं तिच्या मनात आलं पण तिनं तो प्रश्न अलियाला विचारला नाही. कारण कोणतीही मुस्लिम स्त्री आपल्याला अशा रीतीनं अपमानित करण्यात आलं हे कधीच कबूल करणार नाही.

अलिया म्हणाली, 'का कोण जाणे, पण मला आणि राशाला एका तुरुंगातून

दुसऱ्या तुरुंगात असं नेण्यात येत राहिलं. सर्वांत वाईट तुरुंग माझ्या गावचा म्हणजे बसऱ्याचा होता. घराच्या इतक्या जवळ असूनही घरी जाता मात्र येऊ नये याचं दुःख फार भयंकर असतं. मला माहीत होतं की मी ज्या तुरुंगात खितपत पडले आहे तिथून अगदी थोड्याच अंतरावर माझं सगळं कुटुंब आहे.' डोळ्यांतून आसवांची धार वाहात असतानाही अलिया बोलतच होती. 'बसऱ्यामध्ये कैदेत असताना तिथे सद्दामच्या विरुद्ध एक लहानसा उठाव झाला. सद्दामच्या पाडावाची मागणी करणारे लोक होते ते. सरकारनं लगेच जाहीर केलं की हे लोक बंडखोर आहेत आणि हजारो लोकांना कैद करण्यात आलं. सैन्याला असा हुकूमच होता की या लोकांची घरं जमीनदोस्त करा आणि त्या घरांमधल्या सर्व लोकांना पकडून आणा. कुटुंबच्या कुटुंबं तुरुंगात टाकली गेली. लहानलहान कोठड्यांमध्ये दुप्पट माणसं कोंबण्यात आली. पुरुष, बायका, मुलं सगळी एकत्रच ठेवण्यात आली होती. ही गर्दी, उपासमार आणि रोगराई यांमुळे माणसं पटापट मरायला लागली. माझ्या स्वतःच्या कोठडीत अनेक मुलं हळूहळू सुकत जाऊन मेलेली बघणं मला भाग पडलं. सुझनचा लहानसा चेहरा माझ्या अबायानं झाकून तिला या सगळ्यापासून दूर ठेवण्याचा मी खूप प्रयत्न केला, पण या वयाचं मूल दिवसरात्र शांतपणे आणि शहाणपणानं आईच्या मांडीवर कसं बसून राहाणार? शेवटी तिला कसला तरी भयंकर संसर्ग झालाच. एक दिवस ती खोकायला लागली. मग तिच्या नाकातून शेंबूड वाहायला लागला. तिचे डोळे चिपडानी बंदच झाले. थोड्याच वेळात माझं बाळ कण्हायला लागलं–तिचा खोकला खूपच वाढला. ती माझ्या हाकेला उत्तर देईनाशी झाली. आता कोणत्याही क्षणी ती मरून जाईन असं मला वाटायला लागलं.

माझी मुलगी इतकी आजारी होती तरी मला 'चौकशी'साठी नेण्यात आलंच. माझ्या कोठडीतल्या दयाळू स्त्रियांनी सुझनकडे लक्ष देण्याचं कबूल केलं. प्रथमच मला चाबकाचा फटका जाणवला नाही. किती फटके मारायचे ते एकदाचे लौकर मारून घ्या आणि मला माझ्या मुलीकडे जाऊ घ्या एवढंच माझ्या मनात होतं. मी धावतच एका 'चौकशी' च्या खोलीत शिरले आणि ओरडून म्हणाले, 'मारा–मारा–लौकर मारा.' माझ्या ओरडण्यामुळे छळ करणारेही एकदम चमकले. खरं सांगायचं तर त्या एकाच वेळी त्या माणसानं चाबूक खाली टाकला आणि मला माझ्या कोठडीत परत जायला सांगितलं. माझ्या अंगात काहीतरी संचारलंच होतं त्या दिवशी–माझ्या मुलीशिवाय मी दुसरा काही विचार करूच शकत नव्हते.

'अल्लाच्या कृपेनंच सुझन वाचली. पुढच्या वर्षी आमचं आयुष्य थोडं सुधारलं, कारण माझ्या भावाला सद्दामच्या शरीरसंरक्षकांपैकी एकाशी ओळख असलेला एक माणूस भेटला. आम्हाला कुठे ठेवण्यात आलेलं आहे याची माहिती त्या माणसानं माझ्या भावाला दिली. तीन महिने लाच दिल्यानंतर माझ्या भावाला मला भेटण्याची

परवानगी मिळाली. तिच्या सामानाच्या ढिगाकडे हात करत ती म्हणाली, 'त्यानं मला कपडे, प्रार्थनेचा गालिचा, ब्लँकेट्स आणि काही खास अन्नपदार्थ आणून दिले. एवढंच नाही, तर त्यानं छोट्या सुझनला तुरुंगातून सोडण्याचीही परवानगी मिळवली. आता माझं बाळ माझा भाऊ आणि त्याची बायको यांच्याबरोबर राहातं आहे. माझ्या भावानं तिला माझ्या मिठीतून उचलून घेतलं आणि तो जायला निघाला तेव्हा माझी पोर किंचाळून रडत होती. तो आवाज मी जन्मात विसरणार नाही. पण ती सुखरूप आहे हेच माझं केवढं मोठं भाग्य आहे.'

अलिया रडू लागली. तिची कहाणी पूर्ण करत समारानं तिच्या पाठीवरून हात फिरवत म्हटलं, 'आपली अलिया सुशिक्षित आहे. बायोकेमिस्ट आहे. तिला कितीतरी प्रशस्तीपत्रकंही मिळाली आहेत. ती बाथ पार्टीची सभासद नसल्याने तिला सरकारी शाळांमध्ये शिकवण्याची परवानगी नव्हती. म्हणून मग ती खाजगी शिकवण्या घ्यायची.' आता मात्र अलियानं खरोखरच रडायला सुरुवात केली. 'माझा नवरा इंजिनीयर आहे पण तो रोटीवाल्याचं काम करतो आहे. मी शिक्षक आहे आणि इथे तुरुंगात कुजते आहे. मी इथून बाहेर पडेन तेव्हा माझी मुलगी मोठी झालेली असेल आणि मी सरकारच्या विरोधात काहीही केलेलं नाहीये.'

अलियाबद्दलच्या सहानुभूतीनं कोठडीतले सगळे डोळे भरून आले.

भिंतीपलीकडून धार्मिक वृत्तीच्या, बाटून वाहाबी झालेल्या तरुण अहमदचा आवाज येऊ लागला. त्याची रात्रीची प्रार्थना सुरू झाली होती. अचानक त्याच्या प्रार्थनेऐवजी त्याच्या किंचाळ्या ऐकू येऊ लागल्या.

या वेळेपर्यंत मयादा इतकी अस्वस्थ झाली होती की ती एकदम उडी मारूनच उठली आणि समाराचा दंड पकडून म्हणाली, 'ते मारून टाकणार आहेत बघ त्याला– नक्कीच मारून टाकणार आहेत.'

समारानं खालच्या आवाजात उत्तर दिलं, 'नाही, त्यापेक्षाही घाणेरडं काहीतरी ते करणार आहेत. खास करून एखाद्या धार्मिक मुसलमानाला अगदी लाजिरवाणं होईल असं—'

मयादाला काही कळलं नाही. तेवढ्यात त्यांनी अहमदला फरफटत कोठडीबाहेर आणल्याचा आवाज ऐकू आला. त्यांच्या कोठडीच्या दाराबाहेरच ते थांबले. पहारेकऱ्यांनी पाळीपाळीने अहमदवर बलात्कार केला. मयादा भीतीनं सुन्न झाली होती. हा पाशवी प्रकार एक तासाहून अधिक काळ चालू होता. मग मयादाच्या कानावर एका पहारेकऱ्याचं विकट हास्य पडलं. तो अहमदला सांगत होता, 'आराम कर– तू आता तिघांची बायको झाला आहेस आणि आम्हा तिघांनाही तू खूष ठेवलं पाहिजेस, हे लक्षात ठेव.'

■

४.

सद्दाम हुसैन

अहमदच्या किंचाळ्यानी मयादाचं डोकं फुटायला आलं होतं. ती गप्पपणे बसून अलियाच्या जवळून एकएक सावली विरत जाताना पाहात राहिली. अलियाच्या सामानामुळे ती लहानशी कोठडी अगदी भरून गेली होती. पण समारानं सामान आवरून ठेवायला सांगितलं तरी अलिया तशीच जमिनीवर गप्प बसून होती. आपल्या मांडीवर घट्ट मिटून आवळून धरलेल्या मुठींकडे पाहात ती कुठेतरी हरवूनच गेली होती. ती नक्कीच आपल्या मुलीचा विचार करत असणार, आणि आपण बलदीयातमधून बाहेर पडू तेव्हा ती मोठी होऊन कदाचित तिलाही मुलं झालेली असतील. आता तिला मांडीवर घेण्याचं भाग्य आपल्या नशिबात नाहीच, असं काहीसं तिच्या मनात येत असावं असं मयादाला वाटलं.

राशाच्या अलिप्ततेचा मयादाला क्षणभर हेवाही वाटला. कारण तिला ठाऊक होतं की, ती जसजशी एकेका स्त्रीची कहाणी ऐकणार आहे तसतसं त्यातलं दु:ख तिच्या स्वत:च्या दु:खामध्ये मिसळून जाणार आहे आणि तिचा दु:खाचा भार वाढत जाणार आहे.

हे असे सगळे विचार तिच्या मनात गर्दी करून सोडत होते, तरीही मयादाला माहीत होतं की, काहीही झालं तरी ती या सावल्यांसारख्या स्त्रियांना सोडू शकणार नाही कारण एवढ्याशा थोड्या काळात तिच्या मनात त्यांच्या प्रत्येकीबद्दल खरंखुरं प्रेम निर्माण झालं होतं. तेवढ्यात एक लहानशी बादली भरून पाणी समारानं मयादापुढे हातपाय धुण्यासाठी आणून ठेवलं. मयादाला खूपच आश्चर्य वाटलं. मयादाची निराश मन:स्थिती मात्र त्यामुळे थोडीफार सुधारली. कैद्यांना कोणत्याही प्रकारची धारदार वस्तू बाळगण्याची मनाई होती हे माहीत असूनही तिनं समाराला एखादा लहानसा आरसा आहे का असं विचारलं, कारण समारा म्हणजे जादूगारच होती.

समारानं इतर सावल्यांकडे एक नजर टाकली आणि मागे वळण्यापूर्वी होकारार्थी मान हलवली. एका खरखरीत मिलिटरी ब्लँकेटमध्ये तिनं स्वतःचं सामान गुंडाळून ठेवलं होतं. त्यामध्ये धुंडाळून तिनं एक लहानसा फुटका आरसा बाहेर काढला. मोठ्या अभिमानानं आणि उत्साहानं तो आरसा हलवून दाखवत ती कुजबुजली, 'एका आठवड्यापूर्वीपर्यंत एक सुंदर तरुण मुलगी इथं होती. एका पहारेकऱ्याला तिच्यात थोडा जास्तच इंटरेस्ट निर्माण झाला. तिनं दुसऱ्या कोणालाही तो दाखवायचाही नाही या अटीवर त्यानं हळूच हा आरसा तिच्या हातात सरकवला होता. त्याची बदली बसऱ्याला झाली तेव्हा त्यानं तिचीही बदली बसऱ्यालाच करून घेतली. तिनं जाताना हा आरसा मला दिला.'

त्या पहारेकऱ्याच्या 'जास्तच इंटरेस्ट' ची त्या गरीब बिचाऱ्या बाईला केवढी किंमत मोजावी लागत असेल असं मयादाच्या मनात आलं, पण तिनं तो विचार मनातून दूर सारला. इराकी तुरुंगांमध्ये स्त्रिया आणि पुरुष या दोघांच्याही छळाचा एक प्रकार म्हणजे बलात्कार हा होता, हे तिला ठाऊक होतं. परंतु दिसायला सुंदर असणाऱ्या बायकांना पुन्हापुन्हा निरनिराळ्या अनेक पुरुषांच्या बलात्काराला बळी पडावं लागतं हेही तिला माहीत होतं. आपण दिसायला फारशा सुंदर नाही याचा मयादाला आयुष्यात प्रथमच आनंद वाटला.

दुःखाचा एक निःश्वास टाकून तिनं तो आरसा समाराच्या हातून घेतला आणि स्वतःच्या प्रतिबिंबाकडे एक नजर टाकली आणि आश्चर्यानं चेहरा आक्रसून घेतला. तिच्या स्वतःच्या डोळ्यांवर विश्वासच बसत नव्हता. अविश्वासानं तिनं आरसा उलटासुलटा करून बघितला. एकदा आरशाच्या पाठीकडे आणि एकदा पाऱ्याच्या बाजूकडे असं दोनतीन वेळा बघून झाल्यानंतर मग तिला दुसऱ्यांदा स्वतःचं प्रतिबिंब पाहाण्याचा धीर गोळा करता आला. होय, ही आरशातली अनोळखी स्त्री म्हणजे निझार आणि सल्वाची थोरली मुलगी आणि फे आणि अलीची आईच होती. तिनं बोटांच्या टोकांनी स्वतःच्या चेहऱ्याला स्पर्श केला. तिला अटक झाल्यापासून फक्त चोवीस तासच झाले होते, पण तिची त्वचा सैल पडली होती आणि लहान लहान सुरकुत्याही दिसू लागल्या होत्या याचं तिला आश्चर्य वाटलं. तिच्या तपकिरी डोळ्यांभोवती तिनं यापूर्वी कधीही न पाहिलेल्या रेषा उमटल्या होत्या.

असं स्वतःच्या चेहऱ्याच्या परीक्षणात गुंतलेली असतानाच मयादाच्या कानावर एका सावलीचे शब्द पडले. 'इराकमध्ये कैद्यांपेक्षा कुत्र्यांना सुद्धा जास्त चांगली वागणूक मिळत असेल' आणि अनवधानाने बोलणारा तिचा स्वतःचाच आवाज तिच्या कानावर पडला. 'आपल्यापेक्षा काही कुत्र्यांना नक्कीच चांगली वागणूक मिळत असेल, पण आपल्या अध्यक्षांच्या डोबरमन कुत्र्याला, मुख्तारला मात्र नाही.'

कोठडीतल्या सगळ्या बायका काही ना काही कामात गुंतलेल्या होत्या. कोणी

आपलं सामान आवरत होत्या, तर कुणी केस विंचरत होत्या, तर आणखी काही जणी आपले रुमाल डोक्याला नीट गुंडाळून घेत होत्या. परंतु मयादाचे शब्द ऐकताच अलियाखेरीज बाकी सर्व जणींनी हातातलं काम सोडून मयादाकडे बघितलं.

मयादाकडे पाहात समारानं गाण्याच्या सुरात विचारलं, 'हे तू काय वेड्यासारखं बोलतेयस, मयादा?'

५२ क्रमांकाच्या कोठडीतील सर्वांत धार्मिक असलेल्या रौलानं अविश्वासानं विचारलं, 'कुत्र्याचं नाव मुख्तार?' रौलाला आश्चर्य वाटणं साहजिकच होतं, कारण मुख्तार या नावाचा अर्थ आहे 'खास–निवड केलेला' आणि कुराणामध्ये परमेश्वराने प्रेषित मुहम्मदाला ज्या अनेक नावांनी संबोधलं आहे, त्यांपैकी हे एक नाव आहे. कुत्र्याचं नाव मुख्तार ठेवणं हा इस्लामच्या महान प्रेषिताचा सर्वांत मोठा अपमान करणं आहे.

सद्दाम हुसैनबद्दल बोलण्याचा काय परिणाम होईल याची क्षिती न बाळगता मयादा तिला जे काही माहीत होतं ते त्या स्त्रियांना सांगू लागली. 'होय', ती सांगत होती, 'हे खरं आहे. सद्दामला त्याच्या मुलांच्या आईबद्दल तेव्हा अजून थोडं प्रेम वाटत असे तेव्हा त्यानं सजीदाला एक डोबरमन पिंश्चर जातीचा कुत्रा भेट म्हणून दिला होता आणि हे अगदी अयोग्य नांव सद्दामनं स्वतःच निवडलेलं होतं. त्या कुत्र्याला ठार मारण्याचा हुकूम सद्दामनं दिल्यानंतर मी एकदा बघितलाही होता तो कुत्रा.' मयादा पुढे सांगतच होती, 'त्या बिचाऱ्या प्राण्याला जे काही सोसावं लागलं ते सोसण्यापेक्षा तुमची शिक्षा दुप्पट झालेलीही चालेल तुम्हाला.'

समारानं तिला धोक्याचा इशारा देत म्हटलं, 'जपून बोल हं तू' आणि मानेनं लोखंडी दाराकडे खूण करत ती म्हणाली, 'ते ऐकत असतील तर तुझी जीभ कापून टाकतील आणि रक्त वाहून मरायला तुला सोडून देतील. आम्ही तुला कसलीच मदत करू शकणार नाही.'

अध्यक्ष सद्दाम हुसैन किंवा त्यांच्या कुटुंबातील कोणाही व्यक्तीवर टीका करणं म्हणजे मृत्यूच्या आधी जीभ कापण्याची शिक्षा आपोआपच मिळते ही गोष्ट प्रत्येक इराकी व्यक्तीला माहीत होती. म्हणून मयादाला समाराचं सांगणं पटलं. ती दाराजवळून दूर मागच्या भिंतीपाशी जाऊन जमिनीवर बसली. मग हलक्या आवाजात ती सांगू लागली. कोठडीतल्या सावल्या त्या सकाळी दुसऱ्यांदा तिच्याभोवती गोळा झाल्या, त्यांना तिची गोष्ट ऐकण्याची उत्सुकता होतीच. हळू आवाजात मयादा सांगत होती, 'ही एकोणीसशे एकोणऐंशी मधली हकीकत आहे. तेव्हा सद्दामचं राज्य नुकतंच आलं होतं. सजीदा आणि सद्दाम अजून एकमेकांचा द्वेष करायला लागले नव्हते आणि सद्दामच्या नव्या राजकीय स्थानामुळे त्याला तिच्या आणि

त्यांच्या मुलांच्या सुरक्षिततेची काळजी वाटत असे. सद्दामने सजीदासाठी एक डोबरमन जातीच्या कुत्र्याचं पिल्लू विकत घेतलं. त्याचं नाव ठेवलं 'मुख्तार'–का ते परमेश्वरालाच ठाऊक–आणि त्याला चांगलं शिकवून तयारही केलं. एक साधा हुकूम–'मुख्तार गो' 'की तो कुत्रा समोरच्या माणसावर हल्ला चढवत असे. एके दिवशी सजीदा पोहून पाण्याबाहेर आली. टॉवेल घेण्यासाठी तिनं हात पुढे केला. कुत्रा जवळच तिच्याकडे पाहात उभा होता. सजीदा ही एक दुष्ट बाई आहे. ती तिच्या नोकरांनाही वाईट वागवते. तिला प्राण्यांविषयी काय दयामाया असणार? तिला तो कुत्रा जवळ उभा असलेला नको होता, म्हणून त्याच्या अंगावर टॉवेलने फटका मारत कसलाही विचार न करता ती म्हणाली, 'मुख्तार, गो!'

तिच्यावर उपचार करणारे जे डॉक्टर होते तेच माझ्या कुटुंबाचेही डॉक्टर होते, त्यांनी नंतर आम्हांला सांगितलं की सजीदाला झालेल्या जखमांवर उपचार करताना तिनं त्यांच्याजवळ हे कबूल केलं होतं की हा हुकूम ऐकल्यावर त्या कुत्र्यानं आजूबाजूला पाहिलं होतं, पण कोणावर हल्ला करायचा हे न कळल्यामुळे त्यानं सजीदावरच हल्ला केला होता. सजीदानं चटकन हातातला टॉवेल गुंडाळून त्याच्या तोंडात कोंबला होता आणि तोपर्यंत तिच्या किंकाळ्या ऐकून सुरक्षा अधिकारी धावत तिथे पोचलेच होते. त्यांनी त्या कुत्र्याला खेचून बाजूला केलं होतं सजीदाला काहीसुद्धा झालं नव्हतं.'

सारा नावाच्या एका तरुण अविवाहित मुलीनं तोंडावर हात दाबून बाहेर फुटणारी किंकाळी दडपली.

तिच्याकडे हसून पाहात मयादा आपली विलक्षण कहाणी पुढे सांगू लागली 'सद्दामला जेव्हा हे कळलं तेव्हा तो भयंकर संतापला. इतका की त्यानं एक खोटं खोटं न्यायालय मांडलं. तो त्याच्या टेबलाच्या मागे आणि समोर एका पहारेकऱ्यानं साखळीला बांधून घट्ट धरून ठेवलेला असं ते दृश्य होतं असं मला कळलं. सद्दाम हाच ज्युरी होता आणि जज्जही तोच होता. त्यानं मुख्तारला तहान-भुकेनं तडफडून मरण्याची शिक्षा फर्मावली. खरं म्हणजे त्या कुत्र्यानं त्याला शिकवण्यात आल्याबरहुकूम कामगिरी बजावलेली होती. कुत्र्याला शिक्षा भोगण्यासाठी बाहेर नेण्यात आलं, त्याआधी सद्दामनं एका विजेच्या छडीनं त्याला तीन-चार वेळा विजेचे झटकेही दिले.

'पण सगळ्यांत वाईट भाग म्हणजे सद्दामला तो कुत्रा मरायला नको होता, तर राज्यकर्त्या कुटुंबातील एका व्यक्तीवर हल्ला करण्याच्या गुन्ह्याला शिक्षा म्हणून मृत्यूआधी त्याला कमालीच्या यातना भोगाव्या लागल्या पाहिजेत असं सद्दामचं म्हणणं होतं आणि म्हणून मुख्तारला जास्तीत जास्त यातना दिल्या जाव्यात असा त्यानं हुकूम दिला. पोहोण्याच्या तलावाशेजारी एक लोखंडी खांब

रोवून त्या खांबाशी मुख्तारला जखडून ठेवण्यात यावं असं त्यानं सुरक्षा अधिकाऱ्यांना सांगितलं. या अधिकाऱ्यांनी नंतर सांगितलं की तहानेनं तडफडणाऱ्या या कुत्र्याला एक फूटभर अंतरावरचा पाण्यानं भरलेला तलाव दिसेल, पाणी दिसेल पण तिथपर्यंत पोचता येणार नाही आणि त्याची जी तगमग होईल ती फार मजेदार असेल असं सद्दामनं त्या वेळी म्हटलं होतं.

त्या बिचाऱ्या कुत्र्याला त्या खांबाशी इतकं घट्ट जखडलेलं होतं की त्याची मान त्या खांबाला जवळजवळ चिकटलेली होती. त्याला बसता येत नव्हतं की आडवं होता येत नव्हतं. तो गरीब बिचारा प्राणी तसाच भर उन्हात दिवसचे दिवस बांधलेला होता आणि त्याचं केविलवाणं रडणं ऐकून, त्याचे हाल पाहून सद्दाम मोठमोठ्यानं हसत होता. दिवसातून एकदोन वेळा तरी सद्दाम किंवा त्याचा सर्वांत थोरला मुलगा उदय त्या कुत्र्याला विजेच्या छडीनं झटके देत असत. प्रत्येक इराकी माणसाला माहीतच आहे की उदय त्याच्या वडिलांइतकाच किंवा थोडा जास्तच क्रूर होता.

'त्या निर्दय कुटुंबातली सर्वांत धाकटी मुलगी 'हला' सोडली तर बाकी सर्व जण अगदी निष्ठुर होते, पण त्या कुत्र्याचे हाल इतके भयानक होते की सजीदाला सुद्धा त्या दृश्याचा त्रास होऊ लागला. पण अर्थातच त्याची बाजू घेऊन सद्दामशी काही बोलण्याचं धाडस कोणामध्येही नव्हतं.'

'जेव्हा सजीदाची प्रकृती पाहण्यासाठी ते डॉक्टर पुन्हा राजवाड्यात गेले तेव्हा त्यांनी त्या कुत्र्याची अवस्था पाहिली आणि सुरक्षा अधिकाऱ्याकडे हे काय चाललं आहे अशी चौकशी केली. सद्दामनं त्या कुत्र्याला ही शिक्षा दिली आहे हे कळल्यानंतर त्यंनी सगळा धीर गोळा केला आणि परत राजवाड्यात जाऊन सद्दामला म्हटलं, 'मला एक राखणीचा कुत्रा हवा आहे. मी तो बाहेर आहे त्याला घेऊन जाऊ का?' त्या विशिष्ट क्षणी सद्दाम कोणत्या मन:स्थितीत होता कोण जाणे, पण त्यानं खांदे उडवले आणि कुत्रा घेऊन जायला डॉक्टरांनी परवानगी दिली. डॉक्टर मुख्तारजवळ गेले आणि सुरक्षासैनिकाच्या मदतीनं त्यांनी त्याला फास लावत असलेली ती साखळी कापून काढली. डॉक्टरांनी मग मला एकदा सांगितलं की माझ्या पेशात मी खूप यातना, दु:ख बघितलं आहे, पण माझ्या डोळ्यांतही त्या दिवशी त्या कुत्र्याचे हाल पाहून पाणी उभं राहिलं. साखळीतून सुटण्याच्या धडपडीमुळे ती साखळी कुत्र्याच्या मासात रुतून बसली होती. प्रथम तर मला वाटलं की तो मेलाच आहे, पण जेव्हा तलावातून थोडंसं पाणी आणून मी त्याच्या तोंडावर टाकलं तेव्हा मला एक पापणी फडफडताना दिसली, थोडी धुगधुगी दिसली. डॉक्टरानी मुख्तारला उचलून घेतलं आणि मोटारीत घालून घरी नेलं आणि त्याची शुश्रूषा करून त्याला पुन्हा पहिल्यासारखं निरोगीही केलं.

साधारण एका वर्षानंतर मी मोसलमधल्या त्यांच्या घरी गेले तेव्हा त्या कुत्र्याला आनंदात पाहून मला खूप बरं वाटलं. त्याला एक अधिक योग्य नाव देण्यात आलेलं होतं आणि तो त्या साऱ्या कुटुंबाचा एक आवडता सदस्य बनला होता असं मला डॉक्टरांनी मोठ्या अभिमानानं सांगितलं', मयादा पुढे हसून म्हणाली, 'त्या, सर्व कुटुंबाबरोबर त्यांच्या दिवाणखान्यात बसून काढलेला त्याचा फोटोसुद्धा माझ्याकडे आहे.'

सगळ्या सावल्या स्त्रिया गप्प बसून होत्या. त्यांच्यापैकी प्रत्येकजणच सद्दामच्या सुरक्षा सैनिकाकडून होणारा छळ सोसत असली तरी प्रत्येकीच्या मनात एक गुप्त आशा होती की आपली हकीकत सद्दामच्या कानावर गेली की तो नक्कीच मध्ये पडेल आणि आपली सुटका करेल. पण आज या नव्यानं मिळालेल्या माहितीनं त्यांना प्रथमच स्पष्टपणे कळून चुकलं होतं की त्यांचा अध्यक्ष माथेफिरू आहे आणि बलदीयात आणि इराकमधील इतरही सर्व तुरुंगांमध्ये जे काही भीषण अत्याचार चालले आहेत, तेही बहुधा त्याच्यात हुकमावरून चाललेले आहेत.

काळ्याभोर केसांची आणि निळ्या डोळ्यांची एक लहानशी सावली–इमान नावाची– मयादाशी पहिल्यांदाच बोलली. सद्दामबद्दल काहीही विचारायची तिला भयंकर भीती वाटत होती तरी मुख्तारला वाचवणाऱ्या डॉक्टरचं नाव काय होतं ते तिला हवं होतं.

'ते मी न सांगणंच योग्य होईल. ते अजूनही सद्दामचे डॉक्टर आहेत.'

काय ते समजून एमाननं मान डोलावली. इराकी सरकारच्या अतिप्रचंड गुप्त पोलिस खात्यात नोकरी न करणारा प्रत्येक इराकी माणूस दुसऱ्या व्यक्तींची अशीच काळजी घेतो–त्याचं नाव गुप्त ठेवून. एवढा एकच मार्ग त्यांना ठाऊक असतो.

तेवढ्यात एका माणसाच्या किंचाळण्याने त्यांच्या गप्पांमध्ये खंड पडला. कोठडीच्या बाहेरून त्याला फरफटत नेलं जात होतं आणि तो दयेची भीक मागत होता. त्यांच्या कोठडीवरून जात असताना तो एक क्षणच त्याच्या पहारेकऱ्यांच्या हातून निसटला. त्यांच्या कोठडीच्या लोखंडी दारावर तो आपटला आणि भयंकर भेदरलेल्या अवस्थेत जिवाच्या आकांतानं तो ते दार वाजवू लागला. जणू काही हे दार उघडलं गेलं तर त्याची सुटकाच होणार आहे अशा भावनेनं तो दार उघडण्याची विनंती पुन्हा पुन्हा करत होता. परंतु पहारेकऱ्यांनी पुन्हा त्याला ताब्यात घेतलं आणि त्याच्या चेहऱ्यावर, अंगावर त्यांनी लाथाबुक्क्यांचा वर्षाव करायला सुरुवात केली. याचाही आवाज कोठडीमध्ये स्पष्ट ऐकू येत होता. बराच मार आणि खूपसे शिव्याशाप खाल्ल्यानंतर त्या गरीब बिचाऱ्या रडणाऱ्या कैद्याला तेथून नेण्यात आलं.

मयादाची आणि समाराची क्षणभर नजरानजर झाली आणि मयादानं तिला विचारलं, 'तू तर म्हणाली होतीस की सकाळच्या वेळी ते छळ करत नाहीत, मग

आज एवढं सगळं काय चाललं असेल?'

समाराचा चेहरा लालबुंद झाला. खांदे उडवून आपले नाजूक हात हवेत फेकत ती म्हणाली, 'कधीकधी ते नियम बदलतात सुद्धा.'

मयादाच्या मनात समाराबद्दल आपुलकी दाटून आली. आपली भीती कमी व्हावी म्हणून समारा खोटं बोलली होती हे तिला कळून आलं होतं. समारा पुढे म्हणाली, 'पण ते त्यांचं छळ करण्याचं जास्तीत जास्त काम रात्रीच करतात ही गोष्ट मात्र खरी हं.'

समारा खरं सांगते आहे असं रौला पुटपुटली.

हळूहळू फिकट होत जाणाऱ्या किंकाळ्या ऐकत सर्व जणी गप्प बसून होत्या. काही वेळाने एक वयस्कर, जाड काचांचा चष्मा घातलेली सावली म्हणाली, 'याआधी मी सजीदाच्या क्रूरपणाचा कधीच विचारच केला नव्हता. सद्दामनं जेव्हा तरुण समारा शबेंदरशी दुसरं लग्न केलं तेव्हा मला तर सजीदाची दयाच आली होती आणि मला ती आवडायलाही लागली होती.'

'एमान, आत्ता आपल्याला कळतंय की तुझी सगळी सहानुभूती किती चुकीच्या व्यक्तीसाठी फुकट गेली.' समारानं एक उसासा टाकत म्हटलं.

एमाननं मान डोलावली आणि म्हटलं, 'माझ्या मनात जी कल्पना होती तीच चुकीची होती.'

सद्दामच्या कुटुंबाबद्दलचं सत्य साऱ्या जगाला माहीत व्हावं असं मयादाला वाटत होतं. ती जेवढी दुष्ट आहे ना, त्याहून जास्त मूर्ख आहे आणि सद्दामनं तिला घटस्फोट दिला नाही याबद्दल तर तिनं देवाचे आभारच मानायला हवेत. मयादा हलक्या आवाजात सांगू लागली, 'सद्दाम तिचा तिरस्कार करतो आणि ती सद्दामचा. त्या दोघांच्यामध्ये एकच समान धागा आहे आणि तो म्हणजे त्यांची मुलं. त्यांचा कायदेशीर घटस्फोट झालेला नसला तरी ती दोघं एकमेकांना अगदी क्वचितच भेटतात.'

'खरंच?' समारानं विचारलं.

'मी जे काही तुम्हांला सांगते आहे ते सगळं खरं आहे.'

'या बाईबद्दल सगळं खरं काय ते आम्हांला सांग ना.' इमाननं विनंती केली.

तरुण स्त्रियांपैकी एकीनं-मुनानं उत्सुकतेनं विचारलं, 'तू भेटली आहेस सद्दामला?'

मयादानं काहीच उत्तर दिलं नाही. पण हलकेच हसत समारा तोंडाभोवती हातांचा आडोसा करून म्हणाली, 'भेटलीये तर.'

आता अलियानं सुद्धा लक्ष द्यायला सुरुवात केली होती. हळूच येऊन या कोंडाळ्यात सामील होत मयादाकडे पाहात तिनं विचारलं, 'आम्हांला त्याच्याबद्दल सांगतेस?'

क्षणभरही न थांबता मयादानं होकारार्थी मान हलवली. हो, ती सांगेलच त्याच्याबद्दल. गेल्या चोवीस तासांमध्ये तिचं सगळं आयुष्यच पार बदलून गेलं होतं आणि त्यामुळे ती तिच्या नेहमीच्या सावधगिरीनं बोलण्याच्या, सद्दाम आणि त्याचं कुटुंब यांच्याबद्दल तिला जे काही माहीत होतं ते उघड करून न सांगण्याच्या ती आता पलीकडे पोचली होती. तिला अटक करण्यात आली त्या दिवसाच्या सकाळपासून ती संपूर्णपणे बदलून गेली होती. इतकी की आपला श्रोतृवर्ग इतका लहान आहे एवढंच तिला दुःख वाटत होतं. तिच्या हातात असतं तर तिनं आपला श्रोतृवर्ग वाढत वाढत जाऊन सारं जग व्यापून टाकेल एवढा मोठा करून घेतला असता आणि मग तिला सद्दाम हुसैनबद्दल जे काही माहीत होतं ते तिनं मोठ्या आनंदानं साऱ्या जगाला सांगितलं असतं.

'फक्त जरा हळू आवाजात बोल' समारानं पुन्हा एकदा विनवलं.

'मी तुम्हांला सगळं काही सांगते-अगदी सुरुवातीपासून सगळं काही'–समाराकडे हसून पाहात मयादा म्हणाली, 'आणि अगदी हळू आवाजातच बोलते.'

समारा या विषयासंबंधी साशंक असणं साहजिक होतं. पण आपण तयारीत राहू या, अचानक दार उघडलं गेलं तर मी माझ्या आवडत्या पदार्थांबद्दल बोलते आहे असं दाखवीन आणि–' एका वयस्कर स्त्रीकडे बोट दाखवत ती पुढे म्हणाली, 'अन्वर, तू माझ्याशी वाद घालायला सुरुवात कर–चांगले पदार्थ या शब्दांचा अर्थही मला ठाऊक नाहीये असं तू म्हणत रहा आणि तुम्ही बाकीच्या सर्वजणींनी आपापसात वेगळंच काहीतरी बोलायला सुरुवात करा, म्हणजे आपण काय बोलतो आहोत ते कोणालाच कळणार नाही,' मग मयादाकडे पाहात ती हसून म्हणाली, 'आपण म्हणजे मूर्ख बायका आहोत असा या पुरुषांचा समज आहे.' मयादाची अजून अन्वर नावाच्या त्या सोनेरी केसांच्या स्त्रीशी ओळख झालेली नव्हती.

या नाटकातली आपली भूमिका पार पाडायचं अन्वरनं हसतच कबूल केलं आणि मग सगळ्या जणी मोठ्या उत्कंठेनं मयादानं पुढे सांगायला सुरुवात करावी म्हणून पाहू लागल्या.

मयादा सांगू लागली. तिची आई सद्दामला १९६९मध्ये भेटली होती. लोकांना न आवडलेला असा बाथ पार्टीचा सैनिकी उठाव होऊन जेमतेम एक वर्ष झालं होतं. या उठावानंतर अहमद हासन अल बाकिर अध्यक्ष झाला होता. इराकी विचारवंतांनी बाथ पार्टीचा स्वीकार केलेला नव्हता, याची तिनं त्या साऱ्या बायकांना आठवण करून दिली. तिच्या आईवडिलांनी कधीही त्या पक्षाचं सदस्यत्व स्वीकारलं नव्हतं, हेही तिनं त्याना सांगितलं. खरं सांगायचं तर बाथ पार्टी सत्तेवर आल्यानंतर इराकमध्ये राजकीय अस्थिरता निर्माण झालेली होती. अनेक माजी सरकारी अधिकारी या राज्यकर्त्यांचा खरा चेहरा उघड होण्याची वाट पाहात होते. इराकमध्ये राहायचं

की शेजारच्या अरब देशामध्ये पळून जायचं हे त्यांना ठरवायचं होतं.

"माझ्या आईवडिलांना एका परदेशी वकिलातीमध्ये एका लहानशा मेजवानीला आमंत्रित करण्यात आलेलं होतं. उन्हाळा होता त्यामुळे बगिचात जेवणाची व्यवस्था केलेली होती. माझे वडील निझार एका पाहुण्या वकिलाशी काही चर्चा करत होते आणि माझी आई लेबाननच्या वकिलाच्या पत्नीशी गप्पा मारता मारता स्वतःची बशी भरून घेत होती. ही एक अगदी नेहमीची मेजवानी होती. अशा समारंभांमध्ये बायका येत्या मोसमातल्या फॅशनसंबंधी एकमेकींशी बोलतात आणि पुरुष राजकारणावर चर्चा करतात. अर्थात बाथ नेत्यांना त्यांच्यावर टीका केलेली आवडत नाही. ही गोष्ट आता बगदादमध्ये सर्वांना ठाऊक असल्याने सर्वजण नेहमीप्रमाणे अधिक सावधगिरीनेच बोलत होते. माझ्या वडिलांनी मला सांगितलं होतं की मैत्रीपूर्ण वातावरणामध्ये राजकारणावर चर्चा किंवा वाद घालणं हा सर्वच अरब राष्ट्रांचा एक आवडता आणि लोकप्रिय असा करमणुकीचा प्रकार असला तरी, बाथ पार्टीच्या सदस्यांना काही तो पसंत नव्हता. पुरुषमाणसं तासन्‌तास कॉफी पीत सध्याच्या राज्यकर्त्यांवर जोरदार टीका करत मजेत बसू शकतात, हे खरं तर तुम्हांलाही माहीत आहे.

'पांढरेशुभ्र टेबलक्लॉथ घातलेली आणि मध्यभागी पुष्परचना ठेवलेली गोल टेबलं बागेमध्ये ठिकठिकाणी मांडलेली होती. त्या लेबानीज स्त्रीनं माझ्या आईला सुचवलं की एखादी जागा शोधून बसूया. एका टेबलाशी त्यांना दोन रिकाम्या जागा दिसल्या आणि त्या दोघी तेथे जाऊन पोचल्या. दोन पुरुष आधीच तिथे बसून जेवत होते. माझ्या आईनं नंतर त्यांच्यापैकी एकाचं वर्णन करून मला सांगितलं. तो तरुण आणि रुबाबदार होता. तो अतिशय सावकाश जेवत होता आणि त्याचं वागणं उत्तम शिष्टाचाराचं असं होतं. तिचं त्याच्याकडे लक्ष जाण्याचं कारण म्हणजे बहुतेक इराकी पुरुष अतिशय गचाळपणे जेवतात आणि हा माणूस त्याच्या या सुसंस्कृत वागण्यामुळेच इतरांपेक्षा अगदी वेगळा वाटत होता.

'आई पुढे सांगत होती. त्या तरुण माणसानं वर पाहिलं आणि स्वतःचं नाव न सांगताच हसून त्या दोघींना 'हॅलो' म्हटलं. त्या माणसाचे डोळे गोल गरगरीत आणि काळेभोर होते. शिवाय ते इतके चमकदार होते की ते डोळे बघून तिला का कोण जाणे, पण एखाद्या पशूच्या डोळ्यांची आठवण झाली. ही गोष्ट मात्र तिला काही दिवसांनंतर आठवली होती.

'आई सगळा वेळ त्या लेबानीज बाईंशीच बोलत होती. थोड्या वेळानंतर कुवेती वकिलाची पत्नी जवळून जाता जाता एकदम थांबली आणि तिच्या दंडाला चिमटा काढत वाकून तिच्या कानात पुटपुटली, 'तू त्याला ओळखतेस हे मला माहीत नव्हतं. मला उद्या फोन कर आणि अगदी सगळं सांग काय काय झालं ते.'

'आई बुचकळ्यात पडली. ती कुवेती स्त्री कशाबद्दल बोलते आहे ते तिला

कळतच नव्हतं. काही न बोलता तिनं जेवणं सुरू ठेवलं. काही मिनिटांनंतर तो मोठ्या डोळ्यांचा माणूस तिच्याजवळ आला आणि म्हणाला, 'आपण कशा आहात, उस्तादा (प्राध्यापक) सल्वा?'

'मी ठीक आहे, आपण कसे आहात?' असं उत्तर आईनं दिलं. यावर तो माणूस कोड्यात बोलत असल्यासारखा म्हणाला, 'अवघड काम आलंय ना अंगावर.'

त्याचं अवघड काम काय होतं याची आईला सुतराम कल्पना नव्हती, पण मोठं कुटुंब किंवा घराण्यात चालत आलेला व्यवसाय असं काहीतरी त्याच्या काळजीचं कारण असावं आणि त्याबद्दलच त्यानं हे उद्गार काढले असावेत, असं तिच्या मनात आलं. नंतर तो तिच्या वडिलांबद्दल काहीतरी बोलला, ज्याचं तिला विशेष काही वाटलं नाही. कारण तिला भेटलेला प्रत्येक इराकी माणूस त्यांच्याबद्दल आदराने बोलतच असे. तो माणूस तसंच बोलत होता. 'मला साती अल-हुसरी यांच्याबद्दल खूप आदर आहे. मी अगदी गरीब परिस्थितीत कैरोमध्ये वकिलीचं शिक्षण घेत होतो, तेव्हा दर पंधरा दिवसांनी शुक्रवारी त्यांच्याकडे जात असे. खूप प्रश्न विचारत असे. पण त्या थोर गृहस्थांना कधी माझा रागही आला नाही किंवा त्यांनी माझ्या प्रश्नांना उत्तर देण्याचं टाळलंही नाही, माझ्या आईचे वडील आदल्याच वर्षी वारले होते, ते दुःख बाजूला सारून तिनं त्याचे आभार मानले. बाथ पार्टी सत्तेवर आल्यानंतर चारच महिन्यांनी त्यांचा मृत्यू झाला होता. त्यांच्या जाण्यानं तिच्या हृदयात एक पोकळी निर्माण झाली होती. त्या तरुणाला त्याचं नाव विचारावं असं एकदा तिच्या मनात आलं पण तिनं त्याला ओळखलं आहे अशा पद्धतीनं तो बोलत असल्यानं आता नाव विचारणं वाईट दिसेल म्हणून ती गप्प राहिली. आता तिच्या वडिलांबद्दल तर तो भरभरून बोलू लागला होता. 'साती अल-हुसरीनी स्वतः लिहिलेल्या प्रत्येक पाठ्यपुस्तकाबद्दल अगदी थोडेसे पैसे जरी घेतले असते, तरी ते मध्यपूर्वेतील सर्वांत श्रीमंत गृहस्थ झाले असते, असं मी नेहमीच म्हणत आलो आहे. पण असे पैसे कमावण्याऐवजी त्यांनी लाखो लोकांचं प्रेम मिळवलं.' सातींनी लिहिलेली पुस्तकं सर्वच अरब शाळांमध्ये वापरली जातात, ही गोष्ट सगळ्यांनाच ठाऊक होती. त्यांनी लेखकाचं मानधन घ्यायला नकार दिला होता, हेही सगळ्यांना माहीत होतं. ते म्हणत असत, ज्ञान हे हवेसारखं असतं आणि ते तसंच सर्वांना विनामूल्य मिळालं पाहिजे. त्यांनी सर्वच शाळांना सातींनी लिहिलेलं कोणतंही पुस्तक हव्या त्या संख्येनं छापण्याची आणि वापरण्याची पूर्ण परवानगी देऊन टाकलेली होती. पुस्तकं विकण्याचाच व्यवसाय असलेल्या दुकानांकडून ते मानधन घेत असत, पण शिकवण्यासाठी वापरण्यात येणाऱ्या त्यांच्या कोणत्याही पुस्तकासाठी त्यांनी कधीही पैसे घेतले नाहीत.

या वेळेपर्यंत आईला संकोच वाटू लागला होता. या तरुण माणसाला त्याच्या व्यवसायामध्ये काही अडचणी आल्या असाव्यात, असा तिचा समज झालेला असल्याने तिला वाटलं की माझे वडीलच त्याला या बाबतीत मदत करू शकतील आणि म्हणून अखेरीस तिनं त्याला सपत्नीक घरी येण्याचं आमंत्रण देऊन टाकलं. तुमच्या अडचणीवर मार्ग दाखवण्याचं काम माझे पती करू शकतील असंही तिनं त्यांना सांगितलं.

'माझ्या आईनं पुढं सांगितलं, त्या तरुणाचे डोळे गंमत वाटल्यासारखे चमकू लागले. त्यानं नजर खाली झुकवली आणि तो किंचितसं हसला. नंतर जेव्हा तिला कळलं की ती 'मिस्टर डेप्युटी' म्हणून ओळखल्या जात असलेल्या सद्दाम हुसैनशी बोलत होती, तेव्हा तिच्या लक्षात आलं की त्या क्षणी त्याला कळून आलं होतं की तिनं आपल्याला देशातील दुसऱ्या क्रमांकाच्या हुद्द्यावर असलेल्या माणसाला ओळखलेलं नव्हतं.

मयादाचं बोलणं ऐकत असलेल्या सावल्यांपैकी काहींना हसू फुटलं. मयादाच्या कुटुंबाचं असं ऐषारामी जीवन त्यांच्या कल्पनेच्याही पलीकडचं होतं. शिवाय नव्यानं सत्तेवर आलेल्या बाथ पार्टीच्या लोकांना उपटसुंभ मानून त्यांची सत्ता फार काळ टिकणार नाहीच याची पक्की खात्री असलेली स्त्री किती आत्मविश्वासपूर्ण वर्तनाची होती हेही त्यांना नवलाचंच वाटत होतं. केवढा आत्मविश्वास की 'उपाध्यक्ष' पदावर असलेला माणूस दिसतो कसा हे पाहाण्याचीही तिला गरज वाटली नव्हती.

अर्थात सुरुवातीला सद्दाम असं अनोळखी राहाणंच पसंत करत असे आणि म्हणून प्रकाशात येणं टाळत असे. १९६३मध्ये बाथ पार्टी प्रथम सत्तेवर आली खरी, पण ती इतक्या लगेच सत्तेवरून गेली सुद्धा की हा पक्ष जेव्हा पुन्हा १९६८मध्ये सत्तेवर आला, तेव्हा त्याच्याकडे फारसं गांभार्यानं पाहिलं गेलंच नाही. ह्या दुसऱ्या वेळेलाही पहिल्यासारखाच हा पक्ष सत्तेवरून जाईल अशी सर्वांना खात्रीच वाटत होती.

आणि सरसकट सर्वांनीच 'सद्दाम हुसैन' या व्यक्तीला कमी लेखलं.

बाथ पार्टी दुसऱ्या वेळी सत्तेवर आली तेव्हा सद्दाम फक्त ३१ वर्षांचा होता. तरी १९६३च्या चुकांवरून तो पुष्कळ काही शिकला होता. पार्टीचं भविष्य सुरक्षित होईपर्यंत पार्श्वभूमीला राहाणं मान्य करण्याइतका तो हुशार होता. त्यानं पार्टीमधील आपलं स्थान मजबूत केलं ते स्वत:च्या गुप्तहेरखात्याच्या मदतीनं हे आता सर्व इराकी लोकांना माहीत आहे. सुरुवातीपासूनच सरकारचं दहशत निर्माण करणारं खातं-मुखाबरत-हे सद्दामच्या अखत्यारीत होतं आणि सद्दाम हा एकटाच या सर्व दहशतीचा निर्माता आणि पोषणकर्ता असला, त्याने स्वत: अनेक इराकींना ठार

केलेलं असलं तरी स्वत:ची प्रतिमा मात्र एक सुसंस्कृत सद्गृहस्थ अशीच दिसावी म्हणून तो कायम काळजी घेत असे.

मयादाची स्वत:ची सद्दामशी झालेली भेट मात्र तिच्या आयुष्यातील अतीव दु:खाच्या काळात घडून आली आणि म्हणून तिनं त्या भेटीच्या सर्व आठवणी जाणीवपूर्वक मनाच्या एका कोपऱ्यात ढकलून दिल्या होत्या, त्या थेट आजपर्यंत.

'माझे वडील पोटाच्या कर्करोगानं एकोणीसशे चौऱ्याहत्तरमध्ये वारले. त्यांच्या शवयात्रेच्या आधी आम्हांला सद्दामचा फोन आला. तो त्या वेळीही उपाध्यक्षच होता. त्याने सांत्वनपर काही शब्द उच्चारले आणि फतिहाच्या वेळी (पुरुषांची शोकसभा) हजर राहाता येईल अशी आशाही त्याने व्यक्त केली.

इराकमध्ये जेव्हा एखादं कुटुंब सुतकात असतं तेव्हा सात दिवसपर्यंत त्यांच्या घराचे दरवाजे बंद केले जात नाहीत. आधी न कळवता किंवा दार न वाजवता लोक घरात येऊ-जाऊ शकतात. त्या दिवशी अध्यक्षांच्या राजवाड्यामधून एक माणूस मयादाच्या आईच्या घरी आला. त्याने सद्दामने पाठवलेला एक लिफाफा तिच्या हातात दिला.

आईनं तो लिफाफा उघडून पाहिलं तेव्हा त्यात ३००० इराकी दिनार आहेत असं तिला दिसलं (१०,९०० अमेरिकन डॉलर). एवढ्या पैशात एक घर सहज विकत घेता आलं असतं, पण सुदैवानं आमचं घर आमच्याच मालकीचं होतं. आता सद्दामला फोन करून त्याचे आभार मानले पाहिजेत असा आग्रह माझ्या आईनं धरला. पण इराकमध्ये अशा एखाद्या दयाळूपणानं केलेल्या कृत्याला असं प्रत्युत्तर देत नाहीत याची मी तिला आठवण करून दिली. अशा देणग्यांबद्दल इराकी लोक ताबडतोब आभार तर मानत नाहीतच, पण काही काळाने जेव्हा आभार मानतात तेव्हाही नुसते तोंडी आभार न मानता एखाद्या कृतीनेच आभार मानले जातात. इराकी उपाध्यक्षांच्या या दयाळू कृतीबद्दल त्यांचे आभार लगेच न मानणं म्हणजे अशिष्ट वर्तनाचा कळसच होईल, असं तिचं म्हणणं होतं. इराकी लोक असे वागतात किंवा कसे वागत नाहीत याच्याशी तिला काही देणंघेणं नाही असं तिचं ठाम मत होतं. माझ्या आईनं तिच्या वडिलांचे, सातींचे अरब राष्ट्रीयतेबद्दलचे विचार अगदी पूर्णपणे आत्मसात केले होते. ती नेहमीच म्हणत असे, मी इराकी नाही, मी सीरियन नाही, किंवा मी लेबानीजही नाही. मी फक्त अरब आहे. – फक्त अरब. 'तू सुसंस्कृतपणे वागली नाहीस तरी मी तसं वागणार नाही कधी.'

माझ्या आईला मुलगा नसल्याने तिची सर्वांत थोरली मुलगी म्हणून आमच्या कुटुंबाचं प्रतिनिधित्व करण्याची जबाबदारी माझी होती. तो फोन करण्याचं माझ्या अजिबात मनात नव्हतं. मला आठवतंय तेव्हापासून माझ्यावर माझ्या वडिलांचा फार मोठा प्रभाव होता... त्याना बाथ पार्टीचं सरकार अजिबात मान्य नव्हतं म्हणून

ते मलाही मान्य नव्हतं. माझ्या अनेक मैत्रिणी या पार्टीच्या सदस्य होत्या, पण मी कधीच ते सदस्यत्व घेतलं नव्हतं. बाथ पार्टीच्या अधिकाऱ्यांनी विद्यापीठामध्ये प्रवेश घेणाऱ्या प्रत्येक व्यक्तीला बाथ पार्टीचं सदस्य व्हायलाच लावलं होतं, हे आपल्याला सर्वांनाच ठाऊक आहे. पण साती अल-हुसरीच्या मुलांना आणि नातवंडांना या नियमातून आपोआपच सूट मिळालेली होती. आम्ही बाथ पार्टीचे सदस्य नसलो तरीही आम्हाला अनेक बाबतींमध्ये महत्त्वाच्या व्यक्तीचा दर्जा देण्यात आलेला होता. सद्दाम हुसैन या माणसावर माझ्या वडिलांचा अजिबात विश्वास नव्हता म्हणून त्याच्याशी बोलण्याची माझी बिलकूल इच्छा नव्हती.

'पण माझ्या आईला 'नाही' म्हणणं सोपं नव्हतं. तिनं सांगितल्याप्रमाणे वागणं मला भागच होतं. मी तेव्हा फक्त अठरा वर्षांची होते, तरी मी उपाध्यक्षांना सरळ त्यांच्या वैयक्तिक टेलिफोन क्रमांकावर फोन केला. त्यांचा आवाज थोडा नाकात येत होता हे माझ्या लक्षात आलं, पण ते अतिशय सुसंस्कृतपणे बोलत होते. शक्य तेवढ्या लौकर मला फोन खाली ठेवायचा होता, म्हणून मी त्यांच्या दयाळूपणाच्या कृत्याबद्दल त्यांचे आभार मानले आणि ते आता निरोप घेतील याची वाट पाहात राहिले. त्यांना फतिहाला हजर राहाता येणार नव्हतं याबद्दल त्यांना फार वाईट वाटत होतं असं त्यांनी मला सांगितलं आणि याबद्दल माझ्या कुटुंबाची त्यांनी क्षमाही मागितली. त्या संभाषणाच्या वेळी ते इतक्या विनम्रपणे बोलत होते की, त्यांनी मला जिंकलं असंच म्हटलं पाहिजे.' मयादानं तिच्या कोठडीतील स्त्रियांकडे कबुली दिली. 'मी फोन खाली ठेवला तेव्हा मी सद्दामची समर्थक झालेली होते, हे सांगायला मला शरम वाटते.' समाराबरोबरच इतरही काही सावल्यांनी मयादाला समजून घेत मान डोलावली. सद्दामचं राज्य नव्यानं सुरू झालं, तेव्हा अनेक इराकी लोकांनी त्यांना पाठिंबा दिला होता. देशाचा विकास घडवून आणण्याच्या महत्त्वाकांक्षेनं प्रेरित होऊनच तो सत्तेवर आला होता आणि त्यानं ज्या काही सुधारणा लगेच केल्याही होत्या त्यांचा फायदाही बहुसंख्य इराकी लोकांना झाला होता. प्रत्येक इराकी व्यक्तीला शिक्षण मिळालंच पाहिजे, या सातींच्या तत्त्वाचा सद्दामवर खूप प्रभाव होता म्हणून त्याने प्रत्येक गावामध्ये मुलांसाठी शाळा बांधण्याचा प्रचंड कार्यक्रम हाती घेतला आणि प्रौढांसाठी खास शिक्षक नेमले. त्यानंतर त्याने आरोग्यवर्धनाच्या कार्यक्रमावर लक्ष केंद्रित केलं आणि रुग्णालयं आणि दवाखाने बांधायला सुरुवात केली. काही वर्षांच्या आतच त्यानं सर्व व्यवसाय स्त्रियांसाठी खुले केले. मध्य पूर्वेमध्ये कोणत्याही देशामध्ये अस्तित्वात नसलेलं समान संधीचं वातावरण त्यानं इराकमध्ये निर्माण केलं. इराकचा चांगला काळ येतो आहे असं काही वेळापुरतं वाटू लागलं होतं. अर्थात सद्दाम आपल्या अंतर्गत सुरक्षा विभागाची बांधणी इतक्या गुप्तपणे करत होता की सर्वसामान्य इराकी नागरिकाला कोणत्या

प्रकारची अंतर्गत सुरक्षा व्यवस्था आपल्यावर लादली जाणार आहे याची तिळमात्र कल्पना नव्हती.

'माझी आई इराकमधील सर्वांत फॅशनेबल स्त्रियांपैकी एक मानली जात असे. कपडे डिझाईन करणाऱ्या व्यक्तींच्या प्रदर्शनांसाठी आणि पुढच्या मोसमासाठी कपडे निवडण्यासाठी ती बऱ्याच वेळा पॅरिसला जात असे. सद्दामला ही गोष्ट माहीत होती त्यामुळे त्या मेजवानीच्या प्रसंगानंतर थोड्यात दिवसांनी राजवाड्यातून तिच्याकडे पुरुषांच्या कपड्यांचं एक मासिक पाठवण्यात आलं. त्या मासिकाबरोबरच सद्दामनं तिला एक चिठ्ठी पाठवून अशी विनंती केली होती की त्याच्यासारख्या उच्च स्थानावरील माणसाने दिवसाच्या कार्यक्रमासाठी घालण्यास योग्य ठरतील अशा कपड्यांवर त्या मासिकामध्ये पाहून कृपया खुणा कराव्यात.

सद्दामला ओळखणाऱ्या सर्वांना हे ठाऊक होतं की त्याला कपड्यांचा फार शौक होता. दिवसाकाठी तो पाचपाच वेळा भारी, खास बनवून घेतलेले सूट बदलत असे. माझ्या आईला त्याच्या या वागण्याबद्दल सहानुभूती होती. खेड्यात गरिबीत वाढलेल्या मुलाला अशी इच्छा असणं साहजिकच आहे असं तिचं मत होतं, शिवाय आता मनात आणलं तर कपड्यांचं सगळं दुकानही खरेदी करू शकेल, अशा पदाला तो मुलगा पोचलेला असेल तर मग त्याचं वागणं समजून घेता येण्यासारखं आहे असं ती म्हणत असे. म्हणून मग तिनं त्यानं पाठवलेल्या पुस्तकाची पानं उलटून त्यानं कुठले कपडे निवडले आहेत ते पाहायला सुरुवात केली आणि तिला आश्चर्याचा धक्काच बसला. त्यानं जुगाराच्या अड्ड्यांवर काम करणारे लोक घालतात तसले मखमलीचे कोट निवडले होते. अर्थातच या प्रकारच्या कोटांना खिसे नसतात हे उघड आहे. माझी आई आयुष्यभर जागतिक नेत्यांच्या सहवासात वावरलेली होती म्हणून तिनं क्षणभरही न बिचकता सद्दामला सांगून टाकलं की त्याची कपड्यांची निवड साफ चुकीची आहे आणि कधी– अगदी कधीही– खिसे नसलेल्या मखमली कोटांचा विचार त्यानं करून चालणार नाही. त्या अगदी अयोग्य अशा मखमली कोटांबद्दलची चिठ्ठी लिहून झाल्यानंतर ती पुन्हा त्या मासिकाकडे वळली आणि तिनं सद्दामला योग्य अशा अनेक कपड्यांवर खुणा करून ते मासिक आमच्या ड्रायव्हरबरोबर राजवाड्यात परत पाठवून दिलं. नंतर अनेक समारंभाच्या वेळी जेव्हा जेव्हा सद्दाम टेलिव्हिजनवर दिसत असे तेव्हा मी आणि माझी आई आम्हा दोघींच्या हे लक्षात येत असे की त्याचे कपडे आईनं निवडून दिलेल्या नमुन्यांप्रमाणेच तयार केलेले असत.

सगळ्या सावल्या स्त्रिया हे ऐकून थक्क झाल्या आणि त्यांनी मयादाला आणखी काही सांगण्याचा आग्रह करायला सुरुवात केली.

नंतर १९८०मध्ये माझी आई एका समितीची प्रमुख म्हणून काम करत होती.

ही समिती इराकसंबंधी एका विशेष पुस्तकाची आखणी करत होती. हे पुस्तक काढण्याचं काम खूप खर्चिक होतं कारण अतिशय उत्तम प्रतीची निर्मिती आणि बहुरंगी छायाचित्रं असं त्याचं स्वरूप होतं. हे काम पूर्ण झाल्यानंतर माझ्या आईनं स्वत: सद्दामला त्याची एक खास प्रत नेऊन दिली. १९७९मध्ये बाकिरचा पाडाव करून सद्दामने स्वत:चीच नेमणूक अध्यक्ष म्हणून करून घेतली होती. त्याला ते पुस्तक फारच आवडलं आणि त्यानं तिला त्याच्या कचेरीमध्ये येण्याचं खास निमंत्रणही दिलं. तुमच्या दोन्ही मुलींनाही घेऊन या असं ते निमंत्रण होतं. अब्दियाचं नुकतंच लग्न झालं होतं आणि ती ट्यूनिसमध्ये राहात होती म्हणून मी एकटीच आईबरोबर गेले.

राजवाड्यात आम्ही पोहचल्याबरोबर आम्हांला सद्दामच्या कचेरीत नेण्यात आलं. इराणबरोबरचं युद्ध अजून सुरू झालेलं नव्हतं त्यामुळे सद्दाम सैनिकी गणवेशात नव्हता. त्याने एक पांढरा सूट, काळा शर्ट आणि पांढरा टाय असा पोशाख केला होता. त्याचे कपडे पाहून माझ्या आईनं हळूच मला कोपरखळी मारली. मी तिच्या चेहऱ्याकडे पाहिलं आणि मला हसू आवरेनासं झालं. ती डोळे फिरवून तोंड वाकडं करून माझ्याकडे पाहात होती. कारण त्या कपड्यांमध्ये इराकचा अध्यक्ष अमेरिकेतल्या प्रसिद्ध गुंड अल कपोनची लहान आवृत्ती असल्यासारखा दिसत होता. सद्दाम हुसैन हा एक माणूस असा आहे की त्याला स्वत:चे कपडे निवडण्याची परवानगी कधीही देता कामा नये असं स्वत:चं मत माझ्या आईनं नंतर बोलून दाखवलं. पण हे संकट लौकरच टळलं कारण इराणबरोबरचं युद्ध सुरू झाल्यानंतर त्यानं मुलकी कपडे घालणं सोडूनच दिलं. त्यानंतर तो कधीही त्याच्या गणवेशाखेरीज इतर कपड्यांमध्ये दिसला नाही. आई एकदा म्हणाली सुद्धा, 'त्या भयंकर युद्धाचा एवढा एकच फायदा झाला.'

१९८१च्या जूनमध्ये अल जम्हूरियामध्ये 'एत्तला आते' नावाच्या एका वृत्तपत्रामध्ये मी एक आठवड्याच्या अखेरीचं एक सदर लिहीत होते. ('एत्तला आते' म्हणजे आढावा) त्यामध्ये काळाच्या संकल्पनेबद्दल मी एक लेख लिहिला होता. त्यामध्ये मी काळाची तुलना अल्लाच्या अमर्याद काळाशी केली होती आणि आईस्टाईनच्या संकल्पनेला आणि काळाच्या उलट्या गतीच्या कल्पनेचाही थोडा विचार केला होता. दिवसामध्ये चोवीस तास असतात, त्याऐवजी अठ्ठेचाळीस तास असते तर किती बरं झालं असतं असं म्हणून त्या लेखाचा मी शेवट केला होता. त्या वृत्तपत्रातील सर्वांनी त्या लेखाचं कौतुक केलं. तेवढ्यात अचानकपणे मला आईचा फोन आला. तिनं मला ताबडतोब घरी बोलावलं होतं. राजवाड्यातून कोणीतरी येऊन गेलं होतं आणि ती व्यक्ती थोड्याच वेळात परत येणार होती. थोड्याशा काळजीनंच मी फोन खाली ठेवला. माझा लेख अध्यक्षांना आवडला नाही

की, काय अशी मला भीती वाटत होती. युद्ध सुरू झाल्यापासून अध्यक्ष थोडे चिडचिडे झाले होते म्हणून मला ही भीती वाटत होती. मी घरी पोचते आहे, तेवढ्यात फोन वाजला. अमजद नावाच्या माणसाचा फोन होता. अतिशय सभ्य भाषेत त्यानं स्वत:ची ओळख सद्दामचा खाजगी सचिव अशी करून दिली. दुसऱ्या दिवशी संध्याकाळी ५ वाजता अध्यक्ष सद्दाम यांना मला भेटायची इच्छा आहे असं त्यानं मला सांगितलं. तग्रिस नदीवरील कराद्दा येथील अल-कस्त्र अल-जम्हूरी (रिपब्लिकन पॅलेस) येथे येण्यास मला सांगण्यात आलं.

माझी अस्वस्थता चांगलीच वाढायला लागली होती. सद्दामनं मला का बोलावलं आहे याचाच विचार करत रात्रभर जागत बसण्यापेक्षा मी सरळ त्या सचिवाला प्रश्न केला, 'काही चूक झाली आहे का माझ्या हातून? अमजद हसतच उत्तरला 'नाही, 'नाही ताईसाहेब, उलट तुम्ही, मी काय चांगली गोष्ट केली आहे, असं विचारायला हवं. कारण तुमच्या लेखाबद्दल अध्यक्ष तुमचा सत्कार करणार आहेत.'

'त्याच्या शब्दांनी मला दिलासा मिळाला आणि मी माझ्या संपादकांना फोन केला. त्यांचं नाव होतं साहिब हुसेन अल-समावी आणि त्यांना घडलेली हकीकत सांगितली. त्यांना फारच आनंद झाला. राजवाड्यातून बाहेर पडल्याबरोबर लगेच सगळी हकीकत नीट सविस्तर सांग असं त्यांनी मला बजावलं.

'त्या वेळी माझं लग्न झालेलं होतं. सलामबरोबर जगताना सगळंच चुकत चाललं होतं, पण त्यालाही ही गोष्ट कळल्यावर आनंद झाला. मला अध्यक्षांना भेटण्यासाठी घेऊन जाण्यासाठी त्याच्या सैनिकी अधिकाऱ्याकडून छावणीबाहेर जाण्याची परवानगी आणण्याचंही त्यानं ठरवलं. एवढ्या महत्त्वाच्या प्रसंगामुळे त्याच्या वरिष्ठ अधिकाऱ्याने त्याला सबंध दिवसाची सुट्टीच देऊन टाकली. दुसऱ्या दिवशी सकाळी ११-३० ला तो घरी आला. स्नान करून कपडे बदलून तो पुन्हा बाहेर गेला. जाताना सांगून गेला की मला अध्यक्षांकडे नेण्यासाठी तो दुपारी ४ वाजता येईल.

माझ्या वैवाहिक आयुष्यातील भांडणं सलामच्या अनेक मैत्रिणींमुळेच होत होती आणि ४-३० पर्यंत तो परत आला नाही तेव्हा मला कळून चुकलं की त्यानं मला खोटं सांगितलं आहे. सलाम मला घेऊन जाणार आहे म्हणून आई आमची गाडी आणि ड्रायव्हर घेऊन एका समारंभाला निघून गेली होती. त्यामुळे धावपळ करून राजवाड्यात जाण्यासाठी मला टॅक्सी शोधावी लागली.

'माझ्या ठरलेल्या वेळेच्या जेमतेम पाच मिनिटं आधी मी कशीबशी धापा टाकत, केसबीस विस्कटलेली अशी पोचले.. पण मी स्वत:ला सावरलं होतं. एका कनिष्ठ अधिकाऱ्याच्या सोबत मी एका प्रशस्त खोलीतून दुसऱ्या तेवढ्याच प्रशस्त

खोलीत जाता जाता अखेरीस एका अतिशय प्रचंड अशा दिवाणखान्यात पोचले. तेथे सद्दामला भेटण्यासाठी आलेले अनेक इराकी उभे होते. इराणबरोबर युद्ध चालू असूनही राजवाड्यात काही कमी नव्हतं. सगळं काही भरपूर दिसत होतं. पाहुण्यांना फळांचा रस किंवा अनेक प्रकारची सरबतं देण्यात येत होती. ही पेयं ज्या किमती काचपात्रांतून देण्यात येत होती, त्या प्रत्येक काचपात्राची किंमत एखाद्या इराकी माणसाच्या आठवड्याच्या पगारापेक्षाही अधिक होती. काही मिनिटांनंतर सर्वांना आणखी विस्तृत अशा एका दालनामध्ये नेण्यात आलं. या दालनामध्ये एका प्रशस्त टेबलावर असंख्य प्रकारचे खाद्यपदार्थ मांडलेले होते. टेबलाच्या मध्यभागी तर अतिशय महाग असलेल्या 'बेलुगा कॅवियर' या पदार्थाचा एक लहानसा ढीगच ठेवलेला होता. परंतु तेथे आलेले बहुतेक इराकी लोक हे गरीब होते. त्यांनी बेलुगा कॅवियर कधी पाहिलेली सुद्धा नव्हती आणि म्हणून त्यांनी ती चमकदार काळ्या रंगाची इवलीशी माशांची अंडी खाण्यास नकारच दिला. हा एक अतिशय महागडा पदार्थ आहे आणि जगभर त्याला एक अपूर्वाईचा पदार्थ मानलं जातं असं मी त्यांना पटवण्याचा कितीही प्रयत्न केला तरी त्यांनी कॅवियर खाल्ली नाहीत. तेथे आणखी एका टेबलावर अनेक गोड पदार्थ आणि अननस, आंबे आणि चेरी यांसारखी अनेक प्रकारची फळंही ठेवलेली होती.

मी इतकी अस्वस्थ होते की मला काहीच खाता येत नव्हतं, पण बाकी सर्व जण मात्र उत्साहानं ताव मारत होते. भडक शेंदरी रंगाचे केस असलेली एक स्त्री हळूहळू सरकत माझ्या दिशेनं आली. तिनं माझ्याशी मैत्री करण्याचा प्रयत्न सुरू केला. तिचा कसलासा वारसाहक्क नष्ट झाला होता. तो परत मिळण्याच्या संदर्भात तिनं सद्दामला पत्र लिहिलं होतं. सद्दामला भेटण्यासाठी ती फार उत्सुक होती आणि तिचा वारसाहक्क तिला परत मिळेल याची तिला खात्री होती. तिला अध्यक्षांबद्दल काही 'विशेष' भावना होत्या असंही तिनं सूचित केल्यानंतर मात्र मी सावध झाले आणि सावकाशीनं खोलीच्या दुसऱ्या बाजूला सरकले. तेथे पोचल्यावर मी एका वयस्कर स्त्रीशी बोलणं सुरू केलं. पण ती बिचारी इतकी भेदरलेली होती की स्वतःचं नाव तेवढं जेमतेम पुटपुटू शकली. तिचे हात इतके थरथरत होते की तिनं सरबतानं भरलेली दोन काचपात्रं जमिनीवर घातलेल्या बहुमोल पर्शियन गालिचावर पाडली. म्हणून मग मी तिच्याजवळूनही दूर झाले.

'आमचं जेवण झाल्यानंतर आम्हा सगळ्यांना पुन्हा पहिल्या दिवाणखान्यामध्ये नेण्यात आलं. तेथे सर्वांना चहा देण्यात आला. आम्ही सर्वजण तेथे बसून वाट पाहात होतो. आमची कोणालाही आठवण राहिली नाही की काय असं माझ्या मनात येतं आहे, तेवढ्यात सैनिकी गणवेशातील एक माणूस दालनात आला आणि त्यानं माझं नाव पुकारलं. मी दालनाबाहेर पडले तेव्हा अनेक नजरा हेव्याने माझ्या पाठीवर

खिळल्या आहेत असं मला जाणवत होतं.

'मला एका थोड्या लहान पण अधिक सजवलेल्या खोलीत नेण्यात आलं. लौकरच मला गडबड, आरडाओरडा ऐकू येऊ लागला. सैनिकी गणवेशातील लोक धावपळ करताना दिसले तेव्हा मला समजून चुकलं की सद्दाम राजवाड्यामध्ये येऊन पोचला आहे. साधारण एका तासाभरानंतर एक सैनिकी अधिकारी खोलीत आला आणि त्यानं मला त्याच्याबरोबर येण्याची विनंती केली. या वेळेपर्यंत मी अगदी थकून गेले होते, पण तरी त्याच्या सांगण्याप्रमाणे मी त्याच्या मागून गेले. मला आणखी एका खोलीत नेण्यात आलं. या खोलीच्या मध्यभागी एक मोठं लाकडी टेबल होतं. भोवताली निळ्या कापडानं मढवलेल्या आणि सोनेरी नक्षीकाम केलेल्या अनेक खुर्च्या होत्या. आणखी एका अधिकाऱ्यानं माझ्याशी हस्तांदोलन केलं. माझं अभिनंदन केलं आणि अध्यक्षांना भेटल्यावर कसं वागायचं हे समजावून सांगितलं. मी प्रथम बोलायला सुरुवात करायची नाही, किंवा हस्तांदोलनासाठी हातही पुढे करायचा नाही. सद्दामने हात पुढे केला तरच त्याला प्रतिसाद द्यायचा हे त्यानं इतक्या ठामपणे सांगितलं की मला भीतीच वाटू लागली.

'गेल्या वेळी सद्दाम भेटला तेव्हा तो इतका सहज वागला होता, इतका नम्र वाटला होता की मला सगळ्या सूचना ऐकून आश्चर्य वाटू लागलं. तेव्हाच मी स्वत:ला सांगून टाकलं, सद्दामचं नवं रूप उघड होतं आहे.'

समारा हसली आणि पुटपुटली, 'कदाचित हेच त्याचं खरं स्वरूप असेल आणि आधी तुला दिसलेला त्याचा मुखवटा असेल.'

मयादानं मान हलवत आपल्या गोष्टीचा शेवट सांगायला सुरुवात केली. 'दोन मोठी भव्य लाकडी दारं एका सैनिकानं उघडली. समोरच्या खोलीत सद्दाम एका टेबलाशी बसला होता. त्यानं मोठ्या थोरल्या फ्रेमचा चष्मा लावला होता. मी याआधी तो कधीच पाहिला नव्हता. त्याने सैनिकी गणवेश घातला होता. पण मी आधी त्याला भेटले होते तेव्हा तो जसा दिसत होता तसाच आताही दिसत होता. त्याचा वर्ण काळ्याकडे झुकणारा असाच होता आणि कुरळे केस व मजबूत जबडा हे त्याचे विशेष होते. त्याच्या नाकाच्या टोकावर एक फिकट हिरव्या रंगाचं लहानसं गोंदण होतं. ते काही वर्षांनंतर त्यानं काढून घेतलं.'

'सद्दामनं हसून माझं स्वागत केलं आणि हस्तांदोलनासाठी हात पुढे केला तेव्हा मला चांगलंच आश्चर्य वाटलं. मला देण्यात आलेल्या सूचनांप्रमाणे मी त्याच्या हातात हात दिला. त्यानं विचारलं, 'काय म्हणताहेत आमचे प्रतिभावंत लेखक?' मी योग्य अशा इराकी रीतीनं उत्तर दिलं, 'जोपर्यंत स्वत: अध्यक्ष सुखी आणि सुदृढ आहेत, तोपर्यंत सर्वच इराकी जनता सुखी आणि संपन्न आहे.' वृत्तपत्रामधील बाकी लोक कसे आहेत याचीही चौकशी त्यानं केली. त्या सर्वांनी

त्यांना अध्यक्षांबद्दल वाटणारा आदर आणि प्रेम आपल्यापर्यंत पोचवण्यास मला सांगितलं आहे हे मी त्याला सांगितलं.

मनापासून हसत तो म्हणाला, 'मी तुझा काळासंबंधीचा लेख वाचला. उत्कृष्ट लेख लिहिला आहेस. साती अल-हुसरीची नात शोभते आहेस. त्यांना खूप आनंद झाला असता.' माझ्या खांद्यावर हलकेच थाप देत तो पुढे म्हणाला, 'काहीही झालं तरी तुझी ही लेखणी आपल्या या महान क्रांतीबद्दल सतत लिहीत राहील, असं मला वचन दे. तुझा अंतरात्मा तुला जे लिहायला सांगेल ते लिहीत राहा आणि तू योग्य मार्गावर राहशील.'

त्याच्या प्रेमळ शब्दांबद्दल मी त्याचे आभार मानले. मग माझ्याजवळ एखादी मोटारगाडी आहे की नाही, याची त्यानं चौकशी केली. मी होकारार्थी उत्तर दिलं. मग माझं घर मला आवडेल असं आहे ना याची त्यानं चौकशी केली. यालाही मी होकारार्थी उत्तर दिलं तेव्हा त्याला मजाच वाटलेली दिसली. तो म्हणाला, 'तू सल्वाची मुलगी आहेस. तुला कोणत्याही वस्तूची किंवा व्यक्तीची गरजच नाही.' त्याचं हे बोलणं मला त्या वेळी थोडं विचित्र वाटलं, पण नंतर त्याचे शब्द आणि ज्या पद्धतीनं त्यानं ते उच्चारले होते ते आठवलं तेव्हा मला कळून चुकलं की तो माझी स्तुतीच करत होता. माझ्या आजोबांनी, सातांनी त्यांच्या मुलीला अशा प्रकारे वाढवलं होतं की ती एक कणखर आणि स्वतःची मतं असलेली स्त्री बनेल अशा रीतीनं सातींनी त्यांच्याशिवाय तिनं स्वतःला स्वतंत्र बनता येईल असं वैशिष्ट्यपूर्ण शिक्षण घेतलं पाहिजे याचाही त्यांनी आग्रह धरला होता. हे सर्व गुण एका अरब स्त्रीमध्ये असणं ही इराकमध्ये एक अद्भुत गोष्टच होती.

मग सद्दामनं टेलिफोनवरून कोणालातरी बोलावून घेतलं. एक फोटोग्राफर आला आणि त्यानं आमची अनेक छायाचित्रं घेतली. सद्दामनं माझ्या कपाळाचं चुंबन घेतलं आणि साती-अल हुसरीला अभिमान वाटेल असं काम पुढेही करत राहायला मला सांगितलं तेव्हा मला खूपच आश्चर्य वाटलं. मग अगदी निघताना तो म्हणाला, 'तुझ्या आजोबांबद्दल बोलत होतो आपण. त्यांचे विचार, त्यांची तत्त्वं यांचा नुसता विचार मनात आला तरी मला मी एक अरब असल्याचा अभिमान वाटतो. माझ्याशी एक अखेरचं हस्तांदोलन करून तो मला दारापर्यंत पोचवायला आला. मी शेजारच्या खोलीत गेले तेव्हा अमजद पुढे आला. सद्दामच्या या भेटीसाठी त्यानंच मला पहिला फोन केला होता. त्यानं मला एक लिफाफा आणि दोन कातडी डब्या दिल्या. मला जिथे जायचं असेल तेथे पोचवण्यासाठी एक मोटार तयार आहे असंही त्यानं मला सांगितलं. मला अल-जम्हूरियाच्या कचेरीत माझ्या वरिष्ठांना भेटायला जायचं आहे असं मी त्याला सांगितलं. मी त्यांना तसं कबूल केलं होतं.

सद्दामशी झालेली भेट आणि त्यानं केलेली स्तुती ऐकून साहिब फारच खूष

झाले. दुसऱ्या दिवशी पुन्हा एकदा माझा लेख छापावा असंही त्यांनी ठरवलं. शिवाय मयादा अल-अस्करीच्या कामाबद्दल सद्दामला असलेली आत्मीयता आणि त्या विशिष्ट लेखाची त्यानं केलेली स्तुती याविषयी एक लहानशी चौकट असणारच होती.

'घरी पोचल्यावर मी तो लिफाफा उघडून पाहिला. पुन्हा एकदा त्यात बरोबर ३००० इराकी दिनार होते. दोन कातड्याच्या डब्यांमध्ये दोन घड्याळं होती. एक होतं खूप महाग, फिलिप पाटेक या कंपनीचं. पांढऱ्या सोन्याचं, हिरे जडवलेलं असं ते घड्याळ होतं. त्याच्या तबकडीवर सद्दामचं नाव कोरलेलं होतं आणि दुसरं होतं ओमेगा कंपनीचं सोन्याचं घड्याळ. त्याच्या तबकडीवर तर सद्दामचं छायाचित्र लावलेलं होतं. मी माझ्या आईची थोडी गंमत करायचं ठरवलं. ती घरी आली तेव्हा मी दोन्ही मनगटांवर दोन घड्याळं लावून तिला सामोरी गेले. आईची हसून हसून मुरकुंडी वळली. काही दिवस मी त्यांपैकी एक घड्याळ वापरलं, पण दर काही मिनिटांनी सद्दामचं नाव किंवा चेहरा बघणं काही मला आवडेना, तेव्हा मग मी ती दोन्ही घड्याळं खणात ठेवून दिली.

'काही दिवसांनी राजवाड्याचा एक प्रतिनिधी माझ्या वृत्तपत्राच्या कचेरीत आला आणि त्याने सोनेरी किनारीचा कातड्यानं मढवलेला एक अल्बम माझ्या हातात ठेवला. त्यात सद्दामबरोबर काढलेली माझी दोन छायाचित्रं होती. साहिबनं त्यांपैकी एक फ्रेम करून स्वत:च्या टेबलावर ठेवलं आणि दुसरं माझ्या आईनं फ्रेम करून आमच्या दिवाणखान्यातील एका पुस्तकांच्या कपाटावर ठेवलं.'

मयादा थांबून आजूबाजूच्या सावल्यांकडे पाहू लागली. त्या सगळ्या तिच्याकडेच टक लावून पाहात होत्या. त्यांना आणखी गोष्टी ऐकायच्या होत्या. समारानंही तिला सांगितलं, 'तुला आता थांबता येणार नाही. सद्दामबरोबर झालेल्या तुझ्या प्रत्येक भेटीचं अगदी संपूर्ण वर्णन करून सांगायलाच हवंस तू.'

मयादा हसून म्हणाली, 'माझा आवाज बसून जाईल आता. पण दोन किंवा तीन भेटींमधल्या महत्त्वाच्या सगळ्या गोष्टी सांगते मी.'

'एकोणीसशे ब्याऐंशी मध्ये' ती पुढे सांगू लागली, 'फोनून' मासिकासाठी मी एक निबंध लिहिला होता. त्याचं नाव होत 'ही सुंदर शांतता.' तो निबंध युद्धासंबंधी असला तरी त्याचा खरा विषय होता, एक स्त्री आपल्या प्रियकराला सांगते आहे, मला तुझ्याबद्दल काय वाटतं ते सांगायला मला शब्दांची जरूरच नाही. कारण आपलं प्रेम ही एक सुंदर कविताच आहे' हा. त्या मासिकाचे प्रमुख संपादक होते मुहम्मद अल-जाझैरी. त्यांनी माझा लेख प्रकाशित झाला त्याच दिवशी फोन करून मला सांगितलं की इराकचे माहिती खात्याचे मंत्री लतिफ नुसैफ यासमीन हे मला एक प्रशस्तिपत्र, एक बरीच मोठी रक्कम आणि एक टेलिव्हिजन सेट देणार आहेत. ही बातमी सांगताना ते अगदी उत्साहित झालेले होते. दुसऱ्या दिवशी

सकाळी दहा वाजता मी माहिती खात्याच्या कचेरीत पोचायचं होतं.'

'ती रात्र मी झोपेविनाच काढली'. मयादा सांगत होती. 'या अशा रोमँटिक लेखाकडे सद्दामचं लक्ष जावं याचं मला फार आश्चर्य वाटत होतं.'

'का बरं? आश्चर्य वाटण्यासारखं काय आहे त्यात?' इमानने विचारलं, 'सद्दाम हा एक रोमँटिक वृत्तीचा माणूस आहे, हे साऱ्या इराकला माहीत आहे.'

'खरं आहे हे', अलियानंही पुस्ती जोडली. 'माझा जनरल असलेला भाऊ त्याच्या एका शरीरसंरक्षकाला ओळखतो. त्यानं सांगितलं की एक सुंदर स्त्री एका वीर पुरुषाच्या प्रेमात पडते, या सूत्रावर आधारलेल्या कथा वाचायला सद्दामला फार आवडतं. त्यानं स्वत:च तुझा निबंध वाचला असणार.'

'हो, तेही शक्य आहे म्हणा.' मयादानं होकार देत पुढे म्हटलं, 'ते जाऊ दे, दुसऱ्या दिवशी दहा वाजता मी त्या कचेरीत पोचले. माहितीखात्याचे मंत्री फार म्हणजे फारच चांगले वागले. ते म्हणाले, 'तुझ्या लेखनामुळे अबु उदय (उदयचे वडील) आपले महान नेते–अल्ला त्यांना दीर्घायुष्य देवो– यांना नेहमीच फार आनंद होतो.'

ते अध्यक्षांचेच शब्द जसेच्या तसे मला सांगत आहेत असं सांगून ते पुढे म्हणाले, अध्यक्षांनी तुझ्यासाठी एक निरोप दिला आहे तो मी तुला सांगतो आहे. ते (अध्यक्ष) म्हणाले, माझं राष्ट्राबद्दलचं कर्तव्य (म्हणजे इराणबरोबरचं युद्ध) पार पाडत असताना मध्येच तिचं लेखन वाचलं की ताज्या हवेची झुळूक आल्यासारखं वाटतं.'

मला हे बक्षीस देण्यासाठी स्वत: हजर राहाता येत नाही याचा अध्यक्षांना खेद वाटत होता, कारण ते इराकच्या वीरांबरोबर आघाडीवर गेलेले होते.

मयादानं सगळी गोष्ट आपल्या सोबतिणींना सांगितली नाही कारण त्या गोष्टीचा शेवट तिच्या दृष्टीनं दु:खी होता. पुढच्याच आठवड्यात तिचा लेख पुन्हा एकदा प्रकाशित करण्यात आला. त्याबरोबर सद्दामनं दिलेल्या बक्षिसाचा (इराकमध्ये त्याला 'तकरीम' असं म्हणतात.) अर्थातच उल्लेख होताच. त्या लेखाची लेखिका म्हणून तिचा परिचय करून देण्यात आला होता आणि तिचं एक छायाचित्रही छापण्यात आलं होतं. याचा परिणाम असा झाला की आघाडीवर लढत असलेल्या सैनिकांकडून तिला शेकडो पत्रं येऊ लागली. एका अनाम सैनिकानं पाठवलेलं पत्र तर ती जन्मात विसरू शकली नसती असं होतं. त्यानं लिहिलं होतं, 'मी नेहमीच तुमच्या लेखांची वाट पाहात असे. पण आता मात्र मी तुमचा एकही लेख वाचणार नाही, कारण आता मला कळून चुकलं आहे की तुम्ही 'त्यांच्यापैकी' एक आहात. (सद्दामच्या अनुयायांपैकी) आणि 'ते' तुम्हांला जे लिहायला सांगतात, तेच तुम्ही लिहिता.' मयादाला त्या पत्रामुळे फार दु:ख झालं कारण आजपर्यंत तिला कोणीही

काय लिही हे सांगितलेलं नव्हतं. मयादा राजकीय लेखही लिहीत नव्हती–त्या लेखकांना पक्षाच्या मार्गदर्शनाखालीच लिहावं लागत असे. तिला स्वत:ला आयुष्य आणि प्रेम याबद्दल काय वाटतं तेवढंच ती लिहीत असे आणि सद्दामला तिचं लेखन आवडत होतं हा एक निव्वळ योगायोग होता.

तिनं सावल्यांना सांगितलं, 'एकोणीसशे त्र्याऐंशी मध्ये मला माझं तिसरं बक्षीस–तकरीम–मिळालं. मी सरकारनं आखलेल्या एका लांबलचक सहलीवरून परत आले होते. सुदानला गेले होते. तिथून परत आल्यानंतर मी एक लेख लिहिला. 'सूर्याचे उभे किरण' नावाचा. सुदानमधील भयंकर गरमीबद्दल लिहिताना मी तेथल्या गरिबीबद्दलही लिहिलं होतं. त्या देशात गेल्यावर मला माझं इराकवर किती प्रेम आहे याची जाणीव झाली होती असंही मी लिहिलं होतं. 'पुन्हा एकदा मला माहितीखात्याकडून निरोप आला की मला अध्यक्षांच्या हस्ते एक 'तकरीम' देण्यात येणार आहे आणि म्हणून मी दुसऱ्या दिवशी दुपारी पावणेपाचला राजवाड्यामध्ये हजर राहायचं आहे.'

'नोव्हेंबर संपत आला होता, तरी हवा गरम होती. मी राजवाड्यात पोचले तेव्हा वाड्याचं प्रांगण लहानमोठ्या स्त्री-पुरुष आणि मुलांनी भरून गेलेलं पाहून मला नवलच वाटलं. वाटलं इथे एखाद्या जत्रेचं आयोजन केलेलं आहे की काय? किंवा जनतेच्या मनोरंजनासाठी काही करमणुकीचा कार्यक्रम वगैरे? पण थोडं निरखून पाहिल्यावर माझ्या लक्षात आलं की, त्यांच्यापैकी कोणाच्याही तोंडावर आनंद दिसत नव्हता. सारेजण दु:खी-कष्टी दिसत होते. स्त्रिया, त्यांचे मुलगे किंवा नवरे आघाडीवर मरण पावल्यामुळे शोकदर्शक अशा काळ्या पोशाखात होत्या.

राजवाड्याबाहेरच्या हिरवळीवर उकिडवं बसलेल्या या इराकी जनतेमुळे राजवाडाही गरीब दिसू लागला आहे, असं मला वाटू लागले. पण तेवढ्यात मला कळलंच की राजवाडा खरोखरच गरीब झाला होता. कारण तेल विकून येणारा सगळा पैसा युद्धाच्या खर्चाकडे जात होता. त्यामुळे राजवाड्याची निगा राखली जात नव्हती. यात आश्चर्य वाटण्यासारखं काही नव्हतं.

मला एकदम जाणवलं की ही सगळी गर्दी पैसे घेण्यासाठी जमलेली होती. वृत्तपत्रातल्या बातम्यांवरून मला हे माहीत झालेलं होतं की प्रत्येक विधवेला आणि ज्या कुटुंबातील मुलगा युद्धात मरण पावला आहे अशा प्रत्येक कुटुंबाला त्यांच्या त्यागाचं फळ म्हणून ५००० इराकी दिनार (१५,५०० अमेरिकन डॉलर) देण्यात येत होते. या मदतीला 'दिय्या' असं म्हणत असत, म्हणजे मृत्यूचा मोबदला. मला तो सगळा कार्यक्रम चांगला माहीत होता. सद्दाम तेथे जमलेल्या सर्वांना भेट देत असे. एका वेळी ५ माणसांना आत सोडण्यात येत असे. प्रत्येक माणूस सद्दामला एक पत्र देत असे. त्या पत्रात त्याचा मुलगा किंवा वडील कोणत्या ठिकाणी मरण

पावले ते लिहिलेलं असे. मग तो दु:खी माणूस ते पत्र घेऊन राजवाड्यातील खजिनदाराकडे जात असे आणि लिहिल्याप्रमाणे पैसे घेऊन जात असे.

'सुरुवातीला सरकारने असे पैसे दिले, पण थोड्याच दिवसांत सरकारला पैशाची चणचण भासू लागली. फार म्हणजे फारच मृत सैनिक होते. सौदी आणि कुवेती सरकार या पैशाची सोय करत होते, ही गोष्ट मला नंतर कळली. इराण आता या प्रदेशातील 'दादा' बनला होता आणि इराणला त्यांच्यापासून दूर ठेवण्याचं काम करणाऱ्या इराकी सरकारला कुवेतचं अल-सबाह घराणं आणि सौदी अरेबियाचं अल-स-उद घराणं हे इतके पैसे पुरवत होतं.

'मी राजवाड्यात पोचले तेव्हा एका सचिवानं मला हुसेन कामिलच्या कचेरीत नेऊन पोचवलं. त्या वेळी कामिल हा एक कनिष्ठ अधिकारी असला तरी नंतर त्याने सद्दामच्या सर्वांत थोरल्या मुलीशी-रघदशी विवाह केला आणि म्हणून तो सद्दामचा अतिशय विश्वासू असा मारेकरी झाला. कामिलला एवढ्या सगळ्या चांगल्या गोष्टी मिळाल्या खऱ्या, पण या सगळ्याचा शेवट झाला तो सद्दामचा थोरला मुलगा उदय त्याचा शत्रू झाला तेव्हा. कामिल अनेक सरकारी प्रकल्पांमधून प्रचंड प्रमाणात पैसे काढून स्वत:चा खिसा भरत असल्याचं उदयला कळलं.

आणि त्याला कामिलचा हेवा वाटू लागला आणि तो आपल्या मेव्हण्याचा हाडवैरी बनला. उदयचं डोकं फिरलेलं आहे ही गोष्ट सगळ्यांनाच माहीत होती त्यामुळे तो आज ना उद्या आपला खून करणार या खात्रीनं कामिल जॉर्डनमध्ये पळून गेला. त्याच्या या बेइमानीपणाने सद्दामला मान खाली घालावी लागली. कारण तो इराकच्या शत्रूंना इराकच्या शस्त्रसामर्थ्याबद्दल माहितीही पुरवू लागला होता. सद्दामने कुराणावर हात ठेवून शपथ घेऊन त्याला सांगितलं की माझ्या नातवंडांच्या पित्याला मी कधीही शिक्षा करणार नाही. तेव्हा सद्दामवर विश्वास ठेवून तो मूर्खासारखा इराकमध्ये परतला आणि अर्थातच काही दिवसांतच त्याचा खून करण्यात आला.

पण मी ज्या दिवशी कामिलला भेटले त्या दिवसापर्यंत तरी कामिल एक साधा अधिकारीच होता. अजून सद्दामचा आवडता किंवा नावडता असं काही झालेलं नव्हतं. हे बोलतानाच तिला इतकं हसू आलं की तिनं तोंडावर हात धरून ते हसू दाबण्याचा प्रयत्न केला. 'हुसेनला पाहाताक्षणीच मला त्याचा फार तिटकारा वाटला हे मला कबूल केलं पाहिजे आणि या तिटकाऱ्याचा त्याच्या दिसण्याशी काही संबंध नव्हता. बरं, तो दिसायला चांगला नव्हताच. लहान चणीचा, मोठ्या मिशांवर झुकलेल्या बाकदार, प्रमाणाबाहेर मोठ्या नाकाचा असा तो माणूस होता. त्याच्या नजरेकडे पाहिल्यानंतर मला त्याची खरोखर घृणा वाटू लागली. त्याच्या डोळ्यांमध्ये त्याच्या आजूबाजूच्या सर्वांबद्दल, अगदी माझ्याबद्दल सुद्धा कमालीची

तुच्छता भरलेली होती.'

'तरीही त्यानं अगदी काटेकोरपणे त्याला दिलेलं काम पार पाडलं. माझ्याबरोबर एक कवी आणि एक संगीतकारही सांस्कृतिक पारितोषिकं घेण्यासाठी आलेले होते.'

'ते दोघेही काही वेगळेच होते. संगीतकार उंच काळा सावळा माणूस होता. त्याचे डोळे आनंदानं चमकत होते. त्यानं एक देशप्रेमाचं गीत लिहिलं होतं आणि ते खूपच लोकप्रिय झालेलं होतं. सर्व लष्करी ठाण्यांवर ते गीत वाजवलं जावं असा हुकूम सद्दामनं दिला होता. त्या गीताच्या ओळी अशा होत्या: 'हे माझ्या देशा, तुझी माती हा माझा कापूर आहे.' (मुसलमान लोक प्रेत पुरण्याआधी प्रेताभोवती कापूर शिंपडतात.) तुम्हांला आठवतंय का ते गाणं?' बऱ्याच सावल्यांनी होकारार्थी मान डोलावली. समारानं तर दोन-तीन ओळी गुणगुणूनही दाखवल्या.

'कवी होता तो संगीतकाराच्या अगदी उलट होता. लहानसा, लुकडासा, पिवळट वर्णाचा माणूस. त्यानं सद्दामच्या थोरवीचं आणि इराकी लोकांचं त्यांच्या अध्यक्षांवर किती प्रेम आहे याचं वर्णन करणारी एक कविता लिहिली होती, थोड्याच वेळात आम्हांला तिघांनाही दुसऱ्या एका खोलीत नेण्यात आलं. कवी आणि संगीतकार यांच्याआधी सद्दामची भेट घेण्यासाठी मला आत बोलावण्यात आलं. मी त्या दोघांनाही तिथंच सोडून जेव्हा आत गेले, तेव्हा सद्दामला पहिल्यांदाच भेटणार असल्याच्या कल्पनेनं ते दोघेही इतके आतुर झाले होते की संगीतकार एकदम उडी मारून उभा राहिला आणि त्यानं स्वत:चं गीत गायला सुरुवात केली आणि कवीनं आपल्या कवितेचं पठण करायला सुरुवात केली.'

आता समाराला हसू आवरेनासं झालं आणि मग मयादाही हसू लागली.

'त्यांना दोघांनाही तिथे सोडून जाताना मला हायसं वाटत होतं, पण दुसऱ्या दालनात जाण्यासाठी चालत जाताना दूरपर्यंत मला त्यांचे आवाज मात्र ऐकू येतच होते.'

आता मात्र सगळ्याच सावल्या हसण्यात सामील झाल्या.

मयादा स्वत:ला सावरून पुढे सांगू लागली, 'ही भेट आधीच्या सर्व भेटींपेक्षा वेगळी होती. सद्दामला मी भेटले तेव्हा तो थोडासा विचारमग्न दिसला. त्याची मन:स्थिती ठीक नसण्याचं कारण मला कळण्यासारखं होतं. त्या दिवसांत इराणबरोबरचं युद्ध नीट चाललेलं नव्हतं. सद्दामनं खोमेनीला पुरतं ओळखलं नव्हतं. खोमेनीनं भूमिगत सुरुंगाचा शोध घेण्यासाठी लहान मुलांचा वापर केला, हे नुसतं आठवलं तरी माझ्या अंगावर शहारे येतात. अशा निर्दय शत्रूचा पराभव इराक कसा करू शकणार होता?'

'सद्दामनं पुन्हा एकदा माझ्या लेखनाबद्दल माझं कौतुक केलं, मी इतक्या

स्वतंत्र विचारांची असल्याबद्दल त्याला आनंद वाटत असल्याचंही सांगितलं. साती अल-हुसरीच्या नातीकडून यापेक्षा वेगळ्या, कमी गोष्टीची अपेक्षाच नाही असंही मला बजावलं आणि मग एकदम घाईघाईनं बोलायला सुरुवात करत तो म्हणाला, कोणी काहीही म्हटलं तरी लेखकांमध्ये मला विविधता हवी आहे आणि तीच तू लोकांना देते आहेस. तुझ्या लेखनानं मला आनंद मिळतो आणि पत्रकारितेला कोणत्याही नियमांमध्ये बंदिस्त केलं जावं असं मला कधीही वाटणार नाही. 'तो पुढे म्हणाला, 'इराकी लोकांना युद्धाखेरीज इतर गोष्टींचा विचार करण्याची आवश्यकता आहे.' त्याचं हे वाक्य मी कधीही विसरणार नाही.' तो पुढे असंही म्हणाला, 'एखाद्या एकनिष्ठ स्त्रीचं प्रेम मिळावं हे प्रत्येक पुरुषाचं स्वप्न असतं.'

खरं सांगायचं तर, त्याच्या या 'मोकळेपणाच्या' बोलण्यानं मी इतकी बावचळून गेले होते की त्याला काय उत्तर द्यावं तेच मला कळत नव्हतं. मग तो हसून म्हणाला, 'चल, आपण एक फोटो काढून घेऊ.'

'त्याला त्याच्या सगळ्या पुढच्या कामांची खूप घाई होती असा माझा समज झाला होता, म्हणून मी त्याला सांगितलं, आपल्याबरोबर माझा एक फोटो आधीच काढलेला आहे, आणि तो माझ्याकडे आहे. याचा मला खूप अभिमान वाटतो. मला आपला आणखी वेळ घ्यायची इच्छा नाही कारण आपण युद्धाच्या कामांमध्ये गुंतलेले आहात.'

'मी असं म्हटल्यावर तो पहिल्या प्रथमच मोठ्यानं हसला आणि म्हणाला, 'ठीक आहे मग आपण एक अल्बम बनवू– आणि तू असंच उत्तम लेखन करत राहिलीस तर तो अल्बम तुला नक्कीच मिळेल.'

'आमचा फोटो काढून झाल्यानंतर तो म्हणाला, 'तुला खास असं काही हवं आहे का? कारण मी तुला एक विशेष बक्षीस द्यायचं ठरवलं आहे.' तो इतक्या चांगल्या मूडमध्ये आहे हे पाहून मी खरोखरच काय हवं आहे ते बोलून टाकलं. माझ्या छोट्या मुलीला -फेला घेऊन मला लंडनला माझ्या आईला भेटायला जाण्याची इच्छा होती. तिच्यावर नुकतीच एक शस्त्रक्रिया झाली होती.

'सलामलाही घेऊन जावं अशी तुझी इच्छा आहे का?' त्यानं विचारलं

'छे, छे, तो आघाडीवर लढतो आहे आणि इतक्या महत्त्वाच्या कामगिरीवरून त्याला दूर नेणं माझ्या मनातही येणार नाही.' मी उत्तर दिलं. तेव्हा अक्षरश: एका चुटकीसरशी सद्दामनं मला सांगितलं, 'तुझी इच्छा पूर्ण झाली असं समज.' तेव्हा इतकं आश्चर्य मला इतर कोणत्याही वेळी वाटलेलं नव्हतं. कारण आपल्याला सर्वांना माहीत आहे की युद्धाच्या काळात इराकी लोकांना सरकारी कामाखेरीज इतर कोणत्याही कारणानं इराक सोडून परदेशात जायला बंदी आहे. मी अवाक होऊन तिथे उभी होते. तेवढ्यात त्यानं त्याच्या सेक्रेटरीला बोलावून मी आणि माझी मुलगी

यांच्यासाठी विमानाच्या तिकिटांचा बंदोबस्त करण्याच्या सूचना दिल्यासुद्धा. आम्ही लंडनला निघालो होतो. सद्दामनं मला आणखी एक आश्चर्याचा जोरदार धक्का देत दुसरा हुकूम दिला– या प्रवासाच्या खर्चासाठी मला ५,२५० इराकी दिनार देण्याचा–(१६,२७५ अमेरिकन डॉलर) त्या सेक्रेटरीच्या चेहऱ्यावरचे भाव जन्मात विसरणार नाही मी. 'आतल्या गोटातील' नव्हते आणि तरी मला हे बक्षीस मिळत असलेलं पाहून तो आश्चर्यचकित झाला होता.

माझ्या लेखनाची पद्धत आणि शैली सद्दामला कितीही आवडली असली तरी माझ्यावर त्याची इतकी कृपादृष्टी असण्याचं खरं कारण मी सातीची नातेवाईक होते हे होतं हे मला चांगलंच ठाऊक होतं. राजवाड्यातून बाहेर पडत असताना माझ्या मनात येत होतं, 'सद्दाम हुसेनसकट सर्व इराकी लोकांचा जो आदर आणि प्रेम माझ्या आजोबांनी– सातींनी कमावलं होतं, त्याचाच आज मला फायदा होत होता. माझं आयुष्य सुखकर होत होतं ते त्यांच्यामुळेच. माझ्या जीदो सातींचे मी मनोमन आभार मानले आणि ते त्यांच्यापर्यंत पोचावेत अशी प्रार्थनाही केली.'

'त्या वेळेपासून सद्दाम माझ्या लेखनाकडे लक्ष ठेवून आहे हे मला कळत होतं. १९८४मध्ये मी आणि माझी आई इंग्लंडला गेलो असताना लंडनमधील इराकी न्यूज एजन्सीनं तिला मुद्दाम कळवलं होतं की १९८३मधील उत्तम लेखन म्हणून अध्यक्ष सद्दाम हुसैन यांनी माझ्या लेखनाचा आवर्जून उल्लेख केला होता. मला सर्वांत आश्चर्य वाटलेली गोष्ट म्हणजे सद्दामला माझ्या ज्या लेखांमध्ये विशेष उत्सुकता वाटली होती, ते लेख भविष्यासंबंधीचे होते. युद्धाचा तो सर्वांत गंभीर काळ होता आणि भविष्य ऐकणं इराकमध्ये फार लोकप्रिय होऊ लागलं होतं. अनेक अपारंपरिक उपायांनी संकटांतून बाहेर पडण्याचे मार्ग इराकी लोक शोधत होते. मी परामानस शास्त्रावरही एक लेख लिहिला होता. हा लेख खरं म्हणजे फक्त सद्दामनं वाचण्यासाठी लिहिलेला होता. हा कार्यक्रम वरकरणी माहिती खात्याच्या अखत्यारीत येणाऱ्या सर्व-सामान्य प्रकाशन निरीक्षण विभागासाठी म्हणून आखलेला होता, पण खरं तर हा विभाग स्वतंत्रपणेच काम करणारा होता.

एक दिवस मला राजवाड्यातून फोन आला. सद्दामला माझ्या या संशोधनासंबंधी मला काही प्रश्न विचारायचे होते. आजही त्याचा मूड चांगला असू दे अशी आशा करतच मी राजवाड्यात पोचले. पण इराणशी चालू असलेल्या युद्धामुळे त्याचा मूड फारसा चांगला नव्हता. सद्दाम लगेच मुद्द्यावरच आला. त्याला 'ई एस पी' या प्रकारामध्ये खूपच रस होता आणि म्हणून त्याला या विषयाची अधिक माहिती हवी होती. ई एस पी म्हणजे एक्स्ट्रा सेन्सरी पर्सेप्शन. 'अ-शारीरी जाणिवा' या विषयावर मी आणखी संशोधन करावं अशी त्याची इच्छा होती. रशियन लोक या क्षेत्रामध्ये फार चांगलं काम करत असल्याची खास बातमीही त्यानं मला दिली.'

'मी शक्य तेवढे प्रयत्न करून एक प्रबंध तयार केला आणि तो समितीपुढे सादर केला. पण सद्दामकडून मला त्याबद्दल काहीच कळलं नाही. मग काही दिवसांनी मी त्याबद्दल विसरून गेले. १९८६मध्ये 'जर्नलिस्ट फेडरेशन' कडून मला एक निरोप आला. अध्यक्ष सद्दाम हुसैन या प्रबंधावर इतके खूष झाले आहेत की त्यांनी मला जमिनीचे दोन प्लॉट बक्षीस दिले आहेत असा तो निरोप होता. हे दोन प्लॉट बगदादच्या सायदिया विभागात होते. हा माझा आणि सद्दामचा शेवटचा संपर्क होता.'

गोष्टी सांगण्याचा हा ओघ चालूच राहावा म्हणून समारा म्हणाली, 'आणि सद्दामच्या बायकोचं काय? तू तिच्याबद्दलही आणखी काहीतरी सांगीन म्हणाली होतीस.'

मयादानं मान डोलावली. पण ती काही बोलणार तेवढ्यात एक पहारेकरी धाडकन दरवाजा उघडून आत आला. त्याच्या तोंडावर एक दुष्ट हसू होतं. त्यानं समाराचं नाव पुकारताच ती भयानं रडू लागली. कारण तिचा छळ करण्यासाठी तिला नेण्यात येतं आहे हे तिला कळून चुकलं होतं.

समाराला कोठडीतून नेण्यात आल्यानंतर गप्पा मारण्याची कोणाचीच मन:स्थिती राहिली नव्हती. मयादा कशीबशी जमिनीवरून उठून आपल्या खाटेवर जाऊन बसली. इतर सावल्याही गप्पपणे आपआपल्या जागांवर जाऊन बसल्या. सगळ्या शांत बसून वाट पाहात होत्या. कारण त्यांना ठाऊक होतं की समारा परत येईल तेव्हा तिला त्यांच्या मदतीची गरज लागणार आहे. समारावर काय प्रसंग ओढवला असेल याची नुसती कल्पनाही इतकी भयाण होती की मयादाला निराशेनं घेरून टाकलं. काही तासांनंतर कोठडीचं दार उघडलं गेलं आणि समाराला आत फेकण्यात आलं. ती कशीबशी आत येऊन जमिनीवर कोसळली व तिचे हुंदके ऐकताच सर्वजणी उठून तिच्याभोवती गोळा झाल्या. एक नजर टाकताच मयादाला दिसून आलं की समाराच्या नाकातून आणि कानातून रक्त वाहात होतं आणि तिचे हात सिगरेटच्या चटक्यांनी भरून गेले होते.

समाराला उठवून तिच्या जागेवर नेण्यासाठी खाली वाकताना मयादाच्या डोळ्यांतून आसवांची धार लागली. का कोण जाणे, तिच्या वडिलांचा सौम्य चेहरा तिच्या नजरेसमोर आला. तिच्या वडिलांनी तिला सौम्य राहायला शिकवलं होतं. तू कुणाशी भांडली नाहीस तर जगातला कोणीही माणूस तुझ्याशी भांडू शकणार नाही असं ते नेहमी तिला सांगत असत याची तिला आठवण झाली पण आत्ता इथे या कोठडीत उभं राहून खाली कोसळलेल्या जखमी समाराकडे पाहाताना तिची खात्री पटत होती की, त्यांचं सांगणं चुकीचंच होतं.

■

५.

सद्दामची पत्नी सजीदा 'बाईसाहेब'

समाराला मदत करण्यासाठी दोन सावल्या घाईनं पुढे झाल्या, पण त्यांची पकड सुटली आणि समारा पुन्हा जमिनीवर घसरली. तिला मदत करण्यासाठी मयादानंही हात पुढे केला होता पण तिची दृष्टी एकदम अंधुक झाली आणि प्रथम समाराचा हात अगदी दूरवर आणि लहानसा दिसू लागतो आहे तोच एकदम सुजून भप्प झाल्यासारखा डोळ्याच्या अगदी जवळ दिसायला लागला. मयादाला या प्रकारचं आश्चर्य वाटायला लागलं. धसकून जाऊन मयादा कोठडीच्या भिंतीला टेकून गप्प उभी राहिली. त्या रुंद भिंतीचा थंडपणा तिच्या चेहऱ्याला आणि शरीराला जाणवत असला तरी तिच्या भोवताली पसरलेला अंधार मात्र अगदी गडद होता. कोठडीतल्या बायका धुराच्या वलयांसारख्या कधीही अदृश्य होतील अशा दिसत होत्या.

मयादाची दृष्टी आणखीच आक्रसली आणि तिनं आधारासाठी तोंड भिंतीकडे फिरवलं. भिंतीला खूप चिरा-भेगा पडल्या होत्या. मयादाला आता पहिल्यांदाच भिंतीवर जणू काही नखांनी कोरून काढल्या असाव्यात अशा काही बारीक खुणा दिसून आल्या. तिच्या आधी इथं कैदेत राहिलेल्या इराकी कैद्यांनी या नरकातून सुटण्यासाठी या भिंती आपल्या नखांनी पोखरण्याचा केलेला तो निष्फळ प्रयत्न होता हे तिच्या लक्षात आलं. त्यांचंही आयुष्य अचानकपणे कमालीचं बदलून गेलं होतं. मयादानं आपला हात उचलून त्या खुणांवर ठेवला आणि दचकून मागेही घेतला. तिचा पंजा त्या खुणा तिच्या हाताच्या असाव्यात असा त्या खुणांवर नीट बसत होता. मोठ्यानं किंचाळून इथून धावत सुटावं असं तिला वाटू लागलं, पण जायला जागा कुठे होती? एका निरुंद कोठडीत अनेक स्त्रियांबरोबर ती कैदी होती. भिंतीशी कोसळत तिनं स्वतःच्या मनावर ताबा मिळवण्याचा प्रयत्न केला. तिच्याने काहीच करवत नव्हतं तरी इतर बायका समाराला मदत करण्यासाठी

धडपडताहेत हे तिला ऐकू येत होतं.

आता खूप खूप वर्षांपूर्वी घडल्यासारखा वाटणाऱ्या एका दिवसाच्या आठवणी हळूहळू तिच्या मनात प्रवेश करून आजचा घाणेरडा वर्तमानकाळ बाहेर घालवण्याचा प्रयत्न करू लागल्या. ते १९८२ साल होतं. मयादाच्या आईच्या भल्या मोठ्या ग्रंथसंग्रहातून वाचायला नेलेली दोन पुस्तकं परत करायला म्हणून डॉ. फदल त्यांच्या घरी आले होते. ते गेल्यानंतर थोड्याच वेळात दरवाजाची घंटी वाजलेली ऐकू आली. मयादाची आई मागच्या बागेत पुस्तक वाचत बसली होती म्हणून मयादा स्वतःच दरवाजा उघडायला उठली. दरवाजात शेजारच्या हवेलीची मालकीण उम सामी उभी होती. तिला बघून मयादाला आश्चर्यच वाटलं.

ही दोन्ही घराणी शेजारी असली तरी त्यांच्यामध्ये फारसे जवळचे संबंध नव्हते. समोरासमोर आले तर सभ्यपणे मान लववण्याखेरीज त्यांच्यामध्ये कसलाच व्यवहार होत नव्हता. अलीकडे मात्र मयादा आणि तिची आई यांच्या बोलण्यात उम सामीचा विषय बऱ्याच वेळा येत असे. याचं कारण असं होतं की त्यांची पहिल्यांदा भेट झाली तेव्हा उम सामी चांगलीच लठ्ठ होती. पण आता काही आठवड्यांमध्येच तिचं सगळं मांस झडून गेलं होतं आणि ती अगदी काटकुळी झाली होती. शिवाय अलीकडे बऱ्याच वेळा उम सामी तिच्या बागेत फिरत असताना स्वतःचे केस उपटत असलेली आणि कपडे फाडत असलेली अशी दिसली होती. यावरून उघड होतं की ती कसल्यातरी दुःखात बुडून गेली होती. अशी अचानकपणे ती मयादाच्या दाराशी येऊन उभी राहिली त्याच्या एक आठवडाभरच आधी मयादानं तिला मुद्दाम विचारलं होतं, 'कुणी नातेवाइकाचा मृत्यू झाला आहे का?' परंतु उम सामीनं हातानंच तिला निघून जाण्याची खूण केली होती आणि मयादानं तिचं म्हणणं मानलंही होतं.

आतातरी या बिचाऱ्या बाईच्या अश्रूंचं कारण आपल्याला कळेल, मयादाच्या मनात आलं.

उम सामी एक क्षणभर दारातच घुटमळली आणि मग एकदम घाईनं तिनं विचारलं, 'आत्ता मी पाहिलं ते डॉ. फदल होते का? गुप्त पोलिसांचे प्रमुख?'

मयादानं होकारार्थी मान डोलावली. डॉ. फदलला प्रत्येक इराकी ओळखत असे कारण त्यांचं छायाचित्र बऱ्याच वेळा वृत्तपत्रात छापलं जात असे किंवा टेलिव्हिजनवरील बातम्यांमध्ये दाखवलं जात असे. उम सामी किंवा तिच्या कुटुंबातल्या कोणाच्यातरी बाबतीत काहीतरी भयंकर घडलेलं दिसतंय. मयादाच्या मनात आलं. 'हो, ते डॉ. फदल होते.' तिनं उत्तर दिलं.

उम सामीनं मयादाच्या अंगावर झेप घेत म्हटलं, 'मला माझ्या मुलांचं काय झालं ते कळायलाच हवं–मला जुळे मुलगे आहेत– ओमर आणि हसन. जेमतेम

चौदा वर्षांचे आहेत ते. नवा फुटबॉल आणायला म्हणून ते बाजारात गेले ते परतलेच नाहीत.'

मयादानं हळुवारपणे उम सामीला दिवाणखान्यात नेलं. 'इथं बसा बरं जरा.' तिनं आग्रहानं उम सामीला बसवून घेतलं.

उम सामी रडतच होती. 'आम्ही सगळं बगदाद शोधलं. हॉस्पिटल, पोलिस चौक्या, अगदी दफनभूमी सुद्धा. आम्हांला काहीही सापडलं नाही– काहीही नाही. माझे गोंडस मुलगे नाहीसेच झालेत.'

मयादानं घाईघाईनं उम सामीसाठी एका ग्लासमध्ये पाणी ओतलं आणि मग ती आपल्या सैरभैर झालेल्या शेजारणीच्या समोर बसली. उम सामीचे खांदे पडले होते आणि तिचे हात सतत थरथरत होते हे मयादाच्या नजरेतून सुटलं नाही.

पाण्याचा एक घोट घेऊन उम सामीनं हातातला ग्लास काळजीपूर्वक शेजारच्या गोल टेबलावर ठेवला. मग घसा खाकरून तिनं स्वत:ची हकीकत सांगायला सुरुवात केली. 'आज सकाळी माझ्या नवऱ्याला एक निनावी फोन आला. फोन करणारा एक पुरुष होता आणि तो नुकताच गुप्त पोलिसांच्या कैदेतून सुटला आहे असं त्यानं सांगितलं. त्याच्या कोठडीतच माझे मुलगेही होते असं तो म्हणाला. आमचा टेलिफोन क्रमांकही आमच्या मुलांनीच त्याला दिला असंही तो म्हणाला. त्याला जेवढं आठवत होतं तेवढं त्यानं आम्हांला सांगितलं, तो म्हणाला, मुलं रस्त्यावरून चालली होती तेव्हा दोन माणसांनी त्यांच्यावर झडप घातली आणि त्यांना मारहाण करायला सुरुवात केली. मुलं त्यांच्याकडे टक लावून पाहात होती म्हणे–मुखाबरतचे लोक होते ते–'मयादाकडे पाहात ती बावरून जाऊन म्हणाली, 'टक लावून पाहात होती मुलं म्हणून? टक लावून पाहाणं हा गुन्हा कधीपासून झाला?'

तिचे दोन्ही हात हातात धरत मयादा म्हणाली, 'पुढे काय झालं?'

उम सामीनं स्वत:च्या तोंडावर फडाफडा मारून घेत रडायला सुरुवात केली., 'माझी मुलं लहान आहेत हो अजून-अजून शिकताहेत, आजवर कध्धी कुठल्याही भानगडीत पडलेली नाहीत ती–'

ओमर आणि हसनला रस्त्यावर फुटबॉल खेळताना पाहिलेलं मयादाला आठवलं आणि तिच्या पोटात कालवलं. दोन्ही मुलं अगदी गोड स्वभावाची, सभ्यपणे वागणारी, हसतमुख अशी होती. बाहेर पडण्यासाठी मयादानं तिची मोटार सुरू केल्याचा आवाज आल्याबरोबर ती मुलं त्यांचा खेळ थांबवत असत. अगदी रोज– ही मुलं आणि तुरुंगात? टक लावून पाहाण्याचा 'गुन्हा' केल्याबद्दल? हा गुन्हा कोणत्याही पुस्तकात लिहिलेला नाही याची तिला खात्री होती. तिनं हलक्या आवाजात विचारलं, 'मी काय करू शकते?'

मयादाच्या गालाला हलका स्पर्श करत उम सामीनं आजूबाजूला नजर फिरवली आणि म्हटलं, 'डॉ. फदल यात मदत करू शकतील याची मला खात्री आहे. कृपा कर आणि त्यांना फोन कर. माझ्यासाठी–माझ्या मुलांना शोधायला मला मदत करा अशी विनंती कर त्यांना–प्लीज–' एक लांब, फिकट बोट यांत्रिकपणे स्वतःच्या हनुवटीवर आपटत ती बोलत होती. 'मला माहीत आहे, ते तुरुंगात आहेत. त्या माणसानं त्यांचं अगदी बरोबर वर्णन केलं. उंच, सडपातळ, तपकिरी रंगाचे केस असलेली मुलं-दोघांच्याही गालावर एक बारीकसा तपकिरी तीळ आहे-या वर्णनाची किती जुळी मुलं बगदादमध्ये असतील?' तिचा आवाज पुसटपुसट होत जाताजाता पुन्हा जोरकस झाला. 'त्या माणसानं सांगितलं, त्यांचा छळ करताहेत म्हणून–छळताहेत त्यांना–मला शोधलंच पाहिजे माझ्या मुलांना–' उम सामीनं पुन्हा स्वतःच्या तोंडावर मारून घ्यायला सुरुवात केली. मयादानं पुन्हा तिचे हात घट्ट पकडून ठेवले.

काहीही न करणे हा सर्वांत उत्तम मार्ग आहे हे मयादाला माहीत होतं, पण उम सामीच्या त्या अपार दुःखाकडे दुर्लक्ष करणंही शक्य नव्हतं. ती गरीब बिचारी बाई इतकी कासावीस झाली होती की मयादानं मागचा-पुढचा विचार न करता तिला सांगून टाकलं, मी करते डॉ. फदलना फोन. उद्या. तुमची मुलं कुठे आहेत त्याची चौकशी करायची विनंती करते मी त्यांना. ती मुलं जर तुरुंगात असतील आणि त्यांना शोध लागला त्यांचा तर ते नक्की सोडवतील त्यांना.'

उम सामी उडी मारून उठली आणि मयादाच्या दोन्ही गालांचे मुके घेत ती तिचे आभार मानू लागली. 'मला खात्री होती तू मला मदत करशील याची..'

त्याच वेळी या दोन्ही बायकांचं लक्ष खोलीत चालूच असलेल्या टेलिव्हिजनकडे गेलं. संध्याकाळच्या बातम्या सुरू होत होत्या. टेलिव्हिजनच्या पडद्यावर एक हसरा पुरुषी चेहरा उमटला. त्याच्या मागे संचलन करणाऱ्या सैनिकांच्या आकृती दिसत होत्या आणि भुईनळे उडतानाही दिसत होते. त्या चेहऱ्यानं सद्दामविषयीचं एक गाणं म्हणायला सुरुवात केली. प्रत्येक बातमीपत्राच्या सुरुवातीला हे गाणं वाजवलं जात होतं.

'हे सद्दाम, तू आमचे विजय आहेस. हे सद्दाम, आमच्या आवडत्या नेत्या,
या देशाचा सूर्योदय तू आपल्या दोन डोळ्यांमध्ये सांभाळतो आहेस.
हे सद्दाम, तुझ्या छत्राखाली सगळं कसं छान आहे.
हे अल्ला, हे अल्ला, आम्ही आनंदात आहोत
कारण सद्दामनं आमचे दिवस उजळून टाकले आहेत.'

यानंतर लगेच सद्दामची छबी पडद्यावर झळकली. पांढऱ्या शुभ्र घोळदार झग्यातल्या, काळ्या, कुरळ्या केसांच्या शाळकरी मुलींच्या डोक्यावर तो थोपटत

होता. नंतरच्या दृश्यात तो दमदार पावलं टाकत एका बाल्कनीमध्ये जाऊन उभा राहिला आणि खाली जमलेल्या, त्याचा जयजयकार करणाऱ्या जमावाला त्यानं हात उंचावून अभिवादन केलं. बातम्या देणाऱ्या माणसाचा चेहरा पुन्हा एकदा पडद्यावर आला आणि त्यानं सद्दामचे गुण गायला सुरुवात केली.

मयादा आणि उम सामी दोघी जणी पडद्यावर दिसणाऱ्या सद्दामच्या छबीकडे पाहात होत्या, मग त्यांनी एकमेकींकडे बघितलं. पण कोणीच आपल्या मनात काय चाललं आहे हे बोललं नाही आणि तरीही मयादाला स्पष्ट जाणवलं की उम सामी सद्दामला एक सैतानी व्यक्ती मानते आहे.

वर्षामागून वर्षं इराकी जनता एक आशा-निराशेचं चक्र सतत भोगत आली होती. देशात इतकी बंडं आणि फसलेले उठाव झाले होते की सामान्य जनतेचा त्यांच्या सरकारशी काही संबंधच राहिला नव्हता. १९६८मध्ये बाथ पार्टीनं त्या वेळच्या सत्ताधारी पार्टीकडून सत्ता हस्तगत केली तेव्हा इराकी जनतेला आशा वाटली होती की हे सत्तांतर म्हणजे एका हुकूमशहाच्या जागी दुसरा हुकूमशहा येणं असं होणार नाही आणि सुरुवातीला सद्दामनं त्याच्या लोकांवर मोहिनी घातलीच होती. पण आता सद्दामच्या वर्तनावर पांघरूण घालणारा पडदा फडफडू लागला होता आणि आतल्या खऱ्या जुलमी सत्ताधाऱ्यांचं दर्शन लोकांना होऊ लागलं होतं.

अडखळत अडखळत दरवाजाकडे जाता जाता उम सामीनं हसण्याचा एक केविलवाणा प्रयत्न केला आणि पुन्हा म्हटलं, 'मी माझ्या नवऱ्याला सांगितलंच होतं. मला माहीत होतं, तू मला मदत करशील म्हणून, मदत करशीलच म्हणून.'

दुसऱ्या दिवशी सकाळी लवकरच मयादाला जाग आली. रोजच्यापेक्षा तासभर आधीच तयार होऊन ती कामावर गेली. म्हणजे तिला डॉ. फदलला त्याच्या कचेरीत फोन करून हे सगळं सांगणं सोपं गेलं असतं.

सुरुवातीला सौजन्यानं बोलणाऱ्या डॉ. फदलनं तिचं काम ऐकल्याबरोबर चिडून म्हटलं, 'मयादा, तू दुसऱ्याच्या भानगडीत न पडणंच बरं, असं मला वाटतं.'

तरी मयादानं बोलणं चालूच ठेवलं. 'या बाबतीत मला तसं करणं शक्य नाहीये. उम सामी दु:खानं वेडी व्हायला आलीये. तिचे मुलगे फक्त चौदा वर्षांचे आहेत. ते अगदी निष्पाप आहेत हे मी माझ्या स्वत:च्या डोळ्यांनी पाहिलेलं आहे. तुम्ही त्यांना नक्कीच मदत करू शकाल याची मला खात्री आहे. प्लीज.'

डॉ. फदल गप्प राहिला. स्वत:चा गाल आतल्या बाजूनं चावत तो काय करावं याचा विचार करत असेल हे चित्र मयादाच्या डोळ्यासमोर उभं राहिलं. अखेरीस तो म्हणाला, 'पार्क अल-सदूनच्या पोलिस मुख्य कचेरीमध्ये उम सामीला यायला सांग. उद्या सकाळी दहा वाजता तिथे हजर राहा असं तिला बजाव.' मग तो पुढे

म्हणाला, 'मयादा प्लीज, पुन्हा पुन्हा हे असं करत जाऊ नकोस, कदाचित ही मुलं खुनी किंवा स्मगलर असतील. सगळीच मुलं त्यांच्या आईच्या दृष्टीनं निर्दोष असतात हे लक्षात घे.'

काही उत्तर न देता मयादानं फोन बंद केला आणि घाईघाईनं ही चांगली बातमी उम सामीला द्यायला ती घरी गेली. डॉ. फदल तिला तिचे मुलगे शोधायला मदत करणार होते.

त्या मुलांबद्दल काही तरी चांगली बातमी कळेल याची पुढचे काही दिवस मयादा वाट पाहात होती. एकदा डॉ. फदल सातीच्या एका पुस्तकासंबंधी सल्वाला काही माहिती विचारण्यासाठी म्हणून थोडा वेळ त्यांच्या घरी आले असताना मयादानं त्यला 'टक लावून पाहाण्याच्या' गुन्ह्याबद्दल विचारलं सुद्धा. पण त्यांनी अतिशय थंड आवाजात तिला उलट प्रश्न केला, 'गुन्हेगार खरं बोलतात असं तुला वाटतं का?' आणि पुढे अगदी तुटकपणे त्यांनी म्हटलं, 'माझ्या कचेरीच्या बाहेर कुठेही कामाबद्दल बोलायला मला आवडत नाही' मग ते मयादाच्या आईकडे वळले आणि सातीच्या पुस्तकांसंबंधी बोलायला त्यांनी सुरुवात केली. त्यांच्या त्या तुटक वागण्यामुळे त्यांना आणखी काही विचारणं शक्यच नव्हतं.

त्यांना इतकी माणुसकी नसावी याचा मयादाला इतका त्रास झाला की शिष्टाचाराला आवश्यक तेवढा वेळच ती त्या खोलीत थांबली आणि झटकन बाहेर निघून गेली होती.

पण नंतर स्वतःच्या खोलीत एकटी बसली असताना मात्र तिनं आपल्या मुलांना बरोबर घेऊन उम सामी आपल्याला भेटायला येईल तेव्हा तिला किती आनंद झाला असेल याची कल्पना करायला तिनं स्वतःच्या मनाला मोकळीक देऊन टाकली. पुन्हा एकदा ओमर आणि हसन रस्त्यात फुटबॉल खेळत असतील आणि कामाला जाताना ती त्यांच्याकडे पाहून हात हलवेल. ही मुलं परत येणार या कल्पनेनंच मयादाला इतकी स्फूर्ती वाटत होती की ते दोघे परत येतील तेव्हा त्यांच्यासाठी मुद्दाम एक केक बनवायचा म्हणजे त्यांना त्यांच्या मित्रांबरोबर पार्टी करता येईल असंही तिनं ठरवून टाकलं.

बरेच दिवस झाले तरी काहीच कळलं नाही आणि ती मुलं त्यांच्या आईवडिलांकडे सुखरूप परतली आहेत हे बघण्याची प्रबळ इच्छा झाल्यामुळे अखेरीस मयादा शेजारच्या घरात गेली. उम सामीनं दार उघडलं. मयादाच्या चेहऱ्यावरची उत्कंठा बघताच तिनं स्वतःच्या ओठांवर बोट टेकवत तिला गप्प राहाण्याची खूण केली. घराच्या आत त्या दोघींनी बोलणं धोकादायक होतं हे तिला सुचवायचं होतं. आपल्या मागोमाग येण्याची खूण मयादाला करत ती बाहेर बागेकडे जायला लागली.

उम सामीच्या मागोमाग जाताजाता मयादाच्या लक्षात त्या बिचारीची केविलवाणी अवस्था आलीच. तिनं स्वत:कडे लक्ष देणं सोडूनच दिलं असावं. झोपेतून उठल्यासारखे तिचे कपडे चुरगळलेले होते. केस विस्कटलेले होते. पायांतल्या सपाता फाटलेल्या होत्या.

एक नि:श्वास सोडत मयादानं आपलं लक्ष बागेकडे वळवलं. वसंत ऋतू होता. बागेतली झाडं, वेली बहरल्या होत्या. हवेत एक हवाहवासा सुगंध होता. फुलांनी लगडलेल्या एका फांदीला मयादानं हलका स्पर्श करताच पांढऱ्या शुभ्र फुलांच्या पाकळ्यांचा सडा खालच्या वळणावळणाच्या पायवाटेवर पडला.

बागेच्या अगदी मागच्या कोपऱ्यात पोचल्यावर मयादाशी कुजबुजत बोलायला सुरुवात करण्याआधी उम सामीनं एकदा सगळीकडे नीट पाहून घेतलं. 'जुळ्यांबरोबर मला आणखी दोन मुलगे आहेत. त्यांची लग्नं झालेली आहेत आणि ते वेगळे आपआपल्या घरांमध्ये राहातात. मी जर डॉ. फदलला ओळखणाऱ्या कोणाही व्यक्तीशी बोलले–तुझ्याशी सुद्धा–तर त्यांना त्याचे परिणाम भोगावे लागतील अशी त्यांना धमकी दिली गेली आहे.'

आत्यंतिक ताणाखाली मयादा उम सामीच्या शेजारी उभी होती. कशाला आपण बातमी विचारायला आलो असं तिला झालं होतं. आपल्या स्वत:च्या शय्यागृहाच्या सुरक्षित ठिकाणी पळून जावं असं वाटत असतानाही मयादा तिथेच उभी राहिली. एखाद्या ओळखीच्या जागी हातात एक चांगलं पुस्तक घेऊन बसून राहायला मिळावं एवढीच त्या क्षणी तिची इच्छा होती. ती ज्या जगात राहात होती त्या जगातलं भयानक क्रौर्य विसरता यावं एवढंच तिला हवं होतं, पण तिनं स्वत:च्या कोरड्या पडलेल्या ओठांवरून जीभ फिरवत उम सामी जे काही सांगणार होती ते ऐकण्यासाठी हृदय घट्ट केलं.

'मला सांगितल्याप्रमाणे मी त्या कचेरीत गेले. शेकडो लोक बाहेर उभे होते पण आमची नावं यादीत होती म्हणून आम्हांला आत सोडण्यात आलं. पहारेकरी नाइलाजानंच आमच्याशी चांगले वागत होते. डॉ. फदलनी शब्द टाकला होता ना आमच्यासाठी– आम्हांला एका चौकोनी खोलीत नेण्यात आलं. त्या खोलीच्या दुसऱ्या टोकाला एक प्रचंड कूलर होता. कितीतरी माणसाना ठेवता येईल एवढा मोठा होता तो कूलर. हे सगळं बघून मला भयानक धक्का बसला. कारण माझी मुलं एखाद्या कोठडीत कैदेत ठेवलेली असतील आणि मी त्यांना माझ्याबरोबर घरी घेऊन येईन अशा समजुतीनं मी पार्क अल सदूनमध्ये गेले होते. कूलरच्या शेजारच्या भिंतीवर लटकवलेली एक यादी माझ्या हातात ठेवण्यात आली आणि माझ्या पोटात पिळवटून यायला लागलं. त्या यादीत आमच्या मुलांची नावं आहेत का ते पाहायला आम्हाला फर्मावण्यात आलं. आम्ही नीट पुन्हा पुन्हा पाहिलं पण

आमच्या मुलांची नावं त्या यादीत नव्हती. मग आम्हांला दुसऱ्या एका खोलीत नेण्यात आलं. तिथे इतकी भयंकर दुर्गंधी होती की खोलीत पाऊल टाकायला मला धीरच होईना. पण माझ्या अबायानं मी तोंड झाकून घेतलं आणि खोलीत पाऊल ठेवलं. आत खूपच प्रेतं होती, पण मला माझ्या मुलांची प्रेतं लगेच दिसली. जन्मताना ते जसे बरोबर होते तसेच मरतानाही बरोबरच होते. त्या नरकात ते दोघे शेजारी शेजारी बसलेल्या अवस्थेत होते.' एकदम भडाभडा बोलायला लागत ती थरथरत्या ओठांनी म्हणाली, 'माझ्या देखण्या पोरांचा फार छळ केला होता ग त्यांनी. त्यांचे हातपाय आणि चेहरे काळ्या पडलेल्या रक्तानं माखलेले होते. अंगावर भाजल्याच्या खुणा स्पष्ट दिसत होत्या.'

'मी मोठ्यानं किंचाळले तर एका पहारेकऱ्यानं मला अगदी निर्दयपणे मागे ढकललं आणि ओरडून सांगितलं, 'ए बाई–इथे ओरडायचं काम नाही.' माझ्या दुःखाला आवर घालायला मला माझा अबाया तोंडाला कोंबून घ्यावा लागला.'

'माझा नवरा मुलांची ओळख पटवत असताना मी इकडेतिकडे नजर टाकलीच. याच खोलीत माझ्या दुर्दैवी लेकरांनी शेवटचा श्वास घेतला होता का? आणि कोणत्याही आईच्या नजरेला पडू नयेत अशी दृश्यं माझ्या नजरेला पडली. एका तरुण माणसाच्या छातीवर विजेच्या इस्त्रीचा डाग दिल्याची भली मोठी खूण होती, तर दुसऱ्या एका तरुणाच्या गळ्यापासून पोटापर्यंत शरीर फाडलेलं होतं. एकाचे पाय कापून टाकण्यात आलेले होते. आणखी एकाचे तर डोळे दाबून बाहेर काढलेले होते. त्याच्या सैल पडलेल्या चेहऱ्यावर त्याचे डोळे पडले होते.

'आम्ही नशीबवान आहोत असं ते म्हणत होते. नशीबवान–कल्पना करवतेय तुला? आम्हांला आमच्या मुलांची प्रेतं घेऊन जायला परवानगी द्यावी असा खास हुकूम वरून आला होता. डॉ. फदलनी दिला होता तो हुकूम. आमच्या मुलांना अटक का करण्यात आली होती हे सांगायला त्या लोकांनी स्पष्ट नकार दिला. न राहवून मी शेवटी विचारलंच, टक लावून पाहाणं या गुन्ह्याला आता मृत्यूची शिक्षा दिली जाते का? 'गप्प बस आणि गुपचूप मुलांचं दफन करा, ते कसे मेले याबद्दल कुणाशीही बोलण्याचं धाडस करू नका.' असं आम्हांला बजावण्यात आलं.' एकदम कळवळून उम सामीनं मयादाला घट्ट धरलं, 'तू मदत केली नसतीस तर मी अजूनही माझ्या मुलांना शोधतच राहिले असते. मी त्याबद्दल तुझे आभार मानते.' तिनं पुन्हा एकदा बागेत सभोवार नजर फिरवली. जणू काही एखाद्या फुलांनी बहरलेल्या झाडापाठी मुखाबरतचा एखादा माणूस लपून उभा आहे की काय हे तिला पाहायचं असावं आणि अचानकपणे कमालीच्या रागानं ती म्हणाली, 'इराक सोडून जा-तुला शक्य असेल तर–जर माझी निष्पाप मुलं ठार केली जाऊ शकतात तर दुसरं कोण सुरक्षित असू शकेल इथे?'

मयादानं हात पसरून उम सामीला जवळ घेतलं आणि मग एक शब्दही न बोलता ती तिथून निघून गेली. त्या मुलांच्या मरणाचं इतकं भीषण चित्र तिच्या डोळ्यांसमोर उभं झालं की आत्तापर्यंत तिला आल्हादक वाटणारे फुलांनी लगडलेले वृक्ष आता तिला नजरेसमोर नकोसे वाटू लागले. ते सुंदर वृक्ष आता तुरुंगाच्या खांबांसारखे दिसू लागले आणि त्यांची दाट पानं सूर्यकिरणांना अडवून ठेवताहेत असं तिला वाटू लागलं. ती श्वास घेत होती ती हवा दुःखानं हलकी झाली होती. ती जगातल्या सर्वांत दुःखी जागेपासून दूर जाण्यासाठी घाईघाईनं चालू लागली. मयादा नेहमी तिच्या आईशी सर्व गोष्टीबद्दल बोलत असे पण आज तिनं जे काही ऐकलं होतं त्याबद्दल ती कोणाशीच बोलू इच्छित नव्हती- अगदी तिच्या आईशीही नाही.

त्यानंतर थोड्याच दिवसांनी उम सामी आणि तिचा नवरा त्यांचं घर विकून दुसरीकडे कुठेतरी निघून गेले. ती दोघं तिथून गेल्यामुळेच त्या भयंकर आठवणी विसरण्यात मयादाला थोडंफार तरी यश मिळालं होतं-आज या थंडगार कोठडीत त्या जुन्या आठवणी पुन्हा जाग्या झाल्या होत्या.

एकामागून एक आठवणी येतच राहिल्या. नवीनवी चित्रं डोळ्यासमोर उमटत राहिली. सुरुवातीला एकमेकांशी काही संबंध नाही असं वाटणारी दृश्यं हळूहळू एक सुसंबद्ध देखावा निर्माण करू लागली–निष्पापांना दिलेला तुरुंगवास आणि मृत्युदंड.

ते १९७० साल होतं. मयादाची वर्गमैत्रीण, सहर सिर्री रडत होती. सहर एका नामांकित इराकी घराण्यातली मुलगी होती. तिचे वडील जनरल मिथात अल-हज सिर्री हे इराकी सैन्यामध्ये मोठ्या हुद्द्यावर अधिकारी होते. ते एक लोकप्रिय अधिकारी होते आणि बाक्री हे नावाने इराकचे अध्यक्ष असले तरी सद्दाम हाच इराकचा खरा सत्ताधारी होता. त्याला जनरल सिर्रीच्या लोकप्रियतेमुळे आपल्याला धोका आहे असं वाटू लागलं होतं. त्यानं सिर्रीला कैदेत टाकून त्याचा छळ करायला सुरुवात केली होती. सहरच्या वडिलांनी टेलिव्हिजनवर सगळ्या देशासमोर आपण इस्त्राईलचे गुप्त हेर असल्याची कबुली दिली होती. अर्थात यावर कोणाचाही विश्वास बसला नव्हता ही गोष्ट वेगळी. परंतु त्यांना हातांनी टांगून बेदम मारहाण करण्यात आली होती. हे अनेक दिवस चाललं होतं. त्यानंतर त्याना अनेक प्रकारची रसायनं टोचण्यात आली आणि त्यांनी हा कबुलीजबाब दिल्यानंतर त्यांना फाशी देण्यात आलं होतं. मयादाची मैत्रीण सहर वडिलांना मुकली होती. त्या दिवसापासून सहरचं संपूर्ण कुटुंब छळ सोसत होतं. त्यांना प्रवास करण्याची परवानगी नव्हती आणि वेळोवेळी त्यांना अटक करून 'चौकशी' केली जात होती. सहरला सुद्धा काही वेळा या प्रसंगातून जावं लागलं होतं. ती शाळेत परते तेव्हा तिचे डोळे रडून

रडून लाल झालेले असायचे.

मयादाबरोबर वृत्तपत्रामध्ये काम करणाऱ्या एका सहकाऱ्यानं एकदा तिला विश्वासात घेऊन सांगितलं होतं की इराकी व्यक्तींना अटक केल्याबद्दल सद्दामच्या सुरक्षा सैन्यातील अधिकाऱ्यांना रोख रकमेची बक्षिसं दिली जात असत. शिवाय 'चौकशी' करताना त्यांनी अधिक उत्साह, चपळाई दाखवली तर त्यांना त्यांच्या विभागामध्ये वरचं पदही दिलं जात असे. अटक केल्याबद्दल बक्षीस घेतल्यानंतर हे अधिकारी अटक केलेल्या व्यक्तीच्या कुटुंबीयांकडूनही पैसे उकळत असत– त्यांच्या प्रिय व्यक्तीला सौम्यपणे वागवण्यात येईल अशी लालूच दाखवून हे काम ते करत असत. आपल्या प्रिय व्यक्तीचा जीव वाचेल या एका आशेवर गरीब इराकी कुटुंबं आपली राहाती घरं, मोटारी सगळं काही विकून कफल्लक होऊन जात. मयादाच्या सहकाऱ्यानं तिला त्याच्या माहितीच्या एका कुटुंबाची गोष्ट सांगितली होती. त्या कुटुंबानं त्यांच्या निरपराध मुलाला पंधरा वर्षांच्या तुरुंगवासाच्या शिक्षेपासून वाचवण्यासाठी त्यांचं घर, मोटारी विकून टाकल्या होत्या, झालं एवढंच, त्याला पंधरा वर्षांऐवजी आठ वर्षांची सजा फर्मावण्यात आली.

त्या घाणेरड्या, गलिच्छ कोठडीलाच आपलं घर मानणाऱ्या त्या स्त्रियांच्या चेहऱ्यांकडे मयादानं नजर वळवली. तिला इथे आणण्यात आल्याच्या पहिल्या दिवसापासूनच मयादाला या निरपराध स्त्रियांना धमकावण्यात या पहारेकऱ्यांना वाटणाऱ्या आनंदानं फार मोठा धक्का बसला होता. फक्त पैशासाठी आणि वरच्या पदासाठी इतक्या उत्साहानं आणि भयानक क्रौर्यानं छळ करता येतो माणसाला? हा विचार सुद्धा मयादाला असह्य झाला. आवाजाच्या दिशेनं तिनं मान फिरवली. सगळ्या सावल्या एकाच वेळी बोलत समाराला मदत करण्याचे निरनिराळे उपाय सुचवत होत्या.

मयादानं एकीच्या खांद्यावरून वाकून समाराच्या आकृतीकडे नजर टाकली. समारा पाय पोटाशी घेऊन कुशीवर झोपली होती. जवळ सरकून मयादानं तिचा चेहरा बारकाईनं न्याहाळला. समाराचे डोळे मिटलेले होते. तिचा बारीकसा चेहरा सुजून भप्प झाला होता आणि वेदनेनं पिळवटलेला असा होता. तोंड उघडून ती श्वास घेण्याची धडपड करत होती. समारा बहुतेक इथंच बलदीयातमध्येच-काही महिन्यांपूर्वीपर्यंत अनोळखी असलेल्या बायकांच्या सोबतीत-मरून जाणार–मयादाला वाटलं. समाराच्या कनवाळूपणाच्या आठवणीनं तर तिला भरून आलं. वाटलं-इतक्या दयाळू, सुंदर स्त्रीचे असे मुद्दाम लचके तोडण्यात कोणाला कसा आनंद मिळू शकतो?

सर्व सावल्या समाराभोवती जमल्या. सगळे हात अगदी हळुवारपणे त्या जखमी स्त्रीला खांदे, पाठ, कंबर असं उचलून तिच्या बिछान्याच्या अपुऱ्या आरामाकडे

घेऊन गेले. तिचे पाय जमिनीवर घसटत जात होते. त्या साऱ्यांनी समाराला हलकेच तिच्या बिछान्यावर आडवं केलं तेव्हा ती दुःखानं किंचित विव्हळली.

डॉ. सब्बाह नावाच्या एका स्त्रीनं कोठडीतल्या एकुलत्या एका बेसिनकडे जाऊन स्वतःच्या निळ्या पायघोळ झग्याचा थोडा भाग पाण्यानं भिजवला आणि त्या ओल्या कापडानं समाराचं कपाळ आणि ओठ थोडे ओले केले.

डॉ. सब्बाह ही अभियांत्रिकीमध्ये पी.एच.डी. झालेली आहे एवढंच मयादाला माहीत होतं. सब्बाहचे डोळे रागानं चमकत असले तरी तिचा आवाज अगदी सौम्य होता. ती समाराला म्हणाली, 'हबिब्ती' (लाडक्या मुली), आठवायचा प्रयत्न कर– आत काही मार लागला आहे असं वाटतंय का तुला?'

बिचारी समारा नुसतीच रडत राहिली.

मदत करावीशी तर वाटत होती, पण ती काय करू शकेल हेच कळत नव्हतं–मयादा हळूच पुढे गेली आणि तिनं समाराच्या गालावरून हलका हात फिरवला. आपल्या मैत्रिणीचं दुःख, यातना हलक्या करण्यासाठी तिचा जीव तुटत होता. 'समारा' तिनं हलकेच हाक मारली, 'समारा.'

मयादाकडे पाहात डॉ. सब्बाहनं दुःखानं मान हलवली. 'या पोरीचे फार हाल केलेत त्यांनी आणि फार वेळा केलेत-आपल्या सगळ्यांचे हाल एकत्र केले तरी ते हिच्या छळाहून कमीच भरतील.'

डॉ. सब्बाहनं समाराचं डोकं थोडं उचलून धरलं, तिच्या तोंडातून हनुवटीवर आलेली लाळ पुसली आणि म्हटलं. 'समारा, मी काय म्हणतेय ते कळतंय का तुला?'

मुना नावाच्या त्या गोड चेहऱ्याच्या बाईनं समाराचा हात थोपटत म्हटलं, 'आम्ही काय करू ते सांग, हबिब्ती. फक्त सांग–आम्ही मदत करतो तुला–'

मयादा गप्प उभी होती. तिचं काळीज फुटून तुकडे तुकडे होत होतं. इथलं एकुलतं एक सत्य हे होतं की बलदीयातमधल्या प्रत्येक कैद्याला कधी ना कधी या शारीरिक छळाला सामोरं जावंच लागत होतं.

मयादाच्या अंगावर शहारे आले. छताचे हूक आणि तळपायावरचे फटके आणि विजेचे झटके यांची तिची पाळी येणारच होती. पण त्याबद्दल ती आता काही करू शकत नव्हती. तिनं आपले विचार पुन्हा समाराकडे आणि तिच्याभोवती गोळा झालेल्या सावल्यांकडे वळवले. या स्त्रिया एकेकट्या बलदीयातच्या क्रूर अधिकाऱ्यांना तोंड देऊ शकल्या नसत्या, पण एकत्र आल्यानंतर मात्र एकमेकीला आधार देण्यासाठी, धीर देण्यासाठी त्यांचं गोळा होणारं प्रेमाचं, आपुलकीचं सामर्थ्य एवढं प्रचंड होतं की त्या एकमेकीला मृत्यूच्या काळ्याकुट्ट दरवाजातूनही परत मागे वळवू शकत होत्या.

पुन्हा थोडंसं कण्हत समारानं आपला हात मुनाच्या हातातून मागे ओढला. तो हात स्वत:च्या छातीवर, पोटावर ठेवत ती पुटपुटली, 'तो जाडा पाहारेकरी आहे ना-जड बूट घालतो तो. त्यानं मला लाथा मारल्या. आतमध्ये काहीतरी तुटल्यासारखं वाटतंय मला.'

डॉ. सब्बाह आणि मुनानं एकमेकींकडं पाहिलं. त्या नजरेत चिंता भरली होती. 'मला माहीत आहे तो' मुना पुटपुटली, 'जनावर आहे मेलं.'

बाहेरच्या जखमांवर काहीतरी उपाय करता येतील-म्हणजे दुखऱ्या सांध्यांचं मालिश करणं किंवा सिगरेटच्या चटक्यांची आग कमी करण्यासाठी त्यावर थंड पाणी टाकणं-असे काही उपाय करता येतील, पण अंतर्गत दुखापतींवर उपाय करण्याचं कोणतंही साधन त्यांच्याकडे नव्हतं हे समजण्याइतकं वैद्यकीय ज्ञान मयादाला होतं.

मयादानं तो लहानसा कप समाराच्या ओठांशी नेत म्हटलं, 'पी.'

समारानं पाण्याचा घोट घेतला. तिचा हात थरथरत होता. 'आभारी आहे ताई.'

समारा बोलायला लागली आहे हे पाहून सुटकेचा श्वास टाकत पुन्हा एकदा सगळ्याजणी तिच्याभोवती गोळा झाल्या.

डॉ. सब्बाहनं सांगून टाकलं, 'मी तुला नीट बघितलंय. घाबरण्यासारखं काही आहे असं मला वाटत नाही, पण आपण आणखी लक्ष ठेवूच.' समाराच्या खांद्याला स्पर्श करत ती म्हणाली, 'तू तर आम्हांला घाबरवूनच सोडलं होतंस. आता थोडे दिवस बिछान्यात पडून राहा आणि विश्रांती घे.'

'त्यांनी परवानगी दिली तर'–समारा अस्पष्ट आवाजात म्हणाली, 'त्यांचा उत्साह वाढतोच आहे आजकाल.' मग पाहात मान डोलावून ती म्हणाली, 'मला कवितेबद्दल काहीतरी ऐकू आलं.' क्षणभर थांबून ती पुढे म्हणाली, 'मला पण एक कविता माहीत आहे.'

मयादा समाराजवळ वाकून म्हणाली, 'तुला शक्ती नाहीये तेवढी अजून–'

'मला चालता येत नाहीये, पण मी बोलू शकते आहे ना-' किंचितसं हसत तिनं डोळे मिटून घेतले आणि म्हटलं, 'याआधी मी ज्या तुरुंगात होते ना तिथं भिंतीवर एक कविता कोरलेली होती. कोणीतरी बिचारी खूप सोसलेली अनामिक बाई तिथं मरून गेली होती. तिचा एखादा तरी भाग जिवंत ठेवावा म्हणून मी ती कविता पाठ केली. मी ती रोज स्वत:शी, स्वत:साठी म्हणत असते.'

डॉ. सब्बाह म्हणाली, 'बरं, बरं. नंतर म्हणून दाखव हं.'

'नाही. आत्ताच म्हणू दे मला ती कविता–प्लीज–'

मयादानं डॉ. सब्बाहकडे नजर टाकली.

डॉ. सब्बाहनं मान हलवत म्हटलं, 'ठीक आहे, पण दमून जाऊ नकोस हं.'

समाराचा चेहरा आणि शरीर पुन्हा एकदा पिळवटून निघालं आणि मग तिनं काळजीपूर्वक पाठ केलेली कविता ती म्हणू लागली.

त्यांनी मला माझ्या घरापासून दूर नेलं,
माझ्या मुलांच्या आठवणीनं मला रडू कोसळलं तेव्हा त्यांनी मला मारलं,
त्यांनी मला तुरुंगात टाकलं–मी न केलेल्या गुन्ह्यांचे माझ्यावर आरोप केले.
त्यांच्या भयानक पद्धतीनं त्यांनी माझी चौकशी केली.
क्रूर हातांनी माझे हाल केले, माझ्या मांसावर त्यांनी सिगरेटी विझवल्या,
त्यांनी माझी जीभ कापली–माझ्यावर बलात्कार केले,
माझे स्तन कापून टाकले–दु:खानं आणि वेदनेनं मी एकटी रडत राहिले.
त्यांनी मला मृत्यूची शिक्षा फर्मावली, मला भिंतीशी बांधून घातलं.
मी त्यांच्याकडे दया मागितली तेव्हा त्यांनी माझ्या डोळ्यांमधोमध गोळी घातली.
एका उथळशा खड्ड्यात त्यांनी माझं प्रेत फेकून दिलं,
कफनाविनाच माझं त्यांनी दफन केलं.
—-माझ्या मृत्यूनंतर त्यांना कळून आलं—मी निष्पाप होते–निरपराध होते.

इतर सावल्यांमध्ये एक सावली होऊन मयादा उभी होती. हा आपल्या आयुष्यातला एक फार मोलाचा क्षण आहे आणि समाराच्या ओठातून बाहेर पडलेला एकही शब्द मरेपर्यंत आपण विसरू शकणार नाही हे मयादाला जाणवत होतं. समाराचा प्रत्येक शब्द आणि प्रत्येक आविर्भाव हा आता आपल्या आयुष्याचाच एक भाग होऊन राहाणार आहे. ती कुजबुजत म्हणाली, 'आपण पहारेकऱ्यांना बोलवायला हवं ना–ते तिला हॉस्पिटलमध्ये नेऊ शकतील.'

'बलदीयातमधली स्वत:ची पहिली रात्र तिला आठवत होती आणि त्याबरोबरच ते दयाळू डॉ. हमीदही आठवत होते. शक्य असेल तर तो दयाळू माणूस समाराला नक्कीच मदत करेल याची तिला खात्री वाटत होती. डॉ. सब्बाहचे डोळे मिटलेले होते. तिनं नकारार्थी मान हलवत म्हटलं, 'इतक्यात नाही. जर अगदी कोणी मरण्याच्या दारात आहे असं वाटलं तरच त्यांना बोलवायचं. आपण जर त्यांना प्रत्येक छळानंतर बोलवायला लागलो तर ते येऊन आपल्याला सगळ्यांनाच मारहाण करतील.'

मयादानं हे पटून मान डोलावली. आत्तापर्यंत तिनं एकाही पहारेकऱ्यामध्ये सहनशक्तीचा एखादा कणही पाहिला नव्हता. डॉ. सब्बाह आणि मुना समाराचे कपडे सैल करून शारीरिक दुखापतीची चिन्हं दिसताहेत का ते तपासू लागल्या. मयादा गप्प उभी राहून पाहात होती.

समारा पुन्हा एकदा कण्हली. मयादानं एकवार तिच्या गोऱ्यापान शरीराकडे

आणि विस्कटलेल्या केसांकडे पाहिलं आणि मग तिच्या आता काळ्या पडलेल्या आणि संथ झालेल्या नजरेमध्ये काहीतरी शोधलं. त्या स्त्रीनं सोसलेले ते सिगरेटचे चटके, त्या पोटातल्या लाथा आणि विजेचे झटके–सगळं काही स्वत:च्या शरीराच्या बाबतीत घडलं असावं इतक्या तीव्रतेने तिला जाणवलं. समाराच्या यातनेनं पिळवटलेल्या चेहऱ्याकडे पाहाता पाहाता मयादाच्या सुशिक्षित भूतकाळातून एक कविता तिच्या मनात जागी झाली. थॉमस ग्रे या इंग्लिश कवीनं लिहिलेली ती कविता अशी होती:

'प्रत्येकाच्याच नशिबात दु:ख आहे—अखेरीस माणसंच ना सगळी–
सगळ्यांनाच कण्हण्याचा शाप आहे–
कोणाला दुसऱ्याच्या दु:खाची चिंता वाटते–
तर भावनाहीन स्वत:चं दु:खच संभाळत राहातात
त्यांना कशाला सांगायचं त्यांचं भविष्य–
कारण दु:ख येताना कधीच उशीर करत नाही
आणि सुख फार चटकन उडून जातं,

डॉ. सब्बाह आपल्या काळ्याभोर खोल डोळ्यांनी आपल्याकडे पाहते आहे हे मयादाला जाणवलं. मयादाचं मन एकदम कोरं होऊन गेलं. डॉ. सब्बाहनं आपल्याकडे इतकं रोखून, निरखून पाहाण्यासारखं आपण काय केलं असा विचार झटकन तिच्या मनात येऊन गेला.

मयादाच्या चेहऱ्यावरचं आश्चर्य पाहून मुना किंचितसं हसली आणि म्हणाली, 'तू कविता म्हणत होतीस–थोडं इंग्लिश आणि थोडं अरेबिकमध्ये बोलत होतीस. पण जे काही मी ऐकलं ते फार गुंगवून टाकणारं होतं. कोणाची कविता होती ती?'

'मला काही बोललेलंही आठवत नाहीये.' मयादानं कबूल करून टाकलं. त्या लहानशा कोठडीत प्राणवायूच्या कमतरतेमुळे तिची स्पष्ट विचार करण्याची शक्ती कमी होऊ लागल्याची आता तर तिची खात्रीच पटली. किंचितसं हसत ती म्हणाली, 'या कोंदट हवेनं माझ्या मेंदूवर परिणाम होतोय असं वाटतंय मला. अगदी चमत्कारिकपणे माझ्या आठवणीच पुसून जायला लागल्या आहेत.'

''मला वाटतं तू भूतकाळात शिरली होतीस.' मुना खांदे उडवत म्हणाली. तिच्या चेहऱ्यावर उदासी झाकळून आली. 'तू म्हणत होतीस, सुख फार चटकन उडून जातं.' मला तर सुख म्हणजे काय असतं तेच आठवेनासं झालं आहे.' समारा कण्हत म्हणाली. मला वाटलं, 'या वेळी त्यांनी ठारच मारलंय मला.'

एका स्त्रीकडे वळून मयादानं तिला एक ग्लासभर पाणी आणायला सांगितलं.

अनेकजणी एकदम पाणी आणायला पुढे झाल्या. अलियानं एक कप घेतला आणि एमाननं पाण्याची सुरई उचलली.

नि:शब्दपणे तिच्या डोळ्यांतून आसवं वाहू लागली. बाकीच्या सावल्याही

रडत होत्या.

मयादानं आजूबाजूला पाहिलं आणि म्हटलं, ‘आपण साऱ्या अश्रूभगिनी आहोत.’ तिच्या शब्दांनी त्या सगळ्याभोवती पसरलेलं दु:खाचं पांघरूण दूर झालं. काही जणी थोड्या हसल्या सुद्धा.

समारानं हात उंचावून मयादाच्या हाताला स्पर्श करत म्हटलं, ‘तू सद्दामच्या बायकोबद्दल सांगायचं कबूल केलंयस, सांग ना आता–’

‘पुन्हा केव्हा तरी.’ मयादा म्हणाली. आत्ता तिला अजिबात गोष्टी सांगाव्याशा वाटत नव्हत्या आणि सद्दाम हुसैनबद्दल तर नाहीच नाही.

‘हे वाट बघणं, ही भीती, इथली ही मरणाची शांतता–या सगळ्यामुळे कधी न संपणारा कंटाळा निर्माण होतो. मयादा, तुझ्या गोष्टींमुळे एखादा खजिनाच समोर उघडला जावा असं वाटतं.’ डॉ. सब्बाह हसत म्हणाली. समारानं तर ठरवूनच टाकलं होतं. ‘डॉ. सब्बाह म्हणतेय ते बरोबर आहे. आमची आयुष्यं इतकी कंटाळवाणी बनून गेली आहेत–शिवाय माझं सगळं अंग नुसतं जळतंय. तू गोष्ट सांगितलीस तर निदान माझं लक्ष तरी दुसरीकडे जाईल.’

समाराला कोणत्याही गोष्टीसाठी नाही म्हणणं शक्यच नसल्यानं मयादा तयार झाली.

त्या छोट्याशा कोठडीतल्या निरनिराळ्या कोपऱ्यांमध्ये सगळ्या सावल्या बसून घेऊ लागल्या. वफाए नावाची सावली आपली जपमाळ ओढत बसली आणि बाकीच्या सगळ्या मोठ्या अपेक्षेनं मयादाकडे पाहू लागल्या. तिला दिल्या गेलेल्या एका ब्लँकेटची मयादानं चौहेरी घडी घातली आणि ती बैठक समाराच्या खाटेसमोर ठेवली. साध्या सिमेंटच्या जमिनीवर खाली बसायची तिला काही सवय होत नव्हती. पण आता ती या बैठकीवर मांडी घालून बसली. बोलायला सुरुवात केली तेव्हा तिच्या आवाजात एक स्वप्नाळू भाव होता.

‘१९६८मध्ये माझ्या आईवडिलांनी जर पळून जाऊन देश सोडला असता तर सद्दामच्या बायकोची आणि माझ्या आईची कधीच भेट झाली नसती. त्या वर्षी बाथ पार्टीच्या हातात सत्ता गेल्यानंतरही माझे आईवडील बगदादमध्येच राहिले याचं सगळ्यांनाच आश्चर्य वाटलं होतं. १९६३मध्ये बाथ पार्टी फार थोड्या काळासाठी सत्तेवर आली असताना त्यांनी बुद्धिवाद्यांना कसा त्रास दिला होता याची आठवण असल्यामुळे आमचे सगळे अल-अस्करी आणि अल-हुसरी नातेवाईक १९६८मध्ये दुसऱ्या वेळी बाथ पार्टी सत्तेवर आली तेव्हा सुरक्षित ठिकाणी पळून गेले होते. पण माझ्या वडिलांची कॅन्सरशी जी झुंज चालली होती त्यामुळे आम्ही बगदादमध्ये अडकून पडलो होतो. त्यांच्यावर उपचार चालू होते. १९७४मध्ये त्यांच्या मृत्यूनंतर आमच्या नातेवाइकानी आईला इराक सोडून जाण्याचा सल्ला दिला, पण तिनं तसं

केलं नाही. माझ्या वडिलांच्या मृत्यूचा फार मोठा धक्का तिला बसला होता, असं मला वाटलं. ही वेळ महत्त्वाचे निर्णय घेण्याची आहे असं तिचं मत होतं. त्या वेळी ती माहिती मंत्रालयामध्ये संचालकपदावर काम करत होती. तिचं आमच्या घरावर फार प्रेम होतं.

'तिला चांगली स्नेही मंडळी मिळालेली होती. मी आणि माझी बहीण दोघी बगदादमध्ये शाळेत जात होतो. बाथ पार्टीच्या अधिकाऱ्याचं बुद्धिवंतांशी वागणं चांगलं नसलं तरी ती इराकमध्ये नीट राहू शकेल असं तिला वाटत होतं. आणि याचं एक मुख्य कारण असं होतं की सद्दामला सातींबद्दल अतिशय आदर होता. त्यामुळे त्याच्या सत्तेखाली सातींची मुलगी आणि नाती सुखरूप राहू शकतील अशी तिला खात्री वाटत होती. म्हणून दैवावर भरवसा ठेवून ती इथेच राहिली. आणि खरं सांगायचं तर सुरुवातीच्या काही वर्षांमध्ये तिचं आयुष्य चांगलंच गेलं.'

'माझी कॉलेजला जाण्याची वेळ येईपर्यंत मी तिच्याजवळ राहिले. मग माझ्या वडिलांच्या इच्छेप्रमाणे लेबाननला गेले आणि अमेरिकन युनिव्हर्सिटी ऑफ बेरूतमध्ये मी प्रवेश घेतला. साहजिकच माझ्या आईची आणि सद्दामच्या पहिल्या बायकोची, त्याच्या पाच मुलांच्या आईची-सजीदाची आणि माझ्या आईची पहिली भेट झाली तेव्हा मी तेथे नव्हते.

माझ्या आईशी मैत्री करायला, सामाजिक प्रश्नांबद्दल तिच्याशी चर्चा करायला, तिचा सल्ला घ्यायला सद्दामनंच सजीदाला उत्तेजन दिलं होतं, हे आम्हांला नंतर कळलं. म्हणूनच तर राजवाड्यावरच्या अनेक समारंभांना माझ्या आईला निमंत्रण येत असे. पण बहुतेक वेळा त्या समारंभांना जायला तिला वेळच नसे.' थोडं हसून मयादा म्हणाली, 'अर्थात असं आमंत्रण नाकारल्याबद्दल छळ आणि फाशीची शिक्षा देण्याचे दिवस अजून सुरू झाले नव्हते, ही देवाची कृपाच म्हटली पाहिजे.' आपल्या आईच्या सामाजिक जीवनाच्या यशाबद्दल बोलत असताना मयादाचा आवाज दाटून आला. ज्या कोठडीत बसून ती हे सारं सांगत होती, त्यावर एक नजर फिरवून ती पुढे म्हणाली, 'आपल्या या कोठडीचा एक भपकारा आणि सल्वा अल-हुसरी मरूनच गेली असती.'

'असंच एक आमंत्रण मिळाल्यानंतर आई मला भेटायला बेरूतला आली होती. अनेक देशांच्या वकिलांच्या पत्नींना भेटण्यासाठी सजीदानं आईला बोलावलं होतं. हा समारंभ होता त्या दिवशी आईला दुसरं काही काम नव्हतं म्हणून आईनं त्याला हजर राहायचं ठरवलं.

'मला सजीदाबद्दल खूपच उत्सुकता होती म्हणून मी आईला सांगितलं, 'अगदी काहीही न गाळता मला सगळं सांग.' मयादाच्या चेहऱ्यावर नकळतच हसू उमटलं होतं. इतक्या परस्परविरोधी स्वभावाच्या दोन बायका क्वचितच असतील–

माझी आई आणि सजिदा खैरल्लाह तिल्फाह. त्यांची भेट अयशस्वी ठरणार हे सुरुवातीलाच निश्चित झालं.'

'माझ्या आईचं आयुष्य सर्वसाधारण अरब स्त्रीसारखं गेलेलं नव्हतं, हे आता तुम्हाला माहीतच आहे. राज्यशास्त्रामध्ये पी.एच.डी मिळवलेली बाई होती ती. पुढच्या शिक्षणासाठी ती इंग्लंडमध्ये ऑक्सफर्डलाही गेली होती. तिची आजी एक सुलताना होती-ओटोमन राजघराण्यातली राजकन्या-तिचे वडील साती हे अरब जगातले एक सर्वांत सन्माननीय असे गृहस्थ होते-ज्यांना इतर कोणत्याही गोष्टीपेक्षा ज्ञान आणि शिक्षणाचं महत्त्व अधिक वाटत असे. त्यांची अरब देशांमध्ये अनेक घरं होती आणि ते आणि त्यांचं कुटुंब सतत प्रवास करत असे. वडिलांच्या मांडीवर बसण्याएवढी असल्यापासून माझ्या आईला राजेमहाराजांशी, राष्ट्रप्रमुखांशी हास्यविनोद करण्याची सवय होती. किंग फैझलचा मुलगा किंग गाझीची तर ती इतकी लाडकी होती की त्याच्या कामाच्या टेबलावर त्याच्या स्वतःच्या मुलाच्या फोटोशेजारी तिचाही फोटो तो ठेवत असे.'

'सद्दामची बायको सजीदा ही खैरुल्लाह तिल्फाह नावाच्या एका शेतकऱ्याची मुलगी होती. तग्रिस नदीच्या पश्चिम किनाऱ्यावरच्या एका खालच्या वर्गाच्या विभागामध्ये–तिक्रितमध्ये ती लहानाची मोठी झालेली होती. माझ्या आईच्या तुलनेनं तिचं शिक्षण फारच बेताचं होतं. बगदाद आणि तिक्रीत यांच्या बाहेरचं फारच थोडं जग तिनं पाहिलं होतं. तिच्या वडिलांच्या भाच्याशी-सद्दामशी तिचं लहान वयातच लग्न झालं आणि तिला त्याच्यापासून एकामागोमाग एक अशी पाच मुलंही झाली. सद्दाम जेव्हा सत्तेवर आला तेव्हा इराकच्या अध्यक्षांची पत्नी म्हणून यशस्वीपणे वावरण्यासाठी तिच्याजवळ काहीच नव्हतं.'

मयादानं ब्लँकेट थोडं खाली ओढून आपली उघडी पावलं झाकून घेतली.

'आईला सजीदा तिल्फाह अजिबात आवडायची नाही असं तिनं मला नंतर सांगितलं आणि साजिदालाही तसंच वाटायचं हेही तिनं मला सांगितलं तेव्हा मला थोडंसुद्धा नवल वाटलं नाही.'

'मी आईला विचारलं, 'सजीदा दिसायला कशी आहे?' तसे मी तिचे काही फोटो पाहिले होते पण सरकारी फोटोंवरून माणूस खरोखर कसं दिसतं हे सांगणं कठीणच असतं असं मला वाटतं. आई म्हणाली, 'मला तर ती पहिल्यांदा एखाद्या विदूषकासारखीच वाटली. तिच्या चेहऱ्यावर पांढरा मेकअप थापलेला होता. तिच्या चेहऱ्यावर कोणीतरी पीठच ओतलंय की काय असं मला तिला बघताच वाटलं. साजिदा सावळी होती. चांगली दिसू शकली असती, पण तिला गोरं दिसण्याची हौस होती आणि तिचे काळे केस पुन्हा पुन्हा रंगवल्यामुळे आता भडक पिवळ्या रंगाचे, रूक्ष झाले होते.

'आई म्हणाली, 'मला सजीदाची दया आली–पहिली पाच मिनिटं' पण तिच्या नोकरांवर शिव्यांचा वर्षाव करताना आईनं ऐकलं आणि तिची सगळी दया, सहानुभूती विरून गेली.

'जेवण झाल्यानंतर सजीदानं आईला सांगितलं की तिला काही जुनी चांदीची भांडी विकत घ्यायची आहेत आणि सद्दामनं सांगितलं आहे की सल्वा उत्तम आणि खरीखुरी भांडी निवडू शकेल. खरेदी करायला जाताना तिनं माझ्या आईला बरोबर न्यावं यासाठी सद्दाम सजीदाला उत्तेजन देत असे. या स्त्रीला सामाजिक शिष्टाचारांबद्दल मार्गदर्शनाची जरूर आहे, या कल्पनेनं आई तिच्याबरोबर जायला तयार झाली. पण या गोष्टीचा तिला लगेच पश्चात्ताप झाला. ज्या क्षणी त्या दोघीच राहिल्या त्याच क्षणी सजीदानं आईचा फर कोट हात लावून पाहायला सुरुवात केली-ती फर खरी आहे का हे तिला समजून घ्यायचं होतं. मग तिनं आईचा हात पकडला आणि तिची पाचूची आंगठी तपासून पाहायला सुरुवात केली. ती अंगठी खरी आहे की खोटी हे विचारायची तिची हिंमतही झाली. आईला काय बोलावं हेच सुचेनासं झालं. माझी आई खोटी फर किंवा खोटे दागिने वापरणाऱ्या बायकांपैकी नाहीये. त्यामुळे हे वागणं तिला फार अपमानकारक वाटलं. तिला या वागण्याचा रागही साहजिकच आला. खरेदीला जाण्याचं टाळण्याचा तिनं थोडा प्रयत्न केला, पण ती एकदा 'येते' असं कबूल करून बसली होती आणि म्हणून तिची सुटका होणं शक्य नव्हतं. अशा गावंढळ बाईबरोबर जाण्याची तिला खरोखर लाज वाटत होती, पण अखेरीस ती तिच्या बरोबर चांदीच्या सामानाच्या दुकानात गेली. ती मूर्ख बाई दुकानात शिरल्याबरोबर दिसतील त्या भडक वस्तू उचलत सुटली. आईचा सल्ला ती विचारतच नव्हती. त्यामुळे मला ही का बरोबर घेऊन आली आहे, असा प्रश्न आईला पडला. आणि यावर कळस म्हणजे ती पैसे न देताच बाहेर पडली. काळजीत पडलेल्या दुकानदाराला तिनं सांगितलं, 'राजवाड्यातून कोणीतरी येईल आणि पैशाचं काय ते बघेल.' आईची मान शरमेनं खालीच गेली. आईनं सांगितलं की बगदादमधल्या प्रत्येक दुकानदाराला साजिदानं आपल्या दुकानात येऊ नये असं वाटायचं. तिची त्यांना धास्तीच वाटायची. एवढंच काय, एखाद्या दुकानदाराला जर आधी कळलं की सजीदा त्याच्या दुकानात यायला निघाली आहे, तर तो सरळ दुकानाचे दरवाजे बंद करून कुलूप घालून घरी काहीतरी मोठी अडचण आली आहे असं सांगत घरी निघूनच जात असे. एवढी श्रीमंती असूनही–तीसुद्धा इराकी लोकांना लुटूनच मिळवलेली–सजीदा कधीही विकत घेतलेल्या वस्तूची पूर्ण किंमत देत नसे. काही दुकानदारांचं तर सजीदा येऊन गेल्यानंतर दिवाळंच निघालं होतं. पण तक्रार तरी कोणाकडे करणार ते? सद्दामची बायको भुरटी चोर आहे असं म्हटल्याबद्दल त्यांना ठारच मारण्यात आलं असतं–हे सगळं आईला नंतर कळलं.'

'आईनं पुढे असंही सांगितलं, राजवाड्यात परत येण्यासाठी त्या मोटारीत बसल्या आणि लगेच सजीदानं मोठ्यानं सारा नावाच्या एका स्त्रीबद्दल आईला सांगायला सुरुवात केली. सारा ही एका इराकी ख्रिश्चन घराण्यातली होती. तिचं घराणं खानदानी श्रीमंत होतं. सारा आता पॅरिसमध्ये राहात होती. सजीदा जेव्हा जेव्हा पॅरिसला जायची तेव्हा साराच्या घरी राहात असे. सजीदाचं म्हणणं होतं की तिनं साराकडे एक अगदी मामुली इच्छा व्यक्त केली होती. सजीदाची बहीण–सद्दामच्या सावत्र भावाची–बर्झान अल-तिक्रितीची बायको सहा दिवसांसाठी पॅरिसला जाणार होती. तिथे तिला थोडी मदत हवी होती. सजीदाच्या बहिणीला स्वत:च्या पापण्यांची लांबी एका इंचानं वाढवून हवी होती आणि कमरेचं माप पाच इंचांनी कमी करून हवं होतं. शिवाय तिला 'डी बीअर्स' या हिऱ्यांच्या दुकानात जाऊन काही अप्रतिम, उत्कृष्ट दर्जाचे हिरेही विकत घ्यायचे होते.

सारानं स्पष्ट सांगितलं होतं, 'पापण्यांची लांबी अशी वाढवता येते हे मी आजच ऐकतेय. कमरेचं माप कमी करण्याचा एकच उपाय आहे आणि तो म्हणजे शस्त्रक्रिया आणि ते काम सहा दिवसात होणार नाही. त्यातून बरं व्हायला आणखी खूप दिवस लागतील आणि शेवटी सारानं सजीदाला हेही समजावून सांगितलं की 'डी बीअर्स' ही कंपनी हिरे व्यापाऱ्यांना हिरे विकते. एकट्यादुकट्या गिऱ्हाईकाला नाही. सजीदाला काहीच पटलं नाही. सारा खोटं बोलते आहे असा तिचा समज झाला. पॅरिसमध्ये राहाणाऱ्या या इराकी स्त्रीला आपली मदत करायची इच्छा नाहीये असं तिचं म्हणणं होतं. फ्रान्समध्ये राहाणाऱ्या व्यक्तीला काहीच अशक्य नसतं हे सजीदाला माहीत होतं ना. पुरेसे पैसे असले की झालं आणि सजीदाच्या बहिणीच्या पाठीशी तर साऱ्या इराकचा पैसा उभा होता–अर्थात हे मुद्दाम सांगण्याची काहीच जरुरी नव्हती.

'सजीदानं आईला सांगितलं, ती साराला फसवून इराकमध्ये बोलावून घेणार आहे आणि ती इथे आली की मग तिची रवानगी सरळ तुरुंगात करणार आहे.

'आई हे सगळं ऐकून अवाकच झाली. मूर्ख माणसं अतिशय धोकादायक असतात या गोष्टीवर सातींप्रमाणे तिचाही ठाम विश्वास होता. सजीदाच्या बोलण्याला आईनं कसंतरी काहीतरी उत्तर दिलं–नव्या वैद्यकीय ज्ञानाबद्दल मला काही माहिती नाही तेव्हा मला याबद्दल काहीच सांगता येणार नाही, असं काहीतरी सांगून तिनं वेळ मारून नेली. तिच्या उत्तरानं सजीदाला राग आला आणि मोटारीच्या कोपऱ्यात सरकून बसून तिनं पुढं काहीही बोलणं टाळलं.

'आई साराला ओळखत होती. तिनं ताबडतोब साराला फोन करून इराकमध्ये न येण्याबद्दल बजावलं;'

कोठडीतल्या सगळ्या बायका अगदी रंगून जाऊन ही कहाणी ऐकत होत्या.

डॉ. सब्बाह पुटपुटली, 'अरे देवा, सजीदा इतकी वाईट आहे याची मला कल्पना नव्हती.'

'खरंच ती वाईट आहे,' मयादा म्हणाली, सजीदाच्या एका आठवणीपाठोपाठ दुसऱ्या आठवणीही येऊ लागल्या.

'खरोखर चोर आहे ती,' मयादा ठासून म्हणाली, '१९८३मध्ये काय झालं आठवतंय कोणाला? तेव्हा सद्दाम म्हणाला होता की, इराणशी चालू असलेल्या युद्धात इराकी सैन्याला मदत म्हणून प्रत्येक इराकी कुटुंबानं आपल्याजवळचं सोनं देशाला दान केलं पाहिजे, आठवतंय?'

बऱ्याच बायकांनी मान डोलावलेली मयादाला दिसली. एक वयस्कर बाई रडत हळूच म्हणाली, 'माझ्याजवळ सोन्याचं काहीच नव्हतं. माझा नवरा आघाडीवर होता आणि दान करण्यासाठी एखादा लहानसा सोन्याचा दागिना विकत घ्यावा एवढे पैसेही माझ्याजवळ नव्हते. म्हणून मग मला त्यांनी माझा स्वयंपाकाचा स्टोव्ह विकायला लावला. तेव्हापासून मी घराबाहेर बसून लाकडाच्या चुलीवरच स्वयंपाक करत होते.

तिच्या शब्दांनी मयादाच्या मनावर दु:खाचं मळभ दाटून आलं. हे सोनं दान करणं वगैरे सगळं थोतांड होतं आणि जमवलेलं सोनं ठरलेल्या ठिकाणी कधीच पोचलं नाही हे तिला माहीत होतं.

'मी तुम्हांला एक सत्य घटना सांगते. या आवाहनाबद्दलची. ही सत्य घटना आहे एका मंत्र्याच्या बायकोची-ती आमच्या कुटुंबाची जवळची स्नेही होती. तिचं नाव होतं डॉ. लाम्या. डॉ. सादून हम्मादीची ही बायको. डॉ. हम्मादी १९९१मध्ये अगदी थोडे दिवस प्रधानमंत्री होता. पण तो फार सरळ आणि प्रामाणिक असल्यामुळे सद्दामच्या भ्रष्ट कारभारात तो टिकणं शक्यच नव्हतं. त्याला पदावरून दूर करण्यात आलं.

डॉ. लाम्या काही हावरट बाई नव्हती. तिच्याकडे मौल्यवान दागदागिन्यांचा फक्त एकच सेट होता. पण होता फार सुंदर–सोन्याचा, नीलमणी जडवलेला एक हार, कर्णभूषणं, पोची, अंगठी असा तो सेट होता. त्यांच्या विवाहप्रसंगी तिच्या नवऱ्यानं तिला तो भेट म्हणून दिला होता. तरीही इराकी सैन्यासाठी म्हणून तिनं त्याचं दान केलं पाहिजे असा आग्रह तिच्या नवऱ्यानंच धरला. ते दागिने देऊन टाकल्यानंतर एक आठवडाभर तिच्या डोळ्यांचं पाणी खळलं नव्हतं, असं ती म्हणायची.

असो–यानंतर साधारण एका वर्षानंतर डॉ. लाम्याला एका समारंभाचं निमंत्रण आलं. या समारंभाला सजीदाही हजर राहाणार होती. सजीदा जेव्हा लाम्याचे ते सुंदर दागिने घालून दालनात आली, तेव्हा लाम्याचा स्वत:च्या डोळ्यांवर विश्वासच

बसेना. इराकची तरुण पिढी युद्धात गुंतली होती आणि त्यांच्या मदतीसाठी तिनं जे दागिने दान केले होते, तेच, अगदी तेच दागिने आज सजीदाच्या गळ्याची हातांची शोभा वाढवत होते. ती इतकी आश्चर्यचकित झाली की तिला क्षणभर हलताच येईना. ती नुसती स्तब्ध उभी राहून सजीदाकडे टक लावून पाहातच राहिली. तिचं हे बघणं सजीदाच्या लक्षात आलं. चिडून तिनं आपल्या एका सुरक्षारक्षकाला लाम्याला दटावण्यासाठी पाठवलं. 'बाईसाहेबांकडे अशी टक लावून बघायला परवानगी नाही.' असं त्यानं तिला दरडावून सांगितलं. तेव्हा सजीदाला 'बाईसाहेब' म्हटलं जायचं ना..'

'काय पण 'बाई साहेब'' डॉ. सब्बाह रागानं म्हणाली.

'आपला त्याग फुकट गेला हे कळल्यावर डॉ. लाम्या आपल्या नवऱ्याकडे तक्रार करण्यासाठी घाईघाईनं घरी गेली. डॉ. हम्मादीनी तिला गप्प राहायचा सल्ला दिला आणि म्हटलं, 'तक्रार केल्यानं तुझे दागिने काही परत मिळणार नाहीत. उलट आपण दोघंही तुरुंगात मात्र टाकले जाऊ.' सजीदाबद्दल सर्वांनाच माहीत असलेली एक गोष्ट त्यानी पुन्हा एकवार लम्याला बोलून दाखवली. ते म्हणाले, 'सजीदा तिल्फाहची नजर इतकी वखवखलेली आहे की ती जेव्हा मातीनंच बंद होईल तेव्हाच ती वखवख संपेल. (ती मेल्यानंतर तिचं दफन होईल तेव्हा.)

पण ही गोष्ट इथेच संपली नाही. सजीदाची हाव इतकी वाढली की खाडी युद्धामध्ये कुवेती लोकांकडून जे काही दागदागिने लुटण्यात आले होते, ते सगळे तिच्या राजवाड्यात पोचवले जावेत अशी तिची आज्ञाच होती. कुवेतच्या राजघराण्यातल्या लोकांना आपले दागदागिने परत हवे असतील तर ते सगळे नक्की तिच्या महालात सापडतील.

'एक गंमत सांगते–मी ही गोष्ट कधीच विसरणार नाही–ही राजवाड्यातल्या नोकरांनी सांगितलेली आहे–सजीदाचं आणि तिच्या दुसऱ्या मुलांचं कुसेचं या कुवेती संपत्तीवरून भांडणही झालं होतं. कुसेला त्या सगळ्या संपत्तीमधला एक हिऱ्यांचा सेट खूपच आवडला होता. त्यानं आईला सांगितलं की हा सेट मी माझ्या बायकोला भेट म्हणून देणार आहे. हे ऐकून सजीदानं त्याला तिच्या घरातून बाहेर काढलं. तिला ते सगळं धन स्वत:साठीच हवं होतं.'

मयादा मोकळेपणी हसत पुढे म्हणाली, 'तिचे काही नोकर नंतर सांगायचे सुद्धा की दागिन्यांनी भरलेली भांडी घेऊन राजवाडाभर लगबगीनं फिरणारी सजीदा म्हणजे अगदी विनोदी दृश्य होतं. त्या हावऱ्या बाईनं राजवाडाभर ठिकठिकाणी किमती दागिने लपवून ठेवले होते आणि सर्व नोकरांना धमकी दिली होती की माझ्या लपवण्याच्या जागा माझ्या मुलांना सांगण्याची हिंमत केलीत तर तुमच्या जिभा कापून टाकीन.

एमाननं घशातून एक हुंकार दिला. 'शी–काय बाई आहे ही–आम्ही इराकी लोक इकडे भुकेनं मरत होतो आणि ती–ती हिरेमोती घालून मिरवत होती.' एमाननं खानदानी स्त्रीसारखं झुकून अभिवादन केलं आणि पंख्यानं वारा घेत असल्याचा अभिनय करायला सुरुवात केली. आता एमान सद्दामच्या बायकोची–सजीदाची आंधळी भलावण कधीच करणार नव्हती.

कोठडीत एक हलकीशी हास्याची लकेर उमटली.

आता मयादाच्या स्मरणात कोरले गेलेले अनेक प्रसंग वर तरंगू लागले. तिनं मनातली एक गोष्ट बोलून दाखवली. 'तिची चोरी बरी पण तिचा दुष्टपणा नको–ती तिच्या नोकरांशी इतकी वाईट वागते की सांगितलं तर कोणाचा विश्वास बसणार नाही.'

धार्मिक वृत्तीच्या रौलानं मयादाकडे नजर फिरवत म्हटलं, 'त्यात नवल वाटण्यासारखं काहीच नाही. हाव आणि दुष्टपणा नेहमीच एकमेकांबरोबर असतात.'

मयादाला तर ते मान्यच होतं. 'पण एक गोष्ट मात्र माझ्या मनातून जातच नाहीये. रोझा नावाची एक गरीब ख्रिश्चन मुलगी होती. ती हालाच्या आयाची नातेवाईक होती–तुम्हांला माहीतच आहे-हाला म्हणजे सजीदा आणि सद्दामची सगळ्यांत धाकटी मुलगी. हाला ही एकच चांगली मुलगी आहे त्यांच्या सगळ्या मुलांच्यापैकी. तिच्या आईच्या रागाला बळी पडलेल्या दुर्दैवी लोकांना मदत करण्यासाठी ती तिच्या आईची नजर चुकवून काही ना काही करत असे. तिच्या बाकीच्या कुटुंबीयांसारखी हाला नाहीये–तिला इराकी लोकांबद्दल खरंखुरं प्रेम आहे. ती तिच्या आईवडिलांकडून पैसे घेऊन गरिबांमध्ये वाटून टाकत असे. असं म्हणतात; तर–रोझाच्या नातेवाइकाला वाटलं की हालासाठी मैत्रीण म्हणून रोझा चांगली होईल. कारण हालाला राजवाड्यात एकटं एकटं वाटायचं असं ती म्हणायची. हाला शाळेत गेली की रोझाला राजवाड्यातली काही घरगुती कामं सांगितली जायची. एक दिवस तिला सजीदाच्या शय्यागृहात जाऊन व्हॅक्यूम क्लीनरनं तिथली जमीन साफ करायला सांगण्यात आलं. हे काम करत असताना तिला नळीमध्ये काहीतरी धातूची वस्तू वाजलेली ऐकू आली. तिनं मशीन बंद केलं आणि कचरा जमा झालेली पिशवी उघडली आणि काय आश्चर्य–एक अतिशय मौल्यवान अशी हिऱ्याची अंगठी त्या पिशवीत आली होती.

'रोझानं ती अंगठी मुख्य गृहव्यवस्थापकाकडे नेऊन दिली. त्यानं ती साजिदाकडे पोचवली. साजिदा खूप खूष झाली आणि म्हणाली, मी ही अंगठी रोझालाच बक्षीस म्हणून देऊन टाकते, म्हणजे घरातल्या बाकीच्या सगळ्या चोरांना चांगला धडा मिळेल–सगळे नोकर चोर आहेत एकजात.

'आपलं नशीब उघडलं म्हणून रोझाला खूपच आनंद झाला. काम संपल्यानंतर

ती धावतच घरी गेली आणि तिनं आपल्या आईवडिलांना ती अंगठी दाखवली. आईवडिलांनी सोनाराकडे जाऊन ती विकूनही टाकली. मग त्या साऱ्या कुटुंबानं थोडी खरेदी केली–थोडे चांगलेचुंगले खाण्याचे पदार्थ घेतले. काही देणी भागवली. थोडे बऱ्यापैकी कपडे घेतले आणि घरासाठी म्हणून साधं सामान्यच असं थोडं फर्निचरही. उरलेल्या पैशातून त्यांनी त्यांच्या अगदी मोडकळीला आलेल्या घराची थोडी डागडुजीही करून घेतली.

'काही आठवड्यांनंतर सजीदानं रोझाला बोलावून घेतलं आणि अंगठीबद्दल विचारलं. ती म्हणाली, मला वाटलं होतं की ती खोट्या हिऱ्याची अंगठी आहे, म्हणून तर मी तुला ती बक्षीस दिली. पण मला आताच कळलं की तो हिरा म्हणजे अगदी क्वचित सापडणारा असा निळसर शुभ्र हिरा आहे' आणि रागानं सजीदानं ताबडतोब ती अंगठी परत करायला रोझाला फर्मावलं.

'रोझा बेशुद्ध पडायचीच बाकी होती. चाचरत अडखळत तिनं तिच्या मालकिणीला सांगितलं, आमच्या घरात ती अंगठी कोण घालणार? म्हणून आम्ही त्याच दिवशी ती विकूनही टाकली.

'सजीदानं रागानं थैमान करायला सुरुवात केली. तिनं रोझाला धमकी दिली की दुसऱ्या दिवसापर्यंत ती अंगठी परत आली नाही, तर ती रोझाचं घर जमीनदोस्त करून टाकेल.

'रोझानं धावत घरी जाऊन आईवडिलांना ही सगळी भयंकर हकीकत सांगितली. ते पुन्हा त्या सोनाराकडे गेले. अंगठी परत मिळवायलाच हवी होती. पण ती अंगठीही त्याच दिवशी एका स्त्रीनं विकत घेतली असं त्या सोनारानं त्यांना सांगितलं. तिनं रोख पैसे दिले होते आणि काही नावगावही सांगितलं नव्हतं.

'दुसऱ्या दिवशी बिचाऱ्या रोझानं सगळी हकीकत सजीदाला सांगितली. आता ती अंगठी परत मिळण्याची काही खात्री नाही हेही तिनं सजीदाला सांगून टाकलं. या इतक्या महाग अंगठीची किंमत भरून देणंही आम्हांला शक्य नाही हेही तिनं धीर करून सांगून टाकलं.

'हे ऐकल्यानंतर सजीदा रागानं चवताळून उठली आणि रोझाला शिव्याशाप देत मारहाण करू लागली. 'सजीदा स्वत:च्या लहानपणची गरिबी विसरूनच गेली होती आणि नोकरांच्या हलाखीच्या परिस्थितीवर तिचा विश्वास नव्हता. रोझाच्या कुटुंबानं अन्न किंवा कपडे विकत घेण्यासाठी अंगठीचे पैसे खर्च केले हे तिला खरंच वाटत नव्हतं. रोझा ती अंगठी स्वत:साठी ठेवते आहे असं तिला वाटत होतं. तिनं तिच्या रक्षकांना बोलावणं पाठवलं. ती स्वत: मोठमोठ्यानं बोलत फेऱ्या मारतच होती. रक्षक आल्यानंतर तिनं रोझाचे लांबसडक काळेभोर केस खेचले. रोझाचं मुख्य सौंदर्य होतं तिचे केस म्हणजे-आणि तिचं मुंडन करण्याची त्यांना

आज्ञा दिली. ती गरीब बिचारी मुलगी भीतीनं वेडी व्हायला आली.

'रोझा रडत ओरडत रक्षकांना विरोध करत होती, झगडत होती, म्हणून सजीदानं तिला चाबकानं फटके मारण्याचा हुकूम केला. त्यानी रोझाची पाठ फुटून रक्त वाहेपर्यंत तिला फटके मारले. या वेळेपर्यंत सजीदाचं डोकं संतापानं फिरल्यासारखं झालं होतं. तिनं तिच्या एका मोलकरणीला घरातली साधी इस्त्री आणायला सांगितली. विजेनं इस्त्री गरम करायला लावून तिनं रक्षकाना रोझाचे हात जमिनीवर दाबून धरायला सांगितले. मग सजीदानं एका रक्षकाला रोझाच्या हातांवर ती तापलेली इस्त्री ठेवायला सांगितलं. रोझानं फोडलेल्या किंकाळीमुळे तर सजीदाचा संताप आणखीनच वाढला. तिनं ती खूप तापलेली इस्त्री रोझाच्या हाताबोटांवर दाबून धरायला फर्मावलं. त्या बिचारीचे हात भयंकर भाजले गेले. ते पाहून सजीदा हसत तिला म्हणाली, 'आता तरी ती अंगठी आणून दे–तुझे हात इतके भाजलेत की तुला इतकी सुंदर अंगठी घालण्याचा धीरच होणार नाही.'

'रोझाला राजवाड्याबाहेर हाकलून देण्यात आलं. भाजलेले हात, मुंडन केलेलं डोकं आणि रक्ताळलेली पाठ घेऊन ती वेड्यासारखी रस्तोरस्ती फिरत राहिली. बऱ्याच वेळानं एका दयाळू टॅक्सी ड्रायव्हरनं तिला घरी पोचवलं.'

सगळ्या सावल्यांकडे पाहाता पाहाता मयादाचे डोळे भरून आले. दृष्टी आसवांनी अंधुक झाली. 'या कोठडीतल्या माझ्या सोबतिणींनो, 'बाईसाहेब' म्हणवून घेण्याची इच्छा असणाऱ्या या बाईचं खरं रूप हे असं आहे.'

आत्ताइतकी त्यांची कोठडी शांत कधीच नव्हती. अनेक इराकी पुरुषांनी आज देशाच्या मानगुटीवर बसलेले क्रौर्याचे मार्ग अंगीकारल्याचं कोठडीतल्या सावल्यांना माहीत होतं, पण इतकी क्रूरपणे, निदर्यपणे एखादी स्त्री वागू शकते, दुसऱ्या एखाद्या माणसाचा असा भयानक शारीरिक छळ करू शकते हे त्या आज प्रथमच ऐकत होत्या. डॉ. सब्बाहनं घसा खाकरला तेव्हा सगळ्यांचं लक्ष तिच्याकडे गेलं. तिच्या मनातील सर्व भावना प्रथम तिच्या काळ्याभोर डोळ्यांत आणि नंतर तिच्या घट्ट मिटलेल्या पातळ ओठांवर दिसून येत होत्या.

डॉ. सब्बाहनं तिची शाल दोन्ही खांद्यांवरून घट्ट लपेटून घेतली आणि तिची छातीवर एक गाठ बांधत म्हटलं, 'मला माझ्या आयुष्याबद्दल तुम्हांला सांगायचं आहे. माझं लहानपणही गरिबीतच गेलं, पण सजीदासारखी मी ते विसरले नाही. माझे वडील बगदादच्या सीमेवरच्या एका सिगरेटच्या कारखान्यात काम करणारे साधे कामगार होते. माझी आई एक अशिक्षित गृहिणी होती. ती दोघं इतके कष्ट करायची की त्यांना अकाली म्हातारपण आलेलं मी पाहिलंय. त्यांच्यासारखे पाठ मोडून टाकणारे, अपंग बनवून टाकणारे कष्ट मला करायचे नव्हते, म्हणून शरीरानं कष्ट करायच्या ऐवजी मी माझ्या बुद्धीनं कष्ट करायला सुरुवात केली. दरवर्षी मी

माझ्या वर्गात पहिली यायची. मग मी इंजिनीयरिंगमध्ये जास्त शिकायचं ठरवलं. इतर अनेक इराकी लोकांप्रमाणेच मी बाथ पार्टीची सभासद होईपर्यंत मला खूप त्रास देण्यात आला. पण मला त्यांची मतं पटत नव्हतीच. त्यांना माझा संशय येऊ नये म्हणून मी नुसती पोपटपंची करत होते आणि माझ्या कामावर लक्ष केंद्रित करत होते.

'बांधकाम मंत्रालयातल्या कोणत्याही पुरुषापेक्षा मी जास्त काम करत होते. माझ्या वरिष्ठांनी मला सांगितलं होतं की माझं कौशल्य आणि निश्चयी वृत्ती सद्दामच्या कानापर्यंत जाऊन पोचली होती. १९७९मध्ये सद्दामनं हुकूम दिला की पुढचा डायरेक्टर जनरल ऑफ जनरल एस्टॅब्लिशमेंट ऑफ कन्स्ट्रक्शनल प्रोजेक्टस् म्हणून माझी नेमणूक होणार आहे. मला वाटलं आता माझा भविष्यकाळ निश्चित झाला. पुरुषांचं मानलं जाणाऱ्या एका क्षेत्रात मी सर्वोच्च पायरीवर पोचले होते. आणि तेही अगदी थोड्या काळात.

'परंतु या पदावर गेल्यावर थोड्याच दिवसांत सगळंच कोसळलं. मला पार्टीच्या प्रमुख कचेरीत एका बैठकीला हजर राहाण्याचा आदेश देण्यात आला. आमच्या सहकाऱ्यांपैकी एकावर सद्दामविरुद्ध कट केल्याचा आरोप ठेवण्यात आला होता. मी त्याला चांगली ओळखत होते. तो आधी माझ्याबरोबर कॉलेजमध्ये होता आणि आता माझा सहकारी होता. मी त्याच्या बायकोलाही चांगली ओळखत होते. त्याच्या मुलांना मी खेळवलं होतं. तो अशी कटकारस्थानं करणारा माणूस नाही हे मला माहीत होतं. पण डायरेक्टर जनरल या नात्यानं मी माझ्या मित्राच्या मृत्यूमध्ये सामील होणं अपरिहार्य होतं.'

अर्धवट हसत डॉ. सब्बाहनं खोलीभर नजर फिरवली. 'माझं सगळं शरीरच स्तब्ध होऊन गेलं. माझ्यापुढे करण्यात आलेलं पिस्तूल घ्यायला मी नकार दिला. मी काय केलं? ओकले–सगळीकडे–माझ्या बुटांवर आणि माझ्यापुढे पिस्तूल धरून उभ्या असलेल्या पार्टीच्या अधिकाऱ्याच्या बुटांवर सुद्धा–तो म्हणायचा, 'मार त्याला' आणि मी ओकायची. तो म्हणायचा, 'हे पिस्तूल घे', आणि मी ओकायची. अखेरीस मी धावत त्या इमारतीतून बाहेर पडले आणि कशीबशी घरी पोचले-बरंच लांब होतं माझं घर–दुसऱ्या दिवशी आणि मग त्याच्या पुढच्या दिवशीही मी आजारी असल्याचा निरोप माझ्या कचेरीत पाठवून दिला. तिसऱ्या दिवशी काळे चष्मे घातलेली दोन माणसं मला भेटायला आली. अगदी सभ्यपणे वागत होते दोघेही. माझ्याशी हात मिळवून मग त्यांनी मला सांगितलं की ते मुखाबरतकडून झाले आहेत. मी आज्ञेचं पालन केलं नाही, असं त्यांना सांगण्यात आलं होतं.

'इराकच्या स्थैर्याला धक्का पोचवणाऱ्या एका अपराध्याला मृत्युदंड देण्याऐवजी मी ओकले होते असंही त्यांना कळलं होतं. त्यांच्यासमोर मी एखाद्या घाबरलेल्या

सशासारखी उभी होते. माझ्या तोंडातून शब्दच फुटत नव्हता की काही हालचाल करता येत नव्हती. पण तरी एक विनोदी गोष्ट माझ्या लक्षात आलीच. ते दोघेही माझ्यापासून चांगले दूरच उभे होते. बहुतेक मी त्यांच्याही चकचकीत काळ्या बुटांवर ओकेन अशी भीती त्यांना वाटली असावी. माझ्या तोंडून काही शब्द फुटेल याची वाट पाहून पाहून त्यांना कंटाळा आला. शेवटी माझ्या ओकण्याची हकीकत सद्दामपर्यंत पोचली आहे असं त्यांच्यापैकी एकानं मला सांगितलं. आपल्या मान्यवर नेत्यानं निरोप पाठवला होता की मला ओकायला का झालं हे त्यांना कळू शकतं. मी ओकले, कारण मी एक स्त्री आहे. सुटी संपली आहे आणि आता त्यांच्याबरोबर कामावर जायचं आहे असं त्यांनी मला सांगितलं. मला वाटत होतं की ते मला तुरुंगातच नेतील. असं मला खात्रीनं वाटत होतं, पण त्यांनी मुद्दाम उल्लेख करून मला सांगितलं की मला अटक न करता आणखी एक संधी द्यावी असं खुद्द सद्दामनं त्यांना सांगितलं आहे.'

'माझ्या कचेरीकडे जात असताना त्या दोघांपैकी एका माणसानं माझ्याकडे पाहिलं आणि कुत्सितपणे विचारलं, 'तुझा धाकटा भाऊ-अहमद कसा आहे? तब्बेत वगैरे ठीक आहे ना त्याची? त्याचा भविष्यकाळ चांगला उज्ज्वल असेल अशी मी आशा करतो.'

'मला त्याच क्षणी कळून चुकलं की माझ्या साऱ्या कुटुंबालाच धोका आहे. मला अगदी आसुसून वाटलं. माझं पूर्वीचं सरळ साधं आयुष्य मला परत मिळावं, पण आता ते शक्य नव्हतं. परिस्थिती कशी बदलायची हे मला कळतच नव्हतं. म्हणून मग मी परत कामावर जायला लागले. पण पुन्हा कधीही मला माझ्या कामात एका मिनिटाचीही मजा आली नाही. कोणत्याही क्षणी मला या किंवा त्या माणसाला ठार मारायचा हुकूम देण्यात येईल याची मी वाट पाहात होते. सुदैवानं काहीही न घडता बरेच दिवस गेले. मी एका फार छान माणसाशी लग्न केलं. मला दोन छान मुलगे आणि एक सुंदरशी मुलगीही झाली. कोणालाही मारायचा हुकूम मला देण्यात आला नाही. मग १९९२मध्ये पुन्हा माझं जग उद्ध्वस्त झालं. पण या वेळेला माझी समस्या वेगळी होती. सर्व प्रकारच्या बंधनांमुळे इराक भयंकर संकटात होता. अशा वेळी पैशाच्या चणचणीबद्दल चर्चा करण्यासाठी सद्दामनं एक मोठी बैठक बोलावली. एकापाठोपाठ एक असे राजवाडे बांधत होता तो. पण आमच्या बांधकाम मंत्रालयाचा सर्व खर्च भागवण्यासाठी पैसे कसे उभे करायचे हे आम्ही या खात्याचे संचालक या नात्यानं ठरवायचं होतं. त्या दिवसापासूनच कोणत्याही खर्चासाठी आम्हांला सरकारकडून पैसे मिळणार नाहीत, असं सद्दामनं जाहीर केलं.

'कर्मचाऱ्यांचे पगार, कचेरीचे खर्च किंवा चालू असलेले बांधकाम प्रकल्प

यांपैकी कशासाठीही सरकार पैसे देणार नव्हतं. उलट सरकारला मदत करण्यासाठी आम्ही संचालकांनी काहीतरी उपाय शोधून काढायचे होते. 'बैठकीनंतर आमच्यापैकी काहींना सद्दामचे आभार मानण्याची संधी देण्यात आली–देशाची सेवा करण्याची संधी त्यानं आम्हांला दिली म्हणून–मी त्याच्याजवळ गेले तेव्हा त्या दिवशी तो प्रथमच हसला. अलीकडे ओकण्याचे झटके मला आलेले नाहीत ना याची त्यानं हसत हसत चौकशी केली. त्याच्या जवळ उभे असलेले सर्व जण हसायला लागले–मी सुद्धा त्यात सामील झाले. त्यानं केलेल्या चौकशीबद्दल त्याचे आभार मानत 'नाही–आता नाही झटके येत' असं त्याला सांगितलं.'

डॉ. सब्बाह आता चांगलीच भडकलेली दिसत होती. 'माझ्या मनात आलं- हसा हसा–मी एकटीच अशी आहे की जिचे हात रक्तानं रंगलेले नाहीत. त्या बैठकीतून निघाले तेव्हा माझं मन चांगलंच चिंतातुर झालेलं होतं. हा खर्च भागवण्यासाठी मी जर एखादा मार्ग शोधून काढला नाही, तर माझी नोकरी तर जाईलच, पण आणखीही बरंचसं काही मी गमावून बसेन. मला नवरा-मुलं होती- त्यांच्यावर माझं खूप प्रेम होतं. मला भाऊ-बहिणी होत्या. त्यांच्यावरही माझं खूप प्रेम होतं. त्यांनाही मुलंबाळं होती. पुढचे कितीतरी दिवस मी सुन्न मन:स्थितीत होते. एक संपूर्ण खातं चालवायला पुरेसे पैसे मी कशी आणि कुठून उभी करणार होते, हे मला कळतच नव्हतं. एक दिवस एका बांधकामाच्या जागेवर पाहाणी करण्यासाठी गेले असताना मला एक कल्पना सुचली. आजूबाजूला मला बरंचसं लाकूड, सिमेंट आणि खिळे वगैरे पडलेलं दिसलं. मी माझ्या कचेरीत परत जाताच अबु कनानला, माझ्या सहकाऱ्याला बोलावून घेतलं आणि माझी योजना त्याच्यापुढे मांडली.

'माझी योजना अशी होती.-माझं खातं फक्त बांधकामाचे प्रकल्प तयार करण्यापुरतंच मर्यादित होतं. आम्ही अनेक कंपन्यांना त्या प्रकल्पांची कंत्राटं देत होतो. हे सगळे कंत्राटदार स्वतंत्र होते आणि खाजगी क्षेत्रातले होते. एक कंपनी सगळी यंत्रसामग्री पुरवत असे, दुसरा लाकूड तर तिसरा सिमेंट पुरवत असे. मी एक नवं धोरण राबवायचं ठरवलं... त्या त्या प्रकल्पावर काम करणाऱ्या प्रत्येक कंत्राटदाराने काम संपल्यावर उरलेलं सर्व साहित्य तिथेच सोडून द्यायचं. एक एक जण वेगवेगळ्या वस्तू पुरवत असल्याने कोणाचाच फार मोठा तोटा होणार नाही, पण एकत्रितपणे त्या सर्व सामानाची किंमत बरीच होईल. इराकवर घातल्या गेलेल्या बंधनांमुळे इराकमध्ये सर्वच गोष्टींची चणचण भासत होती. त्यामुळे या सर्व सामानाची जास्तीत जास्त किंमत मी मिळवू शकेन याची मला खात्री होती. या लिलावांमधून मिळालेल्या पैशानं आम्ही पगार आणि इतर खर्च भागवू शकलो असतो.

'जेवढा अधिक विचार करावा तेवढी मला ही उत्कृष्ट कल्पना आमची

तारणहार ठरेल याची खात्री वाटू लागली. आम्ही आमची ही शिफारस सरळ सद्दामच्या समोरच सादर केली. आमच्या अंदाजपत्रकाचा त्यानं नीट अभ्यास केला. तो चांगला प्रभावित झाला असावा, असं आम्हांला वाटलं आणि त्यानं खरोखरच आमची योजना कार्यवाहीत आणायला सुरुवात करायची परवानगी दिली.

'आमचं खातं या योजनेनुसार पुढे अनेक वर्षं काम करत होतं आणि आमच्या खात्याचा सर्व खर्च आम्ही यातून भागवूही शकत होतो.

'पाच महिन्यांपूर्वी काळे चष्मे घातलेल्या दोन माणसांनी पुन्हा एकदा माझी भेट घेतली. ते माझ्या कचेरीत आले.

'आता मला पुन्हा कोणाला तरी ठार मारण्याचा हुकूम होणार या भीतीनं मी थरथरत होते. माझ्या नवऱ्याला आणि मुलांना टेलिफोन करण्याची मी परवानगी मागितली. त्यांनी ती नाकारली, तुमच्याशी फक्त तासा-दोन तासांचं काम आहे. काही प्रश्नांची उत्तरं आणि काही स्पष्टीकरण हवं आहे असं त्यांनी मला सांगितलं आणि थेट इथे आणलं. मोटारीतून बाहेर पडल्यावर त्यांनी माझ्या डोळ्यांवर पट्टी बांधली आणि काही पायऱ्या चढायला लावल्या. मला काहीच दिसत नव्हतं — आपण फार मोठ्या संकटात सापडलो आहोत हे मात्र मला आजूबाजूनं येणाऱ्या लघवीच्या भयंकर घाणीनं कळून चुकलं. माझ्या डोळ्यांवरची पट्टी काढण्यात आली. मला एका माणसासमोर उभं करण्यात आलं होतं. माझी पट्टी निघताच त्यानं फाडकन माझ्या थोबाडीत मारली आणि ओरडून म्हटलं, 'चोरटी-ये ये.'

'माझी चौकशी करण्यात आली तेव्हा मला सांगण्यात आलं की खाजगी क्षेत्रातल्या सामानाची आणि यंत्रसामग्रीची 'चोरी' करण्यासाठी माझ्या पदाचा मी वापर केला असा आरोप माझ्यावर ठेवण्यात आला आहे.

'माझा 'गुन्हा' म्हणजे देशाच्या अर्थव्यवस्थेला खिळखिळी करण्याचा कट आहे असं म्हटलेलं होतं आणि मी त्या पैशातला एक दिनारही स्वत:साठी वापरला नसूनही–प्रत्येक लिलावात मिळालेला प्रत्येक दिनार आमच्या कचेरीत जमा झालेला होता.'

'तिच्या कपाळावर आठ्या उमटल्या होत्या. 'माझा छळ करणारे मला सुचवत होते की मला पंचवीस वर्षांची शिक्षा होईल. मी एक चोर आहे, असं माझ्या नवऱ्याला आणि मुलांना कळवण्यात आलं आहे असं मला त्यांनी सांगितलं, खरं, पण त्यांना मी कुठे आहे हे अजूनही कळलेलं नसावं असं मला वाटतं.'

एक नि:श्वास टाकून डॉ. सब्बाहनं नजर भिंतीकडे वळवली.

मयादा डॉ. सब्बाहकडे पाहातच राहिली. तिला काय बोलावं ते कळतच नव्हतं. तिच्या डोळ्यांत पुन्हा एकवार आसवं दाटून आली. 'पंचवीस वर्षं'. डॉ. सब्बाह पंचवीस वर्षांची शिक्षा पुरी करू शकणारच नव्हती. ती पन्नास वर्षांची होती.

मयादानं बसण्यासाठी घेतलेलं ब्लँकेट काढून तोंडाशी धरलं. त्या जाडजूड ब्लँकेटच्या दशा तिच्या तोंडात शिरल्या. उमटलेला खोकला तिनं दाबला. एक शिंक परतवली. मग ते चुरगळलेलं ब्लँकेट तिनं पुन्हा बसायला घेतलं.

डॉ. सब्बाहचं सांत्वन करावं असं तिला फार वाटलं, पण तिला शब्दच सापडत नाहीसे झाले होते. काय बोलावं ते सुचत नसतानाही तिनं बोलायला सुरुवात केली. ती पुढे काय बोलणार आहे हे तिचं तिलाही माहीत नव्हतं. 'आपण सूड घेऊच या सगळ्यांचा–कदाचित आपल्याला हा सूड घेतला गेला हे कळणार नाही. पण सूड घेतला जाईल हे नक्की,' मयादा स्वत:शीच बोलत होती. 'स्वत:ची कीर्ती वाढवण्यासाठी आणि ती कायम राहावी म्हणून सद्दाम अनेक नव्या नव्या कल्पना शोधून काढतो आहे. आत्तापर्यंत त्यानं जे काही साध्य केलं आहे ते सगळं साफसूफ करून लखलखीत करण्यात आणि ते फुगवून सांगण्यात त्याचा सगळा वेळ जातो आहे. त्याचं स्वत:वर फार प्रेम आहे म्हणून त्याला खात्री वाटते की इतरांचंही त्याच्यावर तेवढंच प्रेम आहे. त्याला फक्त एकच गोष्ट हवी आहे, आणि ती म्हणजे अरब इतिहासात एक 'महान हीरो' म्हणून त्याचं नाव घेतलं जावं. पण त्याची ही इच्छा कधीच पूर्ण होणार नाही.

'जीदो सातींनी एकदा मला सांगितलेली एक गोष्ट मला आठवतेय. ते म्हणाले होते, इतिहास कधीच झोपत नाही. जेव्हा पुढच्या पिढ्यांचे इतिहासकार सद्दाम हुसैनबद्दल लिहितील तेव्हा पानांमागून पानं त्याच्या अपयशांबद्दल लिहिली जातील. त्याच्या कारकीर्दीत घडलेली एकतरी चांगली घटना शोधण्याचा ते खूप प्रयत्न करतील, पण त्यांना अशी एकही घटना सापडणार नाही. लिहिणार तरी काय ते? फक्त एवढंच–सद्दाम हुसैननं अनेक राजवाडे बांधले–दगडविटांचा रिकामा, पोकळ वारसा–'

मयादानं आजूबाजूला नजर टाकली. सगळ्या सावल्या स्त्रिया तिचं बोलणं ऐकत असाव्यात असं तिला वाटलं, पण नक्की सांगता आलं नसतं. एक उसासा टाकत ती उठून उभी राहिली. ब्लँकेटची घडी घालून ती एका कोपऱ्यात जाऊन उभी राहिली. तिथं अगदी शांतपणे उभं राहून ती एकामागोमाग एकेका स्त्रीचं निरीक्षण करू लागली. त्यांची ती छोटीशी कोठडी म्हणजे चिंता-काळज्यांचं एक संपूर्ण जगच होतं. इथल्या प्रत्येक बाईला तिच्या कुटुंबाची काळजी वाटत होती. प्रत्येक आईला आपली वाढती मुलं दृष्टीआड असल्याचा एक भयंकर भावनिक धक्का बसला होता.

गोड चेहऱ्याची मुना नि:शब्दपणे आसवं ढाळत होती.

डॉ. सब्बाहचे ओठ खाली झुकले होते. तिच्या दु:खाच्या ओझ्यानं तिचं सारं अस्तित्वच खाली खाली ओढलं जात असल्यासारखं वाटत होतं.

अलियाचा चेहरा इतका लालेलाल झाला होता की ती आतून जळत असावी असं वाटत होतं.

मयादा हे सारे भावदर्शी चेहरे निरखत होती आणि तिच्या लक्षात येत होतं की या प्रत्येक सावलीच्या हृदयात दु:खानं फार खोलवर घर केलं आहे. हेच तर कैदेतलं जीवन आहे. मयादाच्या मनात आलं, आसवं. भीती आणि दु:ख. तिनं आपली नजर पुन्हा समाराकडे वळवली. ती सुंदर शिया स्त्री गप्प होती, पण तिच्या चेहऱ्यावरची अतीव निराशाच खूप काही स्पष्ट सांगत होती. दैवानं तिची साथ खरोखरच कायमची सोडली आहे, असं तिला वाटू लागलं होतं का?

या भयानक दुर्दैवी घटनेची साक्षीदार होण्याचं मयादाच्या नशिबात लिहिलेलं होतं का? या सुंदर समाराचा छळ ती मरून जाईपर्यंत केला जाणार होता का? त्या अनामिक कवयित्रीसारखी समाराही अवेळीच मरून जाणार होती का?

हा असा अर्थशून्य छळ करणाऱ्या आणि अनावश्यक दु:ख-यातना देणाऱ्या लोकांकडे मयादाचे विचार वळले. आधुनिक इराकचं रूपांतर पृथ्वीवरच्या नरकामध्ये करण्यात सद्दाम हुसैनच जबाबदार असला तरी अनेक इराकी अश्रूंची जबाबदारी दुसऱ्या एका माणसावरही होतीच. ती त्या माणसाला कधीच विसरू शकणार नव्हती.

छताकडे पाहता पाहता मयादाला एका अतिशय देखण्या पुरुषाची आठवण झाली. तिच्या डोळ्यासमोर त्याचा रूपवान चेहरा तरळू लागला. त्याच्या खट्याळ हसण्यानं त्याच्या जिवणीजवळ एक खळी पडत असे ते मयादाला आठवलं. तो इतका देखणा होता की अनेक स्त्रिया प्रथमदर्शनीच त्याच्या प्रेमात पडत असत, असं म्हटलं जायचं. मयादाची आणि त्याची पहिली भेट झाली तेव्हा मयादाच्या नवऱ्यानं-सलामनं त्यांच्या वैवाहिक जीवनात प्रेम निर्माण होण्याची शक्यताही शिल्लक ठेवली नव्हती. मयादाचं हृदय अगदी सुनं सुनं झालं होतं आणि ती फार हळवीही झाली होती. पण सुदैवानं त्या देखण्या पुरुषाचं खरं रूप लवकरच उघड झालं होतं आणि तिनं त्याचं प्रेम मिळवण्याचा काहीही प्रयत्नही केला नव्हता. तिला लवकरच कळून चुकलं होतं की त्या देखण्या चेहऱ्यामागे एक सडकं मन लपलेलं आहे. मयादाला कळून आलं होतं की हा अली हास्सन अल-माजिद नावाचा माणूस इराकमधल्या सर्वांत अघोरी व्यक्तींपैकी एक आहे. त्याला लोक 'केमिकल अली' या नावानं ओळखत असत.

■

६.

केमिकल अली आणि बुरखा

सद्दाम हुसेनच्या चुलत भावाशी-अली हास्सन अल-माजीद याच्याशी मयादाची पहिली भेट झाली ती एप्रिल १९८४मध्ये. डॉ. फदलला बढती मिळून तो गुप्तहेर खात्याच्या प्रमुखपदावर गेल्यानंतर गुप्त पोलिस खात्याच्या प्रमुखपदी नेमणूक झालेल्या या माणसाबद्दल कोणालाच फारशी माहिती नव्हती.

तो एप्रिल अगदी सौम्य आणि सुंदर असा उजाडला होता. इराकमधील वसंताचं सारं झळाळतं सौंदर्य अगदी शिखराला पोचलं होतं. रंगीबेरंगी फुलांच्या गुच्छांनी झाडं-झुडपं अगदी वाकून गेली होती आणि त्यांच्या गहिऱ्या सुगंधानं वातावरण भारून गेलं होतं. वसंतातील ते दिवस उबदार आणि सूर्यप्रकाशाचे असत, तर रात्री थंड आणि आरामदायक असत. बगदादच्या नागरिकांना हे पक्कं ठाऊक होतं की एकदा का त्यांचा लांबलचक उन्हाळा सुरू झाला की त्याचा ताप टाळण्यासाठी अभिजन समाज आपापल्या घरांमध्ये नाहीसा होईल. म्हणून इराकी अभिजन समाजानं बगिचापार्ट्यांचा धडाका लावला होता.

दर आठवड्यातील अनेक संध्याकाळी, सल्वाचा रेखीव बगिच्यात अशा झळाळत्या मेजवान्यांसाठी सज्ज होत असे. त्या संध्याकाळचे पाहुणे येण्याआधी सल्वाचे नोकर घरामधून सोफे, खुर्च्या आणून बगिचातील उंच उंच खजुराच्या झाडांखाली मांडत असत. सूर्यास्तानंतर निळंभोर आकाश गुलाबी होऊ लागलं की पाहुणे यायला सुरुवात होई. त्यांच्या स्वागताची सगळी तयारी झालेली असे.

वाऱ्यावर हलणाऱ्या झाडांचा सळसळाट आणि रात्रीच्या किड्यांची गुणगुण हवेत भरून राहिलेली असे आणि अशा वेळी सल्वा आणि मयादा बगदादमधीलमोठमोठ्या वैशिष्ट्यपूर्ण व्यक्तींचा पाहुणचार करत असत.

त्या काळात मयादा अगदी फॅशनेबल बांध्याची होती आणि तिच्या आईनं तिच्यासाठी लंडन, रोम आणि पॅरिसहून आणलेले आधुनिक वेष घालून आपलं सौंदर्य मिरवण्याची तिला हौस होती. बगदादच्या या उच्चभ्रू समाजातील फॅशनच्या बाबतीतील आघाडीची स्त्री म्हणवून घेण्याचा हा आपला शेवटचाच मोसम आहे, हे तेव्हा मयादाला माहीत नव्हतं. सावळ्या वर्णाच्या इराकी सुंदरी आपले केस घट्ट बांधून त्यामध्ये रंगीबेरंगी फुलं माळून, मध्यपूर्वेच्या संस्कृतीला धक्काच बसावा अशा प्रकारचे आधुनिक परदेशी कपडे पेहरून सल्वाच्या बगिचात फिरत असत आणि देखणे, उच्च अभिरुचीचे पुरुष चिरूट ओढत, मद्याचे लहान ग्लास रिकामे करत हलक्या आवाजात सध्या चालू असलेल्या युद्धाबद्दलची आपली मतं प्रकट करत असत.. त्यांना पक्की खात्री असे की, सल्वा अल-हुसरीच्या घरामध्ये त्यांचं बोलणं टेप केलं जाणार नाही. या अशा काही आनंदी क्षणांच्या पार्श्वभूमीवर इराकवर काळे ढग जमा होतच होते. इराकच्या पर्शियन इराणी शेजाऱ्यांशी गेली चार वर्षं एक भयंकर युद्ध चालूच होतं. एखाद्या महिन्याखेरीज जास्त काळ युद्ध चालू राहाण्याची इराकी लोकांना सवयच नसल्याने या युद्धाचं त्यांना आश्चर्यच वाटत असे. परंतु ते पुनःपुन्हा स्वतःला समजावून सांगत असत की त्यांना मुस्लिम राष्ट्राशी युद्ध करण्याचा फारसा अनुभवच नसल्यामुळे असं घडत होतं. इराकी युद्धं ही बहुतेक वेळा इस्राईलशीच झालेली होती आणि ज्यू लोकांशी चाललेलं युद्ध दीर्घकाळ चालत नाही, हे तर सर्वांनाच ठाऊक होतं.

इराणबरोबर चाललेला हा संघर्षही तसाच अल्पकाळाचा असेल असं समजायला इराकी जनतेला कारणही तसंच होतं. १९८०मध्ये हे युद्ध सुरू झाल्यानंतर अरब लीगने एक समिती स्थापन केली होती. तिचं नाव होतं 'कमिटी ऑफ गुड एन्डेव्हर्स.' या समितीमध्ये अरब अधिकारी नेमण्यात आलेले होते. इराणशी शांततेच्या वाटाघाटी करण्यासाठी या समितीला पाठवण्यात आलं होतं. शांततेचा करार करून ही समिती लगेचच बगदादला परतेल, अशी इराकी जनतेला खात्रीच होती.

मयादाला मात्र या समितीच्या यशाबद्दल फारशी खात्री वाटत नव्हती. याचं कारण असं होतं की बहुतेक इराकी व्यक्तींना उपलब्ध नसलेली, जगाचं मत स्पष्ट सांगणारी एक खिडकी तिच्यासाठी उघडली गेलेली होती. बऱ्याच परदेशी नियतकालिकांवर इराकनं बंदी घातलेली होती. पण मयादाची आई नुकतीच एका परदेशच्या दौऱ्यावरून परतताना सूटकेस भरून, बंदी असलेल्या अनेक वस्तू घेऊन आली होती, त्यात ही ताजी नियतकालिकंही होती. सल्वा अल-हुसरी-डॉ. फदलचे खास स्नेही असलेलं कुटुंब–तिच्या सूटकेसेस तपासण्याचं धैर्य इराकच्या सीमेवरील एकाही अधिकाऱ्याकडे नव्हतं. सल्वानं आपल्या सूटकेसेस

आवरल्या तेव्हा ही सर्व नियतकालिकं आणि वृत्तपत्रं मित्रमंडळींना वाचायला दिली होती. त्यांपैकी काहींमध्ये इराण आणि इराकमधील ताज्या परिस्थितीचं विश्लेषण केलेलं होतं. मयादानं ही सर्व वृत्तपत्रं वाचून काढली होती. अगदी ज्या परकीय भाषा तिला येत नव्हत्या, त्या भाषा जाणणाऱ्या लोकांकडून त्यांचं भाषांतर करून घेऊन तिनं ती मतं समजावून घेतली होती.

यांपैकी एक नियतकालिक होतं-'डर स्पायगेल' हे प्रतिष्ठित जर्मन वृत्त-साप्ताहिक. यातील एका व्यंगचित्रामुळे मयादाला इराकी सैन्यासमोर उभ्या असलेल्या कसोटीच्या प्रसंगाची खरी जाणीव झाली. त्या व्यंगचित्रात असं दर्शवण्यात आलेलं होतं–सैनिकी गणवेषातील सद्दाम खोमेनीला लाथ मारतो आहे आणि चित्राच्या खाली लिहिलं होतं, ''ठीक आहे, तुझा पाय तर तू आत शिरकवला आहेस, हे कबूल, पण तू आता तो बाहेर कसा काढणार आहेस?''

खोमेनीचा आडमुठा स्वभाव आणि आपल्या धर्मनेत्यासाठी प्राण ओवाळून टाकायला तयार असलेले लक्षावधी इराणी लोक यांच्या परस्परसंबंधानं मयादाला काळजीत टाकलं होतं. इराकच्या तिप्पट लोकसंख्या असलेला इराण एका इराकी सैनिकाच्या जागी आपले तीन सैनिक उभे करू शकत होता. शिवाय इराणचा नेता इराकच्या नेत्याएवढाच-सद्दाम हुसैनएवढाच हट्टी होता. हे गणित इराकच्या फारसं फायद्याचं ठरणारं नव्हतं.

युद्ध सुरू होऊन दोन महिने झालेले होते. १९८०च्या ऑक्टोबरमध्ये मयादा आणि अल-जम्हूरियामधील तिचे काही सहकारी अल-जम्हूरियाच्या चौथ्या मजल्यावरील कचेरीत बसले होते. आपण वाचलेल्या परदेशी नियतकालिकांची कबुली न देता, हे चालू असलेलं युद्ध कदाचित बराच काळ चालेल आणि कठीणही जाईल, असं मत मयादानं व्यक्त केलं. तिच्या सहकाऱ्यानी तिला भोळं ठरवत तिची चेष्टा केल्यानंतर मात्र त्यांच्या हसण्यानं मयादाच्या मनातले शंकेचे ढग थोडेफार तरी दूर झाले आणि मग तिनं मनातील शंका-कुशंका बाजूला ठेवून संभाषणात भाग घ्यायला सुरुवात केली. आता तर येत्या दहा दिवसांमध्ये इराणचा पराभव होईल या शक्यतेकडे संभाषणाचा कल झाला होता. जमलेल्या पत्रकारांनी विजयोत्सव कसा साजरा करायचा याचे बेतही आखायला सुरुवात केली होती. आपला पराभव होऊ शकेल ही कल्पनाच कोणाच्याही मनात येऊ शकत नव्हती आणि म्हणून त्या शक्यतेचा विचारही केला जात नव्हता. पण मग हळूहळू इराकी सैनिकांची प्रेतं फार मोठ्या संख्येनं आघाडीवरून परत येऊ लागली. बगदादचे रस्ते काळ्या शोकदर्शक पताकांनी भरून गेले. प्रत्येक पताकेवर एका सैनिकाचं नाव, त्याच्या मृत्यूचं स्थळ आणि कुराणातील एक वचन लिहिलेलं असे. 'हुतात्मे कधीच मरण पावत नाहीत...' असं ते वचन होतं. याबरोबरच सद्दामनं दिलेली एक घोषणाही या

पताकांवर दिसत असे. 'आपल्या सर्वांहून हे हुतात्मे अधिक उदार आहेत.' रोजच्या रोज या काळ्या पताकांची संख्या वाढतच होती आणि लवकरच सर्वांना कळून चुकलं की इराकी सैन्याचा शक्तिपात होऊ लागला आहे. सुरुवातीला सद्दामनं प्रत्येक हुतात्म्याच्या कुटुंबाला जमिनीचा एक तुकडा, ५००० इराकी दिनार (१५,५०० अमेरिकन डॉलर्स) आणि एक कोरी टोयोटा मोटार इतक्या वस्तू दिल्या. एका प्रसिद्ध बालगीताचे शब्द बदलून तयार झालेलं एक नवं, ताज्या परिस्थितीवर प्रकाश टाकणारं गाणं लवकरच सर्वांच्या ओठांवर घोळू लागलं. त्यामधून इराकी जनता युद्धानं घेतलेल्या असंख्य बळींबाबतची आपली नाराजीच प्रकट करत होती.

"आता माझे वडील आघाडीवरून परत येतील
एका शवपेटीत खिळून असतील ते,
माझी आई दुसरा नवरा करेल,
पण मी मात्र नव्या कोऱ्या टोयोटामधून फिरेन."

भयानक हवाई हल्ल्यांमुळे मयादा कमालीची घाबरलेली असे. तिला आपल्या एक वर्षाच्या तान्ह्या मुलीची, फेची खूप काळजी वाटत असे. पण तरी रोजच्या संघर्षापासून मात्र ती तशी दूरच होती. इतर इराकी लोकांप्रमाणे तिचा कोणीही भाऊ, बाप, काका, मामा किंवा चुलतमावस भाऊ देखील आघाडीवर लढत नव्हता. मयादाचे सर्व पुरुष नातेवाईक एकतर मेलेले तरी होते, किंवा देश सोडून गेलेले तरी होते. तिचा नवरा सलामही शहराजवळच एका ठाण्यावर तैनात असल्याने त्यालाही काही धोका नव्हताच. उलट त्याला दर एक दिवसाआड घरी येऊन जाण्याचीही परवानगी मिळालेली होती. बगदादमधील 'अलेफ बा' या नियतकालिकामध्ये मयादा एक यशस्वी पत्रकार म्हणून काम करत होती. तिचं हे व्यावसायिक यश थोडं आश्चर्यकारकच होतं, कारण प्रसिद्धीमाध्यमातील जागा या बहुतांशी बाथ पार्टीच्या सदस्यांसाठीच राखीव असत. परंतु अल-बाकीर आणि सद्दाम या दोघांच्या हातात सत्ता आल्यानंतर थोड्याच काळात त्यांनी असं जाहीर केलेलं होतं की सल्वा अल-हुसरीचं घराणं अरब राष्ट्रीयतेशी इतकं एकनिष्ठ आहे, की, हे सिद्ध करण्यासाठी त्यांनी बाथ पार्टीचं सदस्यत्व घेण्याची काही आवश्यकता नाही.

मयादाचं उच्च माध्यमिक शाळेचं आणि एका परदेशी विद्यापीठात घेतलेलं सगळं शिक्षण बाथ पार्टीचं सदस्यत्व न घेताही पार पडलं होतं. मयादाची बहीण अब्दीयाला ही सवलत मिळालेली होती. ती ज्या विद्यापीठात शिकत होती तेथील एका 'दादानं' तिला बाथ पार्टीमध्ये सामील होण्यासाठी धमकावण्याचा प्रयत्नही केला होता. पण अब्दियानं त्याला शांतपणे सांगितलं होतं, "तुझ्या या आमंत्रणाबद्दल मी आधी सद्दामशी बोलते आणि मग तुझ्याशी बोलते." त्यानंतर मात्र तिला

कोणीच असा त्रास द्यायला धजावलं नव्हतं.

१९७९मध्ये डॉ. फदलनं मयादाच्या कुटुंबाशी स्नेह जोडल्यापासून मयादाला असे अनेक फायदे होऊ लागले होते जे बाथ पार्टीचे सदस्य नसणाऱ्या इराकी लोकांच्या क्वचितच वाट्याला येत असत. अनेक नियतकालिकांमध्ये बातमीदार आणि स्तंभलेखक म्हणून तिची नेमणूक करण्यात आली होती. पत्रकार संघटना आणि लेखक संघटना यांची सदस्य होण्याचं आमंत्रण तिला देण्यात आलं. अरब कामगार संघटनेमध्ये तिनं आठ वर्षं काम केलं. त्या संघटनेमध्ये काम करणाऱ्या प्रत्येक इराकी व्यक्तीला गुप्त पोलिसांच्या समवेत काम करणं भाग पाडलं होतं तसं तिला कधीच करावं लागलं नव्हतं. याचं सगळं श्रेय तिच्या घराण्याचा इतिहास आणि डॉ. फदलचा स्नेह या गोष्टींकडे जात होतं. गुप्त पोलिसांच्यासाठी काम करणं म्हणजे आपले सहकारी, मित्रमंडळी आणि नातेवाईकसुद्धा यांच्यावर नजर ठेवणं. अरब कामगार संघटनेमधला एक माणूस तिला माहीत होता ज्यानं सद्दामच्या थोरल्या मुलाची, उदयची टिंगल केल्याबद्दल आपल्या स्वत:च्या पत्नीची तक्रार नोंदवली होती. ती दुर्दैवी स्त्री आता एक लांबलचक तुरुंगवासाची शिक्षा भोगत होती. या सर्व परिस्थितीमध्ये तिच्याकडे मात्र कोणीही बाथ पार्टीचं सदस्य होण्याचा प्रस्ताव घेऊन आलं नव्हतं.

एवढी राजकीय सुरक्षितता असूनही मयादाच्या सामान्य व्यवहारज्ञानानं तिला राजकीय पत्रकारितेमध्ये न शिरण्याचाच सल्ला दिला होता. त्याऐवजी तिनं इराकविषयी तिला वाटणाऱ्या सच्च्या प्रेमाबद्दल लिहायचं ठरवलं होतं. शिवाय प्रेम आणि रोमान्सच्या कथांवर लक्ष केंद्रित करायचं असंही तिनं ठरवून टाकलं. या निर्णयांमुळे तिच्या लेखनकौशल्याला वाव मिळत होताच, शिवाय काही निश्चित मतं प्रदर्शित करणाऱ्या लेखांमुळे लेखकावर कोणती संकटं कोसळू शकतात हे तिला चांगलंच ठाऊक होतं. आता, आई झाल्यानंतर तिनं स्वत:ची सुरक्षितता जपणं फार महत्त्वाचं होतं.

परंतु १९८४च्या एप्रिलमधील एका गुरुवारी सकाळी मयादाचा हा राजकीय पत्रकारितेपासून स्वत:ला दूर ठेवण्याचा सुखी आटापिटा अचानकपणे संपुष्टात आला. 'अलेफ बा' चा संपादक कामील अल-शार्की यानं मयादाला स्वत:च्या कचेरीत बोलावून घेतलं आणि सांगितलं, ''मयादा, हे दिवस फार परीक्षेचे आहेत. सर्वच इराकी लोकांना काही ना काही त्याग करावा लागणार आहे. आपले अनेक बातमीदार आघाडीवर गेलेले आहेत. त्यामुळे आपल्या स्तंभलेखकांना आता जास्तीची कामं करणं भाग पडणार आहे.''

हे संभाषण कोणत्या दिशेनं जाणार आहे याचा काही अंदाज न येऊन मयादानं नुसती मान डोलावली

'इराणशी चाललेल्या या युद्धाच्या पार्श्वभूमीवर सद्दाम आणि आपलं गुप्त पोलिस खातं यांवर एक खास लेख तयार करण्यासाठी तुझी निवड करण्यात आलेली आहे. अली-हास्सन अल-माजीद यांची मुलाखत घेण्याची तयारी कर. सद्दाम आणि सुरक्षितता यांच्याबद्दल बोलत असतानाच या माणसाबद्दल काही वैयक्तिक माहिती मिळते का तेही बघ. आपले महान अध्यक्ष आणि जनरल सद्दाम हुसैन यांच्या या रहस्यमय चुलतभावाविषयी इराकी जनतेला फार मोठं कुतूहल आहे.'

त्याची ही अनपेक्षित विनंती ऐकून मयादाचे डोळे आश्चर्यानं विस्फारले गेले. आत्तापर्यंत तिला सद्दामच्या हातून अनेक वेळा लेखनाची पारितोषिकं मिळाली असली तरी ती त्याच्या आतल्या गोटात कधीच नव्हती. सद्दामनं त्याच्या चुलत भावाला मला मुलाखत द्यायला भाग पाडावं असं मी सरळ राजवाड्यात टेलिफोन करून सद्दामला सांगू शकते, असं तर कामिलला वाटत नाहीये ना–तसं असेल तर त्याची चुकीची समजूत आहे.

गप्प राहून ती अली हस्सन अल-माजीदबद्दल आपल्याला काय माहिती आहे ते आठवण्याचा प्रयत्न करू लागली. डॉ. फदलला नुकतीच बढती मिळून तो आता गुप्तहेर खात्याच्या प्रमुखपदावर काम करत होता. मयादा आणि तिच्या आईला बातमी देण्यासाठी आला असताना त्यानं सहज जाताजाता सद्दामच्या या चुलत भावाचा-अली हास्सन अल-माजीदचा उल्लेख केला होता. डॉ. फदलच्या आधीच्या जागी डायरेक्टर जनरल ऑफ इराकी सीक्रेट पोलिस या हुद्द्यावर-ज्या पदाला अमीन अल-अम्मा या नावानं अधिक ओळखलं जात असे-त्या पदावर आता तो काम करणार आहे, असं डॉ. फदलनं त्या दोघींना सांगितलं होतं. या नेमणुकीमुळे अली अल-माजीद हा आता इराकमधील अत्यंत शक्तिवान व्यक्तींपैकी एक झाला होता. अली हा बाथ पार्टीचा एक फार महत्त्वाचा सदस्यही होता. परंतु या नव्या नेमणुकीनंतरही सद्दामच्या ह्या भावाला प्रसिद्धीमाध्यमांविषयी फार प्रेम नव्हतं आणि तो मुलाखतींना नेहमीच नकार देत आला होता, असं मयादानं ज्येष्ठ पत्रकारांकडून ऐकलं होतं. त्याला प्रसिद्धीचा प्रकाशझोत नकोच होता.

ओठ आवळून थोडा विचार करून मग मयादानं कामिलला विचारलं, 'पण तो मुलाखती देतच नाही, असं मी ऐकलंय, मग त्याला मी कसं राजी करणार?'

खांदे उडवत कामिलनं हसून म्हटलं, 'तू काहीतरी मार्ग शोधून काढशील. मला खात्री आहे.'

'पण मला नाही तेवढी खात्री वाटत.' मयादानं कबुली देऊन टाकली.

आपल्या टेबलामागून उठून पुढे येत मयादाला दारापर्यंत पोचवत कामिल म्हणाला, 'तुला तुझी मुलाखत मिळेल. थोडा विचार कर.'

स्वत:ला एवढं गांभीर्यानं घेतलं जातं आहे याचा मयादाला आनंद नक्कीच झाला. पण कामिलच्या कचेरीतून बाहेर पडताना मयादाचं मन चिंतेतच होतं. ती एका नव्या प्रदेशात प्रवेश करत होती. एवढं महत्त्वाचं काम अंगावर सोपवलं गेल्यावर ते नाकारून ती आपल्या क्षेत्रामध्ये प्रगती करूच शकणार नव्हती. पण अली हास्सन अल-माजीदला प्रसिद्धी-माध्यमांचा तिरस्कार वाटतो आणि तो कोणालाही मुलाखत देत नाही, हे उघड असताना सुरुवात कुठे करायची हेच तिला कळेनासं झालं होतं. अली हा सद्दामचा शक्तिवान चुलतभाऊ होता, शिवाय या युद्धाच्या काळात तो अतिशय व्यस्त असणार हेही उघड होतं. तिच्यासारख्या, बऱ्याच लोकांच्या मते गोडगोड बायकी लेखन करणाऱ्या तिच्यासारख्या पत्रकाराला त्यानं मुलाखत द्यायला का तयार व्हावं हा तर मोठाच प्रश्न होता.

अली हास्सन अल-माजीदशी काही संबंध असू शकेल अशा अनेक वजनदार मित्रांना टेलिफोन करण्यात मयादानं सगळी दुपार खर्च केली. बहुतेकांनी तिची विनंती धुडकावून लावतानाच तिला सांगून टाकलं की, ती स्वत:चा वेळ फुकट घालवते आहे. तो माणूस कधीच मुलाखत देत नाही. त्यानंतर मात्र तिनं घरी जाण्याचं ठरवलं. कदाचित तिच्या आईला काहीतरी कल्पना सुचेल.

त्या दिवशी संध्याकाळी फे झोपी गेल्यावर मयादा तिच्या आईबरोबर जेवायला बसली. जेवायला वाढून नोकर आत निघून गेल्यानंतर मयादानं आपली नाजूक अडचण आईसमोर मांडली.

सगळं काही लक्षपूर्वक ऐकून घेतल्यानंतर सल्वानं अगदी निर्धास्तपणे सल्ला दिला, ''मयादा, तुझ्यासाठी डॉ. फदलला रदबदली करायला सांग. त्याचा थोड्या वेळापूर्वीच फोन आला होता. घरी जाताना तो थांबणार आहे इथे.'' मयादाच्या चेहऱ्यावरचा अविश्वास बघून तिनं अतिशय आत्मविश्वासानं आपल्या मुलीला सांगितलं, ''तो तुला नक्की मदत करेल. मला खात्री आहे.''

मयादाला फारशी खात्री नव्हती. तिनं बऱ्याच वेळा डॉ. फदलला अली हास्सन अल-माजीदबद्दल अपमानकारक शब्द उच्चारताना ऐकलं होतं. त्यामुळे त्याला अली अजिबात आवडत नाही, याबद्दल तिची खात्री झालेली होती. सद्दामच्या इतर नातेवाइकांप्रमाणेच अली हाही एक अशिक्षित गावंढळ माणूस आहे, असं डॉ. फदलचं मत होतं. डॉ. फदलचं नवं, संपूर्ण गुप्तहेर खात्याचा प्रमुख हे पद नोकरशाहीच्या उतरंडीमध्ये त्याला अलीच्या वरच्या स्थानावर बसवणारं असलं तरी शेवटी अली हा सर्वशक्तिमान अध्यक्षांचा भाऊ होता. त्यांच्या जवळचा होता. डॉ. फदलशी कोणताही राजकीय संघर्ष उद्भवला तर त्याची बाजू या भावनिक नात्यामुळे अधिक बळकट असणार होती. फदलला हे वास्तव नक्कीच उमगलेलं असणार आणि म्हणूनच त्याचा अली हास्सन अल-माजीदवर असलेला राग

समजून घेता येत होता. असं असताना तो त्याला न आवडणाऱ्या माणसाला का फोन करेल? फक्त तिला मदत करण्यासाठी?

डॉ. फदलचा वाट बघत असताना मयादानं एक कागद पेन्सिल घेतली आणि अली हास्सन अल-माजीदविषयी तिनं जेवढं काही ऐकलं होतं ते सगळं कागदावर लिहून काढलं.

जी काही छायाचित्रं तिला पाहायला मिळाली होती त्यावरून हा तिशी-बत्तीशीतील पुरुष असावा असं वाटत होतं. दिसायला चांगला देखणा होता. सद्दामच्या परलोकवासी वडिलांच्या भावाचा, म्हणजे सद्दामच्या काकांचा हा सर्वांत थोरला मुलगा त्याचा जन्म तिक्रित येथे झालेला होता. सद्दामच्या कुटुंबाप्रमाणेच अलीचं कुटुंबही अल-बेजात या सुन्नी पंथाच्या जमातीचं होतं. ही जमात अल-ब्रू नसीर या जमातीचा एक भाग होती. तिक्रितमध्ये या जमातीचं प्राबल्य होतं. त्या काळातील सर्वच इराकी व्यक्तींप्रमाणेच अलीच्या सुरुवातीच्या आयुष्यात जमातीशी एकनिष्ठा ठेवणं याला अतिशय महत्त्व होतं आणि त्यामुळे त्यानं सद्दामसह अनेक नातेवाइकांशी अगदी जवळचे संबंध निर्माण केले होते आणि जपलेही होते.

अगदी तरुणपणापासूनच अली बाथ पार्टीचा कट्टा पुरस्कर्ता होता. परंतु त्याचं पार्टीमधील स्थान मात्र सद्दामसारखं वरच्या दर्जाचं नव्हतं. खरं सांगायचं तर, १९६८च्या क्रांतीच्या आधी अली हा साधा लान्स-कार्पोरल म्हणून काम करत होता. मोटारसायकलवरून निरोप पोचवण्याचं काम करणारा साधा निरोप्या होता. परंतु त्याचा चुलतभाऊ सद्दाम जसजसा अधिकाधिक शक्तिवान होऊ लागला, तसतसा अलीचा प्रभावही वाढत गेला.

सत्तेची खुशामत करण्याचं आपलं कसब याआधीही अलीनं दाखवून दिलेलं होतं. १९६८च्या क्रांतीनंतर इराकचा अध्यक्ष झालेल्या अहमद अल-बाकीरच्या मुलीशी त्यानं लग्न केलेलं होतं. पण सद्दामनं जेव्हा अलीच्या सासऱ्याला-अल-बाकीरला बाजूला करून १९७९मध्ये अध्यक्षपद बळकावलं, तेव्हा अली आपल्या सासऱ्याशी एकनिष्ठ राहण्याऐवजी आपल्या जमातीशी आणि आपल्या चुलत-भावाशी, सद्दामशी एकनिष्ठ राहिला होता. इराकी जमातीच्या समाजामध्ये अलीचं हे वागणं आश्चर्यकारक नव्हतं. निवडच करण्याची वेळ आली तर माणूस आपल्या बायकोच्या कुटुंबाआधी आपल्या जमातीचीच निवड करणार.

सद्दामनं अध्यक्षपद बळकावल्यानंतर बाथ पार्टीच्या अधिकारी-उतरंडीमध्ये अली झपाट्यानं वर चढत गेला आणि सद्दामचा एक अतिशय विश्वासातील सहाय्यक बनला. तो बाथ पार्टीचा जुना सदस्य होता आणि रेवोल्युशन कमांड कमिटीचा एक वरिष्ठ सदस्यही होता. इराण-इराक युद्धाच्या या काळात तो सद्दामचा अगदी जवळचा युद्धसल्लागार होता.

डॉ. फदल आल्यानंतर मयादाच्या आईनं लगेचच तो विषय काढला. तिनं डॉ. फदलसाठी एक मद्यपात्र तयार केलं आणि त्याच्या नव्या पुस्तकाचं तोंड भरून कौतुक करून झाल्यावर ती म्हणाली, 'मयादाची एक खास विनंती आहे.'

मयादा त्याची प्रतिक्रिया निरखतच होती. तो फार काही खूष झालेला दिसत नव्हता. सातीचा एक चाहता म्हणून तो त्यांच्या आयुष्यात आल्यापासून मयादानं अनेक वेळा शेजारी किंवा मित्र यांच्या सुरक्षासंबंधीच्या अडचणींमध्ये त्याची मदत मागितली होती. बहुतेक वेळा त्यानं ती मदत आनंदानं केलीही होती, परंतु दोन वर्षांपूर्वी उम सामीच्या जुळ्या मुलांचा तपास करण्यासाठी मयादानं विनंती करून त्याला अडचणीत टाकलं होतं तेव्हापासून तो थोडा सावधगिरीनंच तिची विनंती ऐकत असे.

मद्यपात्राभोवती दोन्ही पंजे आवळत डॉ. फदल म्हणाला, 'जरूर, माझ्या हातात असेल तेवढं सगळं मी तुझ्यासाठी करीन, मयादा. इराकला अभिमान वाटावा अशी इराकची कन्या आहेस तू.'

ती घाईघाईनं बोलू लागली. 'कामिलनं माझ्यावर एक फार कठीण काम सोपवलंय. अली हास्सन अल-माजीदशी संपर्क साधून त्याची मुलाखत घ्यायची आहे मला. इराकी सुरक्षा धोरणासंबंधी आमच्या नियतकालिकामध्ये एक लेख प्रसिद्ध करावा अशी त्याची कल्पना आहे आणि अर्थातच सद्दामविषयी आणि हे काम करत असतानाच या सैनिकी अधिकाऱ्याच्या चेहऱ्यामागे असलेला 'खरा' चेहराही शोधून काढण्याचं काम मला देण्यात आलेलं आहे. आत्तापर्यंत मला कोणीही मदत करू शकलेलं नाही. तो सापडतच नाही कोणाच्या हातात.'

डॉ. फदलचा चेहरा वेडावाकडा झाला, 'अली हस्सन अल-माजीद? इराकी जनतेला त्याचं काय कौतुक असणार?' थुंकल्यासारखं करत तो म्हणाला, 'थुंकतो मी त्याच्यावर.'

मयादा दचकून मागेच झाली. तिनं आईकडे एक नजर टाकली...

किंचितसं स्मित करत सल्वा डॉ. फदलचा हा उद्रेक बघत होती. हातातील कॉफीचा एक घोट घेत ती म्हणाली, 'डॉ. फदल, तुम्हांला जमणार नसेल तर राहू दे. काही काळजी करू नका. या अल-माजीदला मुलाखत देण्यासाठी कोणीच भाग पाडू शकणार नाही, असं दिसतंय. नाहीतरी इतर सगळ्यांना नकार देतो तसाच तो तुम्हांलाही नकारच देईल, अशी मला खात्री वाटते. त्याच्या हाताखालच्या लोकांचं काही न ऐकण्याइतका तो आता ताकदवान झाला आहे ना.' सल्वाचे शब्द ऐकताना डॉ. फदलच्या चेहऱ्यावर पूर्वी कधीही न दिसलेले भाव उमटू लागले. एक क्षणभर तो तोंड उघडं टाकून बसून राहिला आणि मग उडी मारूनच उठून खुर्ची मागे ढकलत तो उभा राहिला. या सगळ्या गोंधळात त्याच्या हातातलं मद्यही सांडून

गेलं. त्याचा चेहरा लालबुंद झाला. 'मला नकार देण्याची त्याची हिंमत होईल असं खरंच तुम्हांला वाटतं? शक्यच नाही.' रागानं फणफणत डॉ. फदल क्षणभर तसाच उभा राहिला आणि मग मयादाकडे बघत म्हणाला, 'तुला तुझी मुलाखत मिळाली असं समज. काळजी करू नकोस.' घाईघाईनं खोलीबाहेर जाताजाता त्यानं मागे बघत मयादाला सांगितलं, 'उद्या फोन करून मुलाखतीची वेळ आणि जागा मी तुला कळवीन.'

त्याच्यामागे धाडकन दार बंद झालं आणि मयादाच्या आईनं हलकेच टाळ्या वाजवत हसायला सुरुवात केली..

'आज तुला हा एक चांगला धडाच शिकायला मिळाला आहे बरं मुली. कोणताही अरब पुरुष दुसरा कोणातरी त्याच्यापेक्षा अधिक शक्तिवान आहे हे ऐकून घेऊ शकत नाही. ते तसं नाही, हे सिद्ध करण्यासाठी तो पुरुष मग काय वाटेल ते करायला तयार होईल.'

पुढे वाकून आपल्या लाडक्या मुलीचा हलकेच गालगुच्चा घेत सल्वा म्हणाली, 'माझं बोलणं लक्षात ठेव. तुला तुझी मुलाखत मिळणार'. जांभई देत तिनं आपल्या कपड्यांवरून हात फिरवला. 'आता मात्र मी दमले आहे. आज लवकरच झोपायला जावं असं वाटतंय. थोडं वाचते. तुझ्या जीदो सातीविषयी एक नवा लेख आला आहे. त्यात लेखकानं सर्व सत्य घटना नीट मांडल्या आहेत ना ते बघायचं आहे.'

डौलदार चालीनं खोलीबाहेर जाणाऱ्या आपल्या आईकडे मयादा कौतुकानं बघत राहिली. सल्वाला जे हवं असेल ते ती नेहमीच मिळवत आली होती.

दुसऱ्या दिवशी सकाळी मयादा अजून बिछान्यातून उठलीही नव्हती. दिवसभर काय काय कामं करायची आहेत याचा विचार करत ती बिछान्यात पडली होती. तेवढ्यात तिचा टेलिफोन वाजला. डॉ. फदलचा फोन होता.

अगदी कामापुरतं आणि तेही तुटकपणे बोलत त्यानं मयादाला सांगितलं, 'मयादा, अली हास्सन अल-माजीद तुला आनंदानं भेटेल. माझ्या जुन्या कचेरीत जा. तिथेच तो दिवसभर असतो. सोमवारी सकाळी बरोबर नऊ वाजता तिथे पोच. तिथे काय घडेल ते मला कळव.' मयादानं त्याचे आभार मानण्याआधीच डॉ. फदलनं फोन ठेवूनही दिला.

पुन्हा एकदा डॉ. फदल तिच्यासाठी धावून आला होता. ती मोठ्या उत्साहानं उडी मारूनच बिछान्यातून उठली. या चकवणाऱ्या माणसाला मुलाखत द्यायला राजी केलं आहे हे ऐकल्यावर कामिलचा चेहरा कसा होतो ते तिला बघायचं होतं. हा लेख म्हणजे तिच्या नियतकालिकाचा एक मोठा विजयच ठरणार होता.

ही आनंदाची बातमी ऐकून कामिल खूष झाला तरी मयादाला अपेक्षित असलेला आश्चर्याचा प्रतिसाद मात्र मिळाला नाहीच. मुलाखतीसाठी योग्य असे प्रश्न

तयार करण्यासाठी त्यानं तिला स्वतःच्या कचेरीत बोलावलं. एप्रिल महिना नुकताच सुरू झाला होता. सद्दामचा जन्मदिन २८ एप्रिल या दिवशी असतो. या लेखमालेतील पहिला अध्यक्षांसंबंधीचा लेख या दिवशी प्रसिद्ध व्हावा, असं कामिलनं योजलं होतं आणि अली हास्सन अल-माजीदनं स्वतःबद्दल काही बोलायला संमती दिली तर मग काय दुधात साखरच.

कामिलनं त्यांची ही बैठक संपवत म्हटलं, 'मयादा, या मुलाखतीविषयी तुला काहीही सल्ला देणं खरोखर अवघड आहे. या माणसाला कोणीही ओळखत नाही. ही त्याची पहिलीच मुलाखत आहे. त्या त्या वेळी तुला जसं योग्य वाटेल तसं कर आणि ही मुलाखत कोणत्या दिशेनं जाते ते बघ.'

सोमवारी ठरल्याप्रमाणे मयादा डॉ. फदलच्या जुन्या कचेरीमध्ये पोचली. ती चांगलीच गांगरलेली होती. आपण डॉ. फदलच्या या घाबरवून सोडणाऱ्या उत्तराधिकाऱ्याला भेटायला आलो आहोत त्याऐवजी डॉ. फदललाच भेटायला आलेलो असतो तर किती बरं झालं असतं, असंही क्षणभर तिच्या मनात येऊन गेलं. उत्कंठेनं तिचे हात थरथर कापत होते. पुढे काय वाढून ठेवलं असेल याचा तिला विचारच करवत नव्हता.

तिला त्याच्या कचेरीत नेण्यात आलं. अली अल-माजीदनं कचेरीची सजावट अजिबात बदलली नव्हती, हे पाहून तिला खूप आश्चर्य वाटलं. खोलीचं छत तसंच नृत्यगृहामध्ये शोभेल असं होतं. जुगाराची टेबलं अजून वाट पाहत उभी होती आणि डॉ. फदलचं जुनं फर्निचर अजून त्याच जागांवर ठेवलेलं होतं. तिनं जमिनीकडे नजर टाकली. डॉ. फदल ज्या तपकिरी गालिचावर फेऱ्या मारत असे तोच गालिचा जमिनीवर होता. मग मयादानं नजर उचलून त्या प्रशस्त खोलीच्या मागच्या भागाकडे पाहिलं.

अली हास्सन अल-माजीद त्याच्या टेबलाच्या मागे उभा होता.

उंचापुरा, प्रमाणबद्ध शरीराचा, रुंद खांद्याचा. त्याचे टपोरे काळेभोर डोळे भावपूर्ण होते. त्याचं नाक लहानसं असलं तरी त्याच्या चेहऱ्याला शोभेल असं होतं. त्वचा तुळतुळीत आणि रंग उजळ होता. ओठावरची मिशी नीट निगा राखलेली होती. हसल्यामुळे त्याचे पांढरेशुभ्र एकसारखे दात दिसत होते. सैनिकी ताठपणे चालत तो टेबलाला वळसा घालून पुढे मयादाजवळ आला. तो तिच्यापेक्षा खूपच उंच होता आणि त्याच्या डोळ्यांतील भावही वाजवीपेक्षा थोडे अधिकच गहिरे होते. टेबलासमोरच्या खुर्चीकडे हात करत तो म्हणाला, 'माझ्या कचेरीत तुझं स्वागत आहे. कृपा करून आरामात बस.'

मयादा गुंगीतून जागं व्हावं तशी जागी होऊन खुर्चीवर बसली आणि आपल्या पिशवीत वही-पेन्सिल शोधू लागली..

पत्रकारितेची आपली सर्व साधनं हाताशी घेऊन कसलाही विचार न करता तिनं घडाघड प्रश्न विचारायला सुरुवातच केली. अलीची उत्तरं लिहून घेताना त्या उत्तरांतून निर्माण होणारे अनेक नवे प्रश्न तिनं सोडूनच दिले. ही भयंकर मुलाखत एकदाची संपवावी एवढंच तिच्या मनात होतं.

असं मूर्खासारखं ती वागत असताना अली अल-अली-माजीद तिच्याकडे चेष्टेनं पाहात होता.

"हं–मग–तू थोर साती अल-हुसरीची नात आहेस तर."

हनुवटी चोळत, डोळे बारीक करून तिच्याकडे पाहात त्यानं विचारलं. आपल्या वहीवरून नजर वर करत मयादानं उत्तर दिलं, "हो. साती अल-हुसरी म्हणजे माझ्या आईचे वडील."

"देवाशप्पथ, सद्दाम म्हणत असतो की तुझे आजोबा म्हणजे महान अरब व्यक्तींपैकी एक होते. तो म्हणतो, साती अल-हुसरींसारखा दुसरा माणूस होणार नाही. मोठा विद्वान आणि पोलादी हिंमत असलेला असा माणूस. त्यानं ब्रिटिश लोकांना आपली सर्व राष्ट्रीय संपत्ती चोरून नेऊ दिली नाही असं म्हणतात ते खरं आहे का?"

मयादा थोडी सैलावली, "हो खरं आहे ते, अर्थात ते काही हातात तलवार घेऊन ब्रिटिशांना सामोरे गेले नाहीत. जीदो साती हुशार होतेच आणि चतुरही होते. त्यांनी ब्रिटिशांवर बुद्धीनं मात केली."

तिच्याकडे पाहात अली अल-माजीदनं तिच्या उत्तरावर विचार केला.

"मला सांग बरं कसं काय ते." त्यानं आग्रहानं म्हटलं.

सातीविषयी बोलणं सुरू झाल्यावर मयादाला एकदम हलकं वाटू लागलं. इतकं की तिनं त्या शक्तिवान माणसाला गमतीनं म्हटलं, "इथे मी तुमची मुलाखत घ्यायला आले आहे. तुम्ही माझी मुलाखत घ्यायची नाहीये."

"ठीक आहे–मग-एखादा माणूस आपली शारीरिक ताकद न वापरता आपल्या शत्रूंना कसं हरवू शकतो याची फक्त एकच गोष्ट मला सांग."

एखाद्या सर्कशीतील ताकदवान माणूस आपले स्नायू पिळून दाखवतो तसे अंगविक्षेप करणाऱ्या अलीकडे पाहताना मयादानं फुटणारं हसू दाबलं.

तिच्याकडे चेष्टेनं हसत पाहात अलीनं म्हटलं, 'सांग-मी हुकूम देतो आहे तुला.' मग देवाण- घेवाण करत असावं तसा तो म्हणाला, 'तुझ्या आजोबांची एकच गोष्ट मला सांग, मग मी तुला माझ्याबद्दल तुला हवी ती माहिती देईन.'

तिच्या स्वप्नातही आलं नव्हतं इतकी ही मुलाखत चांगली चालली होती. कामिल तर आनंदानं वेडाच होणार होता. वहीवर पेन आपटत मयादा म्हणाली, 'ठीक आहे.' खुर्चीवर मागे रेलत ती सांगू लागली. 'मी लहान होते ना, तेव्हा

माझ्या जीदो सातींबरोबर खूप वेळ घालवत असे. त्यांनी मला ही गोष्ट सांगितली तो दिवस मला अजून चांगला आठवतो. यातला शब्दन्‌शब्द खरा आहे, हे मला माहीत आहे.

'आधुनिक इराकची निर्मिती प्रथमच होत होती तेव्हा राजे फैझल अनेक बाबींमध्ये माझ्या आजोबांवर विसंबून असायचे. ते डायरेक्टर जनरल ऑफ एज्युकेशन होते. ते लॉ कॉलेजचे डीन होते आणि प्राचीन वस्तूंबद्दल राजे फैझल यांना सल्लागार म्हणूनही ते काम करत असत. हे काम इराकमधील ब्रिटिश हाय कमिशननं-सर पर्सी कॉक्सनी-एका इंग्लिश स्त्रीला- गट्र्यूड बेल हिला सोपवलं असूनही–बरं का, मिस बेल यांना पुरातत्त्व खात्याच्या मानद संचालक पदावर नेमण्यात आलं होतं. तिच्या मृत्यूनंतर मात्र सातींनी या पदाची संपूर्ण जबाबदारी घेतली.'

'तुम्हांला कदाचित ठाऊक असेल, गत्र्यूड बेल ही एक विलक्षण स्त्री होती. ती लेखक होती. धाडसी संशोधक होती. लॉरेन्स ऑफ अरेबियाची चांगली स्नेही होती आणि राजेरजवाड्यांना सल्ला देणारीही होती. ब्रिटिश सरकारची ती एक वजनदार प्रतिनिधी होती. तिच्या जोरदार व्यक्तिमत्त्वापुढे फारच थोडे लोक टिकून राहू शकत असत. तिच्या धाडसी मोहिमांमध्ये तिचं सरकार नेहमी तिच्या पाठीशी उभं राहात असे. पहिला राजा म्हणून फैझलची निवड होण्यामध्येही तिचा मोठाच सहभाग होता.

'मिस बेल तिची 'मानद संचालक' ही जबाबदारी फार गांभीर्यानं घेत असे. इराकला एक राष्ट्र म्हणून मान्यता मिळाल्यानंतर वर्षभराचीच गोष्ट आहे-मिस बेल एक दस्तऐवज हातात फडकवत सातींच्या कचेरीत शिरली. एका नव्या कायद्याला मंत्रिमंडळाची मान्यता मिळवून देण्यात सातींनी मदत करावी, असं तिचं म्हणणं होतं. ऊरच्या जागेवर तिच्या उत्खनन करणाऱ्या लोकांचं काम सुरूही झालं आहे, असं सांगत ती आली होती. तिला हा नवा कायदा मंजूर करून हवा होता. उत्खननात मिळालेल्या खजिन्याची हाताळणी कशी करावी याबद्दलचा तो नवा कायदा होता. माझे आजोबा हे अत्यंत प्रामाणिक व्यक्ती होते. मिस बेलनं आणून दिलेले कागदपत्र घेऊन ते घरी गेले. तिचा प्रस्ताव वाचतावाचता ते हादरूनच गेले. तिच्या प्रस्तावाप्रमाणे जो नवा कायदा मांडण्यात आला होता, तो दोस्त राष्ट्रांनी तुर्कीमध्ये मान्य केलेल्या एका करारावर आधारलेला होता. त्या करारान्वये उत्खननात मिळालेल्या सर्व वस्तूंची मालकी उत्खनन करणाऱ्या व्यक्तीकडेच जाणार होती. थोडक्यात सांगायचं तर इराकच्या मालकीच्या अनेक अमूल्य वस्तू ती सरळ इंग्लंडला घेऊन जाऊ शकणार होती. नंतर माझ्या आजोबांनी जुन्या ओटोमन कायद्यांचा नीट अभ्यास केला. हे कायदे नेहमी या प्रदेशाला लागू केले जात होते

आणि त्यांना दिसून आलं की जे काही उत्खननात सापडेल ते सर्व सरकारच्या मालकीचं असतं-उत्खनन करणाऱ्या व्यक्तीला त्या खजिन्याच्या प्रतिकृती किंवा साचे बनवून घेऊन जाण्याची तेवढी परवानगी देण्यात येते. परदेशी मोहिमांना तर एकही प्राचीन वस्तू इराकच्या बाहेर नेऊ दिली जात नसे.

'दुसऱ्या दिवशी गर्ट्र्यूड बेल जीदो सातींच्या कचेरीत आली. तिला सही झालेले ते कागदपत्र हवे होते. परंतु तिला अर्थातच हवं असलेलं उत्तर मिळालं नाही. माझ्या आजोबांनी स्वत:च्या संशोधनाबद्दल तिला सांगितलं आणि स्पष्ट केलं, 'मला माफ करा. मी आमच्या संसदेला हा नवा कायदा मंजूर करायला सांगू शकत नाही. कारण हा कायदा इराकच्या फायद्याचा नाही.'

मयादानं हसतच पुढे सांगायला सुरुवात केली, 'एखादी स्त्री इतक्या लवकर आणि इतकी चिडलेली मी कधीच पाहिली नव्हती असं जीदो साती नेहमी सांगत असत. ते सांगायचे, तिचा चेहरा रागानं लालबुंद झाला. श्वास जोराजोरात चालू लागला-इतका की ती शिंग फुंकते आहे की काय असा भास होऊ लागला. त्यांना वाटू लागलं की, ती आता त्यांच्या अंगावर ओरडणारच. पण ते शांत चेहऱ्यानं तसेच उभे राहिले. अखेरीस मिस बेलनं प्रसिद्ध अशा ब्रिटिश संयमनाचा वापर करून स्वत:ला शांत केलं आणि इतर गोष्टींबद्दलच बोलायला सुरुवात केली. पण जीदो सातींना माहीत होतं की ती मनामध्ये त्यांना बाजूला कसं करता येईल याचाच विचार करत होती. त्यांचं मत अगदी बरोबर होतं. तीन दिवसांनंतर ब्रिटिशांनी त्यांना कळवलं की कोणत्याही प्राचीन ठिकाणी उत्खनन करण्याची जबाबदारी वाहतूक आणि सर्वसाधारण बांधकाम खात्याकडे सोपवण्यात आलेली आहे. या खात्याचा जो मुख्य अधिकारी होता तो फारसा कडक नव्हता. बेलच्या मागण्यांपुढे तो टिकाव धरू शकला नाही.

'माझ्या आजोबांनी सांगितलं की थोडे दिवस त्यांना गप्प बसावं लागलं. मिस बेलच्या कायद्यामुळे इराकच्या अनेक प्राचीन वस्तू गमवाव्या लागल्या. परंतु नंतर मात्र त्यांनी आपला कायदा मंजूर करून घेतला आणि नंतर ही लूट थांबवली. सौम्य शब्दात सांगायचं तर गर्ट्र्यूड बेलचं माझ्या आजोबांविषयी फार काही चांगलं मत नव्हतं.'

मयादाची गोष्ट ऐकून अली अल-माजीद खूष झालेला दिसला. 'सांग ना– अजून काहीतरी सांग ना.'

'त्यानंतर लगेचच आणखी एक घटना घडली. ती इराकच्या सोन्याच्या हार्पची घटना तर याहून अधिक गमतीची आहे. एक ब्रिटिश प्रतिनिधी राजे फैझल यांना भेटायला आला. इंग्लंडचा राजा पाचवा जॉर्ज हा लवकरच आपला जन्मदिन साजरा करणार आहे. तेव्हा राजे फैझल यांनी ब्रिटिश राजाला सुमेरियन संस्कृतीतील

सोन्याचा हार्प हे वाद्य भेट म्हणून द्यावा असं या प्रतिनिधीने आग्रहानं सुचवलं.

या सूचनेमुळे राजे फैझल हे फार मोठ्या अडचणीत सापडले. हा हार्प जगातील अगदी दुर्मीळ अशा प्रकारची वस्तू होती आणि ब्रिटिश तर ती हस्तगत करायचीच असं ठरवून बसले होते. त्या प्रतिनिधीला 'नंतर–नंतर–' असं काहीतरी म्हणून फैझलनं तात्पुरतं वाटेला लावलं. हे संकट कसं टाळता येईल याचा विचार करण्यासाठी फैझलनं जीदो सातींना बोलावून घेतलं. सातींनी फैझलला धीर दिला आणि सांगितलं, काहीही करून मी हे संकट टाळीन. त्यासाठी ब्रिटिशांचा राग स्वत:वर ओढवून घेण्याचीही माझी तयारी आहे.' तेथून निघाल्यावर साती सरळ ब्रिटिशांकडे गेले आणि त्यांनी ब्रिटिशांना सांगितलं, 'सुमेरियन संस्कृतीतील सोन्याचा हार्प कोणालाही देण्याची राजाला परवानगी नाही. तशी भेट देण्यास मनाई करणारा एक कायदा आमच्या देशात आहे.' मग सातींनी या प्रतिनिधीला असं सुचवलं की ते त्याला अशा प्राचीन वस्तूंच्या प्रतिकृती बनवणाऱ्या एका उद्योगाच्या गोदामात घेऊन जायला तयार आहेत. राजाच्या जन्मदिनाची भेट म्हणून देण्यास योग्य अशी एखादी प्रतिकृती निवडण्यास ते त्याला जरूर मदत करतील.'

'आता ब्रिटिश चांगलेच अडचणीत आले, कारण आपण किती कायद्याने वागतो यावर त्यांचा फार कटाक्ष असतो. म्हणून मग त्यांना एका अद्वितीय अशा सोन्याच्या हार्पऐवजी त्याच्या प्रतिकृतीवरच समाधान मानावं लागलं.

'यानंतर राजे फैझल नेहमी सातींना चेष्टेनं म्हणत असत की, सातींच्या मजबूत हृदयामुळं आणि प्रभावशाली व्यक्तिमत्त्वामुळेच हा सोन्याचा हार्प वाचला आहे. इराकी जनतेसाठी हा मौल्यवान वारसा जपण्याचं काम सातींखेरीज दुसरा कोणीही माणूस करू शकत नसता. असं राजे फैझल आग्रहानं म्हणत असत. साती नसते तर हावऱ्या ब्रिटिश हातांनी केव्हाच त्या हार्पच्या तारा छेडायला सुरुवात केली असती, असंही ते म्हणत असत.

'यानंतर ब्रिटिश कायम माझ्या आजोबांचा द्वेष करत राहिले. त्यांना देशोधडीला लावेपर्यंत त्यांचं समाधान होणार नव्हतं आणि ते त्यांनी काही वर्षांनंतर केलंच. एका सामान्य उठावाचं निमित्त करून त्यांनी सातींचं नाव 'नको असलेल्या' व्यक्तींच्या यादीमध्ये घालून टाकलं.''

अली अल-माजीदला अचानकपणे जुन्या वस्तूंचा कंटाळा आल्यासारखा दिसला. त्याचं हसू मंदावलं आणि त्यानं मोठ्या आवाजात मयादाला म्हटलं, 'तुझी अंगठी बघू जरा.' तो टक लावून मयादाच्या हातातील अंगठीकडे बघत होता. एक नीलमणी आणि हिरे असलेली ती अंगठी मयादाच्या आईनं तिला नुकतीच दिली होती.

मोठ्यानं बोलत असताना अली सद्दामसारखाच नाकात बोलतो, हे मयादाच्या

लक्षात आलं. त्याच्या मागणीनं इतकी भांबावून गेली की तिनं चटकन ती अंगठी बोटातून काढली आणि त्याच्या हातात दिली.

अली ती अंगठी काळजीपूर्वक निरखत असताना मयादा त्याच्याकडे पाहात होती. त्यानं ती अंगठी उलटी करून तिच्यातील खड्यांची आतील बाजू तपासायला सुरुवात केली.

'देवाशपथ–हे खडे खरे आहेत की.'

मयादा ताठरली. 'अर्थात खरे आहेत. माझ्या आईनं ही अंगठी टिफनीजमध्ये खरेदी केली आहे. माझ्या मुलीचा फेचा जन्म झाला तेव्हा त्या प्रसंगाची भेट म्हणून.'

आता अलीनं मयादाच्या पोशाखाकडे बोट दाखवत विचारलं, 'हे कपडे तू कुठून घेतलेस?'

"माझ्या आईनं हा पोशाख पॅरिसमध्ये विकत घेतलेला आहे."

त्या माणसाच्या प्रत्येक शब्दागणिक त्याचं शारीरिक सौंदर्य मयादाच्या नजरेत फिकट होऊ लागलं होतं.

अली हसला. मग अगदी तरुण मुलाच्या लाडिकपणे मान एका बाजूला झुकवत त्यानं विचारलं, 'देवाशपथ, तू केस रंगवतेस वाटतं?'

मयादाचा सुरुवातीचा घाबरटपणा कमी होऊ लागला होता. अली अल-माजीद भोळेपणाचा आव आणून तिच्याकडे बघतच होता. हा माणूस देशातील सर्वांत ताकदवान व्यक्तींपैकी एक असेलही पण, होता मात्र एक अगदी गावंढळ अशिक्षित मुलगाच. त्याला कोणतेही शिष्टाचार ठाऊक नव्हते. स्वतःचं निर्लज्ज कुतूहल त्याला आवरता येत नव्हतं. कदाचित सद्दाम हुसैन याला मुलाखती देण्याची परवानगीच देत नसावा-तिच्या मनात आलं. सद्दाम या माणसासारखा नव्हता. त्यानं स्वतःचं जगाबद्दलचं - ज्ञान वाढवण्याचा कसून प्रयत्न केला होता. त्यानं कायरोमध्ये कायद्याचं शिक्षण घेतलं होतं. नीटपणे खाण्याचं, सभ्य गृहस्थासारखे कपडे घालण्याचं शिक्षणही त्यानं आपणहून मिळवलं होतं. स्वतःच्या गावंढळ भूतकाळापासून दूर जाण्यासाठी आवश्यक ते ते सर्व त्यानं केलं होतं. हा समोर उभा असलेला माणूस मात्र तसा नव्हता. हा असा माणूस आपला चुलतभाऊ आहे ही गोष्ट बगदादच्या अभिजन समाजाला कळू नये असं सद्दामला नक्कीच वाटत असणार, मयादाच्या मनात आलं.

अली अल-माजीद खूष होऊन हसत होता. स्वतःच स्वतःवर लादून घेतलेल्या– किंवा सद्दामनं लादलेल्या गप्प बसण्याच्या शिक्षेतून त्याची सुटका झाली होती. मयादाच्या यादीतील प्रत्येक प्रश्नाला त्यानं उत्तर तर दिलंच, पण तिनं त्याचा खाजगी टेलिफोन क्रमांक लिहून घ्यावा असंही तिला बजावलं. 'सद्दामच्या जन्मदिनाच्या

सोहळ्यानंतर मला फोन कर म्हणजे मी तुला आणखी विस्तारानं स्वत:ची माहिती देईन.' असंही तिला सांगायला तो विसरला नाही. गोड हसत त्यानं तिला वचन दिलं. 'माझ्या सगळ्या आयुष्याबद्दल मी तुला सांगेन.'

अली हास्सन अल माजीदच्या कचेरीतून निघून मयादा सरळ स्वत:च्या कचेरीत गेली. कामिल तिला दरवाजाशीच भेटला आणि तिला स्वत:च्या खाजगी खोलीत घेऊन गेला. तिनं तिच्या नोंदी वाचून दाखवल्या तेव्हा त्याला आश्चर्य तर वाटलंच, पण आनंदही झाला. खूष होऊन हसत तो उद्‌गरला, 'चांगलाच मोकळेपणानं बोलला की तो तुझ्याशी– मला आशा होतीच, तो असा वागेल अशी.''

त्यानंतर मग मयादानं राखून ठेवलेली सर्वांत चांगली बातमी दिली. 'त्यानं मला याहून मोठी मुलाखत देण्याचं वचन दिलं आहे. तो त्याच्या खाजगी आयुष्यातल्या सगळ्या गोष्टी सांगेन, म्हणाला आहे.'

आता कामिलही तिच्याबरोबरीनं हसू लागला. 'वा! वा! हे तर फारच छान झालं. आत्तापर्यंत कोणीही या माणसाची मुलाखत घेऊ शकलेलं नाही,' मग मयादाचा हा लेख मासिकाच्या येत्या अंकामध्ये घालण्यासाठी आधी ठरवलेला एक लेख काढून त्या जागी ही मयादानं सद्दामविषयी घेतलेली मुलाखत बसवण्याची त्याची धावपळ सुरू झाली. एका आठवड्यानंतर ही मुलाखत प्रसिद्ध झाली. अली हास्सन अल-माजीद प्रथमच मुलाखत देत होता त्यामुळे ही मुलाखत साऱ्या बगदादमध्ये चर्चेचा विषय होऊन बसली.

नंतर अली हास्सन अल-माजीदनं स्वत:च्या खाजगी आयुष्याबद्दल सांगण्याचं मयादाला दिलेलं वचनही पाळलं. तिनं आता त्याच्याविषयी लिहावं असं त्याला वाटत होतं. सद्दामच्या जन्मदिनाच्या समारंभानंतर जेव्हा मयादानं अलीच्या कचेरीत फोन केला तेव्हा तिला अतिशय सौजन्यपूर्वक पुन्हा येण्याचं आमंत्रण देण्यात आलं. तेथे पोचल्यावर त्या माणसाच्या बाह्य सौंदर्यानं ती पुन्हा एकदा दिपून गेली, पण आता त्या सौंदर्याची जादू आता तिच्या मनावर होत नव्हती.

मयादाला पाहून अल-माजीद अगदी उघडच खूष झालेला दिसत होता. 'मी आजचा सगळा दिवस तुझ्यासाठीच ठेवला आहे. बाकी सगळी कामं रद्द करून टाकली आहेत.'' असं सांगतानाच त्यानं मोठ्यानं ओरडून कोणाला तरी तिच्यासाठी चहा आणि बिस्किटं आणण्याचा हुकूम दिला. ती काही बोलणार तेवढ्यात त्यानं जाहीर करून टाकलं, ''बस तू–आज मीच एकटा बोलणार.'

एखाद्या लहान मुलासारखा अली उत्साहित झाला होता म्हणून मग शांत बसून नुसतं ऐकायचं, असं मयादानं ठरवलं. आपला टेपरेकॉर्डर, पेन आणि वही वगैरेची जुळवाजुळव मयादा करत असताना अली अगदी घाईला येऊन तिच्याकडे पाहात

होता. ती तयार आहे, असं दिसल्याबरोबर त्याच्या आयुष्याची कहाणी त्याच्या ओठांवरून वाहू लागली. सारं आयुष्य, आपली कहाणी लक्ष देऊन ऐकणारं कोणीतरी भेटावं या आशेनं वाट बघत असलेल्या माणसासारखं त्याचं वागणं होतं.

त्यानं मोठ्यानं बोलायला सुरुवात केली. 'तर अली हास्सन अल-माजीद अल-तिक्रितिचं-हास्सन माजीद अल-तिक्रितिचा सुपुत्र-याचं आयुष्य हे असं आहे– मला तीन भाऊ आहेत- अबिद हास्सन, हाशिम हास्सन आणि सुलैमान हास्सन. हे तिघेही सतत माझ्या पाठीशी असतात.' बोलणं पुढे चालू ठेवण्याआधी त्यानं मयादाकडे पाहून एक रुंद हास्य केलं.

मयादा मंत्रमुग्ध होऊन या पोरकट पुरुषाकडे-इराकच्या गुप्त पोलिस खात्याच्या प्रमुखाकडे बघत होती. तिला या माणसापेक्षा आपण शंभर वर्षांनी मोठं असल्यासारखं वाटत होतं.

'आपले महान नेते–सद्दाम–देव त्यांना सुरक्षित ठेवो–माझा जन्म तिक्रित या गरीब खेडवळ प्रांतामध्ये झाला हे सगळ्यांना माहीतच आहे. लहान असताना मला अनेक वेळा शाळा बुडवावी लागत असे कारण मी आणि माझे भाऊ आळीपाळीनं आमच्या बकऱ्या चारायला नेत असू. चरण्यासाठी चांगल्या जागा शोधण्यासाठी मला खूप लांबवर चालत जावं लागत असे, पण कोल्हा-लांडग्यांकडे माझं चांगलं लक्ष असे. बकऱ्यांवर लक्ष ठेवण्याची माझी पाळी असताना मी एकही बकरी कधी गमावली नाही–अगदी एकही नाही–देवाशपथ–माझ्या भावांना माझ्यासारखं सावध राहाणं कधी जमलं नाही. पण ते रानटी पशू आमच्या कळपाभोवती फिरत राहायचे आणि मग मी त्यांच्यावर दगड फेकत असे आणि असे हात पसरून त्यांच्या अंगावर धावून जात असे.'

त्या जुन्या काळातल्या वर्तनाप्रमाणे त्यानं हवेत हात पसरले आणि गुडघ्यांवर बसण्याचा आविर्भाव केला. तो खरोखरच भीतिदायक दिसत होता, हे मयादाला कबूल करावंच लागलं. पण मयादा घाबरली नव्हती. ती मोठ्यानं हसली. तोही अगदी मोकळेपणानं उलट हसला.

'देवाशपथ, बकऱ्या सांभाळतानाच्या त्या दिवसांनी मला एक जागरूक सैनिक बनवलं–शत्रूवरची नजर कधीही ढळू न देणारा एक सैनिक..

आम्ही इतके गरीब होतो की चांगला मोठा होईपर्यंत चित्रपटगृह म्हणजे काय हे मला माहीतच नव्हतं. पण त्यामुळे मला चित्रपट पाहाण्याची सवयच लागली नाही. आत्तापर्यंतच्या आयुष्यात मी फक्त एक चित्रपट पाहिला आहे. प्रेषित जोसेफविषयी एक धार्मिक चित्रपट होता तो.' त्याने खांदे उडवत पुढे म्हटलं, 'ठीक होता-पण मला त्यापेक्षा वृत्तपत्रं आणि मासिकं बघायला अधिक आवडत असे.'

माझ्या रक्तामध्ये साखरेचं प्रमाण अधिक होतं, पुढे त्यामुळे मला मधुमेह

झाला. आता मला रोज इन्शुलिनचं इंजेक्शन घ्यावं लागतं', तो धावतच भिंतीजवळच्या एका कपाटाकडे गेला आणि त्यानं एका कप्प्यातून एक बारीक सुई आणि एक लहानशी औषधाची बाटली काढली. पुन्हा तसंच धावत मागे तिच्याजवळ येऊन त्यानं स्वत:ला एक डोस टोचून घेतला.

तिचा चेहरा आक्रसला तसा तो मोठ्यानं हसला, पण तिनं लगेच त्याचा समज दूर केला. 'मला इंजेक्शनची भीती नाही वाटत-मला आश्चर्य वाटलं हे मात्र खरं. माझे वडील कर्करोगानं वारले. त्याआधी त्यांच्या वेदना कमी करण्यासाठी त्यांना मीच इंजेक्शन देत असे. रोज दुपारी त्यांची नर्स निघून गेली की त्यांना इंजेक्शन देण्याची जबाबदारी माझ्यावरच असे. मला शिरेत इंजेक्शन देण्याचं शिक्षणही देण्यात आलेलं होतं.'

तिच्या वडिलांच्या वेदनांविषयी अली अल-माजीदला खरोखरच वाईट वाटलेलं दिसत होतं. त्यानं सहानुभूतीनं मयादाकडे पाहिलं. लहान वयामध्ये वडिलांचं छत्र गमावून बसण्यासारखी दुर्दैवी गोष्ट एखाद्या मुलीच्या बाबतीत दुसरी कोणतीच नसेल असंही त्यानं बोलून दाखवलं. त्याचं त्याच्या मुलीवर जिवापाड प्रेम होतं असं सांगत असतानाच तो पुढं म्हणाला, 'पण तिच्याबद्दल नंतर सांगेन' आणि तो पुन्हा स्वत:च्या मधुमेहाकडे वळला.

'मला मधुमेह आहे ही खरंच वाईट गोष्ट आहे कारण मला गोड पदार्थ भयंकर आवडतात. कधीकधी मी भरपूर गोड खातो आणि काही वाईट होणार नाही अशी आशा करत बसतो. माझा सगळ्यांत आवडता गोड पदार्थ म्हणजे ट्रायफल केक-फळं आणि कस्टर्ड आणि जेली यांचे थरावर थर देऊन केलेली केक. मला चॉकलेट्सही खूप आवडतात.' आपल्या टेबलाच्या मागच्या बाजूला असलेली एक घंटा दाबून त्यानं नोकराला बोलावलं आणि त्याला सांगितलं, 'माझ्या आवडीच्या चॉकलेट्सचे सर्व प्रकार घेऊन ये.'

मयादानं नको म्हणण्याचा खूप प्रयत्न केला, कारण मोठी झाल्यापासूनच ती स्वत:च्या वजनावर लक्ष ठेवत आली होती. अशी भरपूर चॉकलेट्स खाण्याची तर तिला कल्पनाही करता येत नव्हती. पण अली अल-माजीद हा काही कोणाचं ऐकणारा माणूस नव्हता. थोड्याच वेळात मार्स बार्स, किटकॅट आणि स्मार्टी चॉकलेट्सचे डबेच्या डबे तिच्या मांडीवर येऊन पडले. आपण तिला एक लहानशी भेट देतो आहोत ही कल्पनाच अलीला अगदी सुखावत असलेली स्पष्ट दिसत असल्यामुळे अखेरीस मयादानं ते डबे स्वीकारले. आपल्या कचेरीत गेल्यानंतर आपल्या सहकाऱ्यांना ही चॉकलेट्स वाटून टाकायची असं तिनं ठरवून टाकलं.

'आणखी चार दिवसांनी माझ्या भावाचं लग्न आहे त्याला तू यावंस अशी

माझी इच्छा आहे-माझा भाऊ डॉ. फदल अल-बर्राकच्या मेहुणीशी लग्न करतो आहे.'

'मी ऐकलं आहे ते,' मयादा पुटपुटली. ही दोन माणसं एकमेकांचा इतका द्वेष करतात. ही गोष्ट उघडपणे कबूलही करतात आणि तरीही आपली कुटुंबं इतक्या जवळच्या नात्यानं एकमेकांशी जोडली जाण्यास मान्यताही देतात हे सगळंच मयादाला नवलाचं वाटत होतं. डॉ. फदलविषयीची चर्चा टाळण्यासाठी मयादानं विषयच बदलत विचारलं, 'नवरी मुलगी किती वर्षांची आहे?'

'सोळा.'

'लहानच आहे म्हणायची मग.' तिनं थोड्या नाराजीनं म्हटलं, तिची स्वतःची मुलगी फक्त १५ वर्षांत १६ वर्षांची होणार होती. मयादा आपल्या लाडक्या लेकीचं लग्न अशा लहान वयात कधीही होऊ देणार नव्हती. बालवधूंची अरब परंपरा अगदी मागासलेपणाची आहे असं तिचं मत होतं.

अली अल-माजीद हसत म्हणाला, 'सोळा हे वय मुलीच्या लग्नासाठी अगदी योग्य आहे. माझा भाऊ नशीबवान आहे. तो आपल्या बायकोला अगदी त्याला हवं तसं वळण लावू शकेल.'

या उद्‌गारावर मयादा काहीच बोलली नाही. पण जेथे स्त्रीला पुरुषाइतकंच महत्त्व दिलं जात होतं अशा एका सुशिक्षित कुटुंबामध्ये तिचा जन्म झाला होता, याबद्दल तिच्या मनात पुन्हा एकदा आनंद भरून आला.

अली अल-माजीदनं आपल्या टेबलावरून एक लहानसा लाल रबरी चेंडू उचलून घेतला. पंजामध्ये तो चेंडू दाबत त्यानं मयादा टाळण्याचा प्रयत्न करत असलेला विषय काढला. 'तुझी आणि डॉ. फदल अल बर्राकची कशी ओळख आहे?'

'१९७९मध्ये त्यानं माझ्या आईकडे माझ्या आजोबांची-सातींची काही पुस्तकं आणि कागदपत्रं बघण्याची परवानगी मागितली होती.' मयादानं सांगितलं, 'तो एक पुस्तक लिहीत होता आणि काही संशोधनासाठी त्याला ती पुस्तकं हवी होती. त्यानंतर तो आमच्या कुटुंबाचा एक चांगला स्नेही झाला. अर्थात हा स्नेह सातींमुळे जडला होता.' मयादानं घाईघाईनं स्पष्टीकरण देऊन टाकलं.

अलीनं डोक्यापासून पायापर्यंत सारं शरीर हलवत हातातील चेंडू समोरच्या भिंतीवर फेकला. तो खालीभर जात राहिला. त्याकडे पाहात तो वैतागून म्हणाला, 'मला फदल आवडत नाही.'

'का बरं? मला तर त्याच्याबद्दल वाईट बोलायला काहीच सापडणार नाही.'

तिच्या शब्दांनी अलीच्या कपाळावर आठ्या उमटल्या. त्याला फदल का आवडत नव्हता हे सांगण्याची त्याला घाई झाली होती.

'मी जेव्हा त्याच्याकडून गुप्त पोलिस खात्याची सूत्रं हातात घेतली तेव्हा त्याच्याविरुद्ध एक तक्रार माझ्याकडे आली. ती तक्रार जिप्सींच्या एका कबिल्यानं केलेली होती. ते राहात असलेला जमिनीचा एक तुकडा रिकामा करण्याचा हुकूम फदलनं त्यांना दिला होता. तो भाग बगदादच्या उपनगराचा होता. मी त्या जिप्सी कबिल्याच्या प्रमुखाला माझ्या कचेरीत बोलावून घेतलं तेव्हा मला कळलं की तो एक प्रख्यात जिप्सी गायक हामदीया सालीहचा भाऊ होता.'

मयादाकडे पाहात अली हसत म्हणाला, 'मला जिप्सी लोक आवडतात. ती सुद्धा अखेरीस माणसंच आहेत ना. शिवाय त्या गरीब माणसांना राहायला दुसरी जागाही नव्हती. म्हणून मग फदलला फोन करून त्याचा एक वरिष्ठ अधिकारी इथे पाठवण्याचा हुकूम केला. या जिप्सीला-फदलच्या नवीन कचेरीत घेऊन जायला मी त्या अधिकाऱ्याला सांगितलं, फदलला या जिप्सीची क्षमा मागण्याचा आणि त्यांची जागा त्यांना परत करण्याचा हुकूम केला.' आता अली मोठ्यानं हसत सुटला. 'मला वाटतं, त्यानं या वेळेपर्यंत त्या जागेवर एक मोठं घरही बांधलं होतं–तेही त्याला सोडावं लागलं.' डॉ. फदलच्या या अपमानाच्या आठवणीनं अलीला हसू आवरेनासं झालं.

डॉ. फदलला अली हास्सन अल-माजीदचा इतका राग का येत होता ते तिला आत्ता कळून चुकलं. डॉ. फदल अलीचा वरिष्ठ अधिकारी असला तरी अलीचं सद्दामशी अगदी जवळचं नातं असल्यामुळे त्याला अलीचे हुकूम मानावे लागत होते. डॉ. फदलविषयी काही वाईट बोलण्याची मयादाची इच्छा नसल्यानं ती थोडी अवघडल्यासारखी झाली. पण तिला आईचा सल्ला आठवला आणि तिनं अलीची स्तुती करण्याचं ठरवलं, 'वा! हे तर फारच चांगलं आणि उदारपणाचं काम केलंत तुम्ही.'

त्यानं मयादाकडे रोखून पाहात म्हटलं, 'मी तसाच आहे. माहीत आहे ना तुला-माझ्याइतका दयाळू माणूस दुसरा कोणी नसेल.'

अली अल-माजीद टेबलावर बसून दोन्ही पाय हलवत तिला सांगू लागला, 'आणखी एक गोष्ट सांगतो तुला. माझ्याकडे एक बाई आली. तिच्या मुलाला तो इस्लामी चळवळीचा कार्यकर्ता असल्यानं मृत्यूची शिक्षा दिली गेली होती. तिला नवरा नव्हता. मुलगाही मेला होता आणि तिला भाऊही नव्हता. तिला जाण्यासारखी जागाच उरली नव्हती. ती बिचारी बाई म्हातारी तर होतीच, पण जवळजवळ आंधळीही होती. म्हणून मी तिला राहायला एक घर आणि दर महिन्याला १०० दिनार (३३० डॉलर्स) असे पैसे देण्याचा हुकूम दिला. तिच्या मुलानं गुन्हा केला हे खरं, पण त्याची शिक्षा तिला व्हावी हे काही बरोबर नव्हतं.'

मयादाकडे पाहून एक चमकदार हास्य करत तो म्हणाला, 'तुला काय वाटतं?'

मयादानं मान डोलावत म्हटलं, 'तुम्ही तिला मदत केलीत याचा मला फार आनंद वाटतो. मला क्रूरपणाचा फार तिरस्कार वाटतो. खरोखरच वाटतो.' पण हे बोलतानाही तिच्या मनात मात्र येतच राहिलं, त्या बाईच्या मुलाला ठार मारण्याचीच मुळात गरज होती का? जास्त धार्मिक असणं म्हणजे इराकमध्ये मृत्युदंडाला सामोरं जाणं ठरलं होतं आणि हे भयंकर वास्तव मयादाला खिन्न, उदास करून टाकणारं होतं.

ओठांचा चंबू करत अलीनं विचारलं, 'तू फक्त याच नियतकालिकासाठी लिहितेस का?'

'नाही. माझ्या हातात दुसरीही काही कामं आहेत. मी एक लघुकथा संग्रह तयार करते आहे.'

तो एकदम उत्तेजित होऊन म्हणाला, 'देवाशपथ, तुझ्या पुस्तकासाठी दोन-तीन अगदी योग्य गोष्टी आहेत माझ्याकडे.' आणि तो घाईघाईनं श्वासही न घेता बोलू लागला. 'ही गोष्ट ऐक– ही सैन्यातील गोष्ट आहे–काही आठवड्यांपूर्वी आपल्या सैन्यातला एक सैनिक सैन्यातून पळाला आणि उमाराच्या दलदलीत लपून बसला. त्या दलदलीतलं पाणी आणि तिथे सापडणारे मासे खाऊन तो जगत होता. तेवढ्यात एका इराणी पथकानं त्या भागातील आपल्या सैन्याच्या तुकडीवर हल्ला केला. हा तरुण सैनिक आपण सैन्यातून पळून आलो आहोत हे विसरूनच गेला आणि आपल्या सैन्याच्या दुसऱ्याच एका तुकडीबरोबर इराणी पथकाशी लढू लागला. त्यानं चांगली बहाद्दुरी दाखवली आणि ५ इराणी सैनिकांना कैद केलं. आणि मग त्याच्या लक्षात आलं की आपण सैन्यातून पळालेला सैनिक आहोत. त्यानं त्या दुसऱ्या तुकडीच्या अधिकाऱ्याला सर्व हकीकत सांगून टाकली. अर्थातच त्याला मृत्यूची शिक्षा फर्मावण्यात आली. सुदैवानं त्याची शिक्षा अमलात आणली जाण्याआधी मला ही गोष्ट कळली. मी लगेच आपल्या अध्यक्षांना भेटून त्यांच्या कानावर सगळी हकीकत घातली आणि त्यांना सांगितलं की, या तरुण शूराला एका क्षणभराची भीती वाटली होती.... आपले नेते सद्दाम-देव त्यांना दीर्घायुष्य देवो-यांनी मला त्या सैनिकाची शिक्षा रद्द करून त्याला राजवाड्यावर पाठवायला सांगितलं. मी त्यांची आज्ञा पाळली. आणि ओळख बघू पुढे काय झालं?-त्याला विस्साम अल-शजा (शौर्यपदक) आणि एक रोख बक्षीसही देण्यात आलं ही गोष्ट घाल तुझ्या पुस्तकात.'

आणखी एक गोष्ट सांगतो-'तो उडी मारून टेबलावरून खाली उतरला आणि पाय जोरात आपटून सांगू लागला. गोष्ट सांगण्याऐवजी अलीचा आवाजच बदलला

आणि तो स्वत:च्या प्रचंड दयाळूपणाचं एखादं गौरवगीत जगापुढे गाऊन दाखवत असावा असं वाटू लागलं. 'काही आठवड्यांपूर्वी मी माझ्या कचेरीत निघालो होतो. माझा मॉकीब (शरीर संरक्षकांच्या मोटारींचा ताफा) माझ्याबरोबर होता. एका वेगानं जाणाऱ्या मोटारीनं या ताफ्याला मागे टाकलं आणि ती मोटार पुढे जाऊ लागली. माझ्या मोटारीशेजारी ती मोटार येताच तिच्या चालकानं मला ओळखलं आणि मोटार रस्त्याच्या कडेला घेऊन थांबवली. माझ्या शरीरसंरक्षकांनी त्याच्या मोटारीला वेढा घातला आणि त्याला खाली उतरायला सांगितलं. देवा शपथ, तो बिचारा माणूस इतका घाबरला होता की त्याला धड उभंही राहाता येत नव्हतं. तो कोसळलाच खाली. मग मी माझ्या मोटारीतून खाली उतरलो, त्याची समजूत काढली, पण त्याचं थरथरणं काही कमी होईना. अखेरीस मी त्याला माझ्या मोटारीत बसायला सांगितलं. मोटारीत पाय ठेवताना तो इतका भेदरला होता की बस. पण मी त्याच्याशी बोलत राहिलो, त्याला घेऊन माझ्या कचेरीत गेलो. तिथे त्याला चहा-बिस्किटं द्यायला माझ्या सेवकांना सांगितलं, त्याच्याशी हास्यविनोद केला तेव्हा कुठे त्याची खात्री पटली की माझ्या मोटारीच्या पुढे गेल्याबद्दल मी त्याला तुरुंगात टाकणार नाही आहे.' अतिशय विचारमग्न मुद्रेनं मयादाकडे पाहात तो म्हणाला, 'लोक मला इतके का घाबरतात, मला खरंच कळतच नाही–मी इराकी जनतेचं शत्रूपासून रक्षण करत असतो-ही वाईट गोष्ट आहे का?' इराकी जनतेला वाटणाऱ्या या भीतीमागे गुप्त पोलिसांनी ठोठावलेल्या शिक्षांसारखं काही तरी मजबूत कारण असू शकेल हे बोलून दाखवण्याइतकी ती शूर नव्हती. त्यामुळे तिनं नुसतीच मान डोलावली. उम सामीच्या मुलांची कहाणी तिला सतत आठवत होती. पण ती दुर्दैवी कहाणी अलीला सांगण्याचा धीरही तिला झाला नाही. एकूण परिस्थितीचा विचार केला तर मयादानं फारच संयम बाळगला होता असंच म्हणावं लागेल. अलीकडे पाहाताना तिच्या शाळेतल्या एका मुलीची तिला सारखी आठवण येत होती-तीही अशीच चळवळी होती-इतकी की तिच्या मैत्रिणी दमून जायच्या-शेवटी तर सगळ्या मुली तिला टाळू लागल्या होत्या. अलीला त्याच्या डॉक्टरांनी कधी शांत होण्याची औषधं लिहून दिली असावीत का-तिच्या मनात येऊन गेलं.

त्याचा उत्साह आता भीती वाटावी इतका वाढू लागला होता. 'मी तुला सांगितलंच आहे की मी फार गरीब होतो. पण आता माझी परिस्थिती चांगली आहे आणि मला त्याचा आनंदच वाटतो. अर्थात तुझं कुटुंब पिढ्यांपिढ्यापासून श्रीमंत आहे म्हणून उपाशी असणं, अनवाणी असणं, वाचाविशी वाटणारी पुस्तकं न मिळणं किंवा घालावेसे वाटणारे भारी कपडे न मिळणं म्हणजे काय हे तुला माहीतच नसणार. देवाशपथ-तू नशीबवानच जन्मली आहेस. पण माझ्या लहानपणी मला दु:खं भोगावी लागली असली तरी आता मी अशा मोटारींमधून फिरतो ज्या

मी स्वप्नातच पाहिल्या होत्या. एखाद्या वस्तुसंग्रहालयासारख्या घरात मी राहातो. सद्दाम-आपले नेते-देव त्यांना दीर्घायुष्य देवो-खूप वेळा माझ्याकडे येतात. त्यांना चांगली सौंदर्यदृष्टी आहे. प्रत्येक वेळी ते मला सांगतात, 'अली, इथे एक मत्स्यालय कर–अली, तुझ्या जलतरण तलावाचा आकार बदल–अली, ही इथली भिंत काढून टाक.' माझ्या मोठ्या आणि आदरणीय भावाला ही सगळी गंमत वाटते-माझ्या योग्यतेचं घर मला कधीच मिळणार नाही असं त्यांना नेहमी वाटतं. एकदा तर ते मला म्हणाले होते, तू शिकून वास्तुतज्ज्ञ व्हायला हवं होतंस म्हणजे माझ्या सूचना बरोबर अमलात आणू शकला असतास. खुषीनं हसत अली अल-माजीद म्हणाला, 'आम्हांला तिक्रितमध्ये जे जे काही मिळालं नाही ते ते सर्व आता मिळावं अशी आपल्या अध्यक्षांची इच्छा आहे. फार चांगला भाऊ आहे तो.'

किंचित घसा खाकरून तो पुढे बोलू लागला. 'पुढे काय? पुढे काय? हं-माझी मुलं–हं-माझ्या थोरल्या मुलाचं नाव आहे ओमार आणि दुसऱ्या मुलाचं नाव आहे हास्सन. माझी पत्नी जेव्हा तिसऱ्या वेळी गरोदर होती तेव्हा मला जाणवलं होतं की या वेळी मला मुलगी होणार आहे. मला खूप उत्साह वाटत होता. मी ठरवलं की जर खरोखर मुलगी झाली तर तिला एक उत्कृष्ट भेट द्यायची ती म्हणजे तिला एक छानसं नवीन नाव द्यायचं–आणि मी तिचं नाव ठेवलं, 'हब्बा.' हब्बा म्हणजे दैवी देणगी. इतर कोणा इराकी माणसाला किंवा अगदी एखाद्या अरब माणसालाही हे सुंदर नाव आपल्या मुलीसाठी सुचलं नसेल असं मी समजत होतो. एक दिवस मी माझ्या ताफ्यासकट चाललो होतो तेव्हा माझ्या एका सहकाऱ्याचं लक्ष एका आइस्क्रीमच्या दुकानाकडे गेलं. त्या दुकानाचं नावही 'हब्बा' असं होतं. मला इतकं आश्चर्य वाटलं की मी मोटार थांबवून खाली उतरलो. मला पाहून त्या दुकानाचा मालक भयंकर भेदरून गेला. मी त्याला शांत व्हायला सांगितलं. एक आइस्क्रीम घेण्यासाठी फक्त मी आलो आहे असं सांगितलं तेव्हा तो थोडा शांत झाला. मला एक आइस्क्रीम दिल्यानंतर मी त्याला विचारलं, 'हे नाव तुला कुठे सापडलं?' 'त्याच्या थोरल्या मुलीचं हे नाव आहे आणि म्हणून त्यानं दुकानालाही तेच नाव दिलं आहे.' असं त्यानं मला सांगितलं. मला धक्का बसला. त्या दिवशी मला कळलं की हब्बा हे नाव चांगलं प्रसिद्ध होतं आणि खूप माणसांनी हे नाव आपल्या मुलींना दिलेलं होतं... थोडं खजील होत त्यानं पुस्ती जोडली, 'आणि इथे मी समजत होतो की हे नाव सुचणारा मीच पहिला माणूस आहे.'

आणखी काही गोष्टी आठवण्याचा प्रयत्न करत अली थोडा वेळ शांत होता. मग पुन्हा एकवार त्याचे विचार लोकांना त्याची भीती का वाटते, या मुद्द्याकडे वळले. 'एवढे लोक मला का घाबरतात तेच मला कळत नाही.' मयादाकडे धूर्तपणे पाहात त्यानं विचारलं, 'तुला वाटते माझी भीती, मयादा?'

आता पहिल्या प्रथमच तिला त्याची भीती वाटली. ती पुटपुटली, 'वाटायला हवी का?'

उत्तर देण्याआधी त्याच्या चेहऱ्यावर एक चमक येऊन गेली. 'कधीच नाही. तू एका थोर माणसाची नात आहेस. तुझे जीदो साती जसे तुझ्यावर प्रेम करत असत तसाच सारा इराक तुझ्यावर प्रेम करतो.'

आणखी काही गोष्ट आठवण्याचा अली प्रयत्न करत होता असं दिसत होतं.

तो स्वत:साठी एक ग्लासभर पाणी ओतत होता तेव्हा तिनं पटकन हातातील घड्याळाकडे नजर टाकून घेतली. क्षणभरही न थांबता तो जवळजवळ तीन तास बोलत होता, हे तिच्या लक्षात आलं. सुदैवानं तेवढ्यात त्याचा टेलिफोन वाजला. टेलिफोन उचलून, काही वाक्यं अगदी हळू आवाजात बोलून त्यानं मयादाला सांगितलं की त्याला दुसरं काही काम आहे. पण तिनं दुसऱ्या दिवशी सकाळी पुन्हा त्याच्या कचेरीत यावं असा आग्रहही त्यानं केला. तिच्या लेखांमध्ये आणि कथांमध्ये घातल्याच पाहिजेत, अशा आणखी अनेक गोष्टी त्याच्याजवळ होत्या असं त्याचं म्हणणं होतं. मयादाला काय करावं तेच कळेनासं झालं होतं. एका बाजूला तिचा तिच्या सुदैवावर विश्वासच बसत नव्हता. ज्या माणसानं वृत्तपत्रांशी बोलणं सतत टाळलेलं होतं, त्याचा विश्वास मिळवण्यासारखं तिनं काहीही केलेलं नव्हतं आणि तरी तो अगदी आपल्या मनातील खाजगी गोष्टी तिच्याजवळ अगदी मोकळेपणानं बोलत होता आणि त्या गोष्टी तिच्या नियतकालिकामध्ये आणि तिच्या पुस्तकामध्ये छापण्याची परवानगीही तिला खुशाल देऊन टाकत होता. तर दुसऱ्या बाजूला हा गावंढळ, स्वत:ला फार महान समजणारा माणूस एखाद्या लेखकाला वर्षानुवर्ष पुरून उरेल एवढ्या गोष्टी सांगू शकत होता.

अली अल-माजीदच्या या विलक्षण वर्तनाचं त्यातल्या त्यात पटण्यासारखं स्पष्टीकरण मयादाच्या आईनंच दिलं. सद्दामनंच आपल्या ह्या चुलत भावाला मयादाशी मोकळेपणानं बोलायला सांगितलं असावं. नाहीतर त्याच्या आयुष्यातील इतक्या खाजगी गोष्टी अशा रीतीनं मयादाकडे बोलून टाकण्याचा त्याला धीरच झाला नसता. कायरोमध्ये एक अगदी गरीब विद्यार्थी असल्यापासूनच सद्दामला साती अल-हुसरीचा नावलौकिक आणि सौम्य वर्तन यांचं कमालीचं आकर्षण वाटत असे. हा थोर माणूस त्याच्याकडे काही शंका विचारून आपलं ज्ञान वाढवण्यासाठी आलेल्या गरिबातील गरीब विद्यार्थ्यालाही कधीही परत पाठवत नसे हे सद्दामला माहीत होतं. सद्दामला वाटणारं हे सातीविषयीचं प्रेम आपोआपच सातीची मुलगी आणि नात यांच्याकडे वळलं होतं. पुढील तीन दिवस मयादा अगदी शांतपणे ऐकत होती, मान डोलावत होती आणि अली अल-माजीदनं उच्चारलेला शब्द न् शब्द लिहून घेत घेत होती. लिहिता लिहिता तिनं मान वर

उचलावी आणि अली अल-माजीद तिच्या चेहऱ्याकडे टक लावून पाहातो आहे हे तिच्या लक्षात यावं असं बऱ्याच वेळा घडलं होतं. त्या त्या वेळी तिनंही त्याच्याकडे रोखून पाहिलं होतं पण तिच्या लगेच लक्षात आलं होतं की तो तिच्याकडे बघतच नव्हता–त्याला पुस्तकामध्ये आलेलं स्वतःचं रूपच दिसत होतं. अलीचं झपाटलेलं वागणं दमवून टाकणारं होतं, तसंच उदासही करून टाकणारं होतं. एकदाचं हे काम संपवून मयादानं आपलं हस्तलिखित कामिलकडे सुपूर्द केलं आणि कामिलनं अगदी उत्साहानं कबूल करून टाकलं की ह्या एवढ्या साऱ्या माहितीच्या आधारानं अनेक लेख आणि पुस्तकंही तयार करता येण्यासारखी आहेत, तेव्हा मयादाला खरोखरच सुटल्यासारखं वाटलं.

त्या दिवसापासून मयादाच्या पत्रकारितेनं वेग घेतला. सहजासहजी हाती न लागणाऱ्या सरकारी अधिकाऱ्यांच्या मुलाखतीही ती सहजगत्या मिळवू शकते अशी एक आवई उठली आणि पसरली. या यशामुळे तिच्या प्रेमशून्य विवाहातील एकाकीपणा बराच दूर झाला आणि आता यापुढे सगळ्या चांगल्याच गोष्टी घडणार आहेत असं वाटून मयादा कधी कधी कमालीची उत्साही आणि आनंदीही राहू लागली.

काही महिन्यांनंतर अली-अल-माजीदच्या कचेरीचा प्रमुख डॉ. साद यानं मयादाला घरी फोन करून सांगितलं, ‘उद्या एक लोकशाही पद्धतीनं चालणारी सभा आहे. त्या सभेचा वृत्तांत लिहिण्याचं काम तुम्हीच करावं, असं अली अल-माजीदनं सांगितलं आहे.’

मयादानं अर्थातच ते काम करण्याचं मान्य केलं. तिच्या दृष्टीनं हा वृत्तांत म्हणजे तिला एकटीलाच मिळणार असलेली एक फार मोठी बातमी ठरणार होती. ताबडतोब तिनं कामिलला फोन करून ती दुसऱ्या दिवशी कचेरीमध्ये न येता अली अल-माजीदच्या कचेरीतच जाणार असल्याचं सांगून टाकलं.

त्या रात्री मयादा झोपायला गेली तेव्हा अतिशय उत्तेजित झालेली होती. आपलं पत्रकारितेचं काम आता एका महत्त्वाच्या दिशेनं जाऊ लागणार आहे याची तिला खात्री वाटू लागली होती.

अशा प्रकारच्या एकाही सभेला ती यापूर्वी हजर राहिलेली नव्हती. त्यामुळे ती डॉ. फदलच्या आधीच्या कचेरीमध्ये दुसऱ्या दिवशी सकाळी बरोबर पावणे नऊ वाजता हजर होती.

बगदादमधील तो एक सुंदर दिवस होता. मयादाच्या आईनं तिच्यासाठी लंडनमध्ये विकत घेतलेला एक नवा पांढरा नाविक पद्धतीचा पोशाख तिनं घातला होता. त्या पोशाखाला निळ्या फिती होत्या. फॅशन द लीओनार्द हा सुगंध तिनं आपली मनगटं आणि कानामागे फवारला होता. तिला अगदी आनंदी, निष्काळजी

आणि छान वाटत होतं.

गुप्त पोलिस खात्याचं संकुल प्रचंड होतं पण अलीच्या एका सहकाऱ्यानं मयादाला सरळ ही सभा ज्या ठिकाणी होणार होती त्या ठिकाणी नेलं. मुख्यालयाच्या जिम्नॅशियममध्ये ही सभा होणार होती. त्या ठिकाणी एक जलतरण तलाव होता आणि एक व्यासपीठ होतं. व्यासपीठावर एक लांबलचक टेबल आणि बऱ्याच खुर्च्या मांडलेल्या होत्या. टेबलाच्या दोन्ही टोकांना एक एक ध्वनिक्षेपक होता. व्यासपीठाच्या समोर खुर्च्यांच्या रांगा व्यवस्थितपणे मांडलेल्या होत्या.

मयादाला पहिल्या रांगेमध्ये नेऊन बसवण्यात आलं. तीच पहिली आलेली व्यक्ती होती. त्यामुळे इतर माणसं सभेसाठी आत येत असताना त्यांचं निरीक्षण करतच ती बसली होती. का कोण जाणे पण तिच्या मनात ममा आणि पपा यांचं 'मंडे मंडे' हे लोकप्रिय गीतच घुमत राहिलं होतं.

हळूहळू ती खोली भरून गेली. अली अल-माजीद आपल्या सहकाऱ्यांसह लांब टांगा टाकत आत आला तेव्हा सगळीकडे एकदम शांतता पसरली. त्याच्या पाठोपाठ अनेक वरिष्ठ सरकारी अधिकारीही आत आले.

अलीनं खोलीभर नजर टाकली. पहिल्या रांगेमध्ये बसलेली मयादा त्याला दिसली. तिच्याकडे हसून पाहात त्यानं मान झुकवली. एका ध्वनिक्षेपकासमोर उभं राहून त्यानं एक लहानसं भाषण केलं. आता सुरक्षाविषयक घटना या कचेरीमधून एका वेगळ्या पद्धतीनं हाताळण्यात येतील असं त्यानं आपल्या भाषणामध्ये सांगितलं. डॉ. फदलकडून या कचेरीची सूत्रं घेतल्यानंतर अनेक महत्त्वाचे बदल करण्यात आलेले आहेत. आता येथील कामं संपूर्णपणे लोकशाही पद्धतीनं करण्यात येतील आणि या योजनेला त्याचा चुलत भाऊ आणि आपले नेते सद्दाम हुसेन-देव त्यांना दीर्घायुष्य देवो- यांचा पूर्ण पाठिंबा आहे हेही त्यानं आपल्या भाषणामध्ये स्पष्ट केलं.

सर्वांनी लगेच हसून टाळ्या वाजवल्या–थोड्या अधिकच उत्साहानं–

टाळ्या वाजवणं थांबल्यावर अली अल-माजीदनं पुन्हा बोलण्यास सुरुवात केली. या सर्व प्रयोगातील सर्वांत महत्त्वाचा भाग त्यानं मुद्दाम शेवटी सांगण्यासाठी राखून ठेवला होता. त्या दिवशी प्रथमच त्याचा चेहरा उदास आणि कठोर दिसू लागला. 'मी या कचेरीची सूत्रं हाती घेण्याआधी या देशातील गुन्हेगार नाहीसेच होत होते. त्यांना तुरुंगवासाची किंवा मृत्यूचीही शिक्षा सुनावण्यात येत असे, पण त्यांच्या कुटुंबीयांना मात्र ते कुठे आहेत किंवा त्यांना किती काळपर्यंत तुरुंगात राहावं लागणार आहे किंवा अगदी ते जिवंत आहेत की नाही याचीही माहिती दिली जात नसे. हे अगदी चुकीचं होतं आणि देवाशपथ आता हे बंद झालेलं आहे असं मी तुम्हांला निश्चितपणे सांगू शकतो. आजपासून कोणाही गुन्हेगाराला पकडण्यात

आलं, त्याचा खटला चालला, त्याला शिक्षा झाली की त्याच्या कुटुंबीयांना ते कळवण्यात येईल. कदाचित त्याचे कुटुंबीय त्याला नाकारतीलही, पण तो त्यांचा प्रश्न असेल.'

गोंधळून जाऊन मयादानं आजूबाजूला पाहिलं. श्रोत्यांमधील अनेक लोक अस्वस्थपणे चुळबूळ करत होते. अली ज्या मोकळेपणानं हे सगळं बोलत होता, दुसऱ्या खात्यावर आपण करत असलेल्या टीकेमुळे काही अडचणी उभ्या राहू शकतील याचा विचारही न करता बोलत होता, त्यावर कोणाचाच विश्वास बसत नव्हता. बाथ पार्टीच्या अमलाखालील इराकमध्ये हे असं मोकळेपणानं बोलणं निषिद्ध होतं-अगदी सद्दामच्या जवळच्या नातेवाइकाला सुद्धा-आणि तेही अशा जाहीरपणे–शक्यच नव्हतं. काहीतरी फार महत्त्वाचं घडणार आहे याची मयादाला खात्री वाटू लागली. तिनं लिहिणं थांबवून टेप रेकॉर्डर सुरू केला आणि धडधडत्या हृदयानं ती लक्षपूर्वक ऐकू लागली.

अली अल-माजीद बोलत होता, 'प्रत्येक गुन्हेगाराच्या कुटुंबीयांना त्यांच्या प्रिय व्यक्तीच्या बाबतीत काय घडलं हे कळलंच पाहिजे असं मी मानतो. देवाशपथ, आणि तेच बरोबर आहे.' व्यासपीठाच्या मागच्या बाजूकडे पाहात त्यानं एका माणसाचं नाव पुकारलं. एक उंच, सडपातळ, सौम्य चेहऱ्याचा आणि कमी झालेल्या केसांचा माणूस व्यासपीठावर आला. दुसऱ्या ध्वनिक्षेपकाजवळ उभं राहून तो म्हणाला, 'माझ्या एकुलत्या एका मुलाला सहा महिन्यांपूर्वी अटक करण्यात आली आहे. तो कुठे आहे, हे मला ठाऊक नाही. हे त्याचं नाव.' अली अल-माजीदजवळ जाऊन त्यानं ती नाव लिहिलेली चिठ्ठी त्याच्या हातात दिली. एक क्षणभर ती चिठ्ठी वाचून अलीनं तिचा चुरगळा केला आणि एका सहकाऱ्यानं हातात दिलेले दोन-तीन कागद चाळले. एका छोट्या पेटीतून एक ध्वनिफीत बाहेर काढत अली त्या माणसाला म्हणाला, 'होय, तुझ्या मुलावर देशद्रोहाचा आरोप होता. त्याला मृत्यूची शिक्षा देण्यात आली. त्याची कबर कुठे आहे हे माहीत नाही. त्यानं दिलेल्या कबुलीजबाबाची ही टेप आहे. घरी जा आणि ही टेप ऐक म्हणजे तुला आपल्या देशद्रोही मुलाच्या मृत्यूचं दुःख होणार नाही.'

तो गरीब बिचारा बाप आश्चर्यानं मागेच सरकला. एक क्षणभरच तो स्वतःला त्या दुःखापासून दूर ठेवू शकला. मग अलीच्या खांद्याला स्पर्श करत तो ओरडला, 'मेला? माझा मुलगा-मेला?' दोन सहकारी व्यासपीठावर धावले. तो दुःखी माणूस तेथेच कोसळून पडण्याआधी त्यांनी त्याला सावरून बाहेर नेलं. आपल्या मृत मुलाचं शरीर घट्ट धरावं तशी त्यानं ती ध्वनिफीत हातामध्ये घट्ट धरली होती, हे मयादाच्या नजरेस पडलं.

मयादाची नजर एकाच ठिकाणी खिळून राहिली होती. तिथून ती हलतच

नव्हती–अली अल-माजीदच्या चेहऱ्यावरून.. त्याच्या चेहऱ्यावर एक विचित्र हास्य होतं आणि संपूर्ण खात्रीनं तो ओरडून म्हणत होता, 'आपला मुलगा देशद्रोही आहे हे बापाला कळणं चांगलं असतं. होय, बाप म्हणून त्याच्या हातून काही चुका घडलेल्या असणार. आता आपल्या मुलींना वाढवताना तो अधिक लक्ष पुरवेल.'

मयादानं नजर खाली स्वत:च्या पावलांकडे वळवली.

मोठ्या आशेनं आलेल्या लोकांची नावं एकामागून एक अशी अली अल-माजीद पुकारत होता. मयादा ऐकत होती. आपल्या अनेक दिवसांपासून बेपत्ता असलेल्या नातेवाइकाला घरी घेऊन जाऊन आनंदोत्सव साजरा करता येईल या एकाच आशेनं हे सगळे लोक या 'लोकशाही पद्धती' च्या सभेला हजर राहिले होते. अशी आशाळभूत पावलं व्यासपीठाकडे जाताना तिला ऐकू येत होती. तिला पक्कं ठाऊक होतं, यांपैकी कोणालाही चांगली बातमी मिळणार नव्हती. तिच्या डोळ्यासमोर एक वेगळंच चित्र उभं राहात होतं-प्रचंड दु:खाच्या एका साखळदंडानं बांधलेले अनेक इराकी लोक- आपल्या प्रिय व्यक्तीबद्दलची तीच ती दु:खद बातमी ऐकण्यासाठी व्यासपीठाकडे खेचले जाणारे अनेक इराकी.

महान पिरॅमिडमधील घट्ट बसवलेल्या एखाद्या शिळेसारखी मयादा आपल्या जागी खिळून बसली होती. तेवढ्यात कुणीतरी तिच्या खांद्यावर हलकेच थोपटलं आणि कुजबुजत्या स्वरात म्हटलं, 'लक्ष दे-ते बघताहेत.' मयादानं मान वर उचलली आणि समोर चाललेल्या यातनामय दृश्यामध्ये आपल्याला खूप रस आहे असं नाटक करत, आंधळ्या नजरेनं ती समोर बघत राहिली.

आता मृत झालेल्या किंवा तुरुंगामधल्या व्यक्तींच्या नातेवाइकांचं आपापसातलं काळजीयुक्त संभाषण तिच्या कानावर पडत होतं. तिची नजर मात्र अली अल-माजीदवर खिळलेली होती. त्याच्या उत्साहानं फुललेल्या चेहऱ्यावरून हे स्पष्टपणे जाणवत होतं की तो फारच खुशीत आहे-एका तरुण मुलाचा छळ केला जात असताना ध्वनिमुद्रित केलेल्या त्याच्या किंकाळ्या त्या सभागृहामध्ये घुमत होत्या. त्या मृत तरुणाची आई ताडकन उठून हात हवेमध्ये फेकू लागली. जणू काही आपल्या मुलाचे हाल थांबवता येतील असं तिला वाटत असावं–तिची तडफड पाहून श्रोत्यांमध्ये हसण्याचा आवाज उमटला. ती बेशुद्ध होऊन जमिनीवर कोसळली तेव्हा तर हा हसण्याचा आवाज अधिकच वाढला.

मयादाला ठाऊक होतं की श्रोत्यांपैकी प्रत्येक व्यक्तीला तिच्यासारखीच या सर्व प्रकाराची किळस आलेली होती, पण त्या सर्वांना अली अल-माजीदची भीती वाटत होती आणि म्हणून त्याच्या प्रत्येक कृतीला आपण पाठिंबा दिला पाहिजे असं त्यांना वाटत होतं. नाहीतर त्यांच्या भविष्यातही व्यासपीठाकडे जाणारा तो लांबलचक रस्ता लिहिला जाणार होता–त्यांच्या प्रिय व्यक्तीचं कण्हणं ऐकवणारी ध्वनिफीत

ऐकण्यासाठी–

दोन तरुण मुलींना सांगण्यात आलं की तस्करीच्या आरोपाखाली त्यांच्या वडिलांना २० वर्षांच्या तुरुंगवासाची शिक्षा ठोठावण्यात आलेली आहे. मयादा त्या मुलींच्या चेहऱ्यांकडे निरखून पाहात होती. त्या दोघी अली अल-माजीदच्या विनवण्या करून सांगत होत्या की त्यांचे वडील एक शिक्षक होते. त्यांची नोकरी गेल्यावर कुटुंबाची उपासमार होऊ लागली म्हणून केवळ त्यांनी ती टायर्स घेतली होती.

त्यांच्या दुःखाकडे दुर्लक्ष करत अली आनंदानं आपल्या श्रोत्यांकडे पाहात म्हणाला. 'देवाशपथ- चोरी म्हणजे चोरी- मोठाच गुन्हा आहे तो-पण आपण एका नव्या युगामध्ये प्रवेश करतो आहोत-सर्वांना त्यांच्या प्रिय व्यक्तींबद्दलची माहिती मिळालीच पाहिजे.'

श्रोत्यांमध्ये बसलेल्या मयादाकडे त्यानं चटकन एक नजर टाकली आणि हसून म्हटलं, 'देवाशपथ-मी एक दयाळू माणूस आहे.' श्रोत्यांनी उत्साहानं टाळ्या पिटल्या.

परमेश्वरा, हा हसणं थांबवणार आहे की नाही कधी–मयादाचं सारं शरीर थरथर कापत होतं-ती अंतर्बाह्य हादरून गेली होती. या माणसाची आणि आपली चांगली ओळख आहे या कल्पनेनंही तिला कापरं भरलं होतं.

मयादानं आपली नजर पुन्हा खाली स्वतःच्या मांडीवरच्या हातांकडे वळवली. तिला आणखी एक आशाळभूत चेहरा निराशेनं कोलमडून पडलेला पाहाण्याची अजिबात इच्छा नव्हती. मन दुसरीकडे वळवण्यासाठी म्हणून तिनं स्वतःच्या मनगटावरील सुगंध हुंगल्यासारखं केलं.

वर नजर करताच मयादाचा चेहरा पांढराफटक पडला. एक उंच, हडकुळा, फाटके कपडे घातलेला माणूस व्यासपीठावर उभा होता. त्याची कातडी जळक्या पावाच्या तुकड्यासारखी दिसत होती. त्याचे केस वितळून त्याच्या डोक्याच्या कातडीला चिकटले होते. त्याचं तोंड उघडं होतं. तोंडात एकही दात शिल्लक नव्हता आणि त्याच्या दोन्ही हातांची बोटं रक्तबंबाळ झालेली होती. तो हाडंकातडं एक झालेला माणूस अली अल-माजीदच्या शेजारी उभा होता.

अली अल-माजीदनं त्या माणसाकडे फार कनवाळू नजरेनं पाहिलं आणि त्याची रक्तबंबाळ बोटं मोठ्या प्रेमानं हातात घेतली. मग त्याचे जळत्या कोळशासारखे पेटते काळेभोर डोळे श्रोत्यांकडे वळले. त्यानं सर्वांना त्या माणसाचं नाव सांगितलं. मग त्यानं एका स्त्रीचं नाव पुकारलं-ती स्त्री त्या हडकुळ्या माणसाची पत्नी आहे, असं त्यानं स्पष्टीकरणही दिलं.

मयादाची अस्वस्थता क्षणोक्षणी वाढतच होती. एक बुटकीशी, जेमतेम

तिशीची असेल-नसेल अशी स्त्री धडपडत दुसऱ्या ध्वनिक्षेपकासमोर येऊन उभी राहिली. तिनं इराणी पद्धतीचा काळा अबाया पेहरला होता आणि त्याची टोकं हनुवटीखाली घट्ट धरून ठेवली होती. भयंकर भेदरलेल्या आणि संशयाच्या नजरेनं ती अली अल-माजीदकडे बघत होती.

तिचा मरणोन्मुख नवरा तिच्याकडे राग आणि अपेक्षाभंग अशा दोन्ही भावनांचं मिश्रण असलेल्या नजरेनं पाहात होता. अली मोठ्यानं पण खाजगी बोलावं तशा स्वरात त्या माणसाला म्हणाला, 'या रांडेला तू केव्हाच काडीमोड द्यायला हवा होतास. ती इराणी आहे. हे तुला माहीत होतं-तिचं एक हाड मोडून आत पाहिलं असतंस तर तुला आत घाण भरलेली दिसली असती.'

त्या माणसानं श्रोत्यांशी बोलायला सुरुवात केली. त्याला बोलताना फार कष्ट होत होते. असह्य दु:खानं त्याचा आवाज कापत होता. 'हे माझे हात पहा' त्यानं आपले हात पुढे धरले, 'माझी नखं कशी हातातून उपटून काढली गेली आहेत ते दिसतेय ना–दहा दिवस–रोज एक असं-सगळी नखं जाईपर्यंत–आणि माझ्या पायाची नखं'–त्यानं पाय उचलून दाखवण्याचा प्रयत्न केला, पण तो इतका अशक्त झाला होता की एका पायावर तोल सांभाळणं त्याला शक्यच नव्हतं. म्हणून त्यानं नुसतंच स्वत:च्या पायांकडे बोट दाखवलं. 'आता माझ्या पायांच्या बोटांना नखं नाहीत. आणखी दहा दिवस-रोज एक असं–मग मला एका लहानशा खोलीत नेण्यात आलं आणि एका खुर्चीवर बसवण्यात आलं. माझे हात खुर्चीशी बांधण्यात आले. एक माणूस चिमटा घेऊन खोलीत आला आणि त्यानं एकामागोमाग एक असे माझे सर्व दात उपटले-अगदी सगळे दात जमिनीवर पडेपर्यंत–त्यानंतर मला ओढत नेऊन एका भट्टीमध्ये टाकण्यात आलं. ती भट्टी दोन माणसं राहू शकतील एवढी मोठी होती. त्या भट्टीमध्ये मला भाजून काढून मग कुत्र्यांसमोर टाकण्यात येणार आहे, असं मला सांगण्यात आलं. पण त्यांनी मला माझी कातडी जळेपर्यंत आणि माझे केस वितळून कातडीला चिकटेपर्यंतच त्या भट्टीत ठेवलं आणि मग बाहेर काढलं.' त्यानं आपल्या रक्ताळलेल्या हातांनी स्वत:च्या डोक्यावर थोपटल्यासारखं केलं. आपल्या बायकोकडे फार दु:खानं पाहात तो कसाबसा म्हणाला, 'आणि हे सगळं का घडलं? तर माझ्या बायकोनं रागाच्या भरात गुप्त पोलिसांना पत्र लिहून कळवलं की मी इस्लामिक पार्टीचा सदस्य आहे आणि ही पार्टी सरकारी अधिकाऱ्यांचे खून करण्याचे बेत आखत आहे.'

असा निर्दय सूड घेण्याची कल्पनाही तिला करवत नव्हती. तिच्या स्वत:च्या नवऱ्यानं आजपर्यंत अनेक वेळा तिची फार मोठी निराशा केली होती. पण त्याला काही इजा पोचेल असं काहीही काम तिच्या हातून कधीही घडलं नसतं. तिनं त्या स्त्रीचा चेहरा निरखून पाहिला. मयादाच्या मनात रागाची एक ठिणगी हळूहळू पेटू

लागली. स्वत:च्या मुलांच्या वडिलांशी एखादी स्त्री असं कसं वागू शकते?

तो बिचारा माणूस आता रडू लागला होता. अली त्याला परोपरीनं समजावण्याचा प्रयत्न करत होता. एका चुकीच्या खोट्या आरोपावरून भोगाव्या लागलेल्या छळाची तुला भरपूर नुकसानभरपाई मिळणार आहे. एवढंच नव्हे, तर मी त्या अर्थाच्या कागदपत्रांवर सही सुद्धा केली आहे असं तो त्याला समजावून सांगत होता, पण त्या माणसाचं रडणं काही आवरत नव्हतं.

मग अली एकदम त्या भीतीनं थरथर कापत असलेल्या स्त्रीकडे वळून ओरडला, 'बघ-रांडे–बघ-तुझ्या नवऱ्याला काय केलं आहेस ते?'

ती स्त्री इतकी घाबरलेली होती की तिनं दोनतीन वेळा बोलण्यासाठी तोंड उघडलं पण तिला काही बोलता आलंच नाही.

तिच्या गुन्ह्याची माहिती द्यायला अलीनं सुरुवात केली. 'ही-ही एक इराणी रांड आहे.' आपल्या बोलण्याला जोर यावा म्हणून तो तिच्यासमोरच्या जमिनीवर थुंकला आणि पुढे बोलू लागला. 'ती करबला येथे राहते.' त्या हडकुळ्या माणसाकडे हात करत तो म्हणाला, या तिच्या नवऱ्यापासून तिला तीन मुलं झालेली आहेत. आपल्या पवित्र मातृभूमीवर इराणी सैन्यानं हल्ला केला तेव्हा मातृभूमीचं रक्षण करण्याचं त्याचं कर्तव्य पार पाडण्यासाठी त्याला आघाडीवर जावं लागलं. त्या काळात ही वेश्या इतर पुरुषांना घरात घेत असे. घरात तीन लहान मुलं असतानाही या बाईनं घराचा कुंटणखाना करून टाकला.

'आपला हा इराकी शूरवीर आघाडीवरून परतला तेव्हा त्याला सगळ्या गोष्टी समजल्या. त्यानं या वेश्येला जाब विचारला आणि अर्थातच ही बाई खोटंही बोलत असल्यानं तिनं सगळ्याच गोष्टी नाकारल्या. तो जेव्हा परत आघाडीवर गेला तेव्हा हिनं एक निनावी पत्र लिहून हा फितूर असल्याचा आरोप केला. त्याला अटक झाली. त्याची चौकशी करण्यात आली आणि त्याला शिक्षाही देण्यात आली. एवढं सगळं झाल्यानंतर आम्हांला कळलं की ही एक इराणी रांड आहे. आम्ही तिला अटक केली आणि आम्हांला काय कळून आलं? ही सगळी घाणेरडी कहाणी उघडकीला आली. हा सगळा वेळ ही खोटंच बोलत होती. तिचा नवरा मरावा अशी तिची इच्छा होती, म्हणजे तिला तिचे घाणेरडे धंदे चालू ठेवता आले असते.'

त्या स्त्रीकडे रागानं पाहात अली पुढे म्हणाला, 'ऐक-रांडे–तुला आज आमच्या देशाच्या सीमेच्या बाहेर फेकून देण्यात येईल.-इराकी सैन्य आणि इराणी सैन्याच्या मधोमध तुझ्याबरोबर तुझ्या मुलांनाही फेकून देण्यात येईल. त्या भागामध्ये गोळीबार इतक्या मोठ्या प्रमाणावर चालू आहे की लवकरच तुम्ही सगळे गोळ्यांना बळी पडाल आणि मरून जाल. इराकच्या दृष्टीनं ती फार चांगली घटना असेल.'

अली अल-माजीद एखाद्या लहान मुलासारखा हसतच सुटला. हसताहसताच

तो ओरडून म्हणाला, 'मी चांगला माणूस आहे. मी दयाळू माणूस आहे. या गरीब माणसाला न्याय मिळवून देण्याचा मी प्रयत्न करतो आहे.' श्रोत्यांकडे आपल्या चमकत्या नजरेनं पाहात त्याचं चमत्कारिक हसणं चालूच होतं.

मयादाच्या अंगावर काटा उभा राहिला. श्रोते क्षणभर अलीबरोबर हसले आणि मग टाळ्या वाजण्यास सुरुवात झाली. हळूहळू टाळ्यांचा आवाज वाढत गेला आणि शाबासकीचा एकच गदारोळ उठल्यासारखं झालं.

त्या गरीब बिचाऱ्या माणसाच्या भाजलेल्या पायांनी आता असहकार पुकारला होता. त्याच्याकडे पाहाता पाहाता मयादाला श्वास कोंडल्यासारखं होऊ लागलं. तो माणूस आता जमिनीवर कोसळला होता. आता त्याची मुलंही त्याला दुरावणार होती. 'हा अन्याय करू नकोस.' असं अली अल-माजीदला ओरडून सांगावं असं तिच्या मनात आलं. त्या स्त्रीला तुरुंगवासाची शिक्षा देणं योग्यच होतं, पण त्या मुलांचा काय अपराध होता?

पण अली अल-माजीद आपल्या न्यायनिवाड्यानं खूष झालेला दिसत होता. त्याचा निर्णय आपण बदलू शकत नाही हे मयादाला पक्कं ठाऊक होतं. इथून उठून शक्य तेवढ्या वेगानं दूर पळून जावं ही जोरदार इच्छा दाबून टाकण्यासाठी तिनं स्वत:च्या खुर्चीचे हात घट्ट धरून ठेवले.

दोन माणसं व्यासपीठावर आली आणि त्यांनी त्या धडपडणाऱ्या स्त्रीला खेचतच बाहेर नेलं. दोन परिचारक येऊन त्या जखमी माणसाला व्यासपीठाच्या मागच्या बाजूला घेऊन गेले.

ते सहा तास चाललेलं भयानक दु:स्वप्न दुपारी ३ वाजता एकदाचं संपलं. अली हस्सन अल-माजीदनं त्या सर्वांचे तेथे आल्याबद्दल आभार मानले आणि वर असंही सांगितलं, 'या अशा सभा मी दर महिन्याला आयोजित करणार आहे. देवाशपथ, मी एक न्यायी माणूस आहे आणि गुप्त पोलिस खात्याचा प्रमुख या नात्यानं मी इराकी जनतेला त्यांचे प्रिय नातेवाईक कुठे आहेत ते कळवण्याचं माझं कर्तव्य पार पाडीन.'

जबरदस्तीनं चेहऱ्यावर हसू आणत मयादा गर्दीतून वाट काढत बाहेर पळाली. दरवाजाशी पोचते न पोचते तेवढ्यात अलीचा एक सहकारी धावतच तिच्याजवळ आला. आजच्या लोकशाही पद्धतीच्या सभेच्या यशाबद्दल चर्चा करण्यासाठी तिनं मागे थांबावं अशी अलीची इच्छा असल्याचं त्यानं तिला सांगितलं.

मयादा नेहमी खरं बोलत असे, पण आज मात्र क्षणाचाही विचार न करता तिनं उत्तर दिलं, 'मला हे निमंत्रण देण्याबद्दल मी त्यांची आभारी आहे. पण आत्ता मला माझ्या तान्ह्या मुलीकडे जाणं आवश्यक आहे. मी नंतर त्यांच्याशी बोलते.' आणि कोणीतरी तिला त्या ठिकाणातून खेचून बाहेर काढत असावं इतक्या वेगानं ती

तेथून पळत सुटली. अली हास्सन अल-माजीद नावाच्या माथेफिरू माणसापासून ती दूर पळत होती-तो वेडा होता हे तिला आता पक्कं कळून चुकलं होतं-एका बाजूला एका एकुलत्या एका मुलाला मरणाची शिक्षा ठोठावणारा हा माणूस दुसऱ्या बाजूला त्या मुलाच्या आईला ती जिवंत असेपर्यंत काही कमी पडू नये म्हणून एक रक्कमही देत होता. वेगमर्यादा पाळून जेवढ्या वेगानं जाता येईल तेवढ्या वेगानं मयादा मोटार चालवत होती. घरात शिरताच तिनं आपला नाविक पोषाख डोक्यावरून ओढूनच काढला आणि ती स्नानगृहात पाण्याच्या फवाऱ्याखाली जाऊन उभी राहिली. त्या उबदार पाण्याखाली उभं असतानाही तिच्या अंगावर काटा येतच राहिला.

दुसऱ्या दिवशी सकाळी ती आपल्या कचेरीत पोचल्याबरोबर कामिलशी एक अक्षरही न बोलता त्याच्या जवळून पुढे जाऊन थेट सुहैल सामी नादिरच्या कचेरीत शिरली. त्या संपूर्ण नियतकालिकाची जबाबदारी असलेला तो एक अतिशय सज्जन माणूस होता. मयादा आणि सुहैलची खास अशी काही मैत्री नव्हती परंतु त्याला ती आवडत असावी अशी तिची भावना होती.

आदल्या दिवशी घडलेल्या घटनांबद्दल स्वतःचं मत त्याला सांगून तिनं स्वतःची सारी सुरक्षितताच जणू त्याच्या हाती सोपवून दिली.

मयादानं सुहैलला सांगितलं, 'मी त्या माणसाला परत नाही भेटू शकणार- कधीच नाही. मी त्याच्याविषयीचा हा लेखही नाही लिहू शकणार. मी राजीनामा देते. आता यापुढे मी इराकमध्ये पत्रकार म्हणून काम करून शकेन असं मला वाटत नाही.'

सुहैलनं मयादाकडे रोखून पाहिलं. त्यानं तिचं म्हणणं लगेच मान्य केलं. जणू काही त्यानं याबद्दल आधीच विचार केला असावा इतक्या चटकन त्यानं तिच्याशी एकमत असल्याचं मान्य केलं. तो म्हणाला, 'आता माझं ऐक. तुला हे काम सोडून द्यायचं असेल मयादा, तर मी समजू शकतो. पण हे हळूहळू कर. मलाही एकदा असाच अनुभव आलेला आहे. मी एक लेख लिहायला नकार दिला होता आणि माझं काय झालं? मुखाबरातच्या तुरुंगात मी तीन वर्षं कैदेत घालवली. हा लेख तुझं नाव न देता छापता येईल. मग हळूहळू तू राजकीय पत्रकारितेपासून दूर हो, तेच चांगलं होईल.'

सुहैल नेहमी गप्प गप्प का असतो, एकलकोंडा का वाटतो याचं कोडं मयादाला आत्ता अचानकपणे उलगडलं. आता तिला हेही जाणवलं की तो थोडा लंगडत चालतो आणि त्याचा एक हातही काहीसा वाकडाच राहतो. स्वतःच्या शरीरामध्ये त्यानं अनेक आठवणी जपल्या होत्या असं दिसत होतं.

पुढचे काही महिने, मयादाला अली हास्सन अल-माजीदच्या कचेरीतून एकामागोमाग

एक अशी आमंत्रणं येतच होती. लोकशाही पद्धतीच्या पुढील सभांच्या बातम्याही तिनंच द्याव्यात असा अली अल-माजीदचा आग्रह असे. त्या सभा केव्हा आणि कुठे भरणार आहेत याची माहिती तिला दिली जात असे आणि त्या सभांना हजर राहाण्याचा अली अल-माजीदचा निरोपही तिला देण्यात येई. पण तिची तान्ही मुलगी आहे आणि तिला सोडून येणं शक्य नाही ही सबब तिला चांगलीच उपयोगी पडत असे. मयादाची मुलगी लहानच होती आणि लहानपणचे सगळे आजार आणि सर्दीखोकले तिला होतच असत. तेव्हा मयादाला ही सबब खरी ठरवणं सोपंच जात असे. थोड्या दिवसांतच अल-माजीदच्या कचेरीतून निरोप येणं बंद झालं. त्याला तिचा विसर पडावा अशी ती देवाची प्रार्थना करत राहिली.

परंतु तिनं पाहिलेल्या त्या लोकशाही पद्धतीच्या सभेनं तिच्या आयुष्याचे सरळ सरळ दोन भागच होऊन गेले. दोन भाग, पण स्त्री एकच-त्या दिवसापासून मयादाला आपल्या आयुष्यामध्ये काही बदल घडवून आणायलाच हवा अशी एक विलक्षण आच वाटू लागली. एके काळी एक आधुनिक बगदादी स्त्री असलेल्या मयादाचं रूपांतर हळूहळू एका अत्यंत भाविक अशा मुस्लीम स्त्रीमध्ये होऊ लागलं. बुरखा वापरण्यानं तिला शांती मिळू लागली. त्यांच्या जुन्या पारंपरिक भूतकाळालाच ती पुन्हा स्वीकारत असल्याचा तिच्या आईचा रागाचा आरोपही तिला बुरखा वापरण्याच्या निश्चयापासून हटवू शकला नाही.

तिच्या दुसऱ्या मुलाच्या जन्मानंतर मयादानं तिच्या नवऱ्याला घटस्फोट दिला. लवकरच तिचा सगळा आनंद तिच्या मुलांमध्ये-फे आणि अलीमध्ये-आणि कुराणाच्या वाचनामध्ये सीमित झाला. तिचं आयुष्य पुरतंच आणि कायमचं बदलून गेलं होतं.

बलदीयातमधील त्यांच्या कोठडीच्या दारावरच्या धाड धाड आवाजानं ती पुन्हा वर्तमानकाळात आली. दार धाडकन उघडलं गेलं. दोन तगडे पहारेकरी आत शिरले, मयादा चटकन बाजूला सरली.

'बाहेर–बाहेर–चला-सर्वांनी बाहेर निघा चटकन–'

डॉ. सब्बाह समाराच्या दिशेनं सरकत हळू आवाजात म्हणाली, 'ही हलू शकत नाहीये-तिला मार बसलाय.'

'बाहेर-सर्वजण.'

त्यांच्याकडून दयेची अपेक्षा करणंही फुकट आहे हे उमगून डॉ. सब्बाह आणि मुना दोघींनी समाराला आधार देऊन उभं केलं. तिचे पायही जमिनीला टेकत नव्हते. बाकीच्या सर्व सावल्या स्त्रिया भराभर कोठडीच्या दाराशी गोळा झाल्या. त्या गर्दीमध्ये मयादाही खेचली गेली.

प्रमुख तुरुंगाधिकारी त्यांच्या कोठडीच्या बाहेरच उभा होता. उंचापुरा, धिप्पाड, मजबूत छातीचा असा तो माणूस होता. तो आपल्या भीतीदायक चेहऱ्यानं त्यांच्याकडे

पाहात मोठ्यानं ओरडला. 'एका ओळीत उभ्या रहा–सरळ ओळ करा.'

मयादाचं सर्वांग थरथर कापू लागलं.

'सरळ ओळीत उभ्या राहा.' प्रत्येकीकडे रोखून पाहात तो पुन्हा ओरडला. 'आता–या व्हरांड्याच्या टोकापर्यंत चला-चला-भराभर-आत्ता–'

त्या साऱ्या सावल्या स्त्रिया एकमेकींना इतक्या चिकटून उभ्या होत्या की प्रत्येकीला पुढच्या आणि मागच्या अशा दोन्ही बाजूंच्या स्त्रीचा स्पर्श होत होता. भयानक भेदरलेल्या स्त्रियांची एक साखळी-

मयादा रौलाच्या मागे आणि एमानच्या पुढे उभी होती.

'सरळ चला.'

त्या लगेच व्हरांड्याच्या टोकाशी पोचल्याच. एखाद्या बकऱ्यांच्या कळपासारखं त्यांना त्या अरुंद दरवाजातून आत ढकलण्यात आलं. खोलीत पाऊल टाकताक्षणी त्या सर्वांच्या तोंडातून एकच भीतीचा श्वास खेचल्याचा आवाज आला. ती विचित्र खोली म्हणजे एक गुहा होती–खडबडीत भिंती आणि अंधार असलेली–भिंतीशी लघवीनं काठोकाठ भरलेल्या बादल्या ठेवल्या होत्या. मानवी विष्ठेचे ढीग लागलेले होते.

समारानं ओरडून सांगितलं, 'इथेच ते कैद्यांना ठार मारतात.'

सावल्यांच्या तोंडून भीतीचा एक प्रचंड आकांत बाहेर पडला.

प्रत्येक आई आपल्या मुलांची नावं घेऊन रडू लागली. मुलं नसलेल्या सावल्या आपल्या आयांना हाका मारू लागल्या. उघड्या दारातून आणखी काही दणकट पाहारेकरी आत घुसले. सावल्या स्त्रियांवर काठ्या आणि दंडुक्यांचा मारा करत त्यांना भिंतीजवळ ढकलू लागले.

अनेक सावल्या किंचाळत होत्या, 'आता आपण मरणार, नक्की.'

मयादानं मरणाची तयारी केली. ती मोठ्यानं प्रार्थना म्हणू लागली, 'परमेश्वरा, आजपर्यंत माझ्या हातून ज्या वाईट गोष्टी घडल्या असतील त्याबद्दल मला कृपा करून क्षमा कर. माझ्या दोन्ही मुलांना सुरक्षित ठेव. कृपा करून त्यांना इराकमधून बाहेर ने म्हणजे ती दोघं चांगलं आयुष्य जगू शकतील.'

दुःखाच्या स्वरांनी ती खोली भरून गेली.

अंधारातच समारानं हलक्या आणि थरथरत्या आवाजात गायला सुरुवात केली. एक फार जुनं, शेकडो वर्षांपूर्वीपासून चालत आलेलं दुःखी अंगाईगीत ती म्हणत होती. फक्त आता तिनं आजच्या परिस्थितीला योग्य असे बदल त्यात केले होते.

'मी अगदी लहान होते तेव्हाच माझी आई गेली— पण ती मला किती प्रेमानं कुशीत घ्यायची

ते मला अजून चांगलं आठवतंय.

आता मी तुम्हांला विनंती करतेय–या मातीवर हलकेच पाऊल ठेवा–

कदाचित–त्यांनी तिला इथंच कुठं पुरलं असेल–

म्हणून म्हणतेय–या मातीवर हलकेच पाऊल ठेवा.'

तिनं घातलेले नवे शब्द समजून आल्याबरोबर इतर साऱ्याजणीही हलके हलके गुणगुणू लागल्या. त्यांचं गाणं चालू असतानाच आणखी ५ पाहारेकरी खोलीत शिरले. त्यांच्या हातात बंदुका होत्या.

तुरुंगाधिकारी ओरडला, 'भिंतीकडे तोंड करा. मरायला तयार व्हा.'

सगळ्या सावल्या एकमेकींच्या गळ्यात पडून रडू लागल्या. सर्वांत म्हाताऱ्या असलेल्या दोघी सावल्या तर बेशुद्धच झाल्या.

तीन-चार पहारेकरी या बेशुद्ध पडलेल्या स्त्रियांच्या अंगावर धावून आले. त्यांनी त्यांचे केस ओढण्यास आणि तोंडावर फटके मारण्यास सुरुवात केली. त्यांचं कण्हणं आणि इतर स्त्रियांचं किंचाळणं यामध्ये त्या पहारेकऱ्यांचं खुनशी हसणंही मिसळून गेलं.

मयादानं स्वतःला मिटून घेतलं. पृथ्वीवरील हे तिचे शेवटचे क्षण होते. ही देवाची इच्छा होती. तिनं डोळे मिटले आणि चेहरा हातांनी झाकून घेतला. तिनं मरणाची तयारी केली होती कारण तिला दुसरा पर्यायच नव्हता.

तुरुंगाधिकारी कुत्सितपणे त्या स्त्रियांना टोचून बोलत होता. 'बघा-हवं तर तुमच्या देवाची प्रार्थना करून घ्या–पण तो तुमची प्रार्थना ऐकणारच नाही–आज तुमचा देव मी आहे-मी-'

त्याला हसू आवरतच नव्हतं. 'मी तुमचा देव आहे.'

इतर पहारेकरीही त्याला साथ देत हसत होते.

त्यांचं भयंकर हसणं खोलीभर घुमत घुमत फिरत राहिलं.

त्या हसण्यानं मयादाला वेड लागेलसं वाटू लागलं. बंदुकीच्या गोळ्या आता आपल्या शरीरामध्ये घुसतील या कल्पनेनं तिनं आपला श्वास रोखून धरला.

तिला बंदुकी तयार केल्याचे 'क्लिक' असे आवाज ऐकू आले.

पहारेकरी त्यांची हत्यारं सरसावत होते.

सारा रडत म्हणाली, 'आई—आई-ग...'

एका पहारेकऱ्यानं तिच्या तोंडावर एक फटका मारला.

मयादाच्या गळ्यात पडून मुना स्फुंदत होती. 'मला मरता येणार नाही-माझं तान्हं बाळ आहे-त्याला त्याच्या आईची गरज आहे-माझं मरायचं वय नाही झालं'–

मयादाचं मन वेगानं भलतीकडेच चाललं होतं. बंदुकीच्या गोळ्या तिच्या शरीरात शिरतील तेव्हा तिला जे जाणवेल का?

तिला दुखेल का? ती बेशुद्ध होईल का?

पहारेकरी हसतच होते

सावल्या मृत्यूची वाट पाहात उभ्या होत्या.

बंदुकींमधून गोळ्या सुटल्याच नाहीत.

सावल्या वाट पाहातच होत्या.

अखेरीस मयादानं सावधपणे डोळे उघडून अगदी हलकेच शरीर हलू न देता मान मागे फिरवली

सर्व बंदुका जमिनीकडे वळलेल्या होत्या.

त्यांच्या दिशेनं उचलली गेलेली एकच वस्तू होती आणि ती म्हणजे एक कॅमेरा.

इतर स्त्रियांनीही हळूहळू डोळे उघडून पहारेकऱ्यांकडे पाहण्यास सुरुवात केली.

कॅमेरा घेतलेल्या माणसानं फर्मावलं, 'मागे वळा-समोर तोंड करा.'

मयादा एकदम थिजून गेली. बंदुकीच्या गोळ्यांनी होणार असलेल्या त्यांच्या मृत्यूचं चित्रीकरण करण्यासाठी कदाचित या माणसाला बोलावण्यात आलं असेल. अशा घटनांचं चित्रीकरण करण्याचा सरकारचा प्रघात होता हे तिला माहीत होतं. तिचा मृत्यू टेलिव्हिजनवर दाखवण्यात येईल का? तिच्या मृत्यूची बातमी तिच्या मुलांपर्यंत या अशा रीतीनं पोचणार होती का?-टेलिव्हिजनवरच्या एखाद्या कार्यक्रमामधून?

तुरुंगाधिकारी ओरडला, 'तुम्ही फारच जोरदार बायका आहात हं–मला मानलंच पाहिजे–' त्यांच्याकडे पाहात त्यांच्या भीतीचा आणि दु:खाचा तिरस्कार वाटून तो जमिनीवर थुंकला आणि म्हणाला, 'माझ्या घरी माझी बायको, मुली आणि बहिणी यांच्यामध्ये तुमच्यासारखं कोणी नाही म्हणून मी देवाचे आभारच मानतो. त्यांना बाजारात जाऊन भाजी आणायचं सुद्धा माहीत नाही आहे.' त्याच्या घरातील बायका इतक्या पवित्र आणि धार्मिक आहेत की त्या घराबाहेरही पडत नाहीत असा त्याच्या म्हणण्याचा अर्थ होता. 'आणि तुमच्याकडे पाहा-घाणेरड्या गुन्हेगार बाया. तुमच्या कुटुंबांना लाज आणली आहेत तुम्ही. आणि वर भेकडही आहात.'

तो पुन्हा एकदा थुंकला.

मग त्यानं त्यांना सांगितलं, 'तुमची छायाचित्रं घेण्यासाठी तुम्हांला इथं आणलं होतं', आणि मग तो जो हसत सुटला. हसता हसता त्याची दामटीच वळली आणि तो स्वत:च्या मांडीवर थापा देत राहिला.

उरलेले सगळे पहारेकरीही त्याला सामील होऊन हसू लागले. एका पहारेकऱ्यानं त्यांच्या भीतीची नक्कल करायला सुरुवात केली. एका कोपऱ्यात हातपाय आवळून बसत त्यानं साराच्या आवाजात विव्हळण्यास सुरुवात केली, 'आई आई ग–'

पहारेकरी आणखी मोठ्यानं हसू लागले.

काय झालं होतं ते एकदम मयादाला उलगडलं. बलदीयातमधील पहारेकऱ्यांना थोडा कंटाळा आला होता. तो दूर करण्याचा हा उपाय त्यांनी शोधून काढला होता– कैदी स्त्रियांना घाबरवून सोडण्याचा हा नवाच खेळ त्यांना सापडला होता.

सावल्यांपैकी अनेक जणी अजून रडतच होत्या. तिघीजणी बेशुद्ध होऊन जमिनीवर पडलेल्या मयादाला दिसल्या.

मयादा सुन्न होऊन गेली होती. तुरुंगातील तिच्या छायाचित्रासाठी तिला एका विशिष्ट जागी उभं राहण्यास सांगण्यात आलं तेव्हा तिला नुसतं हलणंही कसंबसंच जमलं.

तिचं छायाचित्र घेऊन झाल्यानंतर ती एका कोपऱ्यात जाऊन गुडघ्यांना मिठी घालून इतर स्त्रियांची छायाचित्रं घेण्याचा विधी बघत गप्प बसून राहिली.

एका तासानंतर सर्व स्त्रियांना त्यांच्या कोठडीमध्ये परत नेण्यात आलं, पण कोणाच्याही तोंडातून एक शब्दही फुटत नव्हता.

आपल्या लोखंडी खाटेवर पडून भिंतीकडे तोंड करून मयादा खूप रडली. आज प्रथमच तिच्या रडण्यानं तिला थोडं हलकं वाटत होतं. आज ती मेली नव्हती. कदाचित परमेश्वर तिला तिची मुलं पुन्हा भेटवणारही असेल.

■

७.

छळणूक

त्या दिवशीच्या लुटुपुटूच्या मृत्यूच्या गमतीनं पहारेकऱ्यांना क्रूरपणे वागण्याची चटकच लागली. ती लांबलचक रात्र बलदीयातच्या भिंती किंचाळ्यांनी आणि कण्हण्यानं घुमत राहिल्या.

५२ क्रमांकाच्या कोठडीपासून ही छळ करण्याची खोली थोड्याच अंतरावर होती आणि त्यामुळे मयादाला प्रत्येक हुंदका ऐकू येत होता. अनेक वर्षांपूर्वी तिनं अलेक्झांडर सोल्झेनित्सिनची 'द गुलाग आर्चिपेलागो' ही कादंबरी वाचली होती. त्यामध्ये त्यानं लिहिलं होतं, आपला स्वत:चा छळ होताना होणाऱ्या वेदनांपेक्षा अधिक वेदना दुसऱ्याचा छळ होताना ऐकू येणाऱ्या त्यांच्या हुंदक्यांमुळे होतात. त्याला नक्की काय म्हणायचं होतं ते मयादाला आता कळत होतं.

ती लांबलचक रात्र कासवाच्या गतीनं संपली. बाहेरच्या सिमेंटच्या व्हरांड्यामधून चालत जाणाऱ्या बुटांचे आवाज कैद्यांच्या कानावर पडत होते. मारहाणीचे आवाज कैदी ऐकतच होते. पहारेकऱ्यांचं बोलणं आणि त्यापाठोपाठ ऐकू येणाऱ्या किंचाळ्याही त्यांच्या कानावर पडतच होत्या.

धाडधाड पडणाऱ्या प्रत्येक बुटाच्या पावलाबरोबर सावल्या स्त्रियांना धडकी भरत होती. आपल्या कोठडीच्या दरवाजाच्या कुलुपामध्ये किल्ली फिरत तर नाही ना या भीतीनं त्या थिजून जात होत्या.

पहाट होताच मयादाला मुअझ्झिनचं प्रार्थनेला बोलावण्याचं गाणं ऐकू आलं. 'परमेश्वर महान आहे. एकच देव आहे दुसरा देव नाही आणि मोहम्मद त्याचा प्रेषित आहे. प्रार्थनेला या. प्रार्थनेला या. परमेश्वर महान आहे. एकच देव आहे. दुसरा देव नाही.'

सावल्या स्त्रियांनी पहाटेचं स्वागत केलं. पहाटेचं हे प्रार्थनेला बोलावणं त्यांच्या मनामध्ये थोडी आशा जागवून गेलं. सकाळच्या प्रार्थनेच्या शांततेनंतर,

नव्या दिवसाच्या तयारीला लागलेल्या वीस स्त्रियांच्या गडबडीनं ती कोठडी गजबजून गेली. त्यांनी त्यांचे कपडे नीटनेटके केले. लांब केसांचे अंबाडे वळले आणि मग पाळीपाळीनं स्वच्छतागृहाचा वापर करून झाल्यानंतर त्या शांतपणे न्याहारीची वाट पाहात बसून राहिल्या. सकाळच्या प्रार्थनेनंतर मयादा स्वत:च्या खाटेकडे जाऊन गप्प बसून राहिली. हातांची घडी घालून दोन्ही हातांनी स्वत:च्या दंडांवर थोपटत अस्वस्थपणे ती कोठडीतील इतर स्त्रियांकडे पाहात राहिली.

समाराला अजून फारशी हालचाल करवतच नव्हती. त्यामुळे न्याहारी आल्यानंतर मुनानं तिचं रोजचं काम आपल्या अंगावर घेतलं आणि ते बेचव अन्न सर्वांना वाटून दिलं. मयादानं तिच्यापुढे करण्यात आलेला एक पावाचा तुकडा आणि एक कपभर पाणी हातात घेतलं. त्या लहानशा कोठडीतील सर्व कैद्यांना नीटपणे खाली बसणं शक्य नव्हतं, म्हणून काहीजणी बेचव उसळ, बुरशी आलेला पाव आणि कोमट पाण्याची न्याहारी उभ्यानंच करत होत्या. न्याहारी झाल्यानंतर काही तासांनी त्यांच्या कोठडीच्या दारावर अचानकपणे धडका बसू लागल्या. कुलुपामध्ये किल्ली फिरत असतानाही त्या धडका चालूच होत्या. तीन पहारेकरी गर्दी करून त्या दारातून आत घुसले.

कोठडीतील वीसही स्त्रिया भीतीनं थरथर कापू लागल्या.

एक पहारेकरी ओरडला, 'जमीला, चल–आम्ही थांबलो आहोत.'

कोठडीच्या मागच्या भिंतीशी बसलेल्या स्त्रियांच्या गटाकडे मयादाची नजर वळली. मयादाच्या आधी तीन महिने जमीलाला बलदीयातमध्ये आणण्यात आलेलं होतं आणि तिच्याहून अधिक छळ फक्त समाराचाच करण्यात आला होता. त्या लहानशा कोठडीमध्ये जमीलाकडे दुर्लक्ष करणं शक्यच नव्हतं. ती सतत आपले खांदे अगदी चमत्कारिकपणे, एक खांदा वर तर दुसरा खाली, असा काहीतरी चाळवत असे. तिचं हे करणं अगदी निरर्थक आहे असं सहज वाटत असे.

जमीला कोठडीच्या मागच्या बाजूला बसली होती. तिचा चेहरा भीतीनं आक्रसला होता. तिचं तोंड उघडं पडलं होतं आणि अर्धवट खाऊन झालेला पावाचा तुकडा आणि उसळीचे दाणे तिच्या ओठातून बाहेर सांडत होते. एक क्षणभर थबकून त्या स्त्रीनं पुन्हा खाण्यास सुरुवात केली.

'जमीला'. पहारेकऱ्यानं दुसऱ्यांदा आरोळी ठोकली. एका स्त्रीकडून दुसरीकडे पाहाताना त्याच्या जाड काळ्या भुवया वरखाली होत होत्या.

एक मोठा नि:श्वास सोडत जमीला पहारेकऱ्यांकडे पाहात राहिली. ती अठ्ठेचाळीस वर्षांची स्त्री होती. अनेक मुली आणि एकच मुलगा होता तिला. आदल्या वर्षी तिच्या नवऱ्यावर आणि मुलावर इस्लामी चळवळीत सामील झाल्याचा आरोप ठेवण्यात आला होता. एका मध्यरात्री जेव्हा त्या दोघांना अटक करण्यासाठी गुप्त पोलिस त्यांच्या घरात घुसले होते तेव्हा त्यांना कळून आलं की घरातील दोघेही

पुरुष इराकमधून तुर्कीला पळून गेले होते. पोलिसांनी जमीलाला ओलिस म्हणून ताब्यात घेतलं होतं. तिचा नवरा आणि मुलगा मृत्युदंडाला सामोरे जाण्यासाठी इराकला परत येईपर्यंत जमीला त्यांच्या जागी कैदेमध्ये राहाणार होती. कैदेच्या पहिल्या दिवसापासून जमीला सतत रडत होती. तिचे हे अश्रू तिच्या गोड मुलींसाठी होते. आई आणि बापाचंही छत्र हरवून बसलेल्या त्या गरीब बिचाऱ्या मुली कशा जगत असतील असा प्रश्न तिला छळत राही. पण मुलींच्या काळजीनं जमीलाला धैर्य मात्र दिलं नव्हतं. ती एका भयंकर निराशेच्या आवर्तामध्ये सापडली होती. पहारेकरी दरवाजामध्ये उभा राहून बडबड करत असताना मयादा इतर स्त्रियांप्रमाणे जमीलाकडे बघत होती. आदल्याच दिवशी जमीला मुनाकडून स्वतःच्या पाठीवर आणखी जाड कपड्यांचं आवरण घालून घेत होती, हे मयादानं पाहिलं होतं. 'अशानं मला आणखी थोडं आरामशीर चालतावागता येईल.' असं स्पष्टीकरणही जमीलानं दिलं होतं. ती जाड घडी नीट ठेवून घेण्यासाठी जमीलानं आपला अंगरखा थोडा खाली केला होता तेव्हा तिच्या पाठीवरील असंख्य जखमा-काही वाहात्या आणि काही खपल्या धरलेल्या अशा असंख्य जखमा मयादाला दिसल्या होत्या. त्या जखमांबरोबरच अनेक सुकलेले लाल जांभळे वणही जमीलाच्या पाठीवर होते. आता तिचं ते चमत्कारिक पाठ-खांदे हलवण्यामागचं रहस्य मयादाला उलगडलं, 'एकदा त्या जखमा दुखतात आणि एकदा खाजतात.' जमीला म्हणाली होती.

सावकाशपणे पुढे वाकून जमीलानं आपली उसळपावाची बशी नीट जमिनीवर ठेवली. उसळीवर तो अर्धवट खाल्लेला पाव झाकण घातला. मग काळजीपूर्वक तिनं आपला पाण्याचा ग्लास भिंतीशी सरकवून ठेवला आणि मग ती उठून उभी राहिली.

तिला अटक झाली त्या वेळी तिच्या अंगावर असलेला गुलाबी रंगाचा पोशाखच अजूनही तिच्या अंगावर होता. तीन महिन्यांच्या कैदेनंतर तो पोशाख अगदी मळून गेला होता. ढुंगणावर सैल पडला होता आणि बऱ्याच ठिकाणी फाटलाही होता. तिच्या पायजम्याची रबरी नाडी इतकी सैल होती की तो सतत खाली घसरत असे म्हणून जमीला पायजमा अगदी वर छातीशी बांधत असे. तिचा अंगरखा उघडा होता म्हणून तिनं शांतपणे त्याची बटनं लावली आणि छातीपोटावरून हात फिरवून आपले कपडे नीटनेटके केले.

त्या परिस्थितीमध्ये जेवढं व्यवस्थित होता येईल तेवढं होऊन जमीलानं पहारेकऱ्यांकडे पाहिलं. तिचं कपाळ ताणलं गेलं होतं आणि काळे डोळे खोल गेले होते. एक लहानसं पाऊल पुढे टाकलं खरं पण, तिनं लगेच ते मागेही घेतलं. तिच्याकडे रागानं बघणाऱ्या त्या तीन पहारेकऱ्यांकडे ती टक लावून पाहात राहिली. अडखळत अडखळत एक पाऊल पुढे तर एक मागे अशी ती हलत होती, जणू एखादी अदृश्य दोरी तिला अशी पुढेमागे नाचवत असावी. एका पहारेकऱ्याचा

संयम संपला. 'देवाशपथ-तुला याचा जाब द्यावा लागेल-लक्षात ठेव–' तो ओरडला. जमीला यंत्रासारखी अनवाणी पावलांनी दरवाजाकडे चालत गेली. ती इतकी भेदरली होती की पायांत चपला घालण्याचंही भान तिला उरलं नव्हतं.

सगळ्या सावल्या तिच्याकडे दु:खानं बघत गप्प होत्या. दोन पहारेकऱ्यांनी जमीलाचे दंड धरून तिला खेचतच कोठडीच्या बाहेर नेलं.

कोठडीचा दरवाजा बंद होताच त्यांना एका पहारेकऱ्यानं घातलेल्या शिव्या आणि बिचाऱ्या जमीलाची एकच किंचाळी ऐकू आली.

समाराच्या सूचनांप्रमाणे, मुना, डॉ. सब्बाह आणि मयादा जमीला परत येण्याची तयारी करू लागल्या. त्यांनी ब्लँकेट्स घालून जमिनीवर एक जाड गादी तयार केली. दोन-तीन लहान स्वच्छ फडकी गोळा केली. उरलेलं पाणी एकत्र एका भांड्यामध्ये ओतून ठेवलं. बिचाऱ्या जमीलाच्या ताज्या जखमांची काळजी घेण्यासाठी शक्य तेवढी सगळी तयारी त्यांनी केली होती.

समारानं त्यांना आठवण करून दिली. 'तिच्या पाठीतून खूपच रक्त वाहातं हं-ते रक्त थांबवण्यासाठी-हवंतर माझं एक ब्लँकेट घ्या.'

त्याच क्षणी त्यांना जमीलाच्या किंचाळ्या ऐकू येऊ लागल्या. ती दयेची भीक मागत होती.

सावल्या गप्पपणे एकमेकींकडे पाहात राहिल्या.

जमीलाचं रडणं आणि किंचाळणं जवळजवळ तासभर चाललं होतं.

उसासा टाकत समारा म्हणाली, 'इतकं केविलवाणं रडणं मी आधी कधीच ऐकलं नव्हतं.'

आणि अचानक जमीलाचं किंचाळणं बंद झालं.

सावल्या आता आतुरतेनं तिची वाट पाहू लागल्या.

कैदेच्या या लांबलचक काळामध्ये वफाएनं एका फाटक्या तुटक्या ब्लँकेटच्या दशा काढून त्यांना गाठी मारून मोठ्या कौशल्यानं एक जपमाळ तयार केली होती. आता ही वापरून वापरून झिजलेली जपमाळ हाताहातातून फिरू लागली. सगळ्या जणी जमीला सुखरूपपणे परत यावी अशी प्रार्थना करत होत्या. बराच वेळ वाट पाहिल्यानंतर मयादाला राहवेनासं झालं. ती प्रार्थना करत होती. हात चोळत होती. पुन्हा प्रार्थना करत होती. तिचं हृदय धडधडू लागलं. उत्तरासाठी तिनं समाराकडे नजर टाकली.

अखेरीस मयादानं न विचारलेल्या प्रश्नाला उत्तर देत समारा म्हणाली, 'हो-तुझं बरोबर आहे-काहीतरी विपरीत घडलं आहे हे नक्की.'

काही वेळानंतर एका बसक्या नाकाच्या पहारेकऱ्यानं कोठडीचं दार उघडून विचारलं, 'कैदी जमीलानं काही खाजगी वस्तू इथे ठेवल्या आहेत का?'

सगळयाजणी त्या कुरूप पहारेकऱ्याकडे पाहात होत्या, पण त्याला उत्तर मात्र

कोणीच दिलं नाही.

त्यानं ओरडून विचारलं, 'तिच्या वस्तू कुठे आहेत?'

मुनानं कोठडीत फिरून जमीलाच्या फुटकळ वस्तू गोळा केल्या.

समारानं तिच्या खाटेवरून त्या पहारेकऱ्याला विचारलं, 'जमीला कुठे आहे?'

सगळ्याजणी आशेनं पहारेकऱ्याच्या चेहऱ्याकडे पाहू लागल्या. त्यानं समाराकडे रागानं पाहिलं पण काहीच उत्तर दिलं नाही. जमीलाच्या वस्तू मुना पहारेकऱ्याच्या हातात देत असतानाच एक चप्पल खाली पडली. पहारेकरी आपलं प्रशस्त पोट सावरत ती उचलण्यासाठी खाली वाकला. मुनाच्या हातून जमीलाच्या वस्तू खेचून घेऊन एक शब्दही न बोलता तो कोठडीच्या बाहेर निघून गेला.

समारा चिरक्या आवाजात पुटपुटली. 'अखेरीस मारलंच त्यांनी तिला. मला ठाऊक होतं, हा दिवस कधीतरी येणार असं.'

'त्यांनी कसं मारलं असेल तिला असं तुला वाटतं?' मयादानं मोठ्यानं आश्चर्य व्यक्त करत विचारलं.

'पुष्कळ कैद्यांचं हृदय बंदच पडतं ग मार खाता खाता. मी असे खूप कैदी पाहिले आहेत-अतोनात छळ होत असताना हृदय बंद पडलेले-' समारा हलकेच म्हणाली.

जमीलाचं दु:ख करत असतानाच ५२ क्रमांकाच्या कोठडीचं दार पुन्हा एकदा उघडलं गेलं आणि दोन पहारेकरी आत आले.

त्या दोघांपैकी जो अधिक उंच होता तो फार कडक दिसत होता. त्याच्या हातामध्ये एक आखूड चाबूक होता. सगळ्या स्त्रियांच्या नजरा त्याच्याकडे वळल्या. त्यानं ओरडून विचारलं, 'मयादा निझार जाफर मुस्तफा अल-अस्करी कुठे आहे?'

त्याच्या तोंडून स्वत:चं नाव पुकारलं गेलेलं ऐकताच मयादाला भीतीनं घेरून टाकलं. चाबूकवाल्या माणसाच्या चेहऱ्यावर तिची नजर खिळून राहिली. श्वास घेणं तिला कठीण जाऊ लागलं.

स्वत:च्या पोटरीशी चाबूक ठोकत त्या माणसानं पुन्हा एकदा मयादाचं नाव पुकारलं, 'मयादा निझार जाफर मुस्तफा अल-अस्करी' त्याचा स्वर हे थोर नाव म्हणजे एखादी अपमानास्पद गोष्ट पुकारत असावं असा होता. समारानं हलकेच विचारलं, 'तिची सुटका होणार आहे का?'

त्या माणसाला त्या स्त्रियांविषयी किती घृणा वाटत होती ते त्याच्या उत्तरावरूनच स्पष्ट होत होतं. कमालीची किळस वाटत असावी अशा आविर्भावानं तो थुंकला आणि म्हणाला, 'नाही, तिची सुटका होणार नाही आहे.' आपल्या खरखरीत आवाजात त्यानं तिसऱ्या वेळी मयादाचं नाव पुकारलं.

मयादाच्या हृदयाभोवती आता भीतीची घट्ट पकड बसली होती. आपण अदृश्य

झालो तर किती बरं होईल अशा खोट्या आशेनं तिनं खोलीभर नजर फिरवली. अखेरीस थरथरत्या आवाजात तिनं उत्तर दिलं, 'मी मयादा.' आपल्या जाड भुवया आक्रसत तिच्याकडे कमालीच्या रागानं पाहात, दरवाजाकडे हातातील चाबकानं खूण करत तो अधिकारी ओरडून म्हणाला, 'तू-चल-बाहेर नीघ.'

मयादानं जमिनीवरून उठण्याचा प्रयत्न केला, पण तिच्या शरीरातील ताकद गळूनच गेली होती. इतकं अशक्त तिला आजवर कधीच वाटलं नव्हतं. तिचे खांदे, दंड, कंबर आणि पाय, सगळ्या शरीरातीलच ताकद नाहीशी झाली होती. तिला उठता येणार नाही आणि जेवढा वेळ लागेल तेवढा तो अधिकारी अधिक चिडेल या भीतीनं मयादानं कुशीवर वळून उभं राहण्याचा प्रयत्न केला. तिच्या मनाविरुद्ध हे करावं लागत असल्यानं तिचं शरीर तिला साथ देत नव्हतं. उभं राहण्याच्या प्रयत्नातच तिचा उजव्या बाजूचा एक स्नायू दुखावला गेला. ती हलकेच कण्हली. समारानं फर्मावलं, 'तिला मदत करा कोणीतरी.'

मुना आणि डॉ. सब्बाह दोघीही मयादाला मदत करण्यासाठी पुढे धावल्या.

उभं राहाता राहाता मयादाचं सारं शरीर कोरड्या हुंदक्यांनी गदगदू लागलं. डॉ. सब्बाहनं मयादाचा हात हलकेच दाबला तर मुनानं तिच्या खांद्यावर थोपटल्यासारखं केलं.

धडपडत कोठडीतून बाहेर पडत असताना मयादाच्या कानावर समाराचे शब्द पडले, 'आम्ही तुझी वाट पाहतो बरं चिमणे.'

मयादाच्या पुढे एक आणि मागे असे ते दोघे पहारेकरी चालत होते. त्यांनी तिच्या डोळ्यांवर पट्टी बांधली नव्हती, त्यामुळे तिला थोडी आशा वाटू लागली होती. आपली सुटका होणार की काय या कल्पनेच्या तालावर तिचं मन नाचू लागलं. कदाचित समाराचं म्हणणं खरं असेल, खरोखरच आपली सुटका होणार असेल. हा पहारेकरी तसं काहीही नाही असं म्हणाला आहे खरं पण त्याला आपल्याबद्दल काही माहिती असण्याची शक्यता आहे का? फे आणि अली यांची पुन्हा भेट होणार या कल्पनेनंच मयादाचं हृदय भरून आलं. ती इथं आली त्याच रात्री भेटलेल्या त्या तरुण डॉक्टरनं-हादी हमीदनं तिच्या घरी टेलिफोन करून तिच्याविषयी माहिती दिली असेल. त्याचा निरोप मिळाल्यानंतर फेनं अम्मानमध्ये तिच्या आजीला फोन करून ही हकीकत कळवली असेल आणि मग मयादाच्या सुटकेचा हुकूम जारी होईपर्यंत सल्वा अल-हुसरीनं सद्दामच्या शासनातील प्रत्येक अधिकाऱ्याला फोन करण्याचा सपाटा लावला असेल. तिची आई ही मध्य पूर्वेतीलच नव्हे, तर बहुधा सबंध जगातीलच सर्वांत अधिक चिवट स्त्री होती हे मयादाला स्वानुभवावरून माहीत होतंच की. सल्वा अल-हुसरी तिला हवी असलेली गोष्ट मिळवल्याखेरीज कधीच राहात नसे. हो-असंच घडलं असणार-मयादाचे विचार चालूच होते.

या दोन पहारेकऱ्यांच्या मधून चालत आपण जेथे पोचू तेथे आपल्या सुटकेचा

हुकूम असणार आहे याची मयादाला आता खात्रीच वाटू लागली आणि त्याच आत्मविश्वासानं तिनं तिच्या मागून चालणाऱ्या पहारेकऱ्याकडे वळून पाहिलं. तो तरुण पहारेकरी अजूनपर्यंत एक अक्षरही बोलला नव्हता. त्याला मयादानं विचारलं, 'माझी सुटका होणार आहे का?'

दोघांपैकी कोणीच उत्तर दिलं नाही, पण तिच्या पुढे चालणारा प्रौढ पहारेकरी एकदम थांबला आणि मागे वळला. तिच्याकडे पाहात तो खदाखदा हसूच लागला. मग त्याला काय वाटलं कोणास ठाऊक, एकदम हसणं थांबवून त्यानं कपाळाला आठ्या घातल्या आणि तो तिच्याकडे रोखून पाहू लागला.

त्याची नजर टाळण्यासाठी मयादानं आपली नजर खाली वळवली. तो वळला आणि चालू लागला. ती त्याच्यामागून चालू लागली. आपलं मन आशा आणि भीती या दोन्हीपासून दूरच ठेवण्याचा ती आटोकाट प्रयत्न करत होती. त्या लांबलचक व्हरांड्याच्या मध्याशीच असलेल्या एका दाराशी पोचताच मात्र तिच्या सर्व आशा मावळल्या. त्या पोलादी दरवाजाच्या मागून कण्हण्याचे आवाज ऐकू येत होते. तुरुंगातील ही खोली म्हणजे छळ करण्याची खोली होती. त्या खोलीत कोणा गरीब बिचाऱ्या व्यक्तीचा छळ करण्यात येत होता.

'थांब इथे.' तिला फर्मावून प्रौढ पहारेकरी तेथून निघून गेला.

तरुण पहारेकऱ्याच्या नजरेखाली मयादाला बराच वेळ त्या दाराशी उभं ठेवण्यात आलं. त्या थांबण्यानं तिच्या मनातील शंका दुपटीतिपटीनं वाढल्या.

खोलीच्या आतून ऐकू येणाऱ्या कण्हण्याकडे दुर्लक्ष करण्याचा प्रयत्न मयादा करत होती. त्या दारापाठी काय चाललं असेल हे दृश्य डोळ्यासमोर येऊ नये म्हणून तिनं त्या तरुण पहारेकऱ्याच्या चेहऱ्याकडे टक लावून पाहण्यास सुरुवात केली. त्याचा वर्ण उजळ होता आणि डोळे फिकट राखाडी रंगाचे होते. चेहरा हसतमुख होता. जेमतेम वीस-एक वर्षांचा असेल-जास्त नाही-म्हणजे लहानच की-मयादाच्या मनात आलं.

तिची स्वत:वर खिळलेली नजर जाणवून तो तरुण पहारेकरी वळला. डोळे बारीक करून त्यानं तिच्याकडे रोखून पाहिलं. पहिल्या प्रथमच तो मयादाकडे सरळ पाहात होता. तिनंही त्याच्या नजरेला नजर दिली. तो कुत्सितपणे हसत तिला म्हणाला, 'काय पाहाते आहेस, थेरडे कुत्रे?'

मयादानं नजर खाली वळवली. इतक्या तरुण वयात इतकी कटुता कशी निर्माण होऊ शकते, असं त्याला विचारावं असं तिच्या मनात आलं. पण तिनं तसं केलं नाही.

छळाच्या खोलीचं दार धाडकन उघडलं गेलं. दरवाजामध्ये एक प्रचंड माणूस उभा होता, एवढा धिप्पाड माणूस मयादानं आजवरच्या आयुष्यात कधीच पाहिला नव्हता. दरवाजामधून बाहेर पडताना त्याला खाली वाकून आणि तिरपं होऊन बाहेर

निघावं लागलं एवढा तो उंच आणि रुंद होता. घाईघाईनं तो बाहेर येताच मयादाएवढाच बावरून जाऊन तो तरुण पहारेकरीही चटकन त्याच्या वाटेतून बाजूला झाला. त्या प्रचंड माणसाच्या खांद्यावर एक बेशुद्ध व्यक्ती होती, हे मयादाला दिसलं. त्याच्यामागे दरवाजा पुन्हा धाडकन बंद झाला.

मागे सरकून उभी राहिलेली मयादा त्या पांढुरक्या पडलेल्या कैद्याकडे घाबरलेल्या नजरेनं पाहू लागली. त्या कैद्याचा चेहरा पांढराफटक आणि सैल पडला होता. त्याचं डोकं पुढे-मागे हेलकावत होतं. त्याचे हातपाय अगदी चमत्कारिक पद्धतीनं वेडेवाकडे झाले होते. त्याच्या पायजम्याच्या पुढच्या भागावर एक मोठा ओलसर डाग पडला होता. त्या बिचाऱ्या प्राण्यानं भीतीनं आणि यातना सहन न होऊन स्वत:वरचा ताबा सुटून पायजम्यातच लघवी केली होती हे उघडच होतं.

त्या प्रचंड माणसाच्या चेहऱ्यावर सरकून जाणाऱ्या प्रत्येक भावनेकडे मयादा निरखून पाहात होती. त्याची नजर तिच्याकडे वळताच तिला कळून चुकलं की तिची सुटका करण्यासाठी तिला येथे बोलावण्यात आलेलं नाही. तिचा छळ करण्यात येणार होता.

एका क्षणामध्ये सगळं बदलूनच केलं. कसलीही पूर्वसूचना न देता त्या प्रचंड माणसानं आपल्या खांद्यावरचं ओझं त्या तरुण पहारेकऱ्याकडे फेकलं. त्या वजनानं तो किंचितसा धडपडला.

पळून जाण्यासाठी मयादा वळणार तोच त्या धिप्पाड माणसानं तिच्यावर झडप घातली आणि तिचा हात इतक्या जोरानं हिसकला की ती घसरून पडणारच होती. त्यानं तिला स्वत:च्या मागे खेचत छळ करण्याच्या खोलीमध्ये नेलं. मयादाच्या तोंडातून बाहेर फुटू पाहणारी किंचाळी त्याच्या अक्राळविक्राळ पंजाच्या तिच्या गळ्यावरील पकडीनं थांबवली.

त्या हाताची पकड गळ्याभोवती पडल्यावर मयादा आपला जीव कसा वाचवावा एवढाच विचार करू शकत होती. फे आणि अलीला तिची गरज होती. मनातील भीतीशी सामना करत तिनं आपलं डोकं ताळ्यावर ठेवण्याचा प्रयत्न सुरू ठेवला. आजूबाजूला काय आहे याचं निरीक्षण करायला तिनं सुरुवात केली. ही छळ करण्याची खोली ५२ क्रमांकाच्या कोठडीपेक्षा फारशी मोठी नव्हती. तिनं यापूर्वी कधीही न बघितलेली माणसं खोलीच्या अंधाऱ्या कोपऱ्यांमध्ये उभी होती. लवकरच ती माणसं तिच्याजवळ येऊ लागली. तिला अटक झाली त्या दिवशीही मयादा इतकी घाबरली नव्हती एवढी ती आत्ता घाबरून गेली.

त्या प्रचंड माणसानं मयादाला जमिनीवर फेकलं आणि छळ करणाऱ्या पहारेकऱ्यांपैकी एकानं तिच्या कमरेवर लाथ घालून तिचं स्वागत केलं. ती दचकूनं कळवळून ओरडली तेव्हा तो कुत्सितपणे हसला आणि म्हणाला, 'मयादा निझार

जाफर मुस्तफा अल-अस्करी, तुझं स्वागत असो.'

त्याला उलट उत्तर देण्याचं धैर्य गोळा करण्याचा मयादानं खूप प्रयत्न केला, पण ती फारच एकटी होती आणि ते खूपजण होते.

त्या राक्षसानं तिला एका जुन्या लाकडी खुर्चीमध्ये फेकलं. त्या खुर्चीवर अनेक खुणा होत्या. ती विरोधामध्ये काही बोलणार तोच दोन माणसं उडी मारतच पुढे आली आणि काही पांढऱ्या प्लॅस्टिकच्या पट्ट्यांनी त्यांनी तिला त्या खुर्चीशी बांधून टाकलं.

काही सेकंदांतच तिला हालचाल करणं अशक्य होऊन गेलं. त्या मजबूत पट्ट्यांमधून सुटका करून घेण्यासाठी तिनं बरीच धडपड केली, पण आता ती खरोखरच असहाय्य बनली होती.

तिच्या डोळ्यांवर एक अतिशय प्रखर उजेडाचा झोत पडला.

भीतीनं थरथर कापत असतानाही तिनं तिच्या डोळ्यासमोर दिसत असलेल्या एकुलत्या एका चेहऱ्यावर लक्ष केंद्रित केलं. एका बारीकशा शरीरावर बसवलेलं एक मोठाड डोकं आणि कुरूप, लालवटलेला चेहरा असलेला एक माणूस तिच्याकडे पाहात होता.

'हं–तू शिया लोकांना पाठिंबा देणारी आहेस तर–' मयादाच्या डोक्याभोवती हातातील रबरी दंडुका फिरवत त्यानं आरोप केला.

खोलीच्या मागच्या भागातून एका आवाजानं तिच्यावर आणखी एक आरोप केला– 'ती त्यांच्याबरोबर कट-कारस्थानं रचत असते.'

आणखी एक आवाज ओरडून म्हणाला, 'असं वागलं की नको ते भोगावं लागणारच.'

या सगळ्या आरोपांनी मयादा बुचकळ्यात पडली. मध्यममार्गी सुन्नी आईवडिलांच्या देखरेखीखाली ती मोठी झाली होती. तिच्या आईवडिलांच्या मित्रमंडळीमध्ये आणि कामानिमित्त भेटणाऱ्या लोकांमध्ये सर्व पंथांचे लोक होते. मयादाला कोणत्याही इराकी व्यक्तीबद्दल कधीही कसलाही पूर्वग्रह नव्हता-मग ती व्यक्ती सुन्नी असो, शिया असो, ख्रिश्चन असो की ज्यू असो. तिचे कर्मचारी शियापंथीय होते. तिच्या छापखान्यामध्ये ती कोणत्याही माणसाचं किंवा कंपनीचं काम स्वीकारत होती-फक्त त्यांच्याकडे छपाईची कायदेशीर परवानगी असली म्हणजे झालं आणि तिनं हा व्यवसाय सुरू केल्यापासून सरकारविरोधी काहीही छापण्याची विनंतीही तिला कोणी केली नव्हती.

अचानक मयादाला काहीतरी आठवलं. काही महिन्यांपूर्वी तिनं शियापंथीयांची काही साधी प्रार्थना पुस्तकं छापण्याचं काम घेतलं होतं खरं. ती पुस्तकं तर आता या संकटाचं कारण नसतील ना? प्रार्थनापुस्तकं छापणं बेकायदेशीर असलं तर ही माहिती तिला कोणीच दिली नव्हती. पण मयादाला एवढं माहीत होतं की

सद्दामच्या सरकारला इराकमधील शियापंथीयांशी संबंधित असलेल्या प्रत्येकच गोष्टीचा राग होता.

तिच्या मनामध्ये दाटून आलेली भीती लपवण्याचा आटोकाट प्रयत्न करत तिनं आपला विरोध दर्शवण्याचा निष्फळ प्रयत्न केला. 'मी काहीच गुन्हा केलेला नाही.'

तिच्यामागे कसलीही हालचाल जाणवून ती आणखीच घाबरली. तिला सर्व बाजूंनी घेरण्यात आलं आहे हे तिला समजून चुकलं.

तो मोठ्या डोक्याचा माणूस पुढे झाला आणि त्यानं मयादाच्या चेहऱ्यावर तीन जोरदार फटके मारत म्हटलं,

'शियांना पाठिंबा देणाऱ्यांचं हे असं होतं.'

पुन्हा एकवार ती दचकून किंचाळली.

त्या छळकर्त्यानं हातानंच एक खूण केली आणि एका अदृश्य हातानं तिच्या डोळ्यावर एक पट्टी चढवली.

आपल्या भीतीवर ताबा मिळवत सगळ्यांना ऐकू जावं म्हणून मयादा स्पष्टपणे म्हणाली, 'मी एक निरपराध स्त्री आहे.'

उत्तरादाखल तिच्या कानावर एक भयंकर हसणं पडलं.

तिच्या चेहऱ्यावर पुन्हा फटके बसले.

तिच्या घोट्यांवर लाथा मारण्यात आल्या.

रबरी दंडुका तिच्या बोटांवर बसला.

ती किंचाळली.

आणखी एक फटका-त्यापाठोपाठ 'गप्प बस.' हा हुकूम.

सगळ्या बाजूंनी घेरली गेल्यावर तिचं हृदय इतक्या जोरानं धडधडू लागलं की तिला प्रत्येक ठोका स्पष्टपणे ऐकू येऊ लागला.

उजव्या पावलातील सँडल ओढून काढला जात आहे असं मयादाला जाणवलं. त्या पावलाच्या अंगठ्यावर एक चाप दाबला गेला. एका धसमुसळ्या हातानं तिच्या केसांवरील वस्त्र ओढून दूर केलं आणि दुसऱ्या एका हातानं तिच्या उजव्या कानाच्या पाळीलाही तसाच एक चाप बसवला.

चापांची वेदना आणि डोळ्यावरील पट्टी या दोन्ही गोष्टींमुळे मयादाला हरवल्यासारखं झालं, पण त्यातूनही काहीतरी जड सामान जमिनीवरून सरकत आपल्याजवळ आणलं जात आहे हे तिला ऐकू आलं. काहीतरी भयानक केलं जाणार आहे याची तिला कल्पना आली.

'परमेश्वरा, फे आणि अलीसाठी तरी मला वाचव.' ती मनोमन देवाची प्रार्थना करू लागली.

एक आवाज एकदम ओरडून म्हणाला, 'फितूर लोकांना अशी शिक्षा होते.'

एखादं यंत्र चालू झाल्यासारखा आवाज आला आणि एकदम विजेचा पहिला प्रवाह तिच्या साऱ्या शरीरातून झणकन वाहिला. वीज तिच्या मानेतून काखांमध्ये आणि पायांवरून वर मांड्यांमध्ये घुसली. तिच्या साऱ्या शरीराला आगच लागल्यासारखं तिला भासलं. हुंदके देत, श्वास घेण्यासाठी धडपडत तिनं एक मोठा उसासा टाकला, 'आ-आ-आ–'

विजेचा प्रवाह पुन:पुन्हा तिच्या शरीरातून सोडण्यात आला. तिचं सारं शरीर इतक्या जोरानं थरथरू लागलं की त्या झटक्यांनी तिचं डोकं खुर्चीच्या पाठीवर आपटत राहिलं. यातना असह्य झाल्या.

ती दयेची याचना करत किंचाळली, 'प्लीज–थांबा-थांबा–'

पुन्हा मोठ्यानं हसणं तिच्या कानावर पडलं.

'प्लीज–नको-नको-'

एक मिनीटभरासाठी त्यांनी विजेचा प्रवाह बंद केला.

ती इतकी हतबल झाली होती की तिच्या तोंडातून शब्दच फुटत नव्हता. पण एका आवाजानं तिला दरडावून विचारलं ते तिला ऐकू आलं, 'इराकच्या विरुद्ध कट रचत असलेल्या शिया लोकांची माहिती दे.'

कण्हतच तिनं मान हलवली. बोलण्याचा प्रयत्न केला तेव्हा तिच्या तोंडून काही निरर्थक आवाज तेवढे बाहेर फुटले. तिची जीभ कामच करत नव्हती.

'तू ठरव काय करायचं ते. आम्हांला नावं सांग.'

तिनं पुन्हा एकदा मान हलवली.

कोणाच्या तरी पावलांचा आवाज आला आणि पुन्हा एकदा त्या यंत्राचा घडघडाट सुरू झाला. विजेच्या प्रवाहाचा स्पर्श होण्याआधीच ती मोठ्यानं किंचाळली.

वीज तिच्या शरीराच्या सर्व भागांमध्ये खोलवर घुसत राहिली आणि ती किंचाळत रडत राहिली.

मयादाच्या डोळ्यांवर बांधण्यात आलेल्या पट्टीमुळे तिचं जग तिच्या धमन्यांमध्ये, स्नायूंमध्ये जाळत चाललेल्या विजेच्या प्रवाहापुरतंच मर्यादित होऊन गेलं.

या यातना कधीच संपणार नाहीत असं तिला वाटू लागलं, तोच मयादाला एका स्त्रीची उंच आवाजात फोडलेली किंकाळी ऐकू आली. अशा प्राणांतिक वेदनेचा स्वर तिनं यापूर्वी कधीही ऐकलेला नव्हता. शुद्ध हरपण्यापूर्वी मयादाच्या तोंडून त्या दुर्दैवी प्राण्यासाठी मनापासून दयेची याचना करणारी एक प्रार्थना उमटली.

एका तासानंतर ५२ क्रमांकाच्या कोठडीचं दार उघडलं गेलं आणि मयादाला आतल्या सिमेंटच्या जमिनीवर फेकण्यात आलं.

ती बेशुद्धच होती. तिला शुद्धीवर आणणं सावल्यांना जमत नव्हतं.

मयादाच्या दृष्टीनं पुढचे काही तास शुद्धी-बेशुद्धीचेच होते.

तो एक सुंदर सूर्यप्रकाशाचा दिवस होता. ती बैरूतमध्ये एक आइस्क्रीम खात बसली होती. एका गुलाबी रंगाच्या हवेलीच्या गच्चीकडे तिनं मान वर करून बघितलं. तेथे जीदो साती आणि तिचे वडील शेजारी शेजारी उभे होते. दोघांच्याही चेहऱ्यावर हास्य होतं आणि मयादानं धावत वर येऊन त्यांच्या सुरक्षित कुशीमध्ये शिरावं म्हणून दोघेही हात हलवून खुणावत होते. लवकर त्यांच्याजवळ जाऊन पोचावं म्हणून मयादानं आपला वेग वाढवला, पण ती कितीही वेगानं धावली तरी ती आणि ते दोघे यांच्यातील अंतर काही कमी होतच नव्हतं. उलट ते अंतर वाढतच चाललं होतं. तिचे आजोबा आणि वडील दूर दूर जाऊ लागले तशी मयादा कमालीच्या निराशेनं रडू लागली. काही वेळानं तर कोणत्याशा अनाम भीतीचा पगडा बसून ती किंचाळूही लागली. तिच्या बुबुळांवर सिगरेटी चुरडून विझवण्यात येत होत्या. हातापायांना बेड्या ठोकून कोपरं आणि गुडघे यांच्यामध्ये एक लांब काठी अडकवण्यात आली. तिला छतावरून लोंबकळणाऱ्या एका हुकाला टांगण्यात आलं. एका टायरमध्ये तिला घालून गोलगोल गडगडवण्यात आलं. एका टेबलावर तिला बांधून घालून तिच्या उघड्या पावलांवर फटके मारण्यात आले. तिच्या हातांना दोन पट्ट्या बांधून छताच्या पंख्याला तिला लटकवण्यात आलं. पंख्याला लटकलेल्या अवस्थेमध्ये गोलगोल फिरत असताना ती काळानेही मागे मागे जात राहिली. थेट तिच्या बालपणामध्ये.

बहुतेक सर्व उच्चवर्गीय इराकी लोकांप्रमाणे मयादाचे आईवडीलही सप्टेंबरपासून मेपर्यंत बगदादमध्ये राहात असत आणि जून, जुलै आणि ऑगस्ट या उन्हाळ्याच्या महिन्यांमध्ये ते मध्यपूर्व आणि पश्चिम युरोपात प्रवासाला जात असत.

प्रवास करत नसे तेव्हा मयादा तिचे आईवडील आणि दाई यांच्याबरोबर तीग्रिस नदीच्या किनाऱ्यावरील एका सुंदर जुन्या बंगल्यात राहात असे. तशा सुंदर बंगल्यांची एक रांगच तेथे होती आणि त्या बंगल्यांमध्ये निझारची आई आणि तारिक, झैद आणि कैस हे त्याचे तीन भाऊ राहात असत. बंगल्यांच्या उघड्या खिडक्यांमधून नदीवरील थंड वाऱ्याची झुळूक घरात शिरत असे आणि घराभोवतीच्या शांत, झाडांनी वेढलेल्या बगिच्यांमध्ये खेळत राहात असे. त्यांचा तो छोटासा विभाग इतका सुरक्षित होता की कुटुंबातील दाया मयादा आणि तिच्या भावंडांना एका बगिच्यामधून दुसऱ्या बगिच्यामध्ये धावपळ करण्यास खुशाल परवानगी देत असत. त्यांच्यावर सतत नजर ठेवण्याची काही गरजच नसे. त्यांचा छोटासा काळा कुत्रा स्कॉटी त्यांच्या मागेमागे धावत असे.

ते बालपणाचे दिवस म्हणजे मयादाच्या आयुष्यातील सर्वांत निष्काळजी दिवस होते. पोहोणं हा एक आवडता खेळ होता आणि मयादा त्यामध्ये पारंगत होती. अब्दिया सूर मारण्यात अधिक तरबेज होती. असे अनेक दिवस चक्क

सूर्यप्रकाशामध्ये पोहल्यानंतर त्या छोट्या मुलींचा रंग चांगलाच लालकाळा होऊन जात असे आणि मग त्यांचे वडील त्यांना कौतुकानं 'माझ्या दोन छोट्या मासोळ्या' असं म्हणत असत.

सल्वा ही काही पारंपरिक अर्थानं गृहिणी नव्हती. कारण स्वयंपाक करणं किंवा साफसफाई करणं हे ती कधी शिकलीच नव्हती. परंतु नोकरांकडून ही सर्व कामं करून घेण्यात तिचा हात कोणी धरू शकलं नसतं. त्यामुळे तिचं घर अगदी उत्कृष्ट पद्धतीनं ती चालवत असे. बगदादमधील सर्वांत छान पार्ट्या सल्वाच्या असत ही तिच्या मुलांच्या दृष्टीनं तर फारच चांगली गोष्ट होती.

सल्वा तिच्या मुलींना त्यांच्या वाढदिवसाची दुहेरी पार्टी देत असे. ही पार्टी त्यांची शाळा संपून सुटी लागण्याआधी आणि हे कुटुंब त्यांच्या प्रवासाला निघण्याआधी होत असे. म्हणजे मुलींना त्यांची इराकी मित्रमंडळी आणि चुलत भावंडं यांच्याबरोबर वाढदिवस साजरा करता येत असे. वाढदिवसाची ही पार्टी म्हणजे बगदादमध्ये एक चर्चेचा विषय होत असे, कारण सल्वा कित्येक महिने आधीपासून त्याची तयारी करू लागलेली असे. लेबाननहून शोभेची दारू आणवण्यात येत असे, तर वाढदिवसाच्या केकची सजावट लंडनहून येई. केक कसला असावा हे मुली ठरवत. बहुधा चॉकलेट, ऑरेंज, वॅनिला किंवा लेमन–पण पार्टीची मूळ कल्पना सल्वा ठरवत असे. एका वर्षी जर बदामाच्या आकाराचा केक असेल तर पुढच्या वर्षी आगगाडीचा केक असे. असंख्य भेटी ठेवण्यासाठी सल्वानं लंडनच्या हॅरॉड्स या दुकानातून खास टोपल्याही मागवल्या होत्या.

ती अनेक प्रकारचे खेळही आयोजित करत असे. खजिन्याच्या शोधामध्ये मुलं लपवून ठेवलेली खेळणी शोधत असत. जे मूल सर्वांत जास्त खेळणी शोधून काढत असे त्याला काहीतरी बक्षीस-एखादं भलं मोठं खेळणं-देण्यात येई. गाढवाला शेपटी लावण्याचा खेळ खेळण्यात येई. गोळ्या आणि चॉकलेटं भरलेली एक मोठी थोरली कागदी पिशवी टांगण्यात येई. मुलांचे डोळे बांधून त्यांच्या हातात एक बेसबॉलची बॅट दिली जाई. बॅटच्या फटक्यानं पिशवी फुटली की सगळी गोळ्या-चॉकलेटं खोलीभर उधळली जात.

परंतु या सगळ्या मौजमजेच्या आवरणाखाली इराकी राजकारणाचं कटु वास्तव सतत खदखदत राहात असे. इराकी जनतेला आपल्या देशातील शांतता फार काळ टिकवून धरणं जमतच नसावं. अनेक वर्षांपूर्वी जाफरचा मृत्यू झाल्यानंतर आलेली सर्वच इराकी सरकारं हिंसक उठाव आणि राजकीय बंडाळी यांनी ग्रासलेली होती. यामुळे आधुनिक इराकचा इतिहास डागाळला जात होता. या अशांततेचा परिणाम प्रत्येक इराकी व्यक्तीच्या आयुष्यावर झाला होता. तिच्या बालपणात, मयादाला अनेक ठिकाणी राहावं लागलं होतं, कारण या राजकीय अस्वस्थतेच्या

काळामध्ये कुटुंबाच्या सुरक्षिततेसाठी राजकीय घटना लक्षात घेऊन तिच्या आईवडिलांना वेळोवेळी राहण्याची ठिकाणं बदलणं भागच पडत होतं.

१९५८च्या उठावामध्ये संपूर्ण इराकी राजघराणं मारलं गेल्यानंतर मयादाचं कुटुंब बैरूतमध्ये राहू लागलं. १९६१मध्ये हे कुटुंब अजूनही अशांतच असलेल्या इराकमध्ये परतलं खरं, पण निझारनं थोड्याच काळात आपली पत्नी आणि मुलींना घेऊन पुन्हा बैरूतच्या सुरक्षित वातावरणामध्ये निघून जाणंच पसंत केलं.

इराक सोडून आल्याचं दुःख होतंच, पण बैरूतमधील आयुष्यही मजेचं होतं यात शंका नाही. बैरूतमधील हाम्रा रस्त्यावर अल-मदीना फार्मसीच्या वरच्या मजल्यावर एका प्रशस्त घरामध्ये हे कुटुंब राहात असे. शेजारी 'शांती' नावाचं एक फ्रेंच चॉकलेट्सचं दुकान होतं. चॉकलेटचा वास त्या संपूर्ण इमारतीमध्ये दरवळत असे. त्यामुळे मयादा आणि अब्दियाच्या लहानपणच्या आठवणींना चॉकलेटचा सुगंध जडलेला होता. मयादा जेमतेम सहा वर्षांची होती, तेव्हा एक अधिक गंभीर संकट तिच्यासमोर उभं ठाकलं. एक दिवस तिच्या आईनं तिला बाजूला घेतलं आणि एक अतिशय सुंदर अशी मोत्याची अंगठी तिला भेट दिली. मयादाचे आई आणि वडील एका दूरच्या प्रवासाला निघाले होते आणि ते परत येईपर्यंत मयादानं ती अंगठी जपून ठेवायची होती. मोठी बहीण असल्यानं तिनं अब्दीयाची काळजी घ्यायची होती आणि तिला सांभाळायचं होतं. मयादा घाबरून गेली. हे काहीतरी अनपेक्षितच घडल होतं. ती तिच्या आईच्या गडद तपकिरी डोळ्यांमध्ये रोखून पाहत राहिली. तिला मागे का ठेवलं जात आहे हे तिला कळत नव्हतं. मयादा, अब्दिया आणि त्यांच्या दोघी दाया यांना त्यांचे आजोबा साती यांच्याकडे ठेवण्यात आलं, पण आजोबा सातीदेखील तिला फुलवू शकले नाहीत. त्या वर्षी सतत पडणाऱ्या पावसामुळे त्यांचं बाहेर जाणं कमी झालं होतं. त्या मोत्याच्या अंगठीला कुरवाळत मयादा बाल्कनीमध्ये आपल्या आईवडिलांची वाट पाहात तासन्‌तास उभी राहत असे.

तिच्या चाळीस वर्षांच्या वडिलांना आतड्याचा कर्करोग झाल्याचं निदान झाल्यामुळे तिच्या आईवडिलांना या दूरच्या प्रवासाला जावं लागलं होतं. ही गोष्ट तिला नंतर बऱ्याच वर्षांनी कळली होती. निझारची सर्वांत मोठी भीती होती ती ही की, त्याच्या मुलांना बापाच्या छत्राशिवाय मोठं व्हावं लागेल-त्यालाही असंच बापाच्या छत्राशिवाय जगावं लागलं होतं-त्याचे वडील जाफर असेच लहानपणी पोरके झाले होते आणि त्यांचे वडील-मुस्तफा यांनाही हेच दुःख सहन करावं लागलं होतं. अल-अस्करी घराण्यातील पुरुषांना हा अकाली मरणाचा शापच आहे की काय अशी शंकाही निझार आजकाल व्यक्त करू लागले होते.

हे कुटुंब बैरूतमध्ये आनंदात जगत असलं तरी त्यांचं इराकवरील प्रेम अजिबात उणावलं नव्हतं. इराकमधील नाटकं आता संपली असतील अशा

कल्पनेनं हे कुटुंब बाडबिस्तरा आवरून १९६२च्या अखेरीस बगदादमध्ये परतलं. काही दिवसांच्या अवधीतच त्याचं पूर्वीचं सुखी आयुष्य पुन्हा पूर्वीसारखंच सुरू झालं. १९५८ नंतर प्रथमच निझारला थोडं हायसं वाटू लागलं. मग पुन्हा एकदा दैवाचे वारे फिरले आणि ८ फेब्रुवारी १९६३ या दिवशी बाथ पार्टीच्या हातात इराकची सत्ता गेली. या कुटुंबातील व्यक्तींना काही तोशीस लागली नाही, परंतु बाथ पार्टीनं निझारच्या खाजगी मालमत्तेमधील काही मालमत्ता जप्त केली. निझार काही भेकड माणूस नव्हता. त्यांनी बाथ पार्टीच्या अधिकाऱ्यांना याचा जाब विचारला. त्यांनी ठामपणे सांगितलं की त्याची मालमत्ता अशी जप्त करता येणार नाही. बाथ पार्टीच्या नेत्यांनी 'ही तात्पुरती घटना आहे.' असं सांगून निझारची समजूत घातली, पण त्यांचा स्वर काही वेगळंच सांगत होता. ते त्यांना स्पष्टपणे सुचवत होते की, त्यांच्या स्वतःच्या मालमत्तेवर त्यांचा काहीही हक्क नाही आणि त्यामुळे साहजिकच बाथ पार्टीच्या नेत्यांची ही वचनं म्हणजे दुसरंतिसरं काही नसून फक्त खोटं बोलणं आहे असं समजून ते फार काळजीत पडले होते. सशस्त्र सैनिकांच्या वेढ्यात सापडलेल्या निझारना आता फक्त आपल्या मुलींसाठी जगण्याची इच्छा होती आणि म्हणून त्यांनी ते बदल घडवून आणू शकत नसलेल्या या सर्व गोष्टींचा निमूटपणे स्वीकार केला.

निझारचा आतड्याचा कर्करोग पुन्हा उपटला आणि निझार अल-अस्करी कुटुंबामध्ये राजकारण मागे पडलं. ते जगण्याची धडपड करत होते, परंतु बगदादमधील नन्स हॉस्पिटलमधील ५२ क्रमांकाच्या खोलीत त्यांच्या लक्षात येऊन चुकलं की, आता या पृथ्वीवरील त्यांची पत्नी आणि मुलींसोबतचे घालवण्याचे त्यांचे दिवस फार थोडे राहिले आहेत.

ते त्या तिघींना 'माझ्या तीन मुली' असं म्हणत असत. त्यांच्या या तीन मुली संधी मिळेल तेव्हा त्यांच्या बिछान्याभोवती असत. जगण्याच्या प्रबळ इच्छेमुळेच त्यांचं आयुष्य वाढत होतं. रोज दुपारी शाळा सुटल्यानंतर मयादा आणि अब्दिया त्यांना भेटण्यासाठी हॉस्पिटलमध्ये येत असत. त्यांचा मृत्यू जवळ आल्यानंतर त्यांना काही दिवसांसाठी घरी जाण्याची परवानगी देण्यात आली. घरी त्यांना इंजेक्शन आणि औषधे देण्यामध्ये मयादा त्यांच्या परिचारिकांना मदत करत असे. परंतु लवकरच निझारना ५२ क्रमांकाच्या खोलीमध्ये हलवावं लागलं आणि तेथेच एका सकाळी त्यांचा मृत्यू झाला. मृत्यूपूर्वी त्यांना झालेली उलटी साफ करणाऱ्या परिचारिकेचे आभार मानायला निझार विसरले नव्हते. मयादा आणि अब्दियाला निझारच्या मृत्यूचा त्यांच्या आईनं पाठवलेला निरोप त्यांच्या शाळेमध्ये मिळाला. मुख्याध्यापकांच्या खोलीमध्ये मयादा सुन्न होऊन उभी राहिली. तिच्या वडिलांचा मृत्यू अचानकपणे झाला असावा असं दुःख तिला झालं होतं.

आता, बलदीयातमधील तिच्या ५२ क्रमांकाच्या कोठडीमध्ये अर्धबेशुद्धावस्थेमध्ये मयादाला फे आणि अलीची आठवण होत होती. तिनं तिचे वडील गमावले होते, तसं तिच्या मुलांना भोगावं लागू नये असं तिला वाटत होतं. ती त्यांना हाका मारू लागली, 'फे–अली–माझ्याजवळ या बरं–'

'मयादा-मयादा-ऐकू येतंय का मी काय म्हणतेय ते–डोळे उघड-मयादा' समारानं वाकून मयादाचा चेहरा ओल्या फडक्यानं पुसून काढत म्हटलं, 'मयादा-मयादा-जागी हो–'

मयादाची जीभ हलकेच ओठांवरून फिरली. जळक्या लाकडासारखी काहीशी चव तिच्या तोंडामध्ये होती. कोणीतरी तिचं डोकं उचलून तिच्या तोंडाशी पाण्याचा ग्लास धरला. तिनं पाण्याचे काही घोट घेतले. तिला काही कळतच नव्हतं. तिची मुलं कुठे होती? ती स्वत: कुठे होती हेही तिला आठवत नव्हतं. तिनं डोळे उघडले. अनेक बायकी चेहरे प्रेमानं तिच्याकडे डोकावून बघत होते.

'मयादा-मी समारा–तू परत आली आहेस आमच्यामध्ये- बावन्न क्रमांकाच्या कोठडीत.'

अजूनही गोंधळलेली मयादा पुटपुटली, 'तू कोण आहेस?'

फिकटसं हसत तिच्याजवळ उभ्या असलेल्या स्त्रीनं उत्तर दिलं, 'मी समारा.'

मयादानं पुन्हा डोळे उघडले, 'समारा?'

'हो-मी समारा-मी इथे आहे, चिमणे.'

थोडीशी हालचाल करतानाच मयादा कण्हली. तिचं सारं अंग ठणकत होतं. 'काय झालं? फे आणि अली कुठे आहेत?'

समारा आणि डॉ. सब्बाहनं एकमेकींकडे चिंतेनं पाहिलं.

'तू जिवंत आहेस-आणि तीच सर्वांत महत्त्वाची गोष्ट आहे-तू जिवंत आहेस.'

मयादानं पुन्हा एकदा वर पाहिलं. अनेक चिंताक्रांत चेहरे तिच्याकडे पाहात होते. तिला डॉ. सब्बाह, मुना, वफाए आणि अलीया आणि सारा आणि आणखी ही कितीतरी जणी दिसल्या. पण जेव्हा तिला आठवलं की आपण बलदीयातच्या तुरुंगामध्ये कैदी आहोत, तेव्हा मात्र तिच्या पोटात गोळा आला.

'मी इथं जमिनीवर काय करते आहे?'

समारा पुटपुटली, 'तुला त्यांनी नेलं होतं-थोडा वेळ आमच्यापासून दूर-पण आता तू सुरक्षित आहेस.' डॉ. सब्बाह आणि मुना मयादाच्या शेजारी बसल्या. वफाए, अलिया आणि इतर साऱ्या जणीही गर्दी करून तिच्याभोवती जमल्या.

डॉ. सब्बाहनं विचारलं, 'त्यांनी काय केलं तुला?'

'मला माहीत नाही.' मयादानं खरंखुरं उत्तर दिलं, 'माझं डोकं दुखतंय. माझे हातही दुखताहेत.' स्वत:च्या पायांना जपून स्पर्श करत ती म्हणाली, 'सगळं अंगच

दुखतंय. त्यांनी काय केलं ते मला आठवतच नाहीये.' डॉ. सब्बाहनं मयादाची तपासणी केली-तिचा चेहरा, हात, पाय नीट पाहिले. 'हे बघा काय ते.' ती इतर स्त्रियांना उद्देशून उद्गारली. 'तिच्या उजव्या कानाची पाळी आणि उजव्या पायाचा अंगठा दबले आहेत. त्यांनी तिला विजेचे झटके दिलेत.'

'आणखी काही?' समारानं डॉ. सब्बाहला विचारलं. तिच्या स्वरात काळजी भरगेली होती.

'मला तर काही दिसत नाही. मुना, तुला?'

मुनानं हळुवारपणे मयादाची पावलं वर उचलून तपासली. 'तिच्या पावलांवर फटके दिलेले नाहीत ते एक बरं झालं.'

समारा तिच्या गालाला स्पर्श करत म्हणाली, 'झालं ते वाईट झालं, पण तुला त्यांनी फार छळलं नाही.'

मयादा रडतच म्हणाली, 'मला आता आठवतंय-त्यांनी माझ्या पोटात लाथा मारल्या आणि माझ्या चेहऱ्यावर फटकेही मारले.'

मयादाच्या गालावरून हलका हात फिरवत मुना म्हणाली, 'हो-तिचे गाल लाल झालेत ना.'

'मला कोणीतरी लाथाही मारल्या,' मयादा रडतच म्हणाली.

'तुझ्या तोंडात लाकडाची किंवा धातूची अशी चव लागते आहे का?' अलियानं विचारलं.

'लाकडाची.'

'विजेच्या झटक्यामुळेच असं होतं.' अलिया खात्रीपूर्वक म्हणाली.

'मला जरा तिचं डोकं वर उचलायला मदत कर ग.' डॉ. सब्बाहनं मुनाला सांगितलं.

त्यांनी हलक्या हातांनी मयादाची मान ओल्या फडक्यानं पुसून काढली आणि तेच फडकं तिच्या कपाळावर पसरलं. 'यानं तुझं डोकं दुखणं कमी होईल.' डॉ. सब्बाहनं सांगितलं.

मयादाला आता तिचा विजेच्या झटक्यानी केला गेलेला सगळा छळ आठवू लागला. तिचं सारं शरीर हुंदक्यांनी गदगदत होतं. 'मला हा छळ नाही सहन करता येणार. मी इथंच बलदीयातमध्येच मरणार.'

'श्श श्श श्श' समारा तिच्या हातावर थोपटत म्हणाली, 'माझं ऐक बरं जरा-मला कळतंय मी काय बोलते आहे ते. आमच्या सर्वांच्या आधी तुझी सुटका होईल. तू एक खास व्यक्ती आहेस.'

मयादाला ते खरं वाटलं नाही. ती आणखीच मोठ्यानं रडू लागली.

'मयादा, मला वाटतं, तू याचा विचार करावास-तुझा छळ करणारा माणूस

तुझ्या शरीरावर कसल्याही खुणा उमटू नयेत म्हणून काळजी घेत होता. त्यांनी तुझ्या पावलांवर फटके मारले नाहीत-किंवा तुझ्या पाठीवरही नाहीत. तू त्यांच्यावर कसलाही आरोप केलास तरी ते तो आरोप सरळ नाकारतील. त्यांना तुझ्याशी थोडं जपून वागण्याच्या सूचना मिळाल्या असणार मला खात्री आहे.'

पुन:पुन्हा आशा धुळीत मिळण्याचा मयादाला वीट आला होता. तिनं हे समाधान मानून घ्यायला साफ नकार दिला.

'मला काही आता परत माझी मुलं दिसणार नाहीत-नाही-कधीच नाही-आता माझी मुलं आईविना पोरकी होणार.'

समाराच्या चेहऱ्यावर धीर होता. 'मयादा तू एका विद्यापीठाची पदवी मिळवली आहेस. माझ्याकडे बलदीयातची पदवी आहे. मला ही जागा काय आहे ते ठाऊक आहे. मला ही माणसं कशी आहेत ते ठाऊक आहे. तुझी लवकर सुटका होणार-तुझ्या सुटकेचा हुकूम इथे पोचला की लगेच-मला अगदी हाडांमध्ये जाणवतंय ते.'

मयादाला आणखी काहीतरी आठवलं, 'मला वाटतं मला छताच्या पंख्याला टांगून गरागरा फिरवण्यात आलं. मग त्यांनी मला एका टायरमध्ये घातलं आणि खोलीभर गडगडवत नेलं.' ती हुंदके देत म्हणाली. समारा तिची समजूत घालतच होती. 'नाही, पोरी-त्या भयानक गोष्टी फक्त तुझ्या त्या भयंकर दु:स्वप्नामध्येच घडल्या. एखादी लाथ, दोनचार फटके आणि विजेचे झटके यांखेरीज तुझ्या शरीरावर दुसऱ्या कसल्याही खुणा नाहीत. तुला त्यांनी इथे आणून टाकल्यानंतर तुला भ्रम झाला होता. हे असं आमच्यापैकी प्रत्येकीलाच झालं आहे-विशेषत: सुरुवातीला'. मग लांबलचक हसत ती म्हणाली, 'शिवाय आपल्यापैकी कितीजणी टायरमध्ये मावण्याच्या आकाराच्या आहेत ग?'

इतर कोणत्याही वेळी मयादाही हसली असती. ती खरोखरच मोटारीच्या टायरमध्ये मावण्याच्या आकाराची नव्हतीच.

नक्कीच तिला भ्रम झाला असणार.

मुनानं तिच्या बोलण्याला पुष्टी देत म्हटलं, 'मला इथे आणल्यानंतर पहिल्यांदा माझे हात बांधून छताला टांगून गरगर फिरवलं होतं तेव्हा माझे खांदे सरळ निखळलेच होते. पुन्हा हात उचलता यायला कितीतरी आठवडे जावे लागले होते.' तिचं बोलणं खरं करण्यासाठी तिनं मयादाचे दोन्ही हात वर उचलले.

'बघ-तुझ्या हातांना काही झालेलं नाही. तुला नव्हतं टांगलं त्यांनी छताला' मयादाकडे पाहात एक गोड हास्य करत ती पुढे म्हणाली, 'आणि आम्ही सगळ्या त्याबद्दल देवाचे आभारच मानतो आहोत.'

'आणि मला एका हुकाला टांगून बेदम मारहाण करण्यात आली होती. तसंही तुझ्या बाबतीत झालेलं नाही.' मयादाच्या चेहऱ्याला प्रेमानं स्पर्श करत

डॉ. सब्बाह म्हणाली.

मयादा एका सावली स्त्रीकडून दुसरीच्या चेहऱ्याकडे सावकाश बघत होती. प्रत्येक चेहऱ्यावर काळजी स्पष्ट लिहिलेली होती-काळजी स्वत:बद्दल, मुलांबद्दल, बलदीयातच्या बाहेर सोडून आलेल्या आयुष्याची आणि या सर्व काळज्यांच्या बरोबरीनं त्या मयादाचीही काळजी करत होत्या. मयादाला आजवरच्या आयुष्यामध्ये इतक्या प्रेमळ स्त्रिया भेटल्या नव्हत्या. या ५२ क्रमांकाच्या कोठडीतील सर्वच स्त्रियांना मयादापेक्षा कितीतरी अधिक छळाला तोंड द्यावं लागलं होतं, पण त्यांच्यापैकी कोणाच्याही मनात मयादाच्या या सुदैवाबद्दल राग नव्हता.

'आता मात्र तू थोडंसं खायला हवंस, थोडा पाव खा आणि मग थोडी साखर खा. पावानं तुझ्या तोंडातली लाकडाची चव जाईल आणि साखरेनं तुझ्या हातापायातला अशक्तपणा कमी होईल.' समारानं आग्रहानं सांगितलं.

मयादा काही उत्तर देण्यापूर्वीच त्यांच्या कोठडीचं दार पुन्हा एकदा धाडकन उघडलं गेलं आणि तीन पहारेकरी आत आले. सगळ्याजणी अतिशय आश्चर्यानं दाराकडे पाहू लागल्या. एका उंच, लुकड्या, भरपूर मिशा असलेल्या पहारेकऱ्याला मयादाने यापूर्वी कधीच पाहिलेलं नव्हतं. तो आपल्या नाकातल्या आवाजात ओरडून म्हणाला,

'आम्ही सफानासाठी आलो आहोत.'

मुना इतक्या झपाट्यानं उडी मारत उठली की तिचे चमकते तपकिरी केस वरखाली उफाळले. भेदरून जाऊन तिनं कोठडीच्या मागच्या भागाकडे नजर वळवली.

सफानाच्या चेहऱ्याकडे पाहण्यासाठी मान मागे फिरवणं मयादाला शक्यच नव्हतं. पण सफाना ही विशीतील एक तरुण कुर्द मुलगी होती. सावळ्या वर्णाची, डोळ्यांखाली मोठमोठी काळी वर्तुळं असलेली बुटकी, स्थूल अशी सफाना मुनाबरोबरच इथे आणली गेली होती. त्या दोघी बऱ्याच वेळा एकमेकींच्या गळ्यात पडून रडून घेत असत. अटक होण्यापूर्वी दोघी एकाच बँकेमध्ये काम करत होत्या. याहून अधिक काहीच मयादाला सफानाविषयी माहीत नव्हतं. पण माहीत करून घेण्याची उत्सुकता मात्र होती.

डोळ्यांत आसू भरून आलेले, भीतीनं मूठ तोंडावर दाबलेली अशी सफाना कोठडीच्या मागच्या बाजूनं धडपडत पुढे आली.

मुनानं भीतीनं विचारलं, 'आणि मी?'

उंच, लुकड्या पहारेकऱ्यानं दात विचकत मुनाकडे रोखून पाहिलं. 'आज एकच कोंबडी पकवायची आहे.' नाकातल्या आवाजात तो म्हणाला आणि सफानाचा दंड पकडून तिला त्यानं कोठडीबाहेर ओढत नेलं.

मुनाच्या सुंदर डोळ्यांतून अश्रू वाहू लागले. कोठडीचं दार बंद होताक्षणी ती आपल्या खाटेवर कोसळून पडली.

तोंडानं ती बोलतच होती. 'सफाना तर फक्त एक साक्षीदार आहे. तिनं काहीही केलेलं नाहीये. काहीही नाही.' मयादानं समाराकडे प्रश्नार्थक नजरेनं पाहिलं.

समारा कशीबशी उठून बसली. तेवढ्याशा हालचालीनंही तिच्या ओठांवर घामाचे थेंब जमले. हे मयादाच्या लक्षात आलं. तिच्या स्वत:च्या छळाच्या प्रसंगामधून समारा अजून पुरती सावरली नव्हती.

'हळू-हळू-काळजी घे–जास्त श्रम करू नकोस.' मयादा काळजीनं म्हणाली. याच वेगानं छळ करणं चालू राहिलं तर या ५२ क्रमांकाच्या कोठडीमध्ये फक्त जखमी स्त्रियाच शिल्लक राहायला फार वेळ लागणार नाही, तिच्या मनात आलं.

समारानं तिच्या चेहऱ्यावरील घाम हातानं पुसला. 'बिचाऱ्या मुना आणि सफाना त्यांच्या बँकेतल्या अफरातफरीच्या प्रकरणाच्या फक्त साक्षीदार आहेत. त्यांच्या बँकेचा प्रमुख संचालक खरा चोर आहे.'

'त्यांच्यावर आरोपही ठेवलेला नाहीये?' मयादानं विचारलं.

'नाही. थांब, मी तुला त्यांची सगळीच कहाणी सांगते. मग तुला कळेल सगळं.'

'प्लीज, सावकाश सांग,' मयादानं बजावलं. 'विजेच्या झटक्यातून माझं डोकं अजून पुरतं बाहेर आलेलं नाही.'

आणि हे खरंच होतं. अजूनही तिच्या कानात आणि डोक्यामध्ये झणझणत होतं.

'सावकाशच सांगते, मयादाचा साखरेचा चमचा जमिनीवर पडलेला होता त्याच्याकडे पाहत समारा म्हणाली, 'ती साखर खाऊन टाक-म्हणजे तुझं डोकं शांत होईल.'

'मला नाही खाववत.'

'ठीक आहे तर,' समारानं तो चमचा काळजीपूर्वक उचलला आणि चाटूनपुसून साफ केला. आता ती मुनाची कहाणी सांगायला तयार झाली.

'आपली गोड मुना एका गरीब कुटुंबातली आहे. १९९१च्या अरिष्टानंतर तर ते कुटुंब आणखीच गरीब झालं. तिच्या वडिलांचं घर अल-हूरिया अल–उओला भागात आहे. मुना सरकारी शाळेत आणि मग विद्यापीठात शिकून पदवीधर झाली. नेहमी वर्गात पहिली असायची. शिक्षण चालू असतानाच तिची ओळख एका फार चांगल्या माणसाशी झाली.

तोही तिच्यासारखाच गरीब होता. ती दोघं प्रेमात पडली, पण तिच्या वडिलांचा या लग्नाला विरोध होता. तिला याहून चांगला नवरा मिळावा असं त्यांना वाटत होतं. पण मुना प्रेमात पडलेली होती आणि तिनं त्यांना शेवटी पटवून दिलं की त्या दोघांकडे विद्यापीठाच्या पदव्या आहेत तेव्हा ते जोडपं एक चांगलं आयुष्य नक्कीच निर्माण करू शकतील. अखेरीस तिच्या वडिलांनी त्यांना लग्नाची परवानगी दिली.'

'मुनाचं लग्न झालं. ती आपल्या नवऱ्याबरोबर तग्रिस नदीच्या खार्ग बाजूच्या अल-रहमनिया भागामध्ये एका लहानशा घरात राहू लागली. या भागामध्ये घरांची अगदी दाटीवाटी आहे. अगदी एकमेकांना चिकटून आहेत घरं तिथे. पण मुना आणि तिचा नवरा अगदी आनंदात होते. जेव्हा इन्वेस्टमेंट बँका इराकमध्ये सुरू होऊ लागल्या तेव्हा मुनाला तिच्या हुशारीमुळे चटकन नोकरी मिळाली.

'आता आपल्या निरुपद्रवी सफानाबद्दल–' एक मोठा उसासा सोडत समारा सांगू लागली. 'सफाना पर्शियन पार्श्वभूमी असलेली एक कुर्द मुलगी आहे, हे तुझ्या लक्षात आलंच असेल. तिनं लग्न केलेलं नाही. ती एकुलती एक मुलगी आहे. सफाना आणि तिची आई हबीबिया या गरीब विभागामध्ये राहतात. गुप्त पोलिसांच्या इमारतीपासून जवळच आहे तिचं घर. कुवेतशी युद्ध चालू होतं तेव्हा तिचे वडील वारले. ते सैनिक मात्र नव्हते. त्यांचं छोटंसं खाण्याच्या पदार्थांचं दुकान मग या दोघी चालवू लागल्या. त्याच वेळी सफानाचं शिक्षणही चालू होतं हं. दिवसभर ती शाळेत जायची आणि संध्याकाळी दुकान बंद करेपर्यंत दुकान सांभाळायची.

'पण इराकवर बंधनं घातली गेल्यानंतर त्यांना दुकानामध्ये नवा माल भरणं परवडेनासं झालं. दुकान रिकामं राहू लागलं. पण सफानाही मुनासारखीच हुशार होती. तिनं बगदाद विद्यापीठामध्ये अर्थशास्त्र आणि व्यापारशास्त्राचा अभ्यास केला होता. लग्नाचा विचारही ती करू शकत नव्हती, कारण आजवर तिनं शिकणं, दुकान सांभाळणं आणि अभ्यास करणं एवढंच केलं होतं. शिवाय वडील आणि कोणी भावंड नसल्यामुळे अनेक वर्षे आजारी असलेल्या आईची जबाबदारी आपल्यावरच आहे, याची तिला जाणीव होती.

'सुदैवानं सफानाला मुनाच्याच बँकेमध्ये एक पूर्ण वेळाची नोकरी मिळाली. तेथे भेटण्याअगोदर त्या दोघींची ओळखही नव्हती. आता अखेरीस सफानाला सुख मिळलं होतं कारण ती तिच्या प्रिय आईसाठी पुरेसं अन्न आणि औषधं आणू शकत होती. या वेळेपर्यंत तिची आई अगदी पूर्णपणे अपंग बनली होती. तिला एखाद्या तान्ह्या बाळासारखं दुपट्यांमध्ये ठेवावं लागायचं. रोज सकाळी कामावर जाण्याआधी सफाना तिच्या आईला स्वच्छ करायची. तिला खाऊ घालायची. तिचं दुपटं बदलायची. तिच्या बिछान्यात प्लॅस्टिकचं कापड पसरायची. आईच्या दुपारच्या जेवणासाठी तिच्या बिछान्याशेजारी काहीतरी खायला ठेवायची. कामावरून सुटताच सफाना धावतच पुन्हा आईची काळजी घ्यायला घरी जायची.

'सफाना इतकं मन लावून आणि चांगलं काम करत होती की लवकरच तिला बढती मिळाली आणि ती बँकेतील एका विभागाची प्रमुख झाली. तो दिवस तिच्या आयुष्यातील फारच आनंदाचा दिवस होता.

'मधल्या काळात आपली मुना गरोदर राहिली होती. तिच्या नवऱ्याला आणि

तिला इतका आनंद झाला होता की मुनानं बाळंतपणाची संपूर्ण सुटी घ्यायची आणि शक्य तेवढा जास्त काळ बाळाबरोबर घालवायचा असं त्या दोघांनी ठरवलं. तिला मुलगा झाला-त्याचं नाव आहे सलीम. एक दिवस मुना सलीमबरोबर घरी बसलेली असताना शेजारणीनं दरवाजा वाजवून तिला सांगितलं की बँकेच्या अधिकाऱ्याचा फोन आहे आणि तिला ताबडतोब फोन घेतला पाहिजे. मुनाचा नवरा अजून कामावरून परत आलेला नव्हता म्हणून तसंच सलीमला कडेवर घेऊन ती फोनकडे धावली. फोनवर बँकेचा सुरक्षा अधिकारी होता. काही महत्त्वाची कागदपत्रं गहाळ झाली आहेत म्हणून तिनं लगेच बँकेमध्ये यावं असं त्यानं तिला सांगितलं. माझ्या बाळाला ठेवण्यासारखं कोणी नाही आहे असं मुनानं त्याला सांगितलं, पण त्यानं ऐकलं नाही. बाळाला घेऊन ये. असं त्यानं तिला सांगितलं. काळजीत पडलेली मुना सलीमला घेऊन घाईनं बँकेत गेली.

'मुना बँकेमध्ये पोचली तर तेथे सफाना आणि तिनं यापूर्वी कधीच न पाहिलेली दोन माणसं बसलेली होती. ते सगळे सुरक्षा अधिकाऱ्याच्या कचेरीत बसले होते. मुनालाही तेथेच बसायला सांगण्यात आलं. तेथेच त्या दोघींना असंही सांगण्यात आलं की त्यांना गुप्त पोलिसांच्या मुख्य कचेरीत नेण्यात येणार आहे. काहीतरी भयंकर घडलं आहे याची मुनाला कल्पना आली. काय झालं आहे ते सांगण्याची विनंती तिनं कळवळून त्या अधिकाऱ्याला केली. त्यानं काहीही सांगण्यास नकार दिला. मग तिनं आपल्या बाळाला आपल्या आईवडिलांकडे नेऊन पोचवण्याची परवानगी मागितली. 'नाही, तुझं बाळ तुझ्याबरोबरच राहील.' तिला सांगण्यात येतं. ती फोन करू देण्याची विनंती करते. तीही नाकारण्यात येते. मुनाला फक्त तिथे बसून रडण्याची परवानगी असते.

'सफानाचे हात पाठीमागे बांधलेले असतात. पण ते मुनाचे हात मोकळे ठेवतात कारण तिचा सलीम तिच्या कडेवर असतो. मग कोणतंही स्पष्टीकरण न देता त्या गरीब बिचाऱ्या तिघांना इथे आणून या कोठडीत टाकण्यात आलं. ती तिघं इथे आली तेव्हा मी इथे होते. तुला इथे आणण्यात आलं तेव्हा तू जेवढी घाबरलेली होतीस ना त्याहून अधिक त्या दोघी घाबरलेल्या होत्या. एका आठवड्यानंतर त्यांची 'चौकशी' सुरू झाली. तेव्हा कुठे मुना आणि सफानाला खरं काय घडलं आहे ते कळलं. त्या दोघींना त्यांच्या बँकेच्या प्रमुख संचालकाबद्दल सर्व माहिती द्यायला सांगण्यात आलं. त्यांना जेवढं माहीत होतं तेवढं सगळं या दोघींनी सांगून टाकलं-ते फार काही नव्हतंच. तो वरिष्ठ म्हणून दोघींशीही चांगला वागत असे. घडलेली गोष्ट अशी होती की त्या प्रमुखानं स्वत:च्या नावानं १ कोटी ५० लाख दिनार एवढ्या रकमेचा एक चेक लिहिला होता. (१९९८ मध्ये ७,००० डॉलर्स) तो अनेक वर्षं बँकेतून अशी चोरी करत आला

होता. पण मुना आणि सफाना तो चांगला माणूस आहे असं म्हणत राहिल्या. तो चोर आहे असं म्हणत नव्हत्या तेव्हा त्यांना मारहाण करण्यात आली. अर्थात तो चोर आहे, याची त्यांना अजिबात कल्पना नव्हती, नाहीतर तसं म्हणून त्या मोकळ्या झाल्या असत्या.'

'परमेश्वरा, हे संपणार तरी कुठे?' मयादानं विचारलं.

समारा तिच्या कानाशी कुजबुजत म्हणाली, 'हे इथेच संपलं नाही. पुढची गोष्ट तर याहून वाईट आहे. एक आठवड्याच्या कैदेनंतर मुनाचा सलीम सतत रडू लागला. बँकेमध्ये जातानाच मुनानं मोठ्या हुशारीनं दुधाचा बराच मोठा साठा बरोबर घेतला होता. पण तो सगळा लवकरच संपून गेला. आम्ही छोट्या सलीमला काही दिवस साखरपाणी पाजलं. पण त्यामुळे तो सारखा ओकू लागला. ते बिचारं बाळ रात्रंदिवस रडत असायचं. अखेरीस एक दिवस पहारेकऱ्यांनी येऊन सलीमला त्यांच्या ताब्यात देण्याची मागणी केली. मुनानं अर्थातच खूप विरोध केला, पण त्यांनी तिला विजेच्या छडीनं फटके मारले आणि ती बेशुद्ध झाल्यानंतर ते सलीमला घेऊन निघून गेले. त्यानंतर आम्ही कोणीच सलीमला पाहिलेलं नाही..'

भयंकर धास्तावून जाऊन मयादानं विचारलं, 'त्यांनी मारलं असेल की काय त्याला?'

समारानं मयादाला हलकेच कोपरानं ढोसून बारीकसं रडणाऱ्या मुनाकडे तिचं लक्ष वेधलं. 'त्यांनी सलीमला त्याच्या वडिलांकडे किंवा मुनाच्या आईकडे पोचवलं असावं, अशी मी देवाला प्रार्थना करत असते. ते पहारेकरी मुनाला काहीही सांगायला नकारच देत आहेत.'

समाराच्या नजरेला नजर देत मयादानं विचारलं, 'आणि सफाना? तीही सतत रडत असते.'

'बिचारी सफाना सारखी रडत असते कारण तिच्या आईची काय अवस्था असेल ते कोणालाही ठाऊक नाही. कोणीतरी जाऊन तिच्या आईकडे बघून यायला हवं असं तिनं पहारेकऱ्यांना सांगितलं तेव्हा तिला फटके मारण्यात आले. आता सफानाची खात्री झाली आहे की तिच्या बिचाऱ्या आईकडे कोणीही लक्ष न दिल्यामुळे ती बिछान्यातच उपासमारीनं मरून गेली असणार.

'बघ, थोडा विचार कर-दुपट्ट्यातली दोन गरीब बिचारी माणसं-एक म्हातारं आणि दुसरं तान्हं-त्यांची काळजी घेणारं कोणी नाही.'

मयादा सुन्न झाली होती. डोळे मिटून तिनं प्रार्थना करण्यास सुरुवात केली. दुसरं काही तिच्या हातात नव्हतंच. पुन्हा एकदा ५२ क्रमांकाच्या कोठडीचं दार धाडकन उघडलं गेलं आणि सगळ्या सावल्यांच्या तोंडून एकच विव्हळ स्वर बाहेर उमटला. आणखी एका सावलीचं नाव पुकारण्यात आलं, 'सारा-सारा-समोर ये.'

अगदी हळूहळू चालत सारा मयादाच्या जवळून पुढे गेली. त्या कोठडीतील सर्वांत लहान स्त्रियांपैकी सारा एक होती.

फक्त २१ वर्षांच्या या औषधशास्त्राच्या विद्यार्थिनीला अटक का झाली होती ते कोणालाच माहीत नव्हतं. आता ती ५२ क्रमांकाच्या कोठडीच्या सुरक्षिततेमधून तिचे हाल करण्यासाठी उतावीळ झालेल्या पहारेकऱ्यांच्या स्वाधीन होत होती. तिचे डोळे भीतीनं चमकत होते. दाराशी पोचताच ती मागे वळली आणि इतर स्त्रियांकडे बघत म्हणाली, 'समारा, मी काय सांगितलं आहे ते लक्षात ठेव. मी मेले तर कोणीतरी माझ्या आईला नक्की कळवा. मी तिचं जिवंत असलेलं शेवटचं मूल आहे.'

समारा तिची समजूत घालत म्हणाली, 'तू नाही मरणार, पोरी, धीर धर. आम्ही सगळ्या तुझ्यासाठी प्रार्थना करत राहू.'

पहारेकऱ्यानं शिव्या द्यायला सुरुवात केली तशी सारा वळली आणि दारातून बाहेर पडली. तिच्यामागे दार धाडकन बंद झालं.

समारा कशीबशी उठून बसली आणि तिनं सर्वांना नीट तपशीलवार सूचना देण्यास सुरुवात केली. 'आता थोड्याच वेळात दोघीजणी परत येतील. त्यांची काळजी घेण्याची जरूर असणार आहे. मयादाला तिच्या खाटेवर पोचवा आणि सफाना आणि सारासाठी दोन बिछाने तयार करा.'

डॉ. सब्बाहच्या मदतीनं मयादा तिच्या खाटेकडे सावकाश चालत गेली. खाटेवर आडवे झाल्यावर तिनं डोळे मिटून घेतले. अंगात ताप असल्यासारखी ती थरथर कापत होती. आपली सगळी ताकद परत मिळवण्याचा तिनं निश्चय केला. सफाना आणि सारा परत येतील तेव्हा त्यांची शुश्रूषा करण्यात समाराला ती मदत करणार होती.

शांतपणे पडून असताना तिला आपल्या जुन्या आयुष्याची आठवण झाली. त्या आपल्या आयुष्यात काळजी आणि काम यांखेरीज दुसरं काहीही नाही असं तिला वाटत असे, ते आयुष्य तिला एका दिवसात सोडून द्यावं लागलं होतं. पण आता ते जुनं आयुष्य तिला इतकं आकर्षक वाटू लागलं की ते सोडण्याच्या कल्पनेनंही तिला कापरं भरत होतं.

इतर स्त्रियांना सूचना देणारा समाराचा शांत आवाज तिच्या कानावर पडत होता. समाराशिवाय या कोठडीचं काय होईल? त्या सगळ्यांची ती तर आईच झाली होती.

तिला समाराचे शब्द आठवले. सगळ्या सावल्यांनी आपल्या मुलांसाठी जगायचं होतं. होय, ती जिवंत राहणार होती–फेसाठी आणि अलीसाठी जिवंत राहाणारच होती.

■

८.

डॉ. फदल आणि मयादाचं कुटुंब

मयादा आपल्या मुलांचा विचार करत होती. आत्ता ती काय करत असतील? जेवत असतील? झोपली असतील? कुठे राहत असतील? अजून बगदादमध्ये असतील का? असली तर आपल्या आजोबांकडे-वडिलांच्या वडिलांकडेच असतील का- कारण तेवढे एकच आजोबा त्यांना माहीत होते-की आपल्या आजीकडे-सल्वाकडे जॉर्डनला पळून गेली असतील? आणि तिच्या पंखांखाली सुरक्षित असतील?

आपली मुलं कुठे आहेत हेही आपल्याला माहीत असू नये या कल्पनेनं दुखावल्या गेलेल्या मयादाच्या डोळ्यांतून टपोरे अश्रू वाहू लागले. तिच्या गालांवरून खाली वाहून तिच्या ब्लँकेटवर एक मोठा डाग पडून वाढू लागला. स्वतःच्या असहाय्यतेमुळे मयादाचा थरकाप होऊ लागला, पण बलदीयातमध्ये आलेल्या दिवशीच समारानं दिलेला सल्ला तिला आठवला-तुझ्या मुलांच्या भोवती एक मानसिक कुंपण उभार आणि त्यामध्ये त्यांना सुखरूप ठेव. नाहीतर तुला तुझ्या दुःखावर नियंत्रण ठेवणं कठीण जाईल. समारा बरोबरच सांगत होती. फे आणि अलीचा विचार करत बसलो तर आपल्याला वेड लागेल याची पूर्ण जाणीव झाल्यामुळे मयादानं एका काल्पनिक रेषेनं स्वतःला मुलांपासून दूर केलं आणि स्वतःचे विचार जबरदस्तीनं दुसरीकडे नेले. तिच्या मनानं तुरुंगाच्या भिंतीवर आणखी एक चित्र रेखाटलं -एके काळी इराकमधील सर्वांत शक्तिशाली व्यक्तींपैकी एक व्यक्ती-डॉ. फदल अल-बर्राक. डॉ. फदल हा चांगला देखणा माणूस होता. उंचापुरा, सावळा, तपकिरी केसांचा आणि काळ्या डोळयांचा. त्याचा आवाजही फार छान होता आणि तो बहुतेक वेळा अगदी आनंदी हसऱ्या स्वरात बोलत असे. त्याचं व्यक्तिमत्त्व दुहेरी होतं हे मयादाला आता कळून चुकलं होतं, पण त्याच्या व्यक्तिमत्त्वाची काळी बाजू तिनं क्वचितच

पाहिली होती.

एका गोष्टीची मात्र तिला खात्री होती. डॉ. फदल जर अजून जिवंत असेल तर तिचं जग अजूनही सावरलं जाऊ शकणार होतं आणि ती स्वत:च्या घरात स्वत:च्या दोन्ही मुलांबरोबर पुन्हा राहू शकणार होती.

मयादाचे विचार १९७९मध्ये झालेल्या त्यांच्या पहिल्या भेटीकडे वळले. भूतकाळात जाण्यासाठी ती डोळे मिटतच होती.

तेवढ्यात एक सावली अगदी हलकेच तिच्याजवळ आली आणि आपल्या फिकट हातानं तिनं मयादाच्या चेहऱ्याला स्पर्श केला.

मयादा दचकून वळली.

'मीच आहे.' समारा हळूच म्हणाली. तिची ओळखीची हिरवी नजर मयादाकडे निरखून पाहात होती.

आपल्या मुलांच्या आठवणीनं मयादाचं काळीज इतकं पिळवटून निघालं होतं की आपलं हृदय कोणीतरी छातीतून उपसून काढतं आहे, असं तिला वाटू लागलं होतं. 'तुला माहीत आहे समारा, मला खात्री आहे, मी या कोठडीतच मरून जाणार आहे.' मयादा हट्टानं म्हणाली.

'गप्प बस बरं,' समारा ठामपणे म्हणाली.

मयादा तिला समजावून सांगू लागली, 'आम्हा अल-असकरी घराण्यातल्या लोकांच्या मागे हा ५२ क्रमांकाचा शापच आहे असं मला वाटायला लागलं आहे. माझे वडील नन्स हॉस्पिटलमध्ये ५२ क्रमांकाच्या खोलीत वारले, तेव्हा त्यांचं वय होतं ५२ वर्षं. त्यांचे वडील-जाफर-त्यांचा खून झाला तेव्हा तेही ५२ वर्षांचेच होते. आता मीही या ५२ क्रमांकाच्या कोठडीत आहे-ही कोठडी म्हणजे माझी कबरच आहे असं समज.' मयादा अगदी पूर्ण खात्रीनं समाराकडे वर बघत बोलत होती. 'माझा मृत्यूही या ५२ क्रमांकाशी जोडलेला असणार आहे. ते तसं लिहिलेलंच आहे ग.'

'वेड्यासारखं बोलू नकोस हं.' सौम्य आवाजात समारा मयादाला रागे भरत म्हणाली, 'मी सांगते आहे ना-लवकरच तुझी सुटका होईल–तू ५२ वर्षांची व्हायच्या पुष्कळ आधी.'

मयादाला एक नवाच विचार सुचला. ती अगदी ठामपणे म्हणाली, 'मला ना ही शिक्षा केली जातेय.'

अविश्वासानं हुंकार देत समारानं विचारलं, 'शिक्षा-कशाबद्दल?'

नव्यानं सुचलेल्या विचारामुळं उत्तेजित होऊन, कोपरांच्या आधारानं उठून बसत मयादानं समाराच्या मागे, जवळपास कोणी नाही ना हे बघून घेतलं आणि कोणी ऐकू जाण्याइतक्या जवळ नाही हे पाहिल्यावर समाधानानं ती हलक्या

आवाजात म्हणाली,, 'डॉ. फदल अल-बर्राक हा आमचा पाठीराखा होता-कितीतरी वर्षं.'

'बरं मग?'

'डॉ. फदल दहा वर्षं बलदीयातसारख्या ठिकाणांवर राज्य करत होता.'

'नाव ऐकल्यासारखं वाटतंय खरं.'

'अर्थात तू त्याचं नाव ऐकलं असणार, समारा. डॉ. फदल अल-बर्राक हा इतका शक्तिवान माणूस होता की तो कोणाचीही तुरुंगवासाची शिक्षा रद्द करू शकत असे. त्याची सुटका करू शकत असे. आणि त्यानं हे असं माझ्यासाठी केलेलं आहे-एकदोनदा नव्हे, तर अनेकदा–' त्या दोघी बराच वेळ गप्पशा बसून होत्या. मग मयादा पुन्हा बोलू लागली. 'पण तुला कळत नाहीये का? मी आणि माझी आई-दोघीही त्याच्या संरक्षणाखाली होतो–कितीतरी वर्षं आणि हे आम्हांला माहीतही नव्हतं–आणि आता मी त्या संरक्षणाचीच शिक्षा भोगते आहे.'

समारानं मयादाचं ब्लँकेट थोडं बाजूला केलं आणि ती मयादाच्या खाटेवर थोडी सरकून बसली. मयादाकडे गंभीरपणे निरखून बघत ती म्हणाली, 'असं असं– लोकांचा छळ करायला तू त्याला मदत केलीस का, मयादा?'

'नाही–अर्थातच नाही–त्याची कामं काय काय होती हे सुद्धा मला माहीत नव्हतं-निदान सुरुवातीला तरी.' मयादा क्षणभर थांबून पुढे म्हणाली, 'तुला सांगते- आता सुद्धा तो कुणाचा छळ करू शकेल यावर माझा विश्वासच बसत नाही ग.'

'हा माणूस अभ्यासाच्या जगात रमणारा होता. सतत पुस्तकांविषयी बोलत राहायचा-विद्वान माणूस होता तो. पण सुरक्षा मंत्रालयात या एवढ्या वरच्या पदावर पोचायचं म्हणजे त्यानं छळ आणि खून यामध्ये भाग घेतला असणारच. त्याशिवाय सद्दामनं त्याची ही नेमणूक केलीच नसती.'

'मग? तू स्वत:ला याबद्दल जबाबदार का समजते आहेस हे मला अजूनही उलगडलेलं नाही.' समारा ठामपणे म्हणाली.

मयादानं नजर खाली वळवत म्हटलं, 'मी आणि माझ्या आईनं देश सोडून केव्हाच निघून जायला हवं होतं–आणि सद्दामच्या सरकारला विरोध करायला हवा होता. माझ्या वडिलांचं दफन झाल्याक्षणाला हे आम्ही करायला हवं होतं.'

'तू उगाचच स्वत:ला त्रास करून घेते आहेस-मयादा. असं नको करूस. तुझी ताकद सांभाळायला हवीस तू.'

मयादा हलकेच पण अगदी ठामपणे म्हणाली, 'नाही, मी आणि माझी आई इथेच राहिलो याची शिक्षाच भोगतेय मी ही. अल-हुसरी कुटुंब इराकमध्ये असणं म्हणजे सद्दामच्या सरकारला सातीच्या वतीनं पाठिंबा दिल्यासारखंच होतं. आत्ता मला कळतंय हे.'

'हे बघ मयादा, जे तुला आत्ता कळतंय ते तुला तेव्हा माहीत नव्हतं. तू काय कोणी ज्योतिषी आहेस का, हे सगळं आधी कळायला?'

मयादानं समाराच्या बोलण्याचा थोडा विचार केला आणि मग पूर्वीइतक्याच ठामपणे ती म्हणाली, 'डॉ. फदलचं टोपणनाव 'बेरिया' आहे, असं मी एकदा ऐकलं होतं- बेरिया म्हणजे तो प्रसिद्ध रशियन छळ करणारा. ती गोष्ट मी नजरेआड कशी होऊ दिली?' मयादा आवेगानं पुटपुटली. 'तुला माहीत आहे-इराकच्या गुप्त पोलिस खात्याचा डायरेक्टर जनरल होण्याआधी डॉ. फदल सोव्हिएट युनियनमध्ये इराकचा सैनिकी वकील म्हणून काम करत होता. तिथेच तो हे छळ करण्याचे अत्याधुनिक प्रकार शिकला असणार.'

'नाही-मला त्या माणसाबद्दल फारशी काहीच माहिती नाही.'

गालावर पहिलं बोट आपटत मयादानं थोडा विचार केला आणि मग समाराकडे पाहत विचारलं, 'खूप लोक त्याला घाबरत असत एवढी गोष्ट मात्र खरी–तुला आवडेल का त्याच्याबद्दल आणखी ऐकायला?'

समारानं खोलीभर नजर फिरवली. एक अस्फुट हास्य तिच्या चेहऱ्यावर पसरलं. त्या लहानशा कोठडीकडे हात करत ती म्हणाली, 'हो तर-अर्थात मला आवडेल ते-नाहीतर दुसरं काय असं महत्त्वाचं काम आहे मला?' आणि ती मयादाच्या खाटेवर नीट सरकून बसली.

मयादा मोठ्या कष्टानं कुजबुजत बोलू लागली, 'माझी आणि डॉ. फदलची प्रत्यक्ष भेट होण्याआधीच मी त्याच्याबद्दल ऐकलं होतं. १९७८ची गोष्ट आहे ही. मी नुकतीच बेरूतहून परत आले होते. लेबाननमधलं यादवी युद्ध अगदी भरात होतं. गोळीबार इतक्या मोठ्या प्रमाणात चालू होता की माझे कान बसून गेले होते. म्हणून मी शाळा सोडून बगदादला परत आले होते. मनासारखी नोकरी काही मिळेना म्हणून मी शिक्षणच पुढे चालू ठेवायचं असं ठरवलं. इंस्टिट्यूट ऑफ अर्काइव्हज अँड लायब्ररियन स्टडीज या शिक्षणसंस्थेत मला प्रवेश मिळाला. ही रात्रीची शाळा होती. रोज संध्याकाळी ५ वाजता वर्ग सुरू होत असत. एके दिवशी एक अगदी लाजाळू मुलगी माझ्याजवळ आली-अगदी सुंदर मुलगी-फातीन फौद नावाची- आणि मला म्हणाली, 'माझ्या बहिणीचा नियोजित नवरा तुझ्या आईला ओळखतो, पण त्यानं तिचा टेलिफोन नंबर हरवलाय, तू प्लीज मला तो नंबर देतेस का?'

थोड्या सावधगिरीनंच मी तिला हा कोण माणूस आहे वगैरे चौकशी केली. ती म्हणाली, 'त्याचं नाव आहे डॉ. फदल अल-बर्राक अल-तक्रिती.'

'तरी माझ्या डोक्यात काही प्रकाश पडला नाही. माझा इराकी सरकारशी काही संबंधच नव्हता आणि मी बरीच वर्षं इराकच्या बाहेरच राहात होते. पण ही गोड चेहऱ्याची फातीन अशी होती की एका नजरेत ती तुमचा विश्वास मिळवू शकत

असे. म्हणून मी तिला आमचा घरचा फोन नंबर दिला. वर्ग सुटल्यावर मी घरी गेले तेव्हा आईला ही हकीकत सांगितली. तिच्या चेहऱ्यावर एक आश्चर्याचा भाव उमटला, पण हा अल-बर्राक नावाचा माणूस किती शक्तिवान आहे याबद्दल तीही काही बोलली नाही, मीही जास्त काही विचारायच्या भानगडीत पडले नाही. कारण इराकमधल्या सर्वच महत्त्वाच्या माणसांशी माझ्या आईच्या ओळखी होत्या.

'दुसऱ्या दिवशी सकाळी मला टेलिफोनच्या आवाजानंच जाग आली. पलीकडून बोलणाऱ्या माणसाचा आवाज काही मी ओळखला नाही. मी अर्धवट झोपेतच होते. फातीनशी आदल्या दिवशी झालेलं बोलणं मी विसरूनच गेले होते. बोलणारा माझ्या आईशी बोलायचंय म्हणत होता. मी तुटकपणे त्याला सांगितलं की सल्वा कामावर गेली आहे. त्यानं विचारलं, 'आपण कोण बोलताय?' मी म्हणाले, 'तिची मुलगी.' तिकडून प्रश्न आला, 'कोणती मुलगी?' मी उत्तरले, 'थोरली.'

किंचित थांबून तो मोठ्यानं हसला आणि म्हणाला, 'तुझं नाव सांगावंस म्हणून मी काय करायला हवं?' हा माणूस माझ्याशी फाजीलपणानं वागतो आहे असं समजून मी दुसरं काहीही न बोलता त्याला नंतर फोन करायला सांगून फोन ठेवणार तेवढ्यात तो म्हणाला, 'तुझ्या आईला सांग, फदल अल-बर्राकचा फोन होता. हा माझा खाजगी टेलिफोन नंबर तिला दे.' आजपर्यंत मी तो नंबर विसरलेले नाही.

'त्या दिवशी संध्याकाळी माझी आणि फातीनची शाळेत गाठ पडली. तिला तिच्या बहिणीच्या नियोजित वराबद्दल विचारतानाच मी तिला सांगून टाकलं की तो माझ्याशी चहाटळपणे वागण्याचा प्रयत्न करत होता असं मला वाटतं. फातीन घाईघाईनं म्हणाली, 'नाही, मला नाही वाटत तसं काही असेल असं. तो सर्वांशीच तसा वागतो पण, तो आहे मात्र अगदी विलक्षण असा माणूस.'

मला शाळेच्या कॉरिडॉरच्या एका कोपऱ्यात बाजूला घेऊन फातीननं आपलं मन मोकळं केलं. 'तुला मी एक अतिशय चमत्कारिक अशी गोष्ट सांगणार आहे. माझ्या बहिणीचा नियोजित पती हा खरा 'माझा' नियोजित पती असायला हवा.'

माझ्या चेहऱ्यावर उमटलेलं प्रचंड आश्चर्य बघून ती म्हणाली,'थांब, मी तुला समजावून सांगते. डॉ. अल-बर्राक हा एक प्रतिष्ठित माणूस आहे आणि माझे वडील एक न्यायाधीश आहेत. त्यांनी डॉ. फदलनी मला घातलेली लग्नाची मागणी स्वीकारली. माझे वडील जुन्या वळणाचे आहेत त्यामुळे मी माझ्या नियोजित पतीला आधी भेटलेली नव्हतेच. पण आमचा रीतसर साखरपुडा होणार होता त्या दिवशी माझी आणि त्यांची भेट होणार होती, याची मी वाट पाहात होते. ठरलेल्या दिवशी डॉ. अल-बर्राक आमच्या घरी आले. मी अगदी नटून-सजून साखरपुड्यासाठी तयार होऊन बसलेली होते. तेवढ्यात माझी धाकटी बहीण जैनन खोलीत आली. खरंच, तू बघायलाच हवंस एकदा माझ्या बहिणीला, मयादा. ती म्हणजे बगदादमधील

सर्वांत सुंदर मुलगी आहे. तर झालं असं की डॉ. अल-बर्राकनी माझ्या बहिणीकडे एक नजर टाकली आणि ते तिच्या अप्रतिम सौंदर्यानं इतके भारून गेले की ते माझ्या वडिलांकडे वळून मोठ्यानं म्हणाले, 'मला हीच हवी आहे.' त्यांचं बोलणं ऐकून आम्ही सगळे स्तंभितच झालो. माझ्या वडिलांच्या तोंडून तर शब्दच फुटेनासा झाला. मी कमालीच्या शरमेनं पुतळ्यासारखी तिथेच खिळून उभी राहिले. जैनन खोलीतून बाहेर पळूनच गेली. अर्थात, ज्या माणसाला माझी बहीण हवी आहे, त्याच्याशी लग्न करण्याची माझीही इच्छा नव्हतीच, म्हणून मी माझ्या वडिलांना सांगून टाकलं की तुम्ही खुशाल जैननचं लग्न त्याच्याशी करून द्या. त्याची आणि जैननचीही तशी इच्छा असेल तर–मला काहीही वाटणार नाही. सगळी परिस्थिती पाहता सुरुवातीला माझ्या बहिणीची काही तशी इच्छा नव्हती. पण यामुळे आपल्या नात्यामध्ये किंवा आपल्या कुटुंबाच्या संबंधामध्ये काही बिघाड येणार नाही असं मी तिला पटवलं. शिवाय मी त्या माणसाला नुसतं बघितलं होतं, त्यामुळे माझी भावनिक गुंतवणूक काहीसुद्धा झालेली नव्हती. असंही तिला समजावून सांगितलं आणि डॉ. अल-बर्राक हा सुरक्षादलातला एक शक्तिवान माणूस आहे आणि त्याच्या मनाविरुद्ध जाण्याची आमच्या वडिलांना थोडी भीतीच वाटत होती. हेही तिच्या नजरेला मी आणून दिलं. आता थोड्या दिवसांतच माझ्या बहिणीचं, माझ्या तेव्हा नियोजित असलेल्या माणसाशी लग्न होईल.'

समारानं मान जोरातच हलवली.

'समारा, ही सगळी हकीकत सांगत असताना मी फातीनचा चेहरा अगदी लक्षपूर्वक निरखत होते. ती कितीही आग्रहानं सांगत असली तरी तिचा बिचारीचा फार अपमान झाला होता, हे अगदी उघड दिसत होतं. फातीन काही कमी सुंदर नव्हती. गोल सुंदर चेहरा आणि हिरवट डोळे होते तिचे आणि सुंदर तपकिरी रंगाचे दाट लांबसडक केस. तिची बहीण तिच्याहून अधिक सुंदर असेल हे मला काही खरं वाटलं नाही.' आपली हकिगत पुढे सांगण्याआधी मयादानं एकदा कोठडीभर नजर फिरवून घेतली. मग पुन्हा समाराकडे बघत ती सांगू लागली, 'आणि मग मी जैननला पाहिलं. समारा, तिच्याएवढी सुंदर स्त्री मी अजून पाहिली नाहीये. डॉ. फदलचं वागणं मला तेव्हा नीट कळलं. फातीनची ही बहीण चांगलीच उंच होती. आणि तिचा चेहरा–एकदा पाहिला तर विसरताच येणार नाही असं रूप तिला देवानं दिलं आहे. ती अमेरिकन मॉडेल आणि नटी आहे ना–ब्रुक शील्डस नावाची-ती तरुणपणी दिसत असेल अशी दिसते जैनन. तिचे डोळे निळसर-हिरवट असे आहेत आणि तिच्या पापण्यांइतक्या लांबसडक काळ्याभोर पापण्या मी अजून कुणाच्याही पाहिलेल्या नाहीत. खरोखर ती इतकी सुंदर आहे की तिच्या अवतीभोवतीच्या सगळ्या स्त्रिया अगदी फिक्या होऊन जातात-अगदी तिची सुंदर बहीण फातीनसुद्धा–

जैनन इतकी सुंदर आहे की डॉ. फदलनं तिला सरकारी समारंभांना नेणं सुद्धा लवकरच बंद केलं. सद्दामचा एक सावत्र भाऊ आहे-बारझान अल तिक्रिति-जैननला पहिल्यांदा पाहिल्याबरोबरच त्याचं डोकं फिरलं. डॉ. फदलला काळजी वाटू लागली की त्यानं सद्दामला मध्ये घालून आपल्याला आपल्या सुंदर तरुण बायकोला घटस्फोट द्यायला लावला तर?'

मयादा क्षणभर थांबली. समारानं तिला विचारलं, 'तुझ्या घरातल्या लोकांची आणि डॉ. फदलची कशी ओळख झाली?'

'त्यानं माझ्या आईला फोन केला होता तो केवळ सातीची पुस्तकं आणि खाजगी कागदपत्रं पाहण्यासाठी. हे सगळं आई आमच्या घरात ठेवत असे. माझी आणि त्याची पहिली भेट झाली तेव्हा मी एका गोष्टीनं चक्रावूनच गेले. तो माझ्याशी बोलत असताना एक किल्ली खिशातून काढून गरगर फिरवत होता. ती किल्ली माझ्या ओळखीची होती. आमच्या घराची किल्ली होती ती-अगदी वेगळी आणि वैशिष्ट्यपूर्ण अशी ती किल्ली आहे. माझ्या मनात आलं, अरे देवा. याला कुठून मिळाली ही किल्ली? त्यानं माझे आश्चर्यानं विस्फारलेले डोळे पाहिले. त्याच्या चेहऱ्यावर एक खोडकर हसू पसरलं आणि मग त्यानं मला सांगितलं की सातीचे कागदपत्रं वाचण्यासाठी केव्हाही आमच्या घरी येण्याची परवानगी दिली होती. मला काही ही गोष्ट फारशी पसंत नव्हती. पण माझ्या हातात करण्यासारखं फारसं काही नव्हतं.

सातीच्या सर्व कागदपत्रांवर वाळवी लागू नये म्हणून एक विशेष रसायन फवारण्यासाठी डॉ. फदलनं काही माणसं आमच्याकडे पाठवली आणि मग तो अगदी नियमितपणे आमच्याकडे येऊ लागला. हळूहळू मला आमच्या कुटुंबाच्या बाहेरच्या एखाद्या पुरुषानं एकट्यानं येऊन आमच्या ग्रंथालयातील पुस्तकं वाचत बसण्याची सवय झाली. पण ज्या निष्काळजीपणानं तो आपलं पिस्तूल आमच्या घराच्या दर्शनी खोलीत ठेवून द्यायचा-म्हणजे मी एखादं पाण्याचं भांडं ठेवीन ना, तेवढ्या निष्काळजीपणानं-त्याची मात्र मला कधीच सवय झाली नाही.

मयादानं एक क्षणभर थांबून थोडा विचार केला आणि ती परत बोलू लागली. 'समारा, आता मागचा विचार केला ना, तर मला असं वाटतं, की डॉ. फदल हा एकाच वेळी दोन जगांमध्ये जगणारा माणूस असावा. तो एक विद्वान माणूस होता. त्याचं पुस्तकांवर फार प्रेम होतं. एखाद्या सुरस विषयावर तो तासन्तास बोलू शकत असे आणि त्याच वेळी तो इराकच्या तुरुंगावरचा प्रमुख म्हणून कामही करत होता. त्याच्या आयुष्याच्या या काळ्या भागाचं त्याला कायमच ओझं वाटत होतं, यावर माझा पूर्ण विश्वास आहे. कारण त्याच्या चेहऱ्यावर कायमच एक दमलेला, थकलेला भाव असायचा. त्याला मी फार क्वचित सैलावलेल्या अवस्थेत पाहिलेलं

आहे-त्याच्या पाच मुलांपैकी एखादं त्याच्या मांडीवर बसलं असेल तेव्हा-किंवा मग आमच्या ग्रंथालयात एखादं दुर्मीळ पुस्तक घेऊन बसला असे तेव्हा–' समाराच्या चेहऱ्यावर पसरलेल्या आश्चर्याची नोंद घेत मयादा पुढे बोलतच होती. 'याच वेळी मला एक नोकरी मिळाली. ते एक मुलांसाठी पुस्तकं प्रकाशित करणारं प्रकाशन होतं–मजलाती वा अल-मेझ्मार (माझं मासिक आणि अल-क्लॉरिऑनेट). एके दिवशी मला एक अगदी अनपेक्षित असा फोन आला. अल-जम्हूरिया या सुप्रसिद्ध वृत्तपत्रामधला एक महत्त्वाचा पत्रकार लुफ्ती अल-खैयाती याचा फोन होता तो. कोणत्याही पक्षाचं मुखपत्र नसूनही ते इराकमधील सर्वांत अधिक खपाचं वृत्तपत्र होतं. मी या वेळी तरुणच होते. पुढे जाण्याची महत्त्वाकांक्षा होती. त्यामुळे हा फोन आलेला पाहून मी फारच खूष झाले. पण या माणसानं मला फोन का केला असेल हे मात्र मला कळत नव्हतं. अल-जम्हूरियाच्या कचेरीत पोचल्यावर लुफ्ती मला त्याच्या प्रशस्त अशा कचेरीत घेऊन गेला. मला तर उत्सुकतेनं चक्करच यायची राहिली होती. माझं सर्वांत मोठं स्वप्न साकार होत होतं. मला आता लेखक म्हणून मान्यता मिळणार होती. लुफ्तीनं मला सांगितलं, 'तू मुलांसाठी लिहिलेले काही लेख मी वाचले आहेत. तू प्रौढांसाठीही लिहू शकशील का?'

'मला ही संधी गमवायची नव्हती. म्हणून मी त्याला गुपित सांगून टाकलं- मी प्रौढांसाठी लघुकथा लिहीत होते. हे मी त्याच्या कानावर घातलं. लुफ्तीनं मला नोकरी दिली. मला लगेच एक दर आठवड्याला लिहिण्याचं सदरही देण्यात आलं. 'एत्तलाआते' (ओव्हरव्यूज). मला नोकरी लागल्यानंतर थोड्याच दिवसांत मला सांगण्यात आलं की डॉ. फदल अल-बर्राकनं मला त्याची मुलाखत घेण्यासाठी बोलावलेलं आहे. आमच्या वृत्तपत्राचा प्रमुख संपादक साहिब हुसैन अल-समावी फारच खूष झाला, कारण इराकी गुप्त पोलिस कधी-अगदी कधीच मुलाखती देत नसत. साहिब फार खूष झाला असला तरी मी मात्र क्षणभर फार उदास झाले. मला कळून चुकलं की माझं स्वप्न माझ्या गुणांमुळे खरं झालं नव्हतं. माझ्या पत्रकारितेमधील या अचानक प्रगतीच्या मागे डॉ. फदल होता. घरी पोचल्यावर मी त्याला फोन करून हे खरं आहे का असं स्पष्टच विचारलं. तो मोठ्यानं हसून म्हणाला, 'अर्थातच, तू चांगली मोठी लेखिका व्हावीस असं मला वाटतं आणि हे साध्य करायचं असेल तर लिहीत राहाण्याखेरीज दुसरा कोणता चांगला मार्ग असू शकतो?' म्हणून मग माझी लायकी सिद्ध करण्यासाठी मी कोणाहीपेक्षा अधिक काम करायला सुरुवात केली आणि मला वाटतं, मी ते सिद्धही केलं.

'त्या दिवसापासून डॉ. फदलला अटक होईपर्यंत आमच्या आयुष्यात असे लहानसहान 'चमत्कार' घडतच राहिले. पण आमच्या आणि डॉ. फदलच्या ओळखीमधला सर्वांत चांगला भाग कोणता असेल तर तो हा की, मला दुसऱ्यांना

मदत करता येऊ लागली-आणि काही बाबतीत तर काही प्राणही वाचवता आले.'

'बघ, मी सांगितलं नव्हतं तुला–' मयादाकडे पाहात एक बोट हलवत समारा म्हणाली, 'तू डॉ. फदलशी असलेली तुझी ओळख चांगल्या कामासाठीच वापरलीस. त्यामुळे ती मैत्री 'चांगली' मैत्री ठरते, मयादा.'

मयादानं आपले डोळे मिटून घेतले. क्षणभरानं डोळे उघडले, पण पुन्हा मिटून घेतले. 'हे खरं ठरावं, अशी मी देवाची प्रार्थना करतेय. समारा. मी काहीतरी वेगळं करायला हवं होतं या कल्पनेनं मला काही सुचेनासं झालंय.'

'तसं काही असतं तर मी तुला तसं सांगितलं असतं. मी एक अगदी स्पष्ट बोलणारी बाई आहे.' समाराचे डोळे चमकत होते. 'तू ज्यांना मदत करू शकलीस अशा काही लोकांच्याबद्दल सांग ना.'

मयादा थोडी घुटमळली.

'सांग ना, मयादा. मी वाट पाहतेय.' थोडं हसत समारा म्हणाली.

'ठीक आहे. १९७९च्या शेवटी किंवा १९८०च्या सुरुवातीला डॉ. फदलची आणि माझी भेट झालेली होती. मी माझ्या आईबरोबरच राहात होते. एके दिवशी मी कामावर जाण्याची तयारी करत होते. तेवढ्यात दारावरची घंटा वाजली. आमच्या दासीनं-उम-अझीझनं दार उघडलं आणि ती धावतच जिना चढून मला सांगायला आली की डॉ. साईब शौकत यांची पत्नी जलील अल-हैदरी आमच्या दरवाजाशी आली आहे.–तिच्या रात्रीच्या कपड्यांमध्येच आहे ती. जलील अल-हैदरी ही एक फार नामवंत स्त्री होती. खरी खानदानी. त्यामुळे काहीतरी गंभीर प्रसंग आहे हे मी लगेच ओळखलं.

'मी खाली तिचं स्वागत करायला गेले. मध्यरात्री एखाद्या स्त्रीला गाढ झोपेतून उठवावं तशी ती दिसत होती आणि अजून आमच्या दरवाजाशीच उभी राहून रडत होती. मी तिला आत ओढलं. तिला शांत करण्याचा प्रयत्नही केला, पण ते फारच कठीण होतं. कारण आता तिनं खूपच रडायला सुरुवात केली. अखेरीस एकदाचं मी तिला घडलंय काय ते सांगण्यासाठी तयार केलं. क्षणभर तिला वेड लागलंय की काय असा मला संशय आला. कारण तिनं मला अल-दोरा इथल्या त्यांच्या खानदानी शेतीबद्दल सांगायला सुरुवात केली. त्यांचं हे शेत खूपच मोठं होतं. त्यात ५० वर्षांची जुनी खजुराची झाडं होती आणि त्या झाडांखाली केलेला सुंदर असा संत्र्याचा बगिच्याही होता. मग त्या बाईनं एका पाण्याच्या पंपाबद्दल सांगायला सुरुवात केली. ती त्या पंपाचं इतकं गुणगान करत होती की, खरंच सांगते, एक क्षणभर मला वाटलं, ती मला हा पंप विकण्याबिकण्याचा प्रयत्न करते आहे की काय? ती सांगत होती, तो पंप इंग्लंडमध्ये विकत घेतलेला आहे आणि आमची अर्धी शेती भिजवू शकेल इतका मोठा आहे.

'मग तिनं बगदादच्या मेयरबद्दल एक विचित्र कहाणी सांगायला सुरुवात केली-मेयर खैरुलाह तिल्फाह म्हणजे सद्दामचा काका, त्यानंच सद्दामला लहानपणापासून वाढवलं होतं. ती म्हणाली, सद्दामचा हा काका अल-दोराला सतत यायचा आणि ती खानदानी शेतीवाडी मला विका म्हणून तिच्या नवऱ्याला आग्रह करत राहायचा. डॉ. शौकत त्या वेळी ८३ वर्षांचे होते. त्यांना त्यांची जमीन विकायची नव्हती आणि विकली असती तरी या माणसाकडून त्यांना एक पैसाही मिळाला नसता, हेही त्यांना चांगलंच ठाऊक होतं. सद्दामचे सगळेच नातेवाईक कमालीचे लोभी आहेत. ते नेहमीच काहीतरी खरेदी करण्याची भाषा करतात आणि मग ती गोष्ट सरळ घेऊनच टाकतात. हे सर्वच इराकी माणसांना माहीत आहे. आज नाहीतर उद्या आपल्या हातून आपली शेती जाणारच हे जाणून डॉ. शौकतनी या शक्तिवान काकाला आपलं अर्धं शेत देण्याची तयारी दाखवली. खैरुल्लाहनं ती सूचना मान्य केली, पण एका अटीवर. तो पंप ज्या भागात होता तो हिस्सा त्याला हवा होता. डॉ. शौकतनी त्या पंपासाठी बरेच पैसे मोजले होते, हे एक, आणि पाणी मिळालं नाही, तर आपली झाडं मरून जातील हेही त्यांना माहीत होतं. त्यामुळे त्यांनी खैरुल्लाहची पंपासकट अर्ध्या शेताची मागणी फेटाळली. मग पुन्हा एकदा खैरुल्लाहनं विचार बदलला. आता त्याला सगळीच शेती हवी होती. त्याशिवाय त्याचं समाधान होणार नव्हतं.

'ज्या दिवशी सकाळी जलील रात्रीच्या कपड्यातच आमच्या घरी आली त्या आधीच्या रात्री गुप्त पोलिस त्यांच्या घरी आले होते आणि डॉक्टरांना अटक करून घेऊन गेले होते. तेही तेव्हा रात्रीच्या कपड्यातच होते. तसंच त्यांना नेण्यात आलं होतं. विचार कर, समारा, हा इराकमधला सर्वांत प्रसिद्ध सर्जन. इराकच्या पहिल्या वैद्यकीय महाविद्यालयाचा संस्थापक-शिवाय इराकच्या पहिल्या आरोग्यमंत्र्यांपैकी एक. त्यांच्या अटकेनं आम्हांला सगळ्यांनाच फार मोठा धक्काच बसला.

'या संकटात काय करावं ते मला सुचेना म्हणून मी माझ्या आईला फोन केला. ती याआधीच कामावर गेलेली होती. ही बातमी ऐकून तीही फार अस्वस्थ झाली आणि तिनं मला ताबडतोब डॉ. फदलला फोन करायला सांगितलं. वयोवृद्ध डॉ. शौकतना लवकरात लवकर सोडण्यात आलं नाही, तर हृदयविकारानं त्यांचा मृत्यू होऊ शकेल अशी भीती तिला वाटत होती.

'मग मी डॉ. फदलला फोन केला आणि सगळी हकीगत त्यांच्या कानावर घातली. थोडा विचार करून तो म्हणाला, 'तू आत्ता लगेच आपल्या उपाध्यक्षांना फोन कर. त्यांच्या फोनची तातडीची संपर्क सेवा चालू असते. त्यांना हे सगळं सांग.'

'मला त्याच्या सूचनेचं आश्चर्य वाटलं, पण तरी मी त्यानं सांगितलं तसंच

केलं. मी सद्दामचा फोन नंबर फिरवला. एक दोन वेळा घंटी वाजली आणि त्यानं फोन उचलला. मी कोण आहे आणि डॉ. शौकत यांच्या पत्नीच्या वतीनं मी बोलते आहे हे मी त्याला आधी सांगितलं आणि मग झालेल्या हकीगतीचा थोडा भाग त्याच्या कानावर घातला-म्हणजे शेतीसाठी डॉ. शौकतना अटक करण्यात आलं आहे, एवढंच सद्दामनं माझं सगळं बोलणं शांतपणे ऐकून घेतलं. डॉ. शौकतच्या पत्नीची समजूत घाल, सगळं काही तिच्या मनासारखं होईल असं तिला सांग एवढंच तो बोलला. तिचा नवरा लवकरच परत येईल असा निरोप मी तिला द्यायचा होता आणि डॉ. शौकतनी त्या दिवशी दुपारी ४ वाजता अध्यक्षांच्या राजवाड्यामध्ये यायचं होतं, हा निरोपही मी तिला दिला.

'पाचच मिनिटांच्या आत माझा टेलिफोन वाजला. फोनवर डॉ. फदल होता. 'डॉ. शौकतच्या पत्नीला सांग की तिचा नवरा आत्ता सुटला आहे' आणि हे मी बोलतोय तेवढ्या वेळात तो घरी यायला निघालाही असेल, माझा निरोप न घेताच त्यानं फोन बंदही केला.

'डॉ. फदलनं मला सद्दामला फोन करायला का सांगितलं ते मला नंतर कळलं. डॉ. फदलसारख्या त्याच्या एका मदतनीसाकडून आपला काका चोर आहे, हे कळणं सद्दामच्या दृष्टीनं फारच अवघड ठरलं असतं. त्याऐवजी ही हकीगत टेलिफोनवर या गोष्टीला बळी पडलेल्या माणसाच्या वतीनं दुसऱ्या कुणीतरी सांगणं त्याला फारसं संकोचाचं झालं नसतं.

'डॉ. शौकत घरी परत आले तेव्हा त्यांच्या पत्नीबरोबर मीही थांबलेली होते. डॉक्टर अर्थातच अजून त्यांच्या रात्रीच्या कपड्यातच होते. बिचाऱ्यांना फार मोठा धक्का बसला होता. त्यांनी उच्चारलेले पहिले शब्द मला अजून चांगले आठवताहेत. त्यांच्या चेहऱ्यावर कमालीच्या आश्चर्याचा भाव होता. ते म्हणाले, 'तुरुंगातले ते सगळे लोक भयंकरच उद्धट होते. त्यांनी माझ्या थोबाडीत मारलं. हे तुला खरं वाटतंय?' बिचारा म्हातारा माणूस-वाकलेला, अशक्त-तेथे खिळून उभा होता-आपल्या लाल झालेल्या गालांवरून हात फिरवत-हे जे काही घडलं होतं त्यावर त्यांचा विश्वासच बसत नव्हता.

'पण थोड्याच वेळात त्यांनी स्वत:ला सावरलं, कपडे बदलले आणि ते अध्यक्षांच्या राजवाड्याकडे निघून गेले. मी दिवसभर त्यांच्या पत्नीजवळच बसून होते. कारण ती अजूनही मरणाची घाबरलेली होती.' ही हकीगत सांगत असताना मयादाचा राग इतक्या वर्षांनंतर पुन्हा उफाळून आला. 'ही दोन म्हातारी माणसं-नव्या इराकच्या सुरुवातीपासून देशाची सेवा केलेली-काय भयंकर होतं ते सगळंच.'

'राजवाड्यात काय झालं?' चेहऱ्यावर आलेल्या आपल्या काळ्या-पांढऱ्या बटा मागे सारत, थोडं पुढे वाकत समारानं विचारलं.

'साधारण तासाभरानं डॉ. शौकत परत आले. आल्यानंतर त्यांनी सगळी हकीगत आम्हांला सांगितली. दरवाजातच त्यांचं स्वागत करायला बारझान इब्राहिम अल-हस्सन अल-तिक्रित उभा होता. हा सद्दामचा आईकडून असलेला सावत्र भाऊ-आणि सजीदाच्या बहिणीचा नवरा. बारझाननं अगदी अदबीनं डॉ. शौकतचं स्वागत केलं आणि त्यांना सांगितलं, 'अबु उदयही (सद्दाम) खोलीत आहेत' हे ऐकून डॉ. शौकतनं खोलीभर नजर टाकली, पण त्यांना जेवढं दिसत होतं त्यावरून हे स्पष्ट होतं की खोलीत ते दोघेच होते. गोंधळून त्यांनी बारझानकडे पाहिलं. बारझाननं खोलीच्या मध्यभागी ठेवलेल्या एका टेबलाकडे बोट केलं. 'तिथे आहेत ते.' बारझाननं स्पष्ट केलं. 'सद्दाम त्या टेबलावर आहे.' डॉ. शौकत म्हातारे आहेत, त्यांना नीट दिसत नाही, हे लक्षात आहे ना म्हणून ते टेबलाजवळ चालत गेले आणि म्हणाले, 'मला अजूनही दिसत नाहीयेत ते.' आतातर ते पारच गोंधळून गेले होते. मोठ्यानं हसून बारझाननं टेबलावरचा टेपरेकॉर्डर उचलला आणि म्हटलं, हा काय इथे आहे म्हणजे अर्थ असा की जे काही बोलणं होईल ते सद्दाम नंतर ऐकणार आहे.

'या अगदी हास्यास्पद घटनेनंतर डॉ. शौकत थोडे बावचळलेलेच होते, तरी त्यांनी अत्यंत सभ्यपणे आणि सौम्य शब्दात घडलेली गोष्ट बारझानला समजावून देण्याचा प्रयत्न केला. ते अगदी जपून शब्द वापरत होते कारण हा सगळा प्रकार खैरुल्लाहवर आरोप करण्यासारखाच होता. खैरुल्लाह म्हणजे बारझानचा काका आणि सद्दामला लहानपणापासून वाढवणारा माणूस. हे नातं आणखीच घट्ट झालेलं होतं कारण सद्दाम आणि बारझान या दोघांनीही खैरुल्लाहच्या मुलींशी लग्नं केलेली होती. हा सगळा कौटुंबिक गुंता डॉ. शौकत यांच्या लक्षात आलेला होता. त्यामुळे एक अशी अदृश्य रेषा आहे जी आपण ओलांडता कामा नये, नाहीतर आपली रवानगी पुन्हा तुरुंगात होऊ शकते हे त्यांना कळून चुकलेलं होतं.

'अखेरीस बारझाननं त्यांना सांगितलं, 'डॉक्टर, मला आणि सद्दामला नक्की काय झालं ते स्पष्ट सांगा. सभ्यता, शिष्टाचार वगैरेचा विचार करू नका.' त्या म्हाताऱ्या माणसाच्या खांद्यावर थोपटत त्यानं त्यांना धीर देत म्हटलं, 'स्पष्ट बोलण्यात कसलाही धोका नाही. त्याची काळजी करू नका.' एवढंच नाही, तर काहीतरी विनोद करत त्यानं स्वतःच्या आणि सद्दामच्या काकांचा अपमानही केला. 'माझ्यावर विश्वास ठेवा. अबु उदयनं जर फोन करून तुमची परिस्थिती सांगितली नसती तर आमचे काका आणि सासरे तुमचं आहे नाही ते सगळं बळकावून बसले असते. अगदी तुमचे अंगावरचे कपडे सुद्धा-' बारझानच्या कबुलीनंतर तर डॉ. शौकत फारच चकित झाले. तो सरळ म्हणाला, 'आमचा काका ना, अगदी लोभी म्हातारा आहे. त्याच्याकडे आम्हाला फार लक्ष ठेवावं लागतं.'

'खैरुल्लाहचे स्वत:चे पुतणे हे कबूल करताहेत हे पाहून डॉ. शौकत चमकले खरे पण त्यांना त्याचा आनंदही वाटला. अशा रीतीनं डॉ. शौकतची मौल्यवान जमीन त्यांच्याकडेच राहिली. नंतर डॉक्टर आणि त्यांची पत्नी आमच्याकडे भेटायला येऊन गेले. माझ्या मध्यस्थीबद्दल ते जोडपं इतकं कृतज्ञ होतं की त्या शेतीमधली काही एकर जमीन मला भेट म्हणून द्यायला डॉ. शौकत निघाले होते. अर्थात मी ती भेट नाकारली. त्यांचा आनंदी चेहरा पाहाणं हीच भेट मला पुरेशी आहे असं मी त्यांना सांगितलं त्याऐवजी मी काम करत असलेल्या 'अलेफ बा' या नियतकालिकासाठी त्यांनी मला मुलाखत द्यावी असं मी त्यांना सुचवलं. ही मुलाखत इराकची बांधणी होत असताना प्रथमपासून एक डॉक्टर म्हणून त्यांना आलेल्या अनुभवांबद्दल असणार होती. त्यांनीही आनंदानं माझी सूचना मान्य केली.

'ही मुलाखत प्रसिद्ध झाली. ती सद्दाम हुसेननं वाचली. त्यानंतर काही दिवसांनी सद्दामच्या अधिकाऱ्यांचा डॉ. शौकत यांना फोन आला आणि त्यांना असं सांगण्यात आलं की त्यांनी केलेलं वैद्यकीय क्षेत्रातलं काम इतकं महत्त्वाचं आहे की सद्दाम त्यांचा गौरव करणार आहे. डॉ. फदलनं मोठ्या खुषीत आम्हांला कळवलं की दूरचित्रवाणीवर त्यांना पाहायला विसरू नये. डॉ. शौकतना तुरुंगवासाऐवजी एक पदक मिळवून देण्यास मी कारणीभूत आहे असं सांगून डॉ. फदल खूप हसला.

'दूरचित्रवाणीवरील एक कार्यक्रम म्हणून डॉ. शौकतचा गौरव करण्यात आला. तो कार्यक्रम संपला आणि मी खोलीतल्या पर्शियन गालिचावर एक कोलांटी उडी मारून माझ्या आईला चांगलंच दचकवलं होतं. आईकडे पाहताना मी दोन्ही पाय फाकून बसले आणि हसत सुटले. या इतक्या सुखान्त गोष्टीत भाग घ्यायला मिळाल्यामुळे मी फारच आनंदात होते. माझ्या माकडचेष्टांमुळे माझी अगदी पद्धतशीर वागणारी आई वैतागली आणि मला माझ्या वयाला शोभेल असं वागावं म्हणून रागावली सुद्धा. पण एकाच फोननं डॉ. शौकतचा जीव वाचला होता या कल्पनेनंच मला पुढे कितीतरी दिवस हसू फुटत होतं.'

'बघ-एक जीव वाचला.' एक नाजूक फिकट बोट उभं धरून समारा मयादाला शाबासकी देत म्हणाली, 'तू नसतीस तर त्या बिचाऱ्याला पुन्हा दिवस काही दिसला नसता.'

त्या दिवसाची नुसती आठवणही मयादाला बलदीयातमधील आपल्या परिस्थितीच्या निराशेतून बाहेर काढण्यास उपयोगी ठरली. स्वत:च्या चेहऱ्यावर दोन्ही हात झाकून घेत ती थोडं हसत म्हणाली, 'पण सद्दामच्या काकानं त्या जमिनीची हाव कधीच सोडली नाही, हे तुला खरं वाटेल? सहा वर्षांनंतर १९८६मध्ये डॉ. शौकत मरण पावले. तो वाईट खैरुल्लाह स्वत: इतका म्हातारा झाला होता. शिवाय त्याचे दोन्ही पायही सडल्यामुळे कापून टाकलेले होते आणि तरी त्याचा डोळा त्या जमिनीवर

होताच. स्वत:ची कबरीत जाण्याची वेळ जवळ आली होती पण त्याच्या मनातून ती जमीन आणि तो पाण्याचा पंप काही जात नव्हते. डॉ. शौकतच्या दफनविधीनंतर खैरुल्लाह सरळ त्या दु:खी विधवेकडे गेला आणि तिच्या घराबाहेर मोटार उभी करून बसून राहिला. हे काय चाललं आहे ते बघायला जलील बाहेर आली तेव्हा त्यानं तिला हाक मारली आणि खुशाल विचारलं, 'आता तरी तू ती जमीन विकायला तयार आहेस का?' 'डॉ. शौकतची विधवा खूप शूर होती. सहा वर्षांपूर्वी आपल्या नवऱ्याला काय भोगावं लागलं हे लक्षात असून सुद्धा ती ओरडली, 'नाही?' आणि तिथून निघून गेली. जाता जाता तिनं खैरुल्लाहकडे वळून पाहिलं. त्या माणसाला स्वत:ला जे काही हवं असेल ते मिळालंच पाहिजे याची सवय झालेली होती. त्यानं इतक्या रागाच्या नजरेनं तिच्याकडे पाहिलं आणि मग आपल्या ड्रायव्हरला तिथून निघायचा हुकूम दिला. पण त्यालाही ही भीती वाटतच होती की आपण त्या शेतीच्या फार मागे लागलो तर ती गोष्ट सद्दामच्या कानावर घातली जाईल. त्यामुळे आता त्याला करण्यासारखं फारसं काही राहिलं नव्हतं आणि ती जमीन त्याच घराण्यात–ज्यांची होती त्यांच्याकडेच राहिली.'

'तू परत डॉ. फदलला फोन करशील म्हणूनच त्या विधवेची जमीन वाचली. मला खात्री आहे.'

मयादा आता दूरवरच्या विचारांमध्ये बुडून गेली. 'तसं तर मी एकदा माझ्या नवऱ्याचे- सलामचेही प्राण वाचवले आहेत–तुला खरं वाटणार नाही कदाचित.'

सलामच्या आधीच्या वर्तनाबद्दल मयादानं तिला सांगितलेलं होतं त्यामुळे थोडं हसत समारानं विनोदानं म्हटलं,

'मग तर तुला संत-महात्माच म्हणायला पाहिजे.'

'ही गोष्ट घडली नंतर-१९८४मध्ये. मी कचेरीच्या कामासाठी दोन महिन्यांसाठी सुदानला गेलेली होते. बगदादच्या विमानतळावर पोचल्यावर मी फे कशी आहे ते विचारण्यासाठी घरी फोन केला तेव्हा ती फक्त वर्षांची होती. तर तेव्हा मला कळलं की माझ्या नवऱ्याला आत्ताच सैन्याच्या गुप्त पोलिसांनी पकडून नेलंय.

'इराण-इराक युद्धाच्या वेळी बंधनकारक असलेली सैनिकी सेवा सलाम तेव्हा बजावत होता. एका रात्री त्याच्या वरिष्ठ अधिकाऱ्यानं त्याला सैन्यातून पळून गेलेल्या एका सैनिकाला घेऊन जाण्याचं काम सोपवलं. पळून गेल्यावर तो सैनिक मूर्खासारखा सरळ त्याच्या गावी गेला होता–दक्षिणेकडच्या उमारा भागातलं कलात सुकर नावाचं गाव होतं-ते आणि त्यामुळे लगेच पकडलाही गेला होता. या सैनिकाला सैन्याच्या मुख्य कचेरीत नेऊन पोचवण्याचं काम सलामवर सोपवण्यात आलेलं होतं.'

'सलाम अगदी नालायक नवरा होता हे खरं असलं तरी तो काही हिंसक

माणूस नव्हता. त्यानं आपल्या चांगल्या स्वभावाप्रमाणे त्या माणसाला बेड्या वगैरे न घालताच मोटारीत बसवलं. एका ठिकाणी वाहतुकीचा लाल दिवा लागला म्हणून सलाम थांबला आणि त्या पळपुट्यानं दार उघडून रात्रीच्या अंधारात पसार होण्याची संधी साधली. या गुन्ह्यासाठी सलामला आता जन्मठेपेची शिक्षा भोगावी लागणार होती.

'आता मला जे करणं माहीत होतं, ते मी केलं–मी डॉ. फदलला फोन केला. आणि ही भयंकर बातमी त्याच्या कानावर घातली. त्यानं मला विमानतळावरच थांबून राहायला सांगितलं. तो माझ्यासाठी गाडी आणि ड्रायव्हर पाठवणार होता. खरंतर आत्तापर्यंत खूपच रात्र झालेली होती तरी डॉ. फदल मला त्याच्या कचेरीत भेटला. मी धावतच आत गेले. त्यानं मला सलामच्या सैन्यगटाचा क्रमांक विचारला. एका क्षणात त्यानं सलामच्या वरिष्ठ अधिकाऱ्याशी संपर्क साधला आणि या प्रकाराबद्दल चौकशी केली. सलामला कुठे नेण्यात आलं आहे हेही त्यानं विचारून घेतलं. सलामला आत्तापर्यंत तुरुंगात नेण्यातही आलेलं होतं. डॉ. फदलनं त्या वरिष्ठ अधिकाऱ्याला सलामवरचे सगळे आरोप मागे घेऊन त्याला ताबडतोब सोडून देण्यास फर्मावलं. एवढंच नाही, तर त्यानं त्या अधिकाऱ्याला असंही बजावलं की एका तासाच्या आत सलाम घरी पोचलाच पाहिजे.

'हे सगळं काल घडलं असावं इतक्या स्पष्टपणे मला आठवतंय. डॉ. फदल माझ्याकडे बघून गोडसं हसला. डोकं खाजवत मान थोडी वाकडी करून तो म्हणाला, 'आता काळजी करू नकोस. तुझा प्रिय नवरा लवकरच घरी तुझ्याजवळ येईल.'

'मग, माझ्या डोळ्यांदेखत हा प्रेमळ माणूस एखाद्या दुष्ट राक्षसासारखा झाला. त्यानं पुन्हा त्या वरिष्ठ अधिकाऱ्याला फोन केला आणि ओरडून विचारलं, 'त्या पळपुट्याबद्दल सांग.' तो सैनिक कलात सुकरचा होता असं त्याला त्या अधिकाऱ्यानं सांगितलं. डॉ. फदलनं त्या विभागाच्या गुप्त पोलिसांना फोन केला आणि त्या सैनिकाच्या घरी जाऊन त्याच्या घरातल्या एकूण एक नातेवाइकांना पकडून आणण्याचा हुकूम दिला-अगदी लहान मूल सुद्धा त्यातून सोडायचं नव्हतं. तो सैनिक स्वत:ला पोलिसांच्या हवाली करेपर्यंत ही सर्व माणसं कैदेत राहाणार होती.

एका क्षणी हा माणूस एक सत्कृत्य करतो आणि दुसऱ्याच क्षणी एक इतकं दुष्ट कृत्य करू शकतो हे पाहून मला कमालीचं आश्चर्य वाटू लागलं. मला चांगलं आठवतंय, मी तेव्हा त्याला कळवळून विनवलं होतं की उगाच निरपराध लोकांना पकडू नका.

'एक कठोर नजर माझ्याकडे टाकत त्यानं मला बजावलं की, सलामखेरीज दुसऱ्या कोणत्याही गोष्टीशी तुझा संबंध नाही.

'म्हणजे माझ्या दृष्टीनं सलामच्या परत येण्याला हा एक दु:खाचा डंख होता. मला त्या निरपराध कुटुंबाखेरीज दुसरं काही सुचेनासंच झालं. पण माझ्या हातात काहीच नव्हतं. एका तासाच्या आतच अगदी आनंदात असलेला सलाम घरी परतला. त्या पळपुट्या सैनिकानंही एका तासाच्या आतच स्वत:ला पोलिसांच्या स्वाधीन केलं हे सलामला नंतर कळलं.'

समारा एका वेगळ्याच भावनाविवश, गंभीर स्वरात म्हणाली, 'हा डॉ. फदल खरोखरच फार चमत्कारिक माणूस असणार. इतक्या चटकन तो चांगलं आणि वाईट यामध्ये कसा फिरत असेल, नवलच आहे.'

'तेच तर रहस्य आहे, समारा', 'मयादालाही तिचं म्हणणं पटलं.' डॉ. फदलनं मलाही दोन वेळा तुरुंगात जाण्यापासून वाचवलं आहे. पहिल्या वेळी मी मूर्खासारखं खोमेनीचं एक छायाचित्र माझ्या झोपण्याच्या खोलीत लावलेलं होतं- जे उघडकीला आलं. पण मला काही त्रास झाला नाही–तो डॉ. फदलमुळे. दुसरी घटना १९८५मध्ये घडली. माझं लग्न झालेलं होतं. फे दोन वर्षांची होती आणि मी अलीच्या वेळी गरोदर होते. मी त्या वेळी अरब कामगार संघटनेमध्ये काम करत होते आणि इतकी बावळट होते की मी सोडून बाकी जवळजवळ सगळे कर्मचारी मुखाबरातसाठी काम करत होते हे मला माहीतच नव्हतं.

'कोण काय बोलतं आहे आणि कोणत्या वाक्याचा उलटा अर्थ काढता येणं शक्य आहे अशा सर्व बोलण्याकडे लक्ष ठेवावं असा हुकूम प्रत्येक कर्मचाऱ्याला देण्यात आलेला होता.

'माझ्या एका सहकाऱ्यानं माझ्याबद्दल एक उलटा अहवाल दिला. त्या अहवालात असं ठाम मत मांडलं होतं की आपल्या अध्यक्षांबद्दल मी पुरेसा सन्मान दर्शवत नाही आणि मी फार मोकळेपणानं सर्वांशी बोलते. शिवाय मी माझ्या बोलण्यामध्ये बाथ पार्टीच्या घोषणाही पुरेशा प्रमाणात वापरत नाही, असाही आरोप त्या अहवालात करण्यात आला होता.

'एके दिवशी गुप्त पोलिसांकडून मला एक टेलिफोन आला. मला आश्चर्यच वाटलं. अबू जब्बार नावाचा माणूस फोनवर बोलत होता. त्या सकाळी त्याच्या कचेरीत येऊन जाण्याचा आदेश त्यानं मला दिला. या माणसाला काय हवं आहे ते काही मला कळत नव्हतं, पण जे काही आहे ते काही फारसं चांगलं नसणार याबद्दल मला खात्री होती. म्हणून मी डॉ. फदलला फोन केला आणि मला आलेल्या बोलावण्याबद्दल त्याला सांगितलं. डॉ. फदललाही नवल वाटल्याचं मला जाणवलं. पण त्यानं मला जब्बारनं सांगितल्याप्रमाणे त्याला भेटून यायला सांगितलं. तोपर्यंत तो या गोष्टीची चौकशी करून ठेवणार होता. ही भेट होऊन मी आल्याबरोबर त्याला फोन करायचा होता. यावर त्यानं जोर देऊन मला बजावलं.

'मी जब्बारला भेटायला गेले पण मला भीती वाटत नव्हती कारण मी इथे आले आहे हे डॉ. फदलला माहीत होतं. मी थोड्याच वेळात त्याला फोन केला नाही तर काय झालं याचा तो नक्कीच शोध घेईल, हे मला ठाऊक होतं.

'मी अबू जब्बारच्या कचेरीत शिरले. तो उभाच होता. एक लठ्ठ, टक्कल पडलेला माणूस-त्याच्याइतका जाड भिंगांचा चष्मा मी अजून कोणाचाही पाहिलेला नाही. त्या भिंगांमुळे त्याची बुबुळं खूप मोठी दिसत होती आणि तो एखाद्या बेडकासारखा दिसत होता. तो माझ्यापेक्षा जास्त अस्वस्थ दिसत होता त्यामुळे त्याला आत्तापर्यंत डॉ. फदलचा फोन येऊन गेला आहे हे मला लगेच कळलंच. डॉ. फदलचा फोन येण्याआधी अबू जब्बारनं बहुतेक मला अटक करण्याचं ठरवलं असावं. पण आता मी म्हणजे त्याच्या दृष्टीनं स्वतःच्या पायावर मारलेली कुऱ्हाड ठरले होते. त्याला आता काय करावं ते सुचत नव्हतं. खूप वरपर्यंत ओळखी असलेल्या आणि जवळजवळ दिवस भरत आलेल्या या बाईला इथे का बोलावून घ्यावं लागलं याचं चांगलं कारण त्याला शोधून काढायचं होतं. शिवाय ते कारण डॉ. फदलला पटेल, त्याला राग येणार नाही असंही असणं आवश्यक होतं. तो काहीतरी पुटपुटत मान हलवत फेऱ्या घालत राहिला होता. अखेरीस मीच त्याला माझं काय चुकलं आहे का असं विचारलं. त्यावर तो पुनःपुन्हा 'छे, छे काही नाही–काही नाही' असं म्हणत राहिला. शेवटी 'मी तुला कॉफी प्यायला बोलावलंय' असं त्यानं सांगितलं. माझा माझ्या कानांवर विश्वासच बसेना. माझ्यासारख्या आठ महिन्यांच्या गरोदर बाईला कॉफी प्यायला कसं काय बोलावता अशी तक्रार करताना माझा सूर अगदी कर्कश झाला होता. माझ्या पाठीशी डॉ. फदलची ताकद उभी असल्याच्या खात्रीमुळे मी त्याला सरळ विचारलं, 'तुम्हांला कल्पना आहे का की तुम्ही मला का बोलावलं आहे याच्या काळजीनं मला काल रात्रभर झोप लागली नाही–माझा गर्भपात झाला असता तर?'

'अबू जब्बार फेऱ्या घालायचा थांबला आणि माझ्याकडे रोखून बघत म्हणाला, 'तू काय माझी चेष्टा करते आहेस का? तुला घाबरण्याचं काय कारण? मी तुझा काही अवमान केला आहे का?'

'तरी मी पुन्हा विचारलं, 'मला का बोलावलं आहे इथे? ते सांगा.'

या वेळेपर्यंत तो इतक्या तणावाखाली पोचलेला होता की, त्याचाही आवाज चढला. तो ओरडून म्हणाला, 'मी माफी मागतो तुझी, तुला बोलावल्याबद्दल-कॉफी वगैरे राहू दे. आता-तू सरळ घरी जा आणि आराम कर.'

'मी थोड्या रागातच घरी गेले आणि डॉ. फदलला फोन केला. माझ्या सहकाऱ्यांनी माझ्या वागण्याच्या पद्धतीबद्दल तक्रार केली होती असं त्यानं मला सांगितलं. मी 'बाथ पार्टीची भाषा बोलत नाही.' असाही माझ्यावर आरोप असल्याचं

त्यानं मला सांगितलं आणि मग माझ्या वागण्याबद्दल मला चांगल्या कानपिचक्या दिल्या.

'आता मागे वळून बघताना मला असं वाटतंय की, मी त्यांच्या ज्या काही हास्यास्पद घोषणा होत्या आणि त्यांना त्या फार गौरवास्पद वाटत होत्या त्यांच्यापैकी काही घोषणा तरी आत्मसात करून घ्यायला हव्या होत्या. उदाहरणार्थ-'पेरा आणि खा.' अशा काहीतरी. खरं तर ते बोलायचे तो प्रत्येक शब्द म्हणजे फुकटचा श्वास वाया घालवणं होतं असं माझं स्पष्ट मत होतं.

'त्या कचेरीतली प्रत्येक व्यक्तीच दुसऱ्याबद्दल माहिती पुरवत होती असं मला डॉ. फदलनं नंतर सांगितलं. माझ्या बडबडीला मी जरा लगाम घालावा आणि आपल्या कामाकडे तेवढं लक्ष द्यावं असंही त्यानं मला सांगितलं. कोणाही सहकाऱ्यावर विश्वास ठेवू नकोस असं त्यानं मला बजावून सांगितलं. या सर्व प्रकारामुळे माझ्या कामातली मला वाटणारी मजा संपूनच गेली, पण मी मात्र अधिक सावधगिरीनं वागू लागले. त्यांच्या समाजवादी गाण्यांमध्ये सामील होण्यास मात्र मी नकार दिलाच.

'समारा, डॉ. फदल नेहमीच आमच्या पाठीशी उभा राहिला होता ग.'

सावकाश मान हलवत समारा म्हणाली, 'डॉ. फदलला स्वर्गात घ्यायचं की नरकात ढकलून द्यायचं हे ठरवताना देवालाही प्रश्नच पडणार आहे.'

'होय, खरं आहे तुझं म्हणणं, काळ्याकुट्ट कृत्यांच्या धाग्यामध्ये सत्कृत्यं ओवणारा माणूस होता तो. तुला आठवतंय-१९८० मधलं इराणी ताबैया कागदपत्रांमुळे झालेल्या त्या हकालपट्ट्या?'

समारानं क्षणभर खाली आपल्या हातांकडे पाहिलं आणि मग नजर उचलून वर मयादाकडे पाहत ती म्हणाली, 'थोडंसं माहीत आहे मला त्याबद्दल. इथून हद्दपार करण्यासाठी शिया लोकांची निवड करण्यात आली होती. मी ऐकलं होतं त्याबद्दल, पण काय घडतंय आणि हे सगळं का घडतंय हे काही मला कधी उलगडलं नव्हतं. आमच्या काही शेजाऱ्यांना हाकलून दिलं गेलं ना त्या वेळी काय चाललं होतं ते?'

'ओटोमन घराण्यातली आणि सुन्नी पंथाची असल्यामुळे मला त्याचा काहीच त्रास झाला नाही.' मयादा सांगू लागली.

'निदान सुरुवातीला तरी नाही झाला. पण लवकरच मला कळलं की, अनेक इराकी माणसं त्यांच्या राष्ट्रीय नागरिकत्वाच्या कागदपत्रांमुळे फार मोठ्या संकटात सापडत होते. १९२१मध्ये या नागरिकपत्राची सुरुवात करण्यात आली. त्या वेळी ओटोमन घराण्याचा अंत होऊन नवीन इराकी राष्ट्राची स्थापना होत होती. या नव्या राष्ट्रातील पहिली जनगणना जेव्हा केली गेली तेव्हा लोकांना एक सवलत देण्यात आली- ते ओटोमन वंशाचे आहेत की इराणी वंशाचे हे त्यांनी ठरवून त्याप्रमाणे लिहून द्यायचं होतं. जर त्याने स्वत:ला इराणी वंशाचे असल्याचं जाहीर केलं तर

त्यांच्या मुलांना सैन्यभरतीतून सुटका मिळत होती. म्हणून त्यांच्या मुलांना सैन्यात भरती व्हावं लागू नये म्हणून अनेक लोकांनी ते खरे ओटोमन वंशाचे असूनही आपण इराणी वंशाचे असल्याचं जाहीर केलं. एकाच कुटुंबात मुलगे इराणी वंशाचे आणि मुली ओटोमन वंशाच्या असल्याचंही चित्र दिसू लागलं. दुर्दैवानं इराणी क्रांतीनंतर मात्र या निवडी अनेक इराकी लोकांना भेडसावू लागल्या.

'खोमेनी जेव्हा मोठ्या गाजावाजानं इराणचं नेतृत्व करण्यासाठी परत आला, तेव्हा सद्दामनं हा निर्णय घेतला. ज्या कोणाच्या कागदपत्रांवर 'ताबैया इरानिया' असा शिक्का असेल, त्या सर्वांना इराकमधून हद्दपार करायचं. मग अगदी आजोबा-पणजोबा-खापरपणजोबांपासून संपूर्णपणे इराकी असलेले लोक सुद्धा हद्दपार केले गेले.'

'मला असे कितीतरी लोक माहीत आहेत, ज्यांना आधी काहीही सूचना न देता आणि कोणतीही चीजवस्तू घेऊ न देता घराबाहेर काढण्यात आलं. त्या सगळ्या लोकांना चालत इराणच्या सरहद्दीपर्यंत नेऊन तिथे सोडून देण्यात आलं. ज्या कोणी परत येण्याचा प्रयत्न केला त्याला गोळ्या घालण्यात आल्या. मग ते लोक आजारी असोत, अपंग असोत, म्हातारे असोत का ती बाई गरोदर असो. एखाद्या बाईचं तान्हं मूल असलं तरी तिला बाटलीभर दूध बरोबर नेण्याचीही परवानगी नव्हती.

'या निर्वासित इराकी लोकांबद्दल खोमेनीच्या अमलाखालील इराणी लोकांना नेहमीच अविश्वास वाटत असे. सद्दाम हे सगळे हेर इराणमध्ये पाठवतो आहे, असा त्यांचा समज होता. पण काही काळानंतर इराणी लोकांना या निर्वासितांची दया आली आणि त्यांनी काही तंबूंच्या वसाहती उभारून त्यांची सोय केली.

'या सगळ्या प्रकारातील सर्वांत चमत्कारिक गोष्ट म्हणजे हे एवढं सगळं घडतं आहे हे फारच थोड्या लोकांना माहीत होतं. सद्दामची फौज अगदी गुपचूप एखाद्या कुटुंबाकडे जाऊन त्यांना घराबाहेर फेकत असे. सुरुवातीला हे सगळं अगदी सावकाश चाललं होतं. पण मग त्याला वेग आला. १९८१ साल उजाडलं तेव्हा रस्त्यारस्त्यामध्ये या धक्कादायक प्रकारासंबंधीची कुजबूज सुरू झाली होती. मग काही लोकांविरुद्ध आणखी एक महाभयंकर गुन्ह्याला सुरुवात करण्यात आली. त्यात माझ्या ओळखीचेही काही लोक होते.

'मी अरब कामगार संघटनेच्या कचेरीत काम करत बसलेली होते. तेवढ्यात एका विभागाचा प्रमुख आत आला. त्याच्यापाठोपाठ जावीद नावाचा एक माणूसही आत आला. तो संघटनेच्या ड्रायव्हरांपैकी एक होता. तो भीतीनं अगदी अर्धमेला झाला होता. त्यानं सांगितलं की त्याला आत्ताच त्याच्या घरून अतिशय घाबरून एक फोन आला आणि त्याच्या घरच्या लोकांनी त्याला सांगितलं की एक ट्रक भरून काही सैनिक आले आहेत आणि ते त्यांच्या विभागातल्या लोकांचे कागदपत्र तपासत आहेत. ज्यांचे कागदपत्र 'इराणी वंशाचे' असल्याचे असतील त्यांनी

ताबडतोब घरं खाली करायची आहेत, असं ते लोक सर्वांना फर्मावत आहेत. जावीदला लगेच घरी आपल्या कुटुंबाजवळ जायला सांगण्यात आलं होतं. त्यांना हद्दपार करण्यात आलं होतं. पण त्या कुटुंबाला कोठे नेण्यात येणार होतं हे जावीदला माहीत नव्हतं.

'आम्ही त्याला संघटनेच्या डायरेक्टर जनरलकडे घेऊन गेलो. पण त्यांनीही काही करता येणार नाही असं सांगितलं. जावीदची दया येऊन त्यांनी आमच्या हिशेबखात्याला त्याचा एक वर्षाचा पगार मात्र द्यायला सांगितला. तर आमचा हिशेबनीस नेमका कुठेतरी बाहेर गेला होता. मग मनुष्यबळखात्याच्या प्रमुखानं प्रत्येक कर्मचाऱ्याच्या टेबलाशी जाऊन जावीदला मदत करायची विनंती केली. जावीद संपूर्ण वर्षाचा पगार घेऊनच कचेरीतून बाहेर पडला. पण त्यानंतर मात्र तो कोणालाही दिसलेला नाही.

'कोणत्याही वृत्तपत्रात ही बातमी छापली गेली नाही. इराकच्या बाहेर कोणालाही हे असं काही इथे घडतं आहे याची कल्पनाही नव्हती.

'मग युद्ध सुरू झालं. त्यामुळे तर जो कोणी इराणशी संबंधित असेल त्या प्रत्येकालाच हद्दपार करण्याचा सद्दामनं चंगच बांधला. ज्या कोणाच्या कागदपत्रांवर 'ताबैया इरानिया' असा छाप असेल तो शत्रूचा गुप्तहेरच असणार असं सद्दामनं ठरवूनच टाकलं होतं.

'१९८२च्या डिसेंबरमध्ये हा जुलूम माझ्या नवऱ्याच्या कुटुंबापर्यंत येऊन पोचला.

'एकदा कामासाठी बाहेरगावी जाऊन परत आल्यानंतर मी सलामच्या आईवडिलांना भेटायला गेले. सलामला चार भाऊ आणि पाच बहिणी आहेत. त्यांच्या वडिलांच्या घरी हे सगळे लोक एकत्र जमून काहीतरी फार महत्त्वाची चर्चा करत होते. सलामची एक बहीण निबाल आणि तिचे दोन लहान मुलगे-तीन वर्षांचा विस्साम आणि तान्हा बस्साम-हेही तिथे होते. तिघंही निराश झालेल्या निर्वासितांसारखी दिसत होती. काय प्रकार आहे याची मी चौकशी केली तेव्हा निबाल रडायलाच लागली. तिच्या नवऱ्याला डॉ. करीम अल-सादीला पकडून नेण्यात आलं होतं, असं तिनं मला सांगितलं.

'डॉ. करीम निबालपेक्षा जवळजवळ १५/१६ वर्षांनी मोठा होता. पण तो शिकलेला होता. अमेरिकेतून ऑरगॅनिक केमिस्ट्री या विषयातील डॉक्टरेट मिळवलेला होता तो- म्हणून अनेक मुलांमधून तिनं त्याची निवड केली होती. या निवडीचं स्पष्टीकरण आपल्या कुटुंबाला देताना निबाल म्हणाली होती. कधीही इराकच्या बाहेरही न गेलेला अशिक्षित इराकी माणूस आपल्या बायकोला जसं वागवेल त्याहून चांगली वागणूक मला नक्कीच या पाश्चात्त्य शिक्षण घेतलेल्या माणसाकडून मिळेल

आणि मग तिला या लग्नाची परवानगी मिळाली होती.

'निबालचं घर हाई-अल-जमिया या विद्यापीठाच्या विभागामध्ये होतं. त्या दिवशी सकाळीच तीन माणसांनी तिच्या घराचं दार वाजवलं होतं. डॉ. करीमच्या कागदपत्रांवर 'ताबैया इरानिया' असा छाप असल्यामुळे आम्ही त्याला अटक करत आहोत असं त्यांनी सांगितलं.

'आता सद्दाम हुसैन जेवढा इराणी होता ना तेवढाच डॉ. करीम इराणी होता, असं म्हणायला हवं. त्याचे आईवडील तो अगदी तरुण असताना वारले आणि चार धाकट्या भावंडांची जबाबदारी त्याच्यावरच असल्यानं त्यानं आपल्या कागदपत्रांवर 'ताबैया इरानिया' असा छाप मारून घेतला होता. या सगळ्या जबाबदाऱ्यांमुळे त्याला सैन्यात भरती होणं परवडण्यासारखं नव्हतं. क्रांती आणि इराणशी युद्ध या घटनांपूर्वी अशा छापांबद्दल कोणाही इराकी माणसाला काही विचार करावासा वाटला नव्हता.

'डॉ. करीमइतके कष्ट करणारा दुसरा इराकी माणूस मी यापूर्वी बघितला नव्हता. आयुष्यभर तो कामच करत आला होता. रात्री शाळेत जायचं आणि दिवसा नोकरी करायची आणि तरी इतके उत्तम गुण मिळवत असे की त्याला अमेरिकेला जाण्यासाठी शिष्यवृत्ती देण्यात आली. तिथेही असेच कष्ट करून त्यानं पदव्युत्तर शिक्षण पूर्ण केलं, डॉक्टरेट मिळवली आणि तो आपल्या कुटुंबाकडे पाहण्यासाठी इराकला परत आला. आपल्या भावंडांनाही असंच चांगलं शिक्षण घेतलं पाहिजे यावर त्याचा कटाक्ष होता आणि त्यानं हे कठीण कामही फार चांगल्या प्रकारे पार पाडलं. त्याच्या दोन बहिणींनी वैद्यकीय शिक्षण पूर्ण केलं. एक भाऊ दंतवैद्य झाला आणि दुसरा अभियंता झाला.

'आपल्या भावंडांचं शिक्षण करता यावं म्हणून डॉ. करीमनं लग्न-मुलंबाळं हे सगळं पुढे ढकललं. पण आता सैन्यात जाणं टाळल्याची शिक्षा त्याला भोगावी लागत होती.

'निबालनं सांगितलं-जे लोक डॉ. करीमला अटक करायला आले होते ते निष्कारणच वाईट वागत होते. त्यांनी डॉ. करीमला त्याच्या रात्रीच्या कपड्यातच बाहेर खेचलं. मग त्यांनी निबालला दोन्ही मुलांना घेऊन घर सोडून जायला फर्मावलं. एखादीही वस्तू त्यांनी तिला बरोबर घेऊ दिला नाही. घराच्या किल्ल्याही त्यांनी ताब्यात घेतल्या. भयंकर घाबरलेली निबाल दोन लहान मुलांना घेऊन रस्त्यात उभी होती. त्या माणसांनी तिच्या घराला कुलूप घातलं आणि लाल लाखेनं पुढचं दार सील करून टाकलं हे बघत ती तिथेच उभी राहिली.

'आपल्या दोन्ही बाळांसकट आपल्यालाही अटक करण्यात येईल अशी तिला भीती वाटत होती. पण कोणत्याही न्यायालयात ती डॉ. करीमला घटस्फोट देऊ

शकते–तो तर एक इराणी नागरिक आहे-असं त्या लोकांनी तिला सांगितलं.

'आपले आईवडील वारल्यावर आपल्या धाकट्या भावंडांना सांभाळता यावं म्हणून आपण आपले कागदपत्र बदलून घेतले, असं डॉ. करीमनं त्या लोकांना समजवण्याचा खूप प्रयत्न केला.

'पण डॉ. करीमच्या बोलण्याचा त्यांच्यावर काहीही परिणाम झाला नाही. त्याला गाडीत घालून नेताना तो रस्त्यावर निर्वासितासारखी दोन मुलांना घेऊन उभ्या असलेल्या निबालकडे बघत होता-तेच निबालला घडलेलं त्याचं शेवटचं दर्शन.

'आपण काहीतरी केलंच पाहिजे हे माझ्या लक्षात आलं, पण या परिस्थितीत कोण मदत करू शकेल ते काही मला कळत नव्हतं. मला डॉ. फदलची आठवण झाली. त्यांच्याशी बोलल्यानं तोटा तर नक्कीच होणार नाही, असं मी ठरवलं.

'डॉ. फदलनं खार्टूमच्या इराकी दूतावासातून काही पुस्तकं आणायला मला सांगितलं होतं. त्याला भेट म्हणून मी शिसवीच्या काही मूर्तीही आणल्या होत्या. त्याला भेटायला जाण्यासाठी आणि निबालची हकीगत त्याच्या कानावर घालण्यासाठी मला ही चांगलीच संधी होती.

'दुसऱ्या दिवशी मी डॉ. फदलला फोन केला आणि मी त्याच्यासाठी काही वस्तू आणल्या आहेत असं त्याला सांगितलं.

'कामावरून परत जाताना आमच्या घरी येऊन जातो असं त्यानं मला सांगितलं.

'तो आल्याबरोबर मी त्याला पुस्तकं आणि भेटीदाखल आणलेल्या वस्तू दिल्या आणि आणखी एक अतिशय महत्त्वाचं काम आहे असंही त्याच्या कानावर घातलं. डॉ. करीम हा इराणी नाही किंवा इराणी वंशाचाही नाही. त्याच्या लहान भावाबहिणींना सांभाळण्यासाठी त्यानं त्याचे कागदपत्र अनेक वर्षांपूर्वी बदलून घेतले होते. ही गोष्ट मी सविस्तरपणे डॉ. फदलला समजावून सांगितली.

'पण डॉ. फदलवर त्याचा काही परिणाम झाला नाही. त्यानं मान हलवत म्हटलं, 'वाईट झालं. त्यानं असं करायला नकोच होतं.'

'माझ्या चेहऱ्यावरची निराशा पाहून तो म्हणाला, 'शिवाय आत्तापर्यंत त्याला हद्दपार केलं गेलं असणार. आता मी काहीच करू शकत नाही.'

'मी ताबडतोब त्याला एक चांगली बातमी सांगितली. फार उशीर झालेला नव्हता. निबालला नुकतंच कळलं होतं की तिच्या नवऱ्याच्या एक उच्चपदस्थ शास्त्रज्ञ या स्थानामुळे त्याला अजून हद्दपार करण्यात आलेलं नव्हतं. तो अजूनही कैदेतच होता.

'काहीतरी करता येणं शक्य आहे हे ऐकून डॉ. फदलला फारसा आनंद झालेला दिसला नाही. क्षणभर थांबून त्यानं या मामल्यात लक्ष घालण्याचं मान्य केलं.

'मी त्याला दुसऱ्या दिवशी फोन केला तेव्हा त्यानं मला तो खूप कामात

असल्याचं सांगितलं.

'मी पुन्हा दुसऱ्या दिवशी त्याला फोन केला-त्यानं मला तेच उत्तर दिलं.

'पुढचे नऊ दिवस मी त्याला रोज फोन करत होते आणि तो मला तेच उत्तर देत होता. या वेळेपर्यंत भीतीनं निबाल वेडी व्हायला आली होती. ती स्वत:च्या घरीही परत जाऊ शकत नव्हती. तिची मुलं सतत रडत राहायची. आत्तापर्यंत गुप्त पोलिसांनी डॉ. करीमच्या धाकट्या भावानांही अटक करायला सुरुवात केली होती. त्यांच्या कागदपत्रांवर ते ओटोमन वंशाचे असल्याचा छाप असला तरीही त्यांना त्यांच्या भावाच्यात वाटेनं जावं लागणार होतं-हद्दपार व्हावं लागणार होतं. मग डॉ. करीमच्या बहिणींच्या नवऱ्यांनी त्यांच्या बायकांना घटस्फोट द्यावा असं फर्मावण्यात आलं.

'निबाल माध्यमिक शाळेत शिक्षिका होती. निबालनं डॉ. करीमला घटस्फोट दिला नाही तर तिला नोकरीवरून काढून टाकावं असा आदेश तिच्या शाळेच्या मुख्याध्यापकांना देण्यात आला.

'अगदी काहीही कारण नसताना त्या कुटुंबातील एकूण एक व्यक्तीच्या आयुष्याचा नाश केला जात होता.

'डॉ. फदल मला टाळतच होता. एक आठवडाभर तो आमच्या घरी फिरकलाच नाही. पण मी पण चिवट होते. दहाव्या वेळी मी फोन केला तेव्हा मात्र चिवटपणाचा त्याला राग आला आहे असं त्याच्या आवाजावरून कळत होतं. पण मी जेव्हा त्याला सांगितलं की मी डॉ. करीमसाठी त्याला फोन केलेला नाही, तेव्हा त्यानं थोड्या मोकळेपणानं माझ्याशी बोलायला सुरुवात केली. आम्ही थोडा वेळ बोललो मग बोलणं संपवताना मी त्याला विचारलं, 'डॉ. फदल, मला जर पुढे कधी मुलगा झाला तर त्याला एखाद्या इराकी सैनिकी शाळेत प्रवेश घ्यायची परवानगी मिळेल का?'

'अर्थात-मयादा' त्यानं त्याच्या गोड आवाजात झटकन उत्तर दिलं. 'तू असं का विचारते आहेस?' मी उत्तर दिलं, 'माझ्या मुलाच्या काकाला जर हद्दपार करण्यात आलेलं असेल तर त्याचं भविष्य काही फारसं चांगलं असणार नाही.'

'डॉ. फदल बराच वेळ काहीच बोलला नाही. मग एक दीर्घ श्वास घेऊन तो म्हणाला, 'मी नंतर तुला फोन करतो.' आता थोडे दिवस तो काही फोन करणार नाही अशी माझी अपेक्षा होती पण दुपारच्या जेवणाच्या आधीच त्याचा फोन आला. डॉ. फदल घाईघाईनं म्हणाला, 'डॉ. करीम एका तासाभरात सुटेल. गुप्त पोलिसांच्या कचेरीत जाऊन तिथल्या स्वागतकक्षातून घराची किल्ली ताब्यात घ्यायला त्याच्या बायकोला सांग.'

'मी त्याचे आभार मानायला सुरुवात करणार तेवढ्यात तो म्हणाला, 'मयादा, पुन्हा या विषयावर काहीही बोलू नकोस' आणि त्यानं फोन ठेवून दिला. माझ्यावर रागावला असला तरी त्यानं माझा प्रश्न मात्र सोडवला होता.

'खरोखरच डॉ. करीम सांगितल्या वेळेत घरी परतला. समारा, इतक्या थोड्या अवधीत इतका म्हातारा झालेला माणूस मी पाहिला नव्हता. ५० पौंड वजन कमी झालं होतं त्याचं. केस संपूर्णपणे पांढरे झाले होते. त्याच्या अटकेबद्दल तो एक अक्षरही बोलायला राजी नव्हता–खरं म्हणजे तो भयंकर घाबरलेला होता.

'डॉ. फदलनं माझ्या नवऱ्याच्या कुटुंबाच्या लोकांना वाचवलं खरं, पण हजारो इराकी मात्र फुकटचे मेले या प्रकारात.

अगदी काही कारण नसताना–' मयादा रागानं म्हणाली.

'डॉ. फदलनं तुला किंवा तुझ्या आईला कधी लोकांबद्दल बातम्या द्यायला सांगितलं का ग?' समारानं कुतूहलानं विचारलं.

'मला तरी नाही कधीच नाही. मी त्या काळात मूर्खासारखी धीट होते.' ती हसत म्हणाली. 'तरुण वयामुळे मी दिसतील ते सगळे अन्याय दूर करायला धावत असे ना. केव्हाही एखादी दुर्दैवी कहाणी माझ्या कानावर पडली की मी डॉ. फदलला फोन करायची आणि त्यानं काहीतरी करेपर्यंत त्याला कटकट करायची. दुसऱ्यांना मदत करण्यासाठीच त्याच्या मैत्रीचा मी उपयोग करून घेते आहे-कोणालाही इजा करण्यासाठी किंवा कोणावर नजर ठेवण्यासाठी नाही हे त्याला पक्कं माहीत होतं-म्हणून तो माझ्याशी वागताना थोडा सांभाळूनच असायचा. खरं महत्त्वाचं असं काहीही माझ्या कानावरही पडू नये याची तो पूर्ण काळजी घ्यायचा. माझ्या आईची गोष्ट मात्र वेगळी होती.

'तुला माहीतच आहे की सद्दाम सत्तेवर आल्यापासून कोणत्याही इराकी व्यक्तीला परदेशी वकिलातीतील व्यक्तींशी मैत्री करण्यास बंदी होती. पण माझ्या आईच्या बाबतीत मात्र या नियमाला मुरड घालण्यात आलेली होती. सबंध इराकमध्ये बहुधा तेवढं एकच उदाहरण असावं. ही मुरड म्हणजे अगदी बेकायदेशीरच होती असं म्हणायला हवं. आई इतकी 'कॉस्मॉपॉलिटन' होती की ती परदेशी लोकांचं मत इराकबद्दल चांगलं होण्यास मोठाच हातभार लावू शकत असे. ती इंग्लिश, फ्रेंच, इटालियन आणि तुर्की इतक्या भाषा अगदी अस्खलितपणे बोलत असे. पाहुणचार करण्यात तर ती इतकी कुशल होती की तासाभराच्या पूर्वसूचनेनेही ती पन्नास एक लोकांची मेजवानी अगदी सहजपणे पार पाडू शकत असे. सद्दाम आणि डॉ. फदल या दोघांनाही तिच्या या कौशल्याबद्दल अतिशय आदर होता आणि म्हणूनच ते तिच्या परदेशी स्नेह्यांमध्ये इराकची प्रतिमा उंचावण्याचे प्रयत्न करण्यासाठी तिला उत्तेजन देत असत.

'पण डॉ. फदलला माझ्या आईशी असलेल्या त्याच्या मैत्रीबाबत इतका दांडगा विश्वास वाटू लागला होता की त्यानं एक चूक केली. त्यानं तिला लोकांबद्दल माहिती पुरवण्यास सांगितलं. तिनं त्याला स्पष्ट नकार तर दिलाच आणि वर हेही

सुनावलं की ती काही त्याची हेर नाही आणि कधी होणारही नाही. एकदा डॉ. फदलनं आमच्या घरात एक गुप्त श्रवणयंत्र लपवून लावण्याचा प्रस्ताव आईपुढे मांडला. म्हणजे केव्हाही परदेशी पाहुणे आमच्या घरी आले की त्यांचं संभाषण आपोआपच ध्वनिमुद्रित केलं जाईल. पण तिनं इतक्या संतापानं या प्रस्तावाला विरोध केला की त्यानं चटकन तो विषय सोडूनच दिला. माझ्या आईचा पाठिंबा होता तो इराकला-इराकच्या सरकारला नव्हे. बाथिस्ट पार्टीच्या राज्यामध्ये सातीची मुलगी आपण होऊन इराकमध्ये राहाणं पसंत करते हा आपल्या शिरपेचातील एक मानाचा तुरा आहे असं सद्दामच्या सरकारला वाटत होतं. तिला चिडवण्याची त्यांची अजिबात इच्छा नव्हती आणि त्यांना अल-हुसरी हे नावही हातचं गमावून बसायचं नव्हतं. परस्परसंमतीनं झालेल्या या व्यवस्थेचा आणखी एक चांगला फायदा झाला. सद्दाम आणि डॉ. फदलचा आईवर एवढा विश्वास असल्यामुळेच ती एका ब्रिटिश स्त्रीचा जीव वाचवू शकली.'

समारानं पुढे वाकत आश्चर्यानं विचारलं, 'ब्रिटिश? ते कसं काय?'

'अग, ही बातमी तर आंतरराष्ट्रीय वृत्तपत्रांमध्येसुद्धा ठळकपणे येऊन गेलीये. एका पुरुषाला फाशीची शिक्षा झाली आणि एका बाईला मोठ्या तुरुंगवासाची शिक्षा झाली.'

समारा मान हलवत म्हणाली, 'मला नाही काही आठवत ग.'

'नक्कीच आठवेल तुला- १९८९ मधली ती बाझॉफ्टची घटना आठवत नाही का तुला? फर्झाद बाझॉफ्ट नावाचा तो ब्रिटिश पत्रकार होता. ब्रिटिश ऑब्झर्वरसाठी काम करत होता-एका शस्त्रांच्या कारखान्यात झालेल्या स्फोटाबद्दल बातमी तयार करायला गेला होता तेव्हा त्याला इस्त्रायली हेर असल्याच्या आरोपावरून शिक्षा झाली होती. त्याला पकडण्यात आलं. त्याच्यावर खटला चालवण्यात आला आणि शिक्षा सुनावून ती अमलातही आणली गेली.

'पण त्या सगळ्या प्रकरणात एक निरपराध स्त्री उगाचच गोवली गेली होती. हे मात्र सगळे जण विसरून गेले आहेत.'

समाराच्या डोळ्यात काहीतरी आठवण चमकली, 'हो हो, आता आठवलं-केवढं मोठं प्रकरण झालं होतं नाही ते? सगळ्या वृत्तपत्रांमध्ये येतच होतं त्याबद्दल.'

'तेच ते. हे सगळं जेव्हा घडलं तेव्हा इराकी सरकारला बाझॉफ्टच्या अपराधाबद्दल काहीच शंका नव्हती. पण ज्या स्त्रीनं त्याला त्या शस्त्रांच्या कारखान्यापर्यंत मोटार चालवत नेलं होतं, तिच्याबद्दल त्यांना तितकीशी खात्री नव्हती.ती डॅफ्नी पॅरिश नावाची एक ब्रिटिश नर्स होती. त्या वेळी माझ्या आईची आणि ब्रिटिश वकिलाच्या पत्नीची-लेडी टेरेन्स क्लार्कची चांगली मैत्री होती. लेडी क्लार्कशी बोलताना माझ्या आईच्या लक्षात आलं की ही डॅफ्नी पॅरिश अगदी निर्दोष आहे. तिला इराकची

थोडीफार माहिती असल्यानं तिनं बाझॉफ्टला मोटारीतून त्या ठिकाणी सोडण्याची तयारी दाखवली होती, एवढंच. सद्दामला त्या सगळ्या प्रकरणाचा फारच राग आलेला आहे आणि बहुतेक तो माणूस फासावर दिला जाणार आहे, याची माझ्या आईला माहिती होती. पण रागाच्या भरात सद्दाम त्या निरपराध स्त्रीलाही फाशी देण्याचा हुकूम देईल की काय, अशी आईला काळजी वाटत होती. म्हणून तिनं आयुष्यात पहिल्यांदाच डॉ. फदलला फोन केला आणि लिझ क्लार्कशी झालेल्या तिच्या खाजगी संभाषणाची त्याला माहिती दिली. त्या ब्रिटिश नर्सला वाचवण्याची तिनं डॉ. फदलवर सक्तीच केली म्हणाना. डॉ. फजलचा आईच्या सांगण्यावर विश्वास बसला आणि मग बऱ्याचशा घाई-घाईच्या मसलतीनंतर–या मसलतींमध्ये आई आणि लिझ क्लार्क यांच्या त्या खाजगी संभाषणांचा मोठाच भाग होता बरं–डॅफ्नी पॅरिशला फाशीऐवजी दीर्घ मुदतीच्या कारावासाची शिक्षा द्यावी असा निर्णय घेण्यात आला. त्यामुळे पुढे केव्हातरी तिला माफी देण्याचा मार्गही सद्दाम आणि त्याच्या अधिकाऱ्यांना मोकळा राहिला.

‘१९९०च्या मार्चमध्ये बाझॉफ्टला फाशीची शिक्षा झाली आणि फाशी देण्यातही आलं तेव्हा डॅफ्नी पॅरिशला १५ वर्षांच्या तुरुंगवासाची शिक्षा सुनावण्यात आली. नंतर केल्या गेलेल्या अधिक चौकशीत खरोखरच आईनं सांगितल्याप्रमाणे मिस पॅरिश निरपराध असल्याचं उघडकीस आलं तेव्हा सहा महिन्यांच्या आतच तिला माफ करण्यात आलं आणि तिची सुटका झाली व तिला इराक सोडून जाण्याचीही परवानगी देण्यात आली.

‘ब्रिटिश वकिलांच्या पत्नीशी झालेलं संभाषण सांगून आपल्या सरकारला सावध केल्याबद्दल सद्दामनं माझ्या आईला एक सुंदर दुमजली घर बक्षीस दिलं तेव्हा माझी आई हादरलीच. हे घर तग्रिस नदीच्या काठावरील अल-सुलैख या निवासी विभागात होतं. ती जेव्हा कायमची इराक सोडून गेली तेव्हा तिनं त्या घराची मालकीची कागदपत्रं मला दिली.

‘मी ते घर विकायला काढलं. ते घर विकलं जाण्याआधी एकदा त्या घराच्या आधीच्या मालकाबद्दल थोडं बोलायला मला खरेदी-विक्री करणाऱ्या दलालानं भेटायला बोलावलं. मी आधीच्या मालकाला ओळखते का असं त्यानं मला विचारलं. मी ‘नाही’ म्हटलं. त्यानं मला सांगितलं की ते घर एका ताबैया इरानिया कुटुंबाचं होतं. त्या सर्व कुटुंबाला एका मध्यरात्री पकडून नेण्यात आलं होतं आणि कैदेत टाकून मारूनही टाकण्यात आलं होतं–त्यांना हद्दपार करण्याचा आधीच हे सर्व घडून आलं होतं.

‘मी घाईनं घरी येऊन आईला इंग्लंडमध्ये फोन केला. त्या घराच्या खऱ्या मालकांची परिस्थिती काय झाली हे मी शक्य तेवढ्या नीटपणे आईला सांगितलं.

माझी आई काही फार मोठी धार्मिक व्यक्ती नाही, पण तिची नीतिमूल्यं मात्र फार उच्च दर्जाची आहेत. तिनं स्पष्ट सांगितलं की अशी भेट ती स्वीकारू शकतच नाही. एखादा जळता निखारा हातात धरावा तसं मला ही भेट स्वीकारताना वाटेल असंही ती म्हणाली. आता नाहीशा झालेल्या त्या कुटुंबाचे कोणी नातेवाईक असतील तर त्यांना शोधून काढण्याचं काम तिनं मला करायला सांगितलं. मी खूप प्रयत्न केला, पण मला कोणी सापडलं नाही.

'काही आठवड्यांनंतर मी तिला कळवलं की मला तरी कोणी नातेवाईक सापडले नाहीत. यावर तिनं मला सांगितलं की ते घर विकून येतील ते पैसे गरीब लोकांना मदत म्हणून देऊन टाक म्हणजे हे घर ज्यांच्या खऱ्या मालकीचं होतं आणि ज्यांच्याकडून ते आणि त्यांचे प्राण हिरावून घेण्यात आलेले होते त्यांच्या आत्म्याला शांती लाभेल. तिनं सांगितल्याप्रमाणे मी केलं. ते घर विकून आलेले पैसे मी माझ्या माहितीच्या अत्यंत गरीब लोकांमध्ये वाटून टाकले.'

'किती छान गोष्ट आहे ही-' मयादाचा हात पकडून दाबत समारा हलकेच म्हणाली.

'असं काहीतरी स्वीकारणारे आम्ही लोकच नव्हतो.'

'मला परत डॉ. फदलबद्दल सांग. सद्दामनं त्याचाही खून करवला असं मी ऐकलंय.'

'होय, खरं आहे ते. तेव्हापासूनच सगळ्या गोष्टी चुकत जायला सुरुवात झाली–निदान माझ्यापुरती तरी.

'१९८९मध्ये सगळंच बदलून गेलं. माझ्या आईनं इंग्लंडला राहायला जायचं ठरवलं. डॉ. फदलची बदली गुप्त पोलिस खात्यातून राजवाड्यावर झाली. तेथे तो सद्दामचा सल्लागार या पदावर काम करत होता. आम्ही त्याला शेवटचं भेटलो ते मला अजून आठवतंय. तो आईचा निरोप घ्यायला आमच्या घरी आला होता. तेव्हा तो त्याच्या नव्या कामाबद्दल बोलत होता. त्यानं आईला सांगितलं, 'मला आत्ताच निवृत्त झाल्यासारखं वाटतं आहे. माझं काम म्हणजे नुसता देखावा आहे.' समाराच्या खांद्यावरून मागे दूरदृष्टी नेत मयादा पुटपुटली, 'आता मला त्याच्या कामाबद्दल जे काही कळलं आहे त्यावरून त्याला का करमत नव्हतं नव्या कामामध्ये याचा प्रश्नच आहे.'

'त्याची सगळी कृत्ये तर आपल्याला कधीच कळणार नाहीत. मयादा–चांगली किंवा वाईट–पण त्यानं काहीतरी चांगली कामं केली ना-मग तेवढं पुरेसं मानूया आपण. चल, पुन्हा तुझी गोष्ट सांगायला सुरुवात कर. डॉ. फदल तुझ्या आईचा निरोप घ्यायला आला होता.'

'होय, इराक सोडून जायच्या कल्पनेनं माझी आई अगदी आनंदात होती. मला या गोष्टीचं फार नवल वाटत होतं. पण सद्दामच्या सरकारनं आमच्या सर्वांच्याच

आयुष्यावर फार मोठी काळी छाया पसरवून टाकली होती. आई तिच्या दोन आवडत्या शहरांपैकी एकामध्ये कायमचं राहाण्याच्या विचारात होती-लंडन किंवा बेरूत. माझ्याबद्दल बोलायचं तर सगळं काही ठीक होईल अशी आशा मी करत होते. माझा आणि सलामचा घटस्फोट एकदाचा झाला होता. इराणशी चालू असलेलं युद्ध संपलं होतं. इराकी लोकांना मोकळेपणानं प्रवास करण्याची पुन्हा एकदा मोकळीक देण्यात आलेली होती. त्यामुळे मला वाटेल तेव्हा मला आईला भेटायला इंग्लंडला जाता येईल अशी मला खात्री वाटत होती. डॉ. फदल अजूनही राजवाड्यात मोठ्या महत्त्वाच्या पदावर होता–निदान माझी तरी अशीच समजूत होती.'

मयादा समाराजवळ आणखी सरकून बसली आणि काळजीपूर्वक शब्द निवडत बोलू लागली,

'मग एक दिवस डॉ. फदल नाहीसाच झाला. मी त्याच्या घरी फोन केला तर मला फोन एंगेज्ड असल्याचा आवाज ऐकू आला. मी परतपरत फोन करत राहिले. कितीतरी दिवस मला तो फोन एंगेज्ड असल्याचाच आवाज ऐकू येत राहिला. मग मी फातीनला-त्याच्या मेव्हणीला फोन केला. तेथूनही काही उत्तर मिळालं नाही. डॉ. फदलला अटक झाली असल्याच्या अफवा पसरू लागल्या. त्याचं सगळं कुटुंबच नाहीसं झालं होतं-त्याची सुंदर पत्नी जैनन आणि त्यांची पाच मुलं यांचाही काही ठावठिकाणा नव्हता. जणू काही तो आणि त्याचं सारं कुटुंब चंद्रावर पाठवून दिलं गेलं होतं.'

मयादा क्षणभर थांबली. 'जवळजवळ एक वर्षभर मला त्यांच्याबद्दल काहीच कळलं नाही. मग हळूहळू जे काही कळत गेलं त्यावरून मी डॉ. फदल अल-बर्राकच्या नाहीसं होण्यामागचं रहस्य सोडवलं.

'१९९१च्या जूनमध्ये पहिलं खाडी युद्ध संपल्यानंतर माझ्या आईनं अम्मानमध्ये एक घर विकत घेतलं. तिनं मला आणि माझ्या मुलांना काही दिवसांसाठी अम्मानला येण्याचं आमंत्रण दिलं. आम्ही 'बिझिनेसमन्'स बसलाईन' या कंपनीच्या बसची तिकिटं काढली, कारण ही बसलाईन सर्वसाधारण बसलाईनपेक्षा खूपच चांगली होती.

'बसमध्ये लोकांची खूप गर्दी होती. पण माझं लक्ष मात्र काळ्या पोशाखातील एका वयस्कर स्त्रीकडेच होतं. तिचा काही वेगळाच रुबाब होता. स्वच्छ गोरा रंग काळ्या कपड्यांमुळे अधिकच उठून दिसत होता. ती स्त्री सर्वसामान्य लोकांसारखी दिसत नव्हती.

'पण मी तिच्याशी काहीच बोलले नाही. इराकी सीमा पार केल्यानंतर फे आणि अली झोपी गेले आणि मी आमच्या आयुष्याचा विचार करत बसले. पुढे काय करायचं तेच मला सुचत नव्हतं. बस ड्रायव्हरनं एक अगदी जुन्या इराकी गाण्याची टेप लावली. आपला मुलगा गमावून बसलेल्या एका आईची कहाणी सांगणारं ते

एक दुःखी गाणं होतं. ती वयस्कर स्त्री आपला चेहरा डोक्याच्या रुमालानं झाकून घेत मुसमुसू लागली. ती इतकी दुःखी होती की तिच्याकडे बघताबघता माझ्याही डोळ्यांत पाणी उभं राहिलं.

'तिला काहीतरी मदत करावी म्हणून मी तिला एक कपभर पाणी देऊ केलं. थोडसं पाणी ती प्यायली खरी, पण तिची आसवं मात्र वाहतच होती. अखेरीस तिनं ते गाणं बंद करण्याची विनंती ड्रायव्हरला केली. तिनंही मुलगा गमावला आहे हे मला कळून चुकलं होतं. म्हणून मी तिला विचारलं, 'काय झालं?'

'आता आम्ही काही इराकमध्ये नव्हतो, त्यामुळे तिला सुरक्षित वाटत होतं आणि म्हणून तिनं आपलं हृदय माझ्याजवळ मोकळं करायला सुरुवात केली. तिला सबाह नावाचा एक अतिशय चांगला मुलगा होता. आपली म्हातारी आई म्हणजे त्याचं दैवत होतं. दोन वर्षं तो अल-हकिमिया नावाच्या, तेथील अत्याचारांसाठी प्रसिद्ध असलेल्या तुरुंगात कैदेत होता. अम्मानला निघण्याच्या दोन आठवडे आधी तिला सरकारी सूत्रांकडून असं कळवण्यात आलं की तिच्या मुलाची अखेरीस सुटका करण्यात येणार आहे. आणि तिनं त्याला घरी घेऊन जाण्यासाठी यावं. येताना तिनं एक वाद्यवृंदही बरोबर आणावा म्हणजे तिला व तिच्या मुलाला त्याच्या सुटकेचा खरा आनंद साजरा करता येईल, असाही हुकूम तिला देण्यात आला. तिचा आनंद गगनात मावेनासा झाला. एक खास वाद्यवृंद बरोबर घेऊन तिला सूचना देण्यात आल्याप्रमाणे ती आपल्या मुलाला-सबाहला घरी नेण्यासाठी तुरुंगाच्या दाराशी पोचली.

'कल्पना कर-आपला मुलगा चालत बाहेर येईल या आशेनं तेथे उभ्या असलेल्या या बाईला जेव्हा एक शवपेटी दिली जाते–तिच्या मुलाचं प्रेत असलेली-तेव्हा तिला काय झालं असेल-या घटनेनंतर ती इतकी दुःखी झाली की थोडे दिवस इराकमधून बाहेर पडून अम्मानमध्ये राहावं म्हणून ती अम्मानला चालली होती.

'मग तिनं मला तिच्या मुलाचं संपूर्ण नाव सांगितलं–सबाह अल-अनि. मी इतकी आश्चर्यचकित झाले की माझ्या तोंडून शब्दच फुटेनासा झाला. तिचा मुलगा म्हणजे डॉ. फदलचा अगदी जवळचा मित्र होता. हे मला माहीत होतं. कसलाही विचार न करता मी एकदम बोलून गेले, 'डॉ. फदलचं काय झालं? तुम्हाला काही माहीत आहे?'

'उम सबाह (सबाहची आई) एकदम गप्प झाली. तिनं निर्विकारपणे मला विचारलं, 'तू कोण आहेस?'

'मी तिला सांगितलं, 'सल्वा अल-हुसरी ही माझी आई आहे आणि तिची आणि डॉ. फदलची चांगली मैत्री होती.'

'डॉ. फदल नाहीसा झाल्यापासून माझं सगळं कुटुंब त्याची काहीतरी बातमी

कळावी म्हणून धडपडत होतं, हेही मी तिच्या कानावर घातलं. तिच्या मुलाला अटक झाल्याचं आम्हांला कळलंच नव्हतं.

'माझं बोलणं ऐकून मात्र त्या आईचा बांध फुटला. तिच्या मुलाबरोबर डॉ. फदललाही ठार मारण्यात आलं असं तिनं मला सांगितलं.

'अम्मानमध्ये पोचताच मी आईच्या कानावर ही सगळी हकीगत घातली. तिनं मला सांगितलं, इराकमधील इजिप्शियन वकिलाशी तिची नुकतीच भेट झाली होती आणि त्यानं तिला या घटनेची आणखी तपशीलवार माहिती दिली होती.

'त्याला असं खात्रीलायकपणे कळलं होतं की डॉ. फदलला हेरगिरी, राजद्रोह आणि असेच अनेक गंभीर गुन्हे केल्याच्या आरोपांमध्ये अडकवण्यात आलं होतं. त्याला असंही कळलं होतं की सद्दामच्या अगदी आतल्या गोटातल्या कोणा तरी महत्त्वाच्या व्यक्तीला डॉ. फदलचा काटा काढायचा होता. त्या व्यक्तीनं आपल्या ओळखीचा उपयोग करून एका स्विस बँकेत डॉ. फदलच्या नावानं खातं उघडलं होतं आणि मग सद्दामच्या कानावर घातलं होतं की डॉ. फदल जर्मन राष्ट्रासाठी हेरगिरी करतो आहे आणि जर्मन लोकांनी त्याला आत्तापर्यंत मोठ्या रकमाही दिल्या आहेत. मला आणि माझ्या आईला ठाऊक होतं की हे सर्व खोटं आहे. कारण डॉ. फदल अल बर्राकचं इराकवर जिवापाड प्रेम होतं. पण सद्दाम इतक्या हलक्या कानाचा झाला होता की डॉ. फदलच्या नावाचं स्विस बँकेतील खातं त्याच्या नजरेला पडल्यानंतर डॉ. फदलला कोणीच वाचवू शकलं नसतं.

'पण तरीही त्याच्या अटकेबद्दल आणि कैदेबद्दल आम्हाला फारच थोडी माहिती मिळाली. ती सारी माहिती नंतर आम्हाला मिळाली.'

'बगदादला परतल्यानंतर मला त्या कोड्याचा आणखी एक भाग सापडला. बगदादच्या आमच्या घराच्या पाठीमागे एक कलादालन आहे. एके दिवशी दरवाजाची घंटी वाजली, दार उघडलं, तर त्या कलादालनाचा मालक दारात उभा होता.

'आमच्या बागेमध्ये असलेले दोन प्रचंड वृक्ष मी त्याला विकेन का असं विचारायला तो आला होता. मी त्याला 'नाही' असं उत्तर दिलं. कारण माझ्या आईचे ते वृक्ष फार आवडते होते. मग त्यानं नुसतं बागेत जाऊन त्या वृक्षाकडे एकदा पाहण्याची परवानगी मागितली. अली तेव्हा लहानच होता. तो मला म्हणाला, 'मी या माणसाला ओळखतो कारण माझा शाळेतला मित्र त्या कलादालनाच्या शेजारी राहतो.' म्हणून मग मी त्या माणसाला कॉफी घेण्यासाठी घरात बोलावलं.

'आम्ही त्या वृक्षांकडे पाहत कॉफी घेत आणि गप्पा मारत बसलो होतो. तो माणूस कायद्याचा पदवीधर असून मुखाबरातचा सभासद झालेला आहे, असं त्याच्या बोलण्यावरून मला कळून आलं. मग तर मी त्याला लगेच विचारलंच की डॉ. फदलचं काय झालं याबद्दल त्याला काही माहिती आहे का? मी त्याला ते वृक्ष

विकून टाकीन याची त्याला अजून आशा वाटत होती म्हणून त्यानं अगदी मोकळेपणानं मला सांगितलं की डॉ. फदलवर काही फार गंभीर आरोप होते-त्याच्यावर हेरगिरीचा आरोप करण्यात आलेला होता. त्यानं मला असंही सांगितलं की डॉ. फदल जवळजवळ एक वर्षभर अल-हकिमियाच्या तुरुंगात कैदेत होता. सबाह अल-अनिच्या आईनंही बसच्या प्रवासात हेच सांगितलं होतं.

'समारा, मला खरोखरच फार वाईट वाटलं– जेव्हा मला त्या माणसानं सांगितलं की त्या तुरुंगातील कनिष्ठ अधिकाऱ्यांचा आवडता खेळ डॉ. फदलला बाहेर काढून त्याला लाथा मारणं किंवा त्याचे केस, कान उपटणं हा होता तेव्हा मला फार वाईट वाटलं. काहींनी तर त्याच्या तोंडावर थुंकणं हा आपला रोजचा कार्यक्रम ठरवून टाकला होता. असंही त्यानं मला पुढे सांगितलं.

'या अशा गोष्टी ऐकल्यावर माझं मन दुःखानं भरून गेलं. मी माझ्या घरात बसून डॉ. फदलच्या आठवणी काढत राहिले. एक चांगला माणूस, नेहमी हसत राहणारा माणूस, सतत अतिशय प्रेमानं इराकच्या मोठेपणाबद्दल बोलत राहणारा माणूस- आपल्या तान्ह्या मुलीला हातात घेऊन ती त्याचं बोट चावत असताना तिच्याकडे प्रेमानं, अभिमानानं बघत राहणारा नवशिका पिता-आपल्या बायको-मुलांवर प्रेम करणारा चांगला माणूस आणि जेव्हा कधी मी एखादा अन्याय दूर करण्याचा प्रयत्न केला तेव्हा मला नेहमीच सगळी मदत करणारा माणूस–आणि तरीही नंतर मला असंही कळलं की हिज्ब अल-दवा-अल-इस्लामिया (द इस्लामिक कॉन्वोकेशन पार्टी) च्या हजारो शिया पंथीयांना ठार केल्याचं मोठ्या अभिमानानं डॉ. फदल सांगत असे.

'मग १९९३मध्ये डॉ. फदलचं काय झालं या कोड्याचे शेवटचे दोन भाग मला सापडले.'

'एक दिवस उसामा अल-तिक्रिति नावाचा एक माणूस बगदादमधील माझ्या कचेरीत, माझ्या आईची चौकशी करण्यासाठी आला. इराकला परतण्याचा तिचा विचार नव्हता, हे मला माहीत होतं. पण मी त्याला ते सांगितलं नाही. नॅशनल सेक्युरिटी कॉलेजमध्ये शिष्टाचारासंबंधी व्याख्यान देण्यासाठी तिने यावं अशी त्याची सूचना होती. त्याचा निरोप मी आईला पोचवेन असं मी त्याला सांगितलं. गप्पांच्या ओघात डॉ. फदलचा विषय निघाला, कारण तो डॉ. फदलच्या सहकाऱ्यांपैकी एक होता. जे काही घडलं होतं त्याबद्दल त्यालाही वाईटच वाटत होतं. डॉ. फदलला अटक झाल्यानंतर त्यानं सद्दामविरुद्धच्या अनेक हास्यास्पद गुन्ह्यांची कबुली देईपर्यंत त्याचे हालहाल करण्यात आले. त्याचा कबुलीजबाब टेप करण्यात आला. मग त्याचा छळ करणाऱ्यांनी त्याच्या गळ्यात एक कुत्र्याचा पट्टा आणि साखळी अडकवली आणि एका पिक-अप ट्रकमध्ये त्याला घालून त्याच्या जमातीच्या

गावी-तिक्रितला नेण्यात आलं.

'त्याचा कबुलीजबाब तेथे जमातीच्या वडीलधाऱ्या माणसांपुढे मोठ्यानं वाचून दाखवण्यात आला. त्या सर्व वडीलधाऱ्यांनी त्याला तिथल्या तिथे ठार मारण्याची तयारी दाखवली, पण सद्दामचं समाधान झालेलं नव्हतं. डॉ. फदलला परत आणखी हाल करण्यासाठी तुरुंगात नेण्यात आलं.

'डॉ. फदलचा शेवट कसा झाला याचा शेवटचा तुकडा मात्र मला यानंतर बऱ्याच दिवसांनी मिळाला. १९९४ किंवा ९५च्या उन्हाळ्याचे दिवस होते. मी पुन्हा एकदा माझ्या आईला भेटायला अम्मानला गेलेली होते. तिनं खूप मित्रमंडळींना दुपारच्या जेवणासाठी बोलावलं होतं आणि मी माझे सर्व हातखंडा पदार्थ करण्याची जबाबदारी आपण होऊन घेतली होती. अनेक प्रकारच्या कोशिंबिरी, भाज्या आणि मांस घातलेला भात, टोमॅटोच्या रसातील खिमा, पास्ता, शिवाय एक वेगळ्या प्रकारची बिर्यानी असे अनेक पदार्थ मी बनवले होते. जेवणानंतरच्या पुडिंगसाठी मी एक ब्लॅक फॉरेस्ट केक बनवला होता आणि महालाबी ही तांदळाची खीर होतीच. थोडी ताजी फळंही ठेवली होती आणि शेवटी चहा.

'सगळेजण अगदी मजेत पोटभर जेवले. पण माझं लक्ष एका माणसावर खिळून राहिलं होतं. कारण एवढंच की तो एकटाच अगदी गप्प गप्प असा होता आणि त्याच्या चेहऱ्याइतका उदास चेहरा मी कधीच पाहिला नव्हता. त्याचं नाव होतं डॉ. मोहम्मद. सगळ्यांचा चहा पिऊन झाल्यावर बहुतेक सर्वजण टेलिव्हिजनच्या खोलीत बातम्या बघण्यासाठी निघून गेले. हा माणूस मात्र मागचं आवरायला मला मदत करण्यासाठी थांबला.

'त्या दिवशी भयंकर उकडत होतं. पण डॉ. मोहम्मदनं मात्र पूर्ण बाह्यांचा शर्ट घातला होता. काही बशा उचलून ठेवताना त्याची बाही मागे सरकली. त्याच्या मनगटावर एक मोठा लालबुंद खोल वण मला दिसला.

'माझी उत्सुकता जागी झाली. मी त्याला त्याच्या वैद्यकीय अभ्यासाची विशेष शाखा कोणती आहे अशी चौकशी केली. तो शल्यतज्ज्ञ असल्याचं त्यानं मला सांगितलं. गप्पा सुरू झाल्या आणि मग एकातून एक विषय निघत गेले आणि शेवटी त्यानं मला त्याची कहाणी सांगितली.

'इराक-इराण युद्धाच्या काळात डॉ. मोहम्मदचे वडील सैन्यामध्ये मोठ्या हुद्द्यावर काम करत होते. तो चांगला, न्यायी होता, त्याच्या अधिकाऱ्यांमध्ये खूपच लोकप्रिय होता. त्याची ही लोकप्रियताच बऱ्याचशा इतर सैनिकी अधिकाऱ्यांना खटकत होती. तो त्याच्या सैनिकांशी फारच सौम्यपणे वागतो. इराणी सैन्यावर हल्ले करताना तो फारच मवाळपणे वागतो असे आरोप त्याच्यावर ठेवण्यात आले. सद्दामच्या विरुद्ध कट केल्याचा आणखी एक आरोपही त्याच्यावर ठेवण्यात आला.

खरं तर हा आरोप म्हणजे एखादा माणूस सद्दामच्या जवळच्या माणसांना नकोसा झाला तर त्याला हटवण्यासाठी वापरला जात असे आणि तो इतक्या वेळा वापरला जात होता की त्यात काही अर्थ नाही हे सर्वांनाच ठाऊक होतं. पण सद्दामच्या कानावर हा आरोप पडल्यानंतर त्यानं लगेच डॉ. मोहम्मदच्या वडिलांना अटक करण्याचा हुकूम दिला.

'डॉ. मोहम्मदचे वडील हे त्यांच्या कुटुंबाचे प्रमुख असल्याने त्यांना अटक झाल्यावर मुखाबरातनं त्यांच्या घरात छुपे ध्वनिक्षेपक बसवले. अर्थात ही गोष्ट डॉ. मोहम्मद आणि त्याची आई यांना माहीत नव्हती.

'या छुप्या ध्वनिक्षेपकांमुळे त्यांचा त्रास अधिकच वाढला. ते १९८८ साल होतं. युद्ध अजून जोरात चालू होतं. डॉ. मोहम्मद आणि त्याची आई टेलिव्हिजनवर बातम्या पाहात बसले होते. बातम्यांमध्ये सद्दामबद्दल बातमी दाखवण्यात आली. सद्दाम त्याच्या पत्नीला, सजीदाला आणि त्याच्या सर्वांत धाकट्या मुलीला हलाला भेटण्यासाठी तिक्रितच्या राजवाड्यामध्ये गेला असताना त्या राजवाड्यावर एक इराणी स्कड क्षेपणास्त्र येऊन कोसळलं. सबंध राजवाडा नष्ट झाला, पण सद्दामच्या कुटुंबाचा जीव मात्र वाचला. सद्दाम या गोष्टीमुळे इतका भावनाविवश झाला की त्यानं आपल्या पत्नीच्या गालाचं चुंबन घेतलं. तुला माहीतच आहे की काहीही झालं असलं तरी अरब पुरुष पत्नीचं असं सर्वांदेखत चुंबन घेणार नाही.

'ह्या तरुण डॉक्टरनं आईकडे पाहात अगदी सहजगत्या म्हटलं, असं जाहीरपणे आपल्या पत्नीचं चुंबन घ्यायला नको हे त्याला कळायला हवं होतं.

'दोन दिवसांत मुखाबरात येऊन थडकले. डॉक्टर आणि त्याच्या आईला अटक करण्यात आली. त्यांना अल-हकिमिया या इराकमधील सर्वांत कुप्रसिद्ध तुरुंगात नेण्यात आलं. दोघांनाही एकाच लहानशा कोठडीत ठेवण्यात आलं. तेथे ती दोघं एक महिनाभर होती. जेमतेम जगण्यासाठी पुरेसं खाणंपिणं त्यांना देण्यात येत असे. मग पहारेकऱ्यांनी डॉ. मोहम्मदला रोज बाहेर काढून त्याचा छळ करायला सुरुवात केली. त्यानं मला सांगितलं की ज्या प्रकारचा छळ त्याला सहन करावा लागला तो अक्षरशः कल्पनेच्या पलीकडचा होता. त्याला पाण्यात उभं करून विजेचे झटके दिले जात. त्याची नखं उपटून काढून त्या जखमी ओल्या मांसावर विजेचे झटके देण्यात येत. हे असं रोज घडत असे. त्याच्या कैदेच्या सगळ्या वर्षांमध्ये एक दिवसही अशा छळाशिवाय गेला नाही, असं त्यानं मला सांगितलं. त्यांचा रोजचा छळ करण्याचा कोटा संपला की ते अर्धमेल्या अवस्थेत डॉक्टरला परत त्याच्या कोठडीत आणून फेकत असत. तिच्या दुःखाच्या रडण्यानं त्याला जाग येत असे आणि तिच्यासाठी जगलंच पाहिजे या दुर्दम्य इच्छेनं दुसऱ्या दिवसाला सामोरा जाण्याचं बळ त्याला मिळत असे.

'डॉ. मोहम्मद आणि त्याची आई या अशा दुष्ट परिस्थितीत अनेक वर्षं तगून राहिली.

'पण त्याचं म्हणणं असं होतं की छळ होण्याची 'वाट पाहात बसणं' हे सर्वांत कठीण होतं. त्या तुरुंगातल्या छळ करणाऱ्या पहारेकऱ्यांनी एक अतिशय निर्घृण पद्धत शोधून काढली होती. रोज सकाळी ते त्या दिवशी ज्यांचा ज्यांचा छळ करणार असत त्या सर्व कैद्यांना एकत्र करत असत. मग त्यांच्या हातात अडकवलेल्या बेड्या भिंतीवर बसवलेल्या एका लांबलचक लोखंडी पाईपला अडकवण्यात येत. प्रत्येक कैद्याला आपल्या समोरच्या कैद्याच्या पाठीखेरीज दुसरं काहीही दिसत नसे. असं त्यांना सात-सात, आठ-आठ तास उभं करून ठेवण्यात येत असे. स्वत:चा छळ करून घेण्याची वाट बघत हे असं उभं राहणं फार कठीण होतं.

'एके दिवशी डॉ. मोहम्मदचा तोल सुटला. तो वेड्यासारखं वागू लागला. आठ तासांपेक्षा जास्त काळ तो त्या पाईपाला जखडलेल्या अवस्थेत उभा होता. त्या सबंध वेळात त्याला एक थेंबभर पाणीही मिळालं नव्हतं. तो किंचाळत सांगू लागला की तो एका सैनिकी अधिकाऱ्याचा मुलगा आहे. एक डॉक्टर आहे. माणूस प्राण्याशी असं वागण्याचा कोणालाही अधिकार नाही. पहारेकऱ्यांपैकी एक अबु फैझल नावाच्या पहारेकऱ्यानं डॉ. मोहम्मदला लाथा घालत 'तू कोणी नाहीस, एक घाणीचा तुकडा आहेस' असं ओरडायला सुरुवात केली. मग धावत जाऊन त्यानं त्या जखडलेल्या कैद्यांपैकी एकाला ओढत पुढे आणलं आणि ओरडून डॉ. मोहम्मदला विचारलं, 'तुझा उगाचच फार छळ होतोय असं वाटतंय का तुला? हा कोण आहे, माहीत आहे तुला?' त्याचे केस खेचत त्यानं त्या कैद्याचं डोकं वर उचललं. त्या कैद्याचा इतका छळ करण्यात आलेला होता की त्याला डोळेही उघडता येत नव्हते. सबंध सरकारमध्ये सर्वांत महत्त्वाच्या जागांपैकी एका जागेवर काम करणाऱ्या डॉ. फदल अल-बर्राकची ओळख पटली तेव्हा त्या तरुण डॉक्टरला बेशुद्ध पडण्याचीच वेळ आली.

'त्या वेळी डॉ. मोहम्मदला कळून चुकलं की इथे कोणीही इराकी व्यक्ती सुरक्षित नाही. डॉ. फदलचा चेहरा पाहिल्यावर त्याच्या सगळ्या आशा संपूनच गेल्या. त्याला त्या जागेत आणखी एक दिवस काढणंही अशक्य झालं. त्यानं आत्महत्या करायचं ठरवलं. त्याचा छळ करून त्याला त्याच्या कोठडीत परत आणून टाकल्यानंतर त्याच्या आईला झोप लागेपर्यंत तो स्वस्थ बसला. ती झोपी गेल्यानंतर त्यानं स्वत:चं उजवं मनगट चावायला सुरुवात केली. मांसातून नसांपर्यंत पोचायचं असं त्यानं ठरवलं होतं. त्या दिवशी अम्मानमध्ये त्याची बाही मागे सरकल्यावर मला दिसलेला वण तो त्याच जखमेचा होता.

'डॉ. मोहम्मदला खरोखरच मरून जायचं होतं. दुसऱ्या दिवशी नेहमीसारखे

पहारेकरी त्याला छळकोठडीकडे नेण्यासाठी आले तेव्हा तो अगदी मरणासन्न अवस्थेत होता. पहारेकऱ्यांनी त्याला ताबडतोब तुरुंगाच्या रुग्णालयात दाखल केलं आणि त्याचा प्राण वाचवला. त्यानंतर त्याच्यावर खटला चालवण्यात आला आणि सद्दामबद्दल वाईट उद्गार काढल्याबद्दल त्याला वीस वर्षांची शिक्षा सुनावण्यात आली. सुदैवानं त्याच्या आईला मात्र लवकरच सोडून देण्यात आलं.

'या वेळेपर्यंत डॉ. मोहम्मदच्या वडिलांना ठार करण्यात आलं होतं. त्याच्या वडिलांचा एक मित्र होता-इराकी सैन्यात मोठा अधिकारी होता-जनरल अल-दुलैमी हा डॉ. मोहम्मदच्या आईचं सांत्वन करण्यासाठी तिला भेटायला गेला–तिचा मुलगा तुरुंगात आहे हे त्याला कळलं तेव्हा त्यानं तिला एका तुरुंगाधिकाऱ्याची माहिती दिली. डोलोरोत नावाच्या एका प्रसिद्ध जिप्सी नर्तिकेच्या मार्फत तो लाच घेत असे. हा संपर्क ताबडतोब साधण्यात आला आणि ५ हजार डॉलर्स घेऊन त्या तुरुंगाधिकाऱ्यानं डॉ. मोहम्मदला तुरुंगातून निसटता येईल याची व्यवस्था केली.

'प्रेतं भरून नेणाऱ्या पोत्यांपैकी एका पोत्यात भरून डॉ. मोहम्मदला तुरुंगाच्या बाहेर काढण्यात आलं. काही तस्करांच्या मदतीनं तो इराकच्या सीमेपलीकडे पोचला. तेथे त्याला इराकमधून पळून आलेले काही अधिकारी भेटले. त्यांनी त्याला अम्मानला आणलं होतं.

'अशा रीतीनं मला डॉ. फदलची अटक, छळ आणि कैद याबद्दलची अखेरची माहिती मिळाली. त्याला ठार कधी मारण्यात आलं याची नक्की तारीख मात्र मला माहीत नाही. एवढं मात्र नक्की की त्याला अतिशय भयंकर प्रकारानं मरण आलं असणार आणि जणू काही एवढं पुरेसं झालं नाही म्हणूनच की काय त्याच्या सुंदर बायकोला जबरदस्तीनं सद्दामच्या सावत्र भावाशी, बारझानशी लग्न करायला भाग पाडण्यात आलं. हाच तो माणूस ज्याचं साजीदाच्या बहिणीशी लग्न झालेलं होतं. पण १९९८मध्ये ती कॅन्सरनं मरण पावली आणि त्यानंतर बारझाननं पहिली गोष्ट काय केली असेल तर ती म्हणजे त्या सुंदर जैननवर ताबा मिळवला.'

काहीतरी बोलण्यासाठी समारानं तोंड उघडलं पण तेवढ्यात कोठडीचं दार धाडकन उघडलं गेलं.

मयादाला एक 'धप्प' असा आवाज ऐकू आला आणि तिनं समाराच्या खांद्यावरून पलीकडे वाकून बघितलं.

सारा चोळामोळा होऊन जमिनीवर पालथी पडली होती. स्वत:च्या छळाची आणि ताज्या जखमांची पर्वा न करता समारा आणि मयादा चटकन साराजवळ गेल्या. इतर सावल्याही तिच्याभोवती गोळा झाल्या.

एमाननं सावकाश साराला सरळ केलं. तिच्या तोंडातून धुरांचा लोट बाहेर पडला.

मयादा एकदम दचकून मागे सरकत म्हणाली, 'हा धूर कसला?'

'त्यांनी जाळली की काय तिची आतडी?' मुना किंचाळली.

समारा मान हलवत म्हणाली, 'आज मात्र मारलंच वाटतं बिचाऱ्या पोरीला त्यांनी.'

'आता काय करायचं आपण?' डॉ. सब्बाहनं समाराला विचारलं.

समारानं साराच्या शरीराची तपासणी केली. तिचे कपडे पुढून फाडण्यात आलेले होते. 'बघ, तिला अनेक जागी विजेचे झटके दिलेले दिसताहेत.'

मयादानंही तिकडे नजर टाकलीच. विजेचे झटके देण्यासाठी वापरात येणाऱ्या चापांच्या खुणा साराच्या कानांच्या पाळ्या, ओठ, स्तनाग्रं, मनगटं आणि घोटे इतक्या ठिकाणी स्पष्ट उमटलेल्या होत्या. स्वत:ला फक्त कान आणि पायाचा अंगठा एवढ्याच ठिकाणी दिलेले विजेचे झटकेसुद्धा किती यातनामय होते याची मयादाला आठवण झाली आणि सारानं किती वेदना सहन केल्या होत्या याच्या कल्पनेनचं मयादानं अविश्वासानं मान हलवली. या 'चौकशीतून' सारा सावरू शकेल असं तिला वाटत नव्हतं.

समारानं भराभर कामं सांगायला सुरुवात केली. 'तिच्या आतून धूर येतो आहे. तिच्यावर पाणी टाकायला हवं. तिला उचलून शॉवरखाली नेऊ या.'

समाराच्या सूचनांचं नीट पालन करत डॉ. सब्बाह, मुना आणि अलियानं साराला जमिनीवरून उचललं आणि संडासाच्या शेजारी असलेल्या एकुलत्या एका शॉवरजवळ नेलं.

समारानं सांगितलं, 'फक्त थंड पाणीच घाला हं.'

साराला उभं धरून डॉ. सब्बाहनं तिच्या चेहऱ्यावर आणि शरीरावर थंड पाणी फवारलं. तिचे कपडे समोरून अगदी फाटून गेले असले तरी त्यांनी सभ्यतेपोटी ते तसेच ठेवले.

पाण्याच्या फवाऱ्याखाली साराला थोडी शुद्ध येऊ लागली. तिनं डोळे उघडून तिच्या भोवती जमलेल्या चेहऱ्यांवर एक नजर टाकली. हळूहळू तिला आपण कुठे आहोत आणि काय घडलं आहे याची कल्पना येऊ लागली. तिची आठवण पूर्णपणे जागी होताक्षणी तिनं अतिशय केविलवाण्या स्वरात आपल्या आईवडिलांना हाक मारत रडायला सुरुवात केली. 'उम्मा-(आई) अब्बा (बाबा), हे बघा हो, तुमच्या लेकीची काय अवस्था झाली आहे ते–या हो बाबा-आई- बघा हो, मला कसं केलंय त्यांनी ते–' तिनं स्वत:च्याच हातानं स्वत:च्या तोंडावर, शरीरावर मारून घ्यायला सुरुवात केली. 'अम्मा-अब्बा,– तुमच्या या मुलीला वाचवा हो- तिला मदत करा हो-' रडता रडता ती दुमडली जाऊन खालीच पडली- 'अम्मा - अब्बा मला मदत करा हो-मला मदत करा.'

काय करावं ते न सुचून मयादानं कुराणातील फातियाच्या ओळी म्हणण्यास सुरुवात केली. त्यामुळे तरी त्या बिचारीला थोडं बरं वाटेल असं तिला वाटत होतं. 'अल्लाचे नाव घेऊ. अल्ला सर्वश्रेष्ठ आहे. सर्वांत दयाळू आहे. अल्लाचे-अलामिनच्या राजाचे, करुणाकराचे गुण गाऊ. त्याचे आभार मानू. पापपुण्याचा हिशेब करण्याच्या दिवसावर फक्त तुझाच अधिकार चालतो. आम्ही फक्त तुझीच पूजा करतो. सर्व बाबतीत तुझीच मदत मागतो. आम्हांला सच्चा मार्ग दाखव. ज्या मार्गावर गेलेल्यांना तुझ्या कृपेची प्राप्ती झाली आहे तो मार्ग आम्हालां दाखव. ज्यामुळे तू आमच्यावर रागावशील आणि ज्यामुळे आम्ही चुकीच्या मार्गाला लागू तो मार्ग आम्हांला दाखवू नकोस.'

सारा अनेक वर्षापूर्वी वारलेल्या आपल्या आईवडिलांना हाका मारत रडतच होती.

साराच्या बरोबर प्रत्येक सावली रडत होती. सारा-एक तरुण, अविवाहित, निष्पाप मुलगी, भयानक भेदरलेली, आईवडिलांचं छत्र नसलेली–सगळ्यांचं हे एकत्रित रडणं अखेरीस इतकं वाढलं की त्या करुणा स्वरानं एखाद्या पाषाणाचं हृदयही विरघळलं असतं.

समारानं सर्वांत आधी आपल्या भावनांवर ताबा मिळवला आणि बाकीच्या स्त्रियांना साराला तिच्या बिछान्यावर नेऊन ठेवायला सांगितलं. तिच्या अंगावर एक हलकं पांघरूण घालण्यात आलं आणि मग त्या साऱ्याजणी आळीपाळीनं साराचा चेहरा आणि डोकं ओल्या फडक्यानं पुसून काढू लागल्या.

'खरोखर ही जगातली सर्वांत दुर्दैवी कहाणी असेल..' समारानं मयादाला म्हटलं.

मयादाला अटक झाल्यापासून सारा फार काही बोललीच नव्हती. त्यामुळे मयादाला साराबद्दल फारशी कांहीच माहिती नव्हती. तिला अटक का झाली होती हेही मयादाला माहीत नव्हतं.

'या तरुण मुलीला इथे का आणलं गेलं?' मयादानं हलक्या आवाजात विचारलं.

'सारा एका मध्यवर्गीय कुटुंबातली मुलगी आहे. ती आठ वर्षांची असतानाच तिचे वडील वारले. पण तिची आई चांगली शिकलेली होती-शेतकी अभियंता होती. तिनं आपलं सगळं आयुष्य सारा आणि तिचे दोन धाकटे भाऊ हादी आणि अदिल यांच्यासाठी खर्च केलं. तिनं पुनर्विवाह करण्याचं नाकारलं होतं. त्यामुळे त्यांचं कुटुंब सारा, तिचे दोन भाऊ आणि तिची आई एवढ्यांमध्येच सामावलेलं होतं.'

मयादाचा घटस्फोट झाल्यापासून आणि तिची आई इराक सोडून गेल्यापासून मयादाचं कुटुंबही ती आणि तिची दोन मुलं फे आणि अली यांच्यापुरतंच मर्यादित

राहिलं होतं. ती तिघं कधी कधी स्वत:ला गमतीनं 'तीन शिलेदार' म्हणत असत, त्यामुळे साराची आई आणि तिची तीन मुलं एकमेकांच्या किती जवळ असतील याची तिला पूर्ण कल्पना आली.

समारानं मयादाला साराबद्दल आणखीही बरंच काही सांगितलं. 'साराच्या आईनं फार मोठा स्वार्थत्याग केला. आपल्या मुलांच्या भविष्याची खूप मोठी स्वप्नं तिनं पाहिली होती. तिच्या नवऱ्यानं तिच्यासाठी ठेवलेला एक जमिनीचा तुकडा तिनं सांभाळून ठेवला होता. मुलांची शिक्षणं संपल्यानंतर ती तो जमिनीचा तुकडा विकून टाकणार होती आणि तिघांनाही त्यांच्या त्यांच्या आवडीचे व्यवसाय सुरू करण्यासाठी लागणारे पैसे देणार होती असं तिनं मुलांना सांगून ठेवलं होतं.

'मग एक दिवस आभाळ कोसळलं. सारा औषधीशास्त्राच्या अभ्यासक्रमाच्या शेवटच्या वर्षाला होती. स्वत:ची फार्मसी काढण्याची स्वप्नं पाहात होती. तिच्या दोन्ही भावांचा वैद्यकीय अभ्यास नुकताच सुरू झाला होता. एक दिवस हादी एकटाच धावत घरी आला. त्यानं रडतच सांगितलं की गुप्त पोलिस, त्यांच्या कॉलेजमध्ये आले होते आणि त्यांनी अदिलला पकडून नेलं होतं. अदिलला नेताना पाहून हादी त्याच्यामागे धावला होता, पण त्या अधिकाऱ्यांनी हादीला सांगितलं होतं की ते फक्त काही चौकशी करण्यासाठी अदिलला घेऊन चालले होते. थोड्याच वेळात तो घरी परत येईल असंही त्यांनी हादीला सांगितलं होतं. अदिलचा सगळ्यावर पटकन विश्वास बसत असे. तो थोडा भोळा होता. त्यानं हादीला 'काळजी करू नकोस. मी रात्रीच्या जेवणापर्यंत घरी परत येतो.' असं सांगितलं. पण हादी चांगलाच शंकेखोर होता. त्याचा त्या माणसांच्या सांगण्यावर विश्वास बसला नाही. त्यानं कॉलेजच्या व्हरांड्यातच आरडाओरडा करायला सुरुवात केली. 'तुम्ही माझ्या भावाला असं नेऊ शकत नाही.' असं तो ओरडत होता. त्या गुप्त पोलिसांपैकी एकानं हादीचं मनगट मोडेपर्यंत दाबलं आणि क्रूरपणे त्याला बजावलं, 'आपलं काम कर रे, वेश्येच्या पोरा, नाहीतर तुझा इथेच निकाल लावून टाकतो.'

'पुढचे काही दिवस फार भयंकर होते. ते सगळं कुटुंब प्रत्येक तुरुंगात जाऊन अदिलला शोधून आलं. त्यांना अदिल कधीच सापडला नाही.

'पुढच्याच आठवड्यात एका रात्री उशिरा गुप्त पोलिस त्यांच्या घरी येऊन थडकले. मध्यरात्र उलटून गेली होती. सर्वजण झोपी गेलेले होते. अदिल एकदाचा सुखरूप घरी आला असावा या आशेनं हादीनं धावत जाऊन दार उघडलं. पण तसं नव्हतं. अदिलला पकडून नेणारेच तिघे अधिकारी आलेले होते. हादीला बाजूला ढकलून ते आत शिरले. सारा आणि तिच्या आईला स्वयंपाकघरात थांबायला बजावून त्यांनी हादीला त्याच्या खोलीत ढकलत नेलं. मारहाणीचे आणि आदळआपटीचे बरेच आवाज ऐकू येऊ लागल्यावर त्या दोघी धावतच बाहेर आल्या तेव्हा त्यांना

ते तिघे अधिकारी घराबाहेर पळून जाताना दिसले.

'सारा आणि तिची आई धावतच हादीच्या खोलीत गेल्या. कोणीतरी काहीतरी विशेष वस्तू शोधत असावं तशी खोलीची अवस्था झालेली होती. पलंग आणि भिंत यांच्यामध्ये हादीला फेकून देण्यात आलं होतं. त्याला ठार करण्यात आलेलं होतं.

'अर्थातच सारा आणि तिची आई यांच्या दु:खाला पारावर राहिला नाही. एका आठवड्यात दोन्ही मुलगे सोडून गेले होते.

'परंपरेप्रमाणे ७ दिवसांचा शोक संपल्यानंतरही साराला घराबाहेर पडण्याची, कॉलेजमध्ये जाण्याची भीती वाटत होती, पण तिच्या आईनं तिला जाणं भागच पाडलं. तिच्या भावांचे खुनी आता तिच्या मागावर आहेत अशा कल्पनेनं ती बिचारी मुलगी पार भेदरून गेली होती.

'आईच्या आग्रहामुळे सारा पुन्हा कॉलेजला जाऊ लागली आणि तिची भीती खरी ठरलीच. एका आठवड्याच्या आतच तीच माणसं तिच्यासाठी आली. आईला फोनही करू न देता त्यांनी तिला अटक केली आणि इथे, बलदीयातमध्ये आणून टाकलं. तेव्हापासून सतत ते तिचा छळ करत आले आहेत. तिच्या चौकशीच्या वेळी तिला कळलं की अदिल सद्दामच्या राजवटीविरुद्ध कट करणाऱ्या एका गटामध्ये सामील आहे अशी एक निनावी तक्रार पोलिसांकडे करण्यात आली होती आणि पोलिसांना खात्री वाटत होती की इतर कटवाल्यांची नावं साराला नक्कीच माहीत असणार. पण अर्थात असा काही कट नव्हताच. ती मुलं त्यांच्या वैद्यकीय अभ्यासामध्ये इतकी गढून गेलेली होती की त्यांना अशा गोष्टींसाठी वेळच नव्हता.'

समाराच्या सांगण्याकडे अर्थातच साराचे कान होते. कारण आता तिचे हुंदके आणखीच वाढले, 'अम्मा-अब्बा–तुमच्या लेकीला वाचवा हो वाचवा–' ती रडत रडत म्हणत होती. 'आता नाही हो सहन होत-अगदी नाही सहन होत–' तेवढ्यात मुनानं त्यांना आणखी एका सावलीची आठवण करून दिली. तिचंही काय झालं ते कळलं नव्हतं. 'समारा, मला सफानाचीही काळजी वाटतेय ग. तिलाही जाऊन खूपच वेळ झालाय.'

'ही ५२ क्रमांकाची सारी कोठडी म्हणजे एक फिरतं दार झालंय.' मयादाकडे अतिशय दु:खानं बघत समारा म्हणाली. साराच्या हुंदक्यांनी सारी कोठडी भरून टाकली. सगळ्या सावल्या तिच्याभोवती गोळा झाल्या. कोणी तिचा हात धरून बसल्या होत्या, तर कोणी हलक्या आवाजात रडत होत्या.

छताकडे बघत मयादा बसून राहिली. आपल्या घरात आपल्या स्वत:च्या खोलीत आहोत–आणि फे आणि अलीही शेजारच्याच खोल्यांमध्ये आहेत–असं स्वप्न पाहत, देवाची प्रार्थना करत बसून राहिली.

■

९.

कबाज पक्ष्याचं गाणं

एका तासाच्या आतच त्यांच्या कोठडीचं दार पुन्हा एकदा धाडकन उघडलं गेलं आणि एका हातानं सफानाला आत लोटलं. दारातून ती आपल्या पायांनी आत आली तरी ५२ क्रमांकाच्या कोठडीतून काही वेळापूर्वी बाहेर गेलेली सफाना ही नव्हतीच. आत आल्यानंतर तिनं दोन-तीन पावलं कशीबशी टाकली आणि लगेच भिंतीचा आधार घेतला. तिच्या डोक्याचं वस्त्र विसकटलं होतं आणि तिच्या अबायाचे पाख सताड उघडे पडले होते. त्या दिवसाच्या दिव्यानं तिचा पोरगेलासा चेहरा अगदी कोमेजून गेला होता आणि टपोरे गाल सैलावले होते. त्यांच्यावर लालकाळे डागही दिसत होते. ती अगदी विचित्र पद्धतीनं वाकून चालत होती, जणू काही 'चौकशीच्या' दरम्यान तिचा कणा कोणीतरी पिळून काढला होता. तिचे रक्ताळलेले डोळे छताकडे लागले होते.

सफानाचे पाय थरथरले आणि एकदम दुमडलेच गेले. ती खाली पडणार तोच मुना हात पसरून तिच्याकडे धावली आणि तिनं तिच्याभोवती दोन्ही हातांची मिठी घालून तिला धरून ठेवत रडतच विचारलं, 'तू ठीक आहेस ना, 'सफाना?'

सफानाच्या डोळ्यांमध्ये एक विलक्षण हरवल्याचा भाव आला आणि तिच्या तोंडून एक केविलवाणं रडणं बाहेर पडलं. तिचं सारं शरीर पिळवटलं गेलं आणि ती खाली कोसळलीच. मुनानं तिच्या शरीराभोवतीची मिठी घट्ट करत म्हटलं, 'मला मदत करा बरं जरा–' डॉ. सब्बाह तिच्या मदतीला धावली. त्या दोघी सावल्यांनी सफानाला हळुवारपणे तिच्यासाठी तयार करून ठेवलेल्या बिछान्याकडे नेलं.

काळजीनं डोळे बारीक करून सफानाकडे बघत उभ्या असलेल्या समारानं सांगितलं, 'तिची पाठ बघा बरं जरा - तिच्या कपड्यांमधून आणि

अबायामधूनही रक्त वाहातं आहे.' तिच्या बिछान्याकडे खूण करत ती म्हणाली, 'तिला पालथं झोपवा.'

त्या तिघींनी मिळून सफानाला अगदी हलकेच बिछान्यावर झोपवलं. मग समारानं अगदी काळजीपूर्वक सफानाचे कपडे तिच्या खांद्यावरून कमरेपर्यंत खाली घेतले.

कमालीची दया येऊन मयादा समाराला मदत करण्यासाठी उठतच होती, तेवढ्यात तिची हालचाल पाहून समारानं फर्मावलं, 'तू तिथेच बस, मयादा.'

मयादा आपल्या जागेवरूनच पण कोपरांवर भार देऊन सफानाची अवस्था पाहू लागली. तिच्या मानेपासून ते थेट कमरेच्या खालच्या भागापर्यंत तिची पाठ म्हणजे रक्तामासाचा एक गोळा झाली होती.

तिला अगदी निर्दयपणे चाबकानं बेदम मारण्यात आलं होतं.

समारा तातडीनं सफानाच्या पाठीवर उपचार करू लागली. प्रथम तिनं सफानाच्या जखमा एका कोरड्या फडक्यानं पुसून घेतल्या आणि मग एका ओलसर कापडानं तिनं त्या जखमा स्वच्छ केल्या. रक्तानं लाल झालेलं ते कापड तिनं पाण्याच्या एका लहानशा भांड्यामध्ये पिळून घेतलं.

सफाना वेदनांनी कळवळून विव्हळतच होती. 'आई आईग–आई–ग–'

समाराही पांढरीफटक पडलेली दिसत होती, खूप दमलेली दिसत होती पण तरीही सफानाची शुश्रूषा मध्येच थांबवून ती सफानाशी धीराचं बोलत होती.

आपल्या खाटेवर पडून मयादा कोठडीभर बघत होती. सगळ्या स्त्रिया सफानाभोवती गोळ्या झाल्या होत्या आणि एकीचेही डोळे कोरडे राहिले नव्हते.

सफानाची बँकेतील मैत्रीण मुना तिचा एक हात घट्ट धरून मूक अश्रू ढाळत बसली होती. राशा काही अंतरावर पुढे मागे झुलत उकिडवी बसली होती.

डॉ. सब्बाह सफानाची चाललेली शुश्रूषा बघत उभी होती, तिच्या डोळ्यांओठांभोवतीच्या वाढत चाललेल्या सुरकुत्या तिचं पन्नाशीचं वय दाखवू लागल्या होत्या.

मयादाची नजर साराकडे वळली. तिची नजर जाणवताच साराचे डोळे एकदम उघडले गेले. त्या दोघी सावल्या एकमेकींकडे खूप वेळ दुःखानं बघत राहिल्या. त्या साऱ्या सावल्या स्त्रियांमध्ये मयादाच्या दृष्टीनं सारा ही तर अगदीच पोरवयाची होती. मयादाला जर इथल्या कैदी स्त्रियांपैकी कोणाही एका स्त्रीला मुक्त करण्याची परवानगी मिळाली असती तर तिनं नक्की सारालाच मुक्त केलं असतं-शेवटी सारा मयादाच्या लाडक्या लेकीपेक्षा फेपेक्षा थोडीच मोठी होती.

स्वतःचं जखमी शरीर जेवढे अश्रू ढाळू शकणार होतं तेवढे सगळे अश्रू सारानं ढाळले होते परंतु तिचं शारीरिक दुःख कशानंच कमी होत नव्हतं. इतर सावल्या

तिच्या तोंडातून बाहेर पडलेल्या धुराच्या लोटाबद्दल कुजबुजताना तिनं ऐकलं होतं. ती त्या धुराविषयीच खूप वेळ विचार करत होती. आता तिनं दमलेल्या आवाजात त्या धुराचं स्पष्टीकरण द्यायला सुरुवात केली. 'त्यांनी लवकर लवकर विजेचे झटके देण्याऐवजी त्यांनी विजेचं यंत्र कमी शक्तीवर ठेवलं आणि वीज माझ्या शरीरात अगदी कमी वेगानं पण खूप वेळ सोडली. थोड्या वेळानं तर मला डोळेच मिटता येईनासे झाले. माझी बुबुळं इतकी सुजली की ती माझ्या पापण्यामधून बाहेर पडतील अशी भीती मला वाटू लागली.' हुंदके देत ती पुढे म्हणाली, 'त्यांनी माझी आतडी भाजून काढली आहेत-म्हणून तो धूर येत होता माझ्या तोंडातून.'

समारा वर पाहत म्हणाली, 'कोणीतरी साराला आणखी पाणी द्या बरं-सारा, जेवढं पिता येईल तेवढं पाणी पीत राहा-तुझं भाजलं गेलेलं शरीर बरं करण्याचा तेवढा एकच उपाय आहे-थंड पाणी-आणि त्या धुराचा विचार करत बसू नकोस बरं–'

एमाननं आपला जाड काचांचा चष्मा वर सरकवला आणि पाण्याचा एक ग्लास घेऊन ती साराजवळ गेली. आपल्या बारीक भुवया काळजीनं आक्रसून घेत तिनं तेवढं सगळं पाणी पिणं साराला भागच पाडलं आणि मग एका हातात तो रिकामा ग्लास घेऊन दुसऱ्या हातानं साराच्या पाठीवर थोपटत ती तिथंच बसून राहिली.

एमान ही ५४ वर्षांची एक विवाहित स्त्री होती. स्थूल, अगदी फिकट वर्णाची एमान आपल्या समाजासाठी काही तरी चांगलं करायला निघाली होती आणि इथे बलदीयातमध्ये येऊन पोचली होती. बाथ पार्टीची सदस्य नसतानाही तिची निवड त्यांच्या विभागाच्या लोकसमितीवर झाली होती. ही नेमणूक तिनं मोठ्या आनंदानं आणि उत्साहानं स्वीकारली होती. आपल्या विभागामध्ये सुधारणा घडवून आणण्याची चांगली संधी आपल्याला मिळाली आहे, असं तिला वाटत होतं. एमान शिकलेली नव्हती आणि फार भाबडीही होती. आपल्या विभागातील कचरा गोळा केला नाही, याबद्दलची तक्रार सद्दामच्या इराकमध्ये आपल्याला फार मोठ्या संकटामध्ये गुंतवू शकते, हे तिच्या लक्षातच आलं नाही. 'सरकारवर फालतू टीका केल्याच्या आरोपावरून' एमानला अटक करण्यात आली होती. वफाएचं टोपण नाव 'टोमॅटो' असं होतं याचं कारण म्हणजे तिच्या केसांचा विलक्षण रंग–पिकलेला टोमॅटो आणि सोनेरी गहू यांच्या मिश्रणानं तयार होईल असा तिच्या केसांचा रंग होता. वफए समारा आणि स्वच्छतागृह यांच्यामध्ये फेऱ्या मारत सफानाच्या, रक्तानं लाल झालेलं पाणी ओतून टाकून स्वच्छ पाणी आणून देण्याचं काम करत होती, तिचा भाऊ सीरियाला पळून गेला म्हणून गुप्त पोलिसांनी वफाएला अटक केली होती.

अन्वर ही एक उंचीपुरी, मजबूत खांद्यांची स्त्री होती. सोनेरी केस, तपकिरी

डोळे, नाजुकसं नाक आणि पातळ ओठ अशी अन्वर अतिशय आकर्षक दिसे. सफानाच्या जखमांमधून वाहणारं रक्त कसं थांबवता येईल याबद्दल ती वाकून समाराशी बोलत होती. मयादाला अन्वरविषयी फारशी माहिती नव्हती कारण अन्वर ही एक अंतर्मुख स्वभावाची स्त्री होती. ती स्वतःच्या प्रश्नांबद्दल कधीच तक्रार करत नसे. तिनं कलाशाखेमध्ये पदवी घेतलेली आहे आणि ती समाजशास्त्र शिकवत होती, एवढंच मयादाला ठाऊक होतं. अन्वरची बहीण अपंग होती आणि त्या दोघी एकत्रितपणे त्यांच्या कुटुंबाची काळजी घेत होत्या हेही मयादानं ऐकलं होतं.

५२ क्रमांकाच्या कोठडीतील स्त्रियांपैकी अन्वर ही एकच स्त्री अशी होती, जिनं खरोखर एक गुन्हा केलेला होता. येमेनमध्ये जाऊन एका येमेनी शाळेमध्ये काही विषय शिकवणं हा तिच्या नोकरीचाच एक भाग होता. परंतु पासपोर्टसाठी लागणारे पैसे अन्वरकडे नव्हते, त्यामुळे तिनं तिच्यासारख्या दिसणाऱ्या तिच्या अपंग बहिणीचा पासपोर्ट वापरला होता. गुप्त पोलिसांची मर्जी मिळवू पाहणाऱ्या एका नातेवाईकानं ही गोष्ट पोलिसांच्या कानावर घातली होती. अन्वरला मोठ्या तुरुंगवासाची शिक्षा होऊ शकेल हे तिला सांगण्यात आलं होतं. आता अन्वरची एकच काळजी होती की तिच्या अपंग बहिणीला एकटीला तिच्या कुटुंबाची जबाबदारी पार पाडावी लागणार होती.

५२ क्रमांकाच्या कोठडीतील आणखी दोघीजणी–हयात आणि आशिया-एकमेकींच्या शेजारी हातात हात घालून उभ्या होत्या. सात महिन्यांपूर्वी त्या दोघींना एकाच वेळी अटक करण्यात आली होती. जमिनीवर बसवण्याच्या फरशीचे दोन डबे गहाळ केल्याचा त्यांच्यावर आरोप होता. क-कए येथील त्यांच्या बांधकाम साहित्यविभागाच्या कचेरीमध्येच त्या दोघींना अटक करण्यात आली होती. ही कंपनी अधिकतर सद्दामचे राजवाडे बांधण्यातच मग्न असे. कचेरीतून फरशीचे दोन डबे नाहीसे झाले होते तेव्हा त्याचा ठपका हयात आणि आशियावर ठेवण्यात आला होता. कंपनीच्या गोदामातून हे दोन डबे बाहेर निघाले, या कागदावर हयातची स्वाक्षरी होती आणि ते दोन डबे सामान पोचवणाऱ्या ट्रकवर चढवण्यात आले, हे सिद्ध करणाऱ्या कागदावर आशियानं सही केलेली होती.

हयात हे ३२ वर्षांची एक अविवाहित स्त्री होती. आपला भाऊ आणि त्याची पाच मुलं यांच्याबरोबर ती राहात होती. अगदी बारीकसा चेहरा आणि तसंच वाळकुडं शरीर-हयात कधीही शांतपणे बोलू शकतच नसे. सतत फेऱ्या मारत, रडत असे. तिचे कमालीचे भेदरलेले डोळे सतत कोठडीच्या एका टोकापासून दुसऱ्या टोकाकडे भिरभिरत राहात. तिला पाहिलं की मयादाला सापळ्यात सापडलेल्या सशाचीच आठवण होत असे मुक्तता होण्याचीच हयातला भीती वाटत होती असं तिनं एकदा बोलून दाखवलेलं मयादाला आठवत होतं. तिच्या अटकेमुळे त्या सर्व कुटुंबावरच

संशयाची सुई येऊन थांबली असल्यानं तिचा भाऊ एवढा संतापला होता की ती बाहेर आली की त्यानं तिला मारलंच असतं, याची तिला खात्री वाटत होती.

तर आशियाची गोष्ट अगदी उलट होती. ती ४२ वर्षांची विवाहित स्त्री होती. आपल्या तीन मुलांसह सुखाचा संसार करत होती. आशिया सतत मुलांची काळजी करत घायकुतीला आलेली असे. तिच्या डोळ्यांसमोरून तिच्या मुलांचे चेहरे दूरच होत नाहीत, असं म्हणून ती दिवसरात्र रडत बसलेली असे. तिच्या या सतत अश्रू ढाळण्यानं तिच्या डोळ्यांखाली लालजांभळी वर्तुळं कायमचीच पडलेली होती.

आपल्या स्वत:च्या दोन मुलांची आठवण तीव्रतेनं झाल्यामुळे अस्वस्थ होऊन मयादा हातावर हात चोळू लागली. फे आणि अली पुन्हा कधी आपल्या नजरेला पडणार आहेत की नाही या शंकेनं तिचं मन पार खळबळून गेलं. की ती इथेच छळ सहन करता करता मरून जाणार आहे– बिचाऱ्या जमीलासारखी? म्हातारपणानं येणारच असलेल्या मृत्यूला मयादा घाबरत नव्हती, पण आज किंवा उद्या मरण्याची कल्पनाही तिला हादरून सोडत होती. तिची मुलं मोठी होईपर्यंत ती मरण्याचा विचारही करू शकत नव्हती. तिची मुलं अजून लहान होती आणि त्यांना आईची गरज होती.

मुलांच्या स्पर्शासाठी, त्यांच्या स्वच्छ केसांच्या सुगंधासाठी आणि त्यांच्या कोमल त्वचेच्या हळुवार स्पर्शासाठी तिचं मन कासावीस होऊन उठलं. तिनं एका बोटानं गालावर ओघळलेला एक अश्रू पुसून टाकला. कुशीवर वळून तिनं भिंतीकडे तोंड केलं पण कोठडीतील प्रखर प्रकाशाच्या दिव्याखाली तिला झोप लागणं शक्यच नव्हतं. शिवाय कोठडीतील आवाजही कधी कमी होत नसे.

बलदीयातमध्ये येऊन मयादाला अजून एक आठवडाही झाला नव्हता पण तिला एक जन्मभर इथेच घालवला असल्यासारखं वाटत होतं. तेथील लांबलचक दिवस आणि त्याहूनही लांबलचक असलेल्या रात्री संपता संपत नसत नसत आणि मग तिला आपल्या आधीच्या धावपळीनं भरलेल्या गडबडीच्या आयुष्याची फार तीव्रतेनं आठवण होत असे. त्या काळात तिला आपली रोजची कामं संपवण्यासाठीसुद्धा पुरेसा वेळ मिळत नसे. आता इथे तुरुंगात ते लांबलचक तास घालवण्याइतकं आयुष्यामध्ये काही उरलंच नव्हतं. वेळ हा मयादाचा शत्रू बनला होता, दिवस आणि रात्र एकमेकांमध्ये मिसळून गेली होती. २४ तासांचा प्रत्येक भाग अगदी पहिल्यासारखाच असे. रोज रात्री त्या स्त्रियांचा छळ तरी केला जात असे किंवा दुसऱ्या कैद्यांचा छळ होत असलेला ऐकावा तरी लागत असे. पहाटे त्या दिवसाच्या पहिल्या प्रार्थनेसाठी उठत असत. मग स्वच्छतागृह वापरण्याच्या पाळ्या लागत, त्यानंतर न्याहारी येइ-त्यामध्ये नेहमीच बुरशी आलेला पाव आणि बेचव उसळ असे. त्यांचा तो चांगला दिवस असेल आणि कोणालाही 'चौकशी' साठी बोलावण्यात आलं नाही तर मग

त्या साऱ्या स्त्रिया सगळी सकाळ रडण्यात, प्रार्थना करण्यात किंवा त्यांच्या आयुष्यातील केंद्रस्थानी असलेल्या त्यांच्या प्रिय व्यक्तींच्या आठवणी काढण्यात घालवत असत. दुपारच्या प्रार्थनेनंतर, या स्त्रियांना जेवण दिलं जाई. जेवण म्हणजे घाणेरड्या रंगाची भाताची पाणचट पेज, बघूनही भूक मरावी अशी. कधी कधी त्यांना कोमट पावही दिला जाई, त्या पावाला बुरशीचा वास असे कारण तो पाव मुद्दामच सडलेल्या पिठाचा बनवलेला असे. त्यांच्या दुपारी त्यांच्या सकाळसारख्याच असत. एकमेकींशी बोलत, प्रार्थना करत, छळ करण्यासाठी बोलावणं येण्याची वाट बघत किंवा छळ सोसून परत आलेल्या त्यांच्या मैत्रिणींची शुश्रूषा करत. संध्याकाळच्या प्रार्थनेनंतर त्यांना दिवसातील अखेरचं जेवण देण्यात येई. पुन्हा एकदा उसळ आणि पाव. मग सबंध तुरुंग किंकाळ्यांनी घुमून उठे. ते भीतिदायक दुःस्वप्न पुन्हा एकवार त्यांच्या अंगावर चाल करून येई.

त्या सर्व सावल्या स्त्रियांपैकी एकटी समाराच स्वतःला सतत कशात तरी गुंतवून ठेवत असे. रोजच्या कामांचं तिनं एक कडक वेळापत्रकच करून घेतलेलं होतं. छळामुळे ती अगदी बिछान्याला खिळून पडलेली नसेल तर ती रोज स्वतःची स्वच्छता करायची. आपल्या सर्व वस्तू नीट लावून ठेवायची, किंवा जिला तिच्या शुश्रूषेची जरूर असे तिच्याजवळ बसायची. समारा वैयक्तिक स्वच्छतेबद्दल इतकी काटेकोर होती की तिचा एकुलता एक पोशाख आणि अबायाही ती रोज धुवून काढत असे, इतर सावल्या त्यांच्या कपड्यांवर उडलेले ओकारीचे डाग किंवा दातामध्ये अडकलेले अन्नाचे कण या गोष्टींकडे दुर्लक्ष करत, पण समाराला त्या गोष्टी अजिबात चालत नसत. रोज सकाळी स्नान करण्यापूर्वी समारा स्वतःच्या अंगावरील सर्व कपडे काढून ते घासून धूत असे. स्नान होताच ती ते ओले कपडे अंगावर चढवून त्या लहानशा कोठडीमध्ये वेगाने चकरा मारत राही. तिचा अबाया तिच्या वेगानं फडफडत राही. तिच्या वेगानं चालण्याकडे पाहून हसणाऱ्या इतर सावल्यांना ती स्पष्टीकरणही देत असे. 'मोठ्या वाऱ्यात वाळायला घातलेले कपडे जसे लवकर सुकतात तसे माझे कपडे या अशा चालण्यानं सुकतात.' मयादा दिवसभर मुलांच्या आठवणी काढत कुढत राही. इतर स्त्रियांचे चेहरे निरखत राही किंवा कसली कोण जाणे वाट पाहत घायकुतीला येऊन जमिनीकडे बघत बसून राही. इतर स्त्रियांना छळ करण्यासाठी किंवा 'चौकशी'साठी बोलावण्यात येई, पण बलदीयातमधील अधिकारी मयादा अल अस्करीला विसरूनच गेले आहेत असं तिला वाटू लागलं होतं. तिचा छळ केला जात नव्हता आणि तिला 'चौकशी' साठी बोलावण्यातही येत नव्हतं. तिच्याकडे दुर्लक्ष केलं जात होतं, असं दिसत होतं.

बाहेरच्या जगामध्ये कोणालाही ती कुठे आहे हे माहीतच नव्हतं, त्यामुळे ती

आता बलदीयातमध्येच मरून जाणार या खात्रीनं मयादाची हिंमत खचू लागली. निराशेच्या एका अतिशय खोल अशा दरीमध्ये ती अधिकाधिक खोलखोल जाऊ लागली. एका नव्याच आणि यापूर्वी कधीही विचारात घ्याव्या न लागलेल्या अशा सत्याच्या रूपामध्ये मृत्यू तिच्यासमोर उभा होता. हा विचारच तिला इतका गोंधळून टाकणारा होता की असे दोन आठवडे गेल्यानंतर तीही हयात आणि आशियासारखी वागू लागली होती-हाताची घडी घालून त्या लहानशा कोठडीत गरगरा फिरत राहाणं आणि दिवस रात्र रडत रडत राहाणं.

स्वभावानंच गोड आणि प्रत्येक प्रश्नाचं उत्तर शोधण्यास मदत करण्यास सदैव तयार असणारी समारा आता मयादाचं भयानक दु:ख आणि निराशा कमी करण्याचा प्रयत्न करू लागली, 'माझं ऐक, माझ्यावर विश्वास ठेव बरं.' समारानं मयादाला सांगितलं. 'बलदीयातमधलं कोणीही इतके दिवस छळावाचून राहत नाही. आपल्या पहारेकऱ्यांना कळून चुकलं आहे की तुझी गोष्टच वेगळी आहे. एक दिवस तुझी सुटका होईल, बघशील तू.' दोन बोटांनी चुटकी वाजवत ती म्हणाली, 'अशी सुटशील बघ तू.'

मयादानं तिरप्या नजरेनं समाराकडे पाहिलं. तिच्या चेहऱ्यावरील आत्मविश्वास आणि आपल्याबद्दलचं प्रेम बघून तिला नव्यानं रडू फुटलं.

तिला जवळ घेत समारा म्हणाली, 'या जिवंत राहण्याच्या लढाईत तू अशी तुझी ताकद हरवून चालणार नाही. आपल्या भावनांवर ताबा ठेवायला हवास.'

पण मयादा यांपैकी कशावरच विश्वास ठेवण्याच्या मन:स्थितीमध्ये नव्हती.

मग, एका गुरुवारी सकाळी एका क्षणामध्ये सगळंच बदलून गेलं.

मयादा, छताकडे बघत तिच्या खाटेवर शांतपणे पडली होती. तिची नजर कोठडीच्या मागच्या भिंतीमध्ये असलेल्या एका लहानशा गजांच्या खिडकीकडे गेली. सूर्य उगवण्याची आणि आपले काही दयाळू किरण या ५२ क्रमांकाच्या कोठडीमध्ये पाठवण्याची ती वाट पाहात होती.

एकदम मयादाला कबाज पक्ष्याचं गाणं कानावर पडल्याचा भास झाला.

कबाज पक्ष्याचं गाणं कानावर पडणं म्हणजे तू आता आहेस तेथून दुसरीकडे जाणार असल्याची खूण असते, अशी प्राचीन इराकी समजूत आहे. कबाज हा तीतर पक्ष्यासारखा एक पक्षी आहे.

मयादाच्या छातीचा एक ठोका चुकला. ती उठून बसली. तिची स्वप्नं आणि बलदीयातचं वास्तव या दोहोंमध्ये गोंधळून जाऊन तिनं कोठडीभर नजर फिरवली, आपण ऐकलं ते खरंच कबाजचं हवंहवंसं वाटणारं गाणं होतं की आपला भ्रम होता हे तिला ठरवायचं होतं. या घाणेरड्या खोलीत मयादा आता जवळजवळ महिनाभर होती पण एवढ्या अवधीमागे कोणत्याही पक्ष्याचं गाणं कानावर पडण्याची ती

तिची पहिलीच वेळ होती. कबाज गातच होता. एका हलक्याशा झुळकीनं त्याचं गाणं कोठडीच्या त्या गजांमधून आत आणून पोचवलं होतं आणि त्याचं ते गोड संगीत कोठडीभर पसरलं होतं.

त्या गाण्यानं कोठडीतील इतर स्त्रियाही आपल्या बिछान्यांवर उठून बसल्या. परमेश्वराचा विलक्षण संदेशच सरळ त्या खिडकीमधून आत आला असावा असं ते गाणं ऐकून वाटत होतं. ते आनंदी गाणं कोठडीभर फिरलं आणि प्रत्येक स्त्रीच्या हृदयामध्ये आशा फुलवू लागलं. एका पाठोपाठ एक त्या ५२ क्रमांकाच्या कोठडीतील स्त्रिया उठून बसल्या आणि एकमेकींचे चेहरे मोठ्या आशेनं निरखू लागल्या. कबाजचं हे गाणं माझ्यासाठीच संदेश घेऊन आलेलं असावं असं त्या प्रत्येकीला वाटत होतं.

समारानं त्या पक्ष्याच्या गाण्याच्या ठेक्यावर एक जुनं इराकी गीत गाण्यास सुरुवात केली. कबाजचं गाणं चालूच होतं. समारा तिच्या बिछान्यावरून उडी मारूनच उठली. 'ऐका तरी हा कबाज किती चिवट आहे. अगदी आपल्या खिडकीच्या बाहेरच आहे. कोणीतरी बलदीयात सोडून चाललं आहे आणि तेही लवकरच.'

तिचे हिरवे डोळे चमकत होते. समारानं एक गिरकी घेतली. ती गिरकी मध्येच थांबवत आपल्या उजव्या हाताचं बोट मयादावर रोखून ती म्हणाली, 'आणि ते कोणीतरी म्हणजे आपली मयादाच असणार आहे.'

गेले कित्येक दिवस मयादाला कोणाशीही बोलावंसंच वाटत नव्हतं. आत्ताही तिनं समाराच्या उत्साही बोलण्याला काहीच उत्तर दिलं नाही. पण तिचं या शिया स्त्रीवर फार प्रेम बसलं होतं आणि तिला दुखवण्याची कल्पनाही तिला सहन होत नव्हती. फिकटसं हसत ती म्हणाली, 'मला बरं वाटावं म्हणून तू असं बोलते आहेस, समारा-तू फार चांगली आहेस, पण मला सगळे विसरूनच गेले आहेत. मी इथेच मरणार आहे. तसं लिहिलेलंच आहे ग. मला ५२ क्रमांकाच्या कोठडीत बंद करण्यात आलेलं मी पाहिलं ना तेव्हांच मला हे कळून चुकलं होतं. ही कोठडी म्हणजे माझी कबर ठरणार आहे.''

आपल्या सुंदर आणि शांत चेहऱ्यानं तिच्याकडे रोखून पाहात समारा म्हणाली, ''मला हे असं आज कितीतरी दिवस वाटतं आहे-हा कबाज फक्त त्या वाटण्याला पुष्टीच देतो आहे.– तू घरी जाणार आहेस, मयादा आणि तेही लवकरच.-मयादा तू आमचे सगळ्यांचे टेलिफोन क्रमांक, पत्ते आणि आमच्या कुटुंबीयांची नावं पाठ करायला सुरुवात कर. आज–आत्ता–आपल्यापैकी एकजण तरी बाहेर गेल्याशिवाय आपल्याला काही मदत मिळणार नाही आणि ती तूच आहेस. मयादा आणि बाहेर जाऊन तू आम्हाला मदत करू शकतेस.'

कमालीच्या दु:खानं मयादानं आपलं केसांवरील वस्त्र डोळ्यांवर ओढून घेतलं. समाराचं आशावादी भविष्य मान्य करण्याचं त्राण तिच्यामध्ये नव्हतं. तिला ठाऊक होतं की ती या ५२ क्रमांकाच्या कोठडीतून कधीच बाहेर पडणार नाही.

पण तो कबाज गातच होता. त्याचा गोड आवाज क्षणभर सुद्धा अडखळला नव्हता.

सकाळच्या प्रार्थनेनंतर समारानं मयादाला अडवलंच. हळू आवाजात ती आग्रहानं म्हणाली, 'मी तुला पुन्हा सांगते, मयादा, मला अगदी मनाच्या आत हे जाणवतं आहे तू बलदीयातमधून जाणार आहेस आणि तेही लवकरच.'

समाराजवळ नेहमीच पुढे काय करायचं याची एखादी योजना तयार असे. 'आता तू एक पोपट आहेस असं समज आणि सगळी नावं आणि टेलिफोन क्रमांक पाठ करायला सुरुवात कर, तुला खूप पाठांतर करायचं आहे. –हं म्हण- ८८२-६४१०.'

मयादा शांतपणे ऐकत होती. कबाज पक्षी अजूनही गातच होता आणि त्यामुळे तिच्या आशाही जागृत होऊ लागल्या होत्या. समाराचं म्हणणं खरं ठरेल का, खरोखरच आपली सुटका होणार असेल का, असं अगदी प्रथमच तिच्या मनात डोकावून गेलं. तिनं अगदी आज्ञाधारकपणे म्हणायला सुरुवात केली, '८८२-६४१०.'

'हे बघ, माझ्या सूचना नीट लक्षात ठेव.' समारानं मयादाला समजावून सांगायला सुरुवात केली. 'तू या क्रमांकावर नीट फोन करायचास आणि हे सांगायचंस,-समारा, अमीन अल-अम्मानमध्ये सडत पडली आहे. (प्रमुख सुरक्षा इमारत) तिला तुमच्या मदतीची गरज आहे, शक्य असेल ते सर्व विका आणि एखाद्या पहारेकऱ्याला लाच देऊन वळवून घ्या, हा एवढा एकच उपाय आहे.' सर्व पर्यायांचा विचार करत असताना तिचे डोळे चमकत होते.

'तू खरोखरच माझ्याकडून आली आहेस याची माझ्या कुटुंबीयांना खात्री पटावी म्हणून तुला एक गुप्त वाक्य सांगते, तेवढं म्हण.-सलमाचा नवरा कसा आहे?'

'८८२-६४१०. समारा अमीन अल-अम्मामध्ये आहे. तिला तुमच्या मदतीची जरूर आहे, शक्य असेल ते सर्व विका आणि एखाद्या पहारेकऱ्याला लाच देऊन वळवून घ्या. तेवढा एकच उपाय आहे. गुप्त वाक्य असं-सलमाचा नवरा कसा आहे?' अगदी नीट शिकवलेल्या पोपटाप्रमाणे मयादानं समारानं सांगितलेल्या सर्व गोष्टी नीट म्हणून दाखवल्या. आशियानं हाक मारून सांगितलं, 'समारा, कबाज अजून गातोच आहे बघ.'

दोघीजणी गप्प होऊन ऐकू लागल्या. कबाज पक्षी खरोखरच अजून गात होती. ही अगदी विलक्षण घटना आता जवळजवळ एक तासभर चालली होती.

त्याचवेळी कोठडीचं दार उघडलं गेलं आणि एक पहारेकरी आत येत म्हणाला, 'मयादा तयार राहा-न्यायाधीश आता तुझा खटला चालवणार आहेत.' त्याचा आवाजही नेहमीसारखा कर्कश आणि किंचाळणारा नव्हता तर अगदी सौम्य आवाजात तो बोलत होता.

आनंदानं ओरडत समारा धावतच पुढे गेली आणि तिनं त्याला विचारलं, 'कोण आहेत न्यायाधीश? मयादाची सुटका होणार आहे का?'

'तुला काय करायचं आहे?'

मयादा धावतच तोंड धुण्यासाठी गेली.

तिच्यापाठोपाठ जात समारा आनंदानं पुटपुटली, 'एक न्यायाधीश तुझा खटला चालवायला या इमारतीमध्ये आला असेल तर तुझी सुटका होणार हे निश्चित.'

काहीतरी चमत्कार घडतो आहे, असं मयादालाही जाणवू लागलं होतं.

ती जरा नीटनेटकी होते आहे तोवर अनेक सावल्या स्त्रिया तिच्या जवळ येऊन आपआपले टेलिफोन क्रमांक किंवा पत्ते आणि नावं हलकेच सांगू लागल्या.

'तुला जर सरळ बाहेरच नेलं तर–म्हणजे कोठडीमध्ये परत न आणताच' मयादाचा झगा वर उचलून तिच्या आतल्या वस्त्रावर एका मोडक्या बॉलपेननं आपला टेलिफोन क्रमांक काळजीपूर्वक लिहीत डॉ. सब्बाह म्हणाली.

आता मात्र त्या पहारेकऱ्यानं ओरडून म्हटलं, "मयादा चल."

अनेक नावं, पत्ते आणि टेलिफोन क्रमांक डोक्यात घुमत असतानाच मयादा पुढे धावली. कोठडीच्या बाहेर पाऊल टाकताच एक अधिकारी तेथे उभा असलेला मयादाला दिसला. खूप उंच आणि लठ्ठ अशा ह्या अधिकाऱ्याच्या वर्णावर पिवळी छटा होती आणि त्यानं बोलायला तोंड उघडताच त्याचे मोठेमोठे दातही त्याच पिवळ्या रंगाचे आहेत असं मयादाला दिसलं.

पहारेकऱ्याला जायला सांगून तो अधिकारी मयादाकडे वळून म्हणाला, 'तुम्ही कशा आहात, उम अली (अलीच्या आई)?'

मयादानं उलट प्रश्न विचारला, 'आपली भेट झाली आहे का यापूर्वी कधी?'

तिच्या प्रश्नाला उत्तर न देता तो अधिकारी चटकन कुजबुजला, 'माझं नाव मामून. मला तुमच्या खटल्यामध्ये रस आहे. कालच मी फे आणि अलीला भेटलो. त्यांचे वडील सलाम उद्या हिल्लाहून परत येत आहेत - त्यांच्याजवळ राहण्यासाठी. तुमचा खटला ऐकण्यासाठी जे न्यायाधीश आले आहेत, त्यांची तुमच्या कुटुंबाशी चांगली ओळख आहे. तुमचा विषय मिटवून टाकण्याचे आदेश त्यांना मिळालेले आहेत. एक-दोन दिवसातच तुमची बलदीयातमधून सुटका होईल. एकदा तुमची सुटका होऊन तुम्ही घरी गेलात की मी येऊन अलीला भेटून जाईपर्यंत घराबाहेर पडू नका" अरब समाजामध्ये घरातील कर्त्या पुरुषाला भेटायला जाणं ही आदर

दाखवण्याची एक पद्धत आहे. अली हा लहान कुमारवयीन मुलगा असला तरी तो मयादाच्या कुटुंबाचा कर्ता पुरुष मानला जाई.

मयादानं हात उंचावून डोक्याचं वस्त्र ठाकठीक केलं. आपल्या कपड्यांवरून हात फिरवून ते नीट केले. तिच्या आयुष्यातील सर्वांत महत्त्वाच्या भेटीला ती निघाली होती आणि तिचे कपडे घाणेरडे होते आणि तिच्या शरीराला दुर्गंधी येत होती. समारानं पाळलेल्या कडक स्वच्छतेचा तिला क्षणभर हेवा वाटून गेला. एखाद्या न्यायाधीशाचं तिच्या कपड्यांकडे आणि तिच्याकडेही पाहून चांगलं मत कसं होणार होतं?

तुरुंगाच्या व्हरांड्यामधून काही अंतर चालून गेल्यानंतर मयादा आणि तिचा बेढब पहारेकरी अधिकारी दोघे एका कसलीही खूण नसलेल्या शिसवी लाकडाच्या दरवाजाजवळ आले. मामूननं हातानं खूण करत फर्मावलं, 'इथंच थांब.' दारावर टकटक करून मग तो आत गेला आणि आपल्यामागे त्यानं दार ओढून बंद करून घेतलं. लवकरच ते दार उघडलं आणि बाहेर येत मामूननं पुन्हा फर्मावलं, आत या.'

मयादानं त्या खोलीत प्रवेश केला. एका लाकडाच्या टेबलामागे एक प्रतिष्ठित दिसणारा माणूस बसला होता. मयादाला तो थोडा ओळखीचा वाटला.

तो बोलू लागला, 'मी जज्ज मुअय्यद अल-जाद्दीर.'

मयादाच्या ताबडतोब लक्षात आलं- १९६०च्या मध्यावर इराकचा जो माहितीखात्याचा मंत्री होता-अदीब, अल-जाद्दीर-त्याचा हा पुतण्या होता.

न्यायाधीश अतिशय सभ्यतेनं बोलत होता, 'तुझी आई सल्वा कशी आहे?'

मयादाच्या चेहऱ्यावर एक पुसटंस हसू उमटलं, 'मी इथे आले त्याच्या आधी ती ठीक होती. आता कशी अहे, मला ठाऊक नाही पण चौकशी केल्याबद्दल आभारी आहे.''

'मयादा, माझे काका अल-जाद्दीर हे तुझ्या आईवडिलांचे चांगले स्नेही होते. ते स्वत:ला तुझ्या आजोबांचा-साती अल-हुसरीचा मानसपुत्र मानत असत.'

मयादानं हलकेच मान डोलावली. आता क्षणोक्षणी तिचा विश्वास वाढत चालला होता. हा माणूस तिला मदत करण्यासाठीच इथे आलेला होता, हे नक्की.

जज्ज जाद्दीरनी टेबलावरील कागदपत्रांची थोडी चाळवाचाळव केली आणि मग एक पेन उचलून ते काही तरी लिहू लागले. काही वेळानं मयादाकडे पाहात ते म्हणाले, ''मयादा, ही चूक झालेली आहे. तू बाहेर पडल्यावर नव्यानं जगायला सुरुवात करावीस, हा अनुभव विसरून जावंस असं मला वाटतं. हे दिवस तुझ्या आठवणीतून पुसून काढ.''

गेला महिनाभर तिनं भोगलेल्या यातनांच्या आठवणीनं तिच्या अंगावर काटा

उभा राहिला. बलदीयातमध्ये तिनं आणि असंख्य इराकी लोकांनी भोगलेल्या अमानुष यातना ती कधीही विसरू शकणार नाही, हे अगदी ओठावर आलेले शब्द तिनं मुकाटपणे गिळून टाकले. तिनं न्यायाधीशांना फक्त एवढंच विचारलं, 'मला अटक का करण्यात आली हे तुम्हाला ठाऊक आहे का?'

'होय, मला ठाऊक आहे. तुझ्याकडे काम करणाऱ्या कोणीतरी सरकारविरोधी पत्रकं छापली होती. पण या महान देशामध्ये न्यायाचं राज्य आहे, हेच यावरून सिद्ध होतं. हे सगळं आता विसरून जाण्यातच शहाणपणा आहे.'

"माझी आजच सुटका होईल का?'

'ते काम लवकरच करण्यात येईल. आता तू परत जा. तुझी आता लवकरच सुटका होणार आहे, यात आनंद मान."

मग हातातील पेन खाली ठेवत ते आपुलकीनं म्हणाले, 'तुला आठवतंय-मी अबु अलीबरोबर (अलीच्या वडिलांबरोबर) तुमच्या घरी आलो होतो, १९८०मध्ये.' ते डॉ. फदल अल-बर्राकबद्दल बोलत होते. फदलच्या थोरल्या मुलाचं नाव अली होतं.

मयादाला ती औपचारिक भेट अंधुकशी आठवत होती. तिच्या हेही लक्षात आलं की हा माणूस डॉ. फदलचा उल्लेख अबु अली असा करत आहे कारण सद्दामनं डॉ. फदलला परकीय हेर असल्याचं घोषित केलेलं होतं. कोणताही डोकं ठिकाणावर असलेला इराकी माणूस हेरगिरीचा आरोप ठेवला गेलेल्या आणि म्हणून मृत्यूची शिक्षा झालेल्या माणसाची आणि आपली ओळख आहे हे कबूल करणार नव्हता.

तिला परत पाठवून देण्याची न्यायाधीशांची तयारी झालेली होती. 'तू आता गेलीस तरी चालेल, मयादा.' ते म्हणाले, 'पुढच्या वेळी तुझ्या आईशी बोलशील तेव्हा माझे नमस्कार आठवणीनं सांग.'

'आभारी आहे. नमस्कार.' असं म्हणून मयादा खोलीच्या लाकडी दरवाजातून बाहेर पडली.

मामून तेथे उभाच होता. तिला तेथेच थांबायला सांगून तो प्रचंड माणूस पुन्हा एकदा त्या खोलीत गेला आणि मयादाची फाईल घेऊन लगेच बाहेर आला. मयादाजवळ वाकून तो म्हणाला, "तुमच्या फाईलचे कागदपत्र तयार करावे लागतील. दुसरा पहारेकरी तुम्हाला ५२ क्रमांकाच्या कोठडीकडे घेऊन जाईल, तुमची घरी जाण्याची वेळ आली की मी तुम्हाला न्यायला येईन.' त्याचं वागणं आता खूपच सौम्य झालं असलं तरी मयादाला अजूनही त्याची भीती वाटतच होती.

आपली मुलं आता केव्हा आपल्याला भेटतील, असं मयादाला होऊन गेलं होतं. म्हणून धीर करून तिनं विचारलं, 'केव्हा याल तुम्ही मला न्यायला?'

मामूनचा चेहरा एकदम चिडका झाला. आपल्या पूर्ण उंचीइतका ताठ होऊन, छाती फुगवत तो वसकला, “मी तुम्हाला सांगितलं ना-तुमचे कागदपत्र पूर्ण झाले की मग– आज-उद्या किंवा परवा तेरवा सुद्धा– जा आणि वाट बघत बस.” दुसऱ्या पहारेकऱ्याला चुटकी वाजवून त्यानं जवळ बोलावलं, मयादाला तिच्या कोठडीमध्ये घेऊन जायला सांगून तो दुसऱ्या दिशेला निघून गेला.

५२ क्रमांकाच्या कोठडीकडे परत जात असताना मयादाला आज घडलेल्या साऱ्या गोष्टी आठवत होत्या आणि तिचा त्यावर विश्वासच बसत नव्हता. पहिल्यांदा तो कबाज पक्षी आणि आता हा न्यायाधीश. आज प्रथमच ती पहारेकऱ्याच्या गतीनं भराभर चालत होती. आपली आनंदाची बातमी समारा आणि इतर सावल्या स्त्रियांना कधी एकदा सांगते असं तिला झालं होतं.

मयादानं कोठडीमध्ये पाऊल टाकलं आणि त्याच क्षणी कबाज पक्ष्याचं गाणं ही थांबलं. कोठडीतील प्रत्येक स्त्रीचे डोळे कोठडीच्या लहानशा गजांच्या खिडकीकडे वळले-पक्ष्याचं गाणं आणि ते असं अचानक बंद होणं दोन्ही घटना आश्चर्यकारकच होत्या.

कामाच्या वेळेमध्ये कुराण वाचल्याबद्दल आणि फार वेळ प्रार्थना करत राहिल्याबद्दल तुरुंगात आलेली रौला म्हणाली, ‘तो कबाज पक्षी देवानंच पाठवलेला होता. देवाचं सामर्थ्य किती अफाट आहे याची आपल्याला जाणीव करून देण्यासाठीच जणू काही.’ बऱ्याच जणींनी हे पटून मान डोलावली. समारा दोन्ही हात पसरत आनंदानं हसत पुढे येत म्हणाली. ‘आता आम्हांला हा संभ्रम सहन होत नाही आहे हं- सांग बरं काय झालं ते.’

मयादानं सांगितलं, ‘समाराचं म्हणणं बरोबर होतं. तो कबाज पक्षी खरोखरच देवाचा निरोप घेऊन आला होता. माझी सुटका होते आहे.’

एखाद्या उत्तम नर्तिकेसारखी समारा पायाच्या अंगठ्यावर शरीर तोलून धरून गिरक्या घेऊ लागली.

साऱ्या सावल्या एकमेकींना मिठी घालून रडू लागल्या आणि ती लहानशी कोठडी त्या आवाजानं भरून गेली. त्या सगळ्या गोंधळामध्ये एमानचा चष्मा घसरून खाली पडला आणि तो फुटण्याआधी शोधून काढण्याची सगळ्यांची एकच धांदल उडाली. जो जाड काचांचा चष्मा पुन्हा सुखरूपपणे आपल्या नाकावर चढवत एमान म्हणाली, ‘याच्या शिवाय मी म्हणजे आंधळीच की ग.’

अगदी सफाना आणि सारा देखील अजून त्यांच्या छळाच्या वेदना तीव्र असतानाही मयादाचं अभिनंदन करण्यासाठी उठून बसल्या.

सारा कशीबशी म्हणाली, “तू माझ्या आईला फोन करशील ना?”

मयादा हसत उत्तरली, ‘हो तर-सारा मी तुझ्या आईला फोन नक्कीच करीन.’

समाराला इतका आनंद झाला होती की तिचं नाचणं गाणं थांबतच नव्हतं. 'ती आपल्या सगळ्यांच्या आयांना फोन करेल.' मग मयादाचा हात धरून ओढत ती म्हणाली, 'सांग सांग-काय काय झालं ते–तुझी सुटका केव्हा होईल, असं म्हणाले ते?'

'न्यायाधीश काही बोलले नाहीत, मी तिथे असताना त्यांनी कागदपत्रांवर सह्या केल्या. पण एका अधिकाऱ्यानं मला सांगितलं की कागदपत्रं पूर्ण व्हायला हवीत.'

'छान-छान-' समारा गातच बोलली, 'मग आता दहा दिवसांपेक्षा जास्त वेळ नाही लागायचा.'

मयादाच्या कपाळावर आठ्या पडल्या, 'दहा दिवस? मला वाटलं मी आज किंवा उद्या जाईन इथून. आणखी दहा दिवस–माझ्याच्यानं नाही निघणार–'

मयादाच्या चेहऱ्याभोवती आपले लहानसे हात ठेवत समारा म्हणाली, 'दहा दिवस-फक्त दहा दिवस-मयादा?' इतर सावल्या स्त्रियांकडे पाहात मान डोलावत ती हसून म्हणाली, 'आमचे इथे फक्त दहा दिवस राहिले ही बातमी कळण्यासाठी सुद्धा आम्ही सगळ्या एक हात-एक पाय किंवा दोन्ही कापून द्यायला तयार होऊ.'

'तुला सगळ्या इराकमधली संपत्तीच मिळाली आहे ग-' मुना हसून म्हणाली. मयादाच्या सुदैवाचं त्या एकीलाही वैषम्य वाटलं नव्हतं. ती येथून बाहेर पडते आहे पण त्यांना मात्र तेथेच राहावं लागतं आहे याबद्दल कोणीही रागावलं नव्हतं.

या नि:स्वार्थी स्त्रियांकडे बघताना मयादाला स्वत:च्या भावनाशून्यतेची शरम वाटली. कोठडीभर नजर फिरवून त्या सगळ्यांकडे पाहाताना तिचं हृदय भरून आलं.. त्या कोठडीच्या आणि तुरुंगाच्या दरवाजातून बाहेर पडून कधी एकदा फे आणि अलीला भेटतो असं तिला झालेलं असूनही ह्या प्रेमळ स्त्रियांना सोडून जावं लागणार या कल्पनेनं तिला भरून आलं. समारा मनकवडी आहे हे मयादाला लगेच कळून आलंच. समारा म्हणाली, 'मयादा, तू अपराधी वाटून घेऊ नकोस. तू इथून जाणार आहेस याचा आम्हांला सगळ्यांना फार आनंद वाटतो आहे-आमच्या हृदयात मात्र तू कायमची राहशील. शिवाय तिथून-बाहेरून तू आम्हांला मदत करू शकशील ना.'

सारा आणि सफाना यांच्याखेरीज बाकीच्या सर्व सावल्या मयादाच्या भोवती गोळा झाल्या. त्या सगळ्यांच्या मनात अगदी प्रकर्षानं असलेली गोष्टच मुनानं बोलून दाखवली. 'मयादा इथून बाहेर पडल्यावर आम्हांला विसरून जाऊ नकोस हं. अल्लाची शपथ आहे तुला-इथे या कोठडीमध्ये काय काय घडलं ते सगळं एक दिवस जगाच्या समोर ठेवच.' मयादानं मुनाला मिठी मारत वचन दिलं, 'मी अल्लाची शपथ घेऊन सांगते की एक दिवस सारं जग आपल्या सर्व जणींच्या कहाण्या ऐकेल.'

नेहमीच अतिशय व्यावहारिकपणे वागणारी समारा मुनाकडून मयादाकडे पाहत म्हणाली, 'जगाला सगळं कळेल तेव्हा कळेल, पण आत्ता सर्वांत महत्त्वाची गोष्ट म्हणजे मयादानं आपल्या कुटुंबीयांना फोन करून आपल्याबद्दल त्यांना माहिती देणं ही आहे.. मयादाची सुटका झाली आहे हे आपल्याला आता नक्की कळलेलं आहे, तेव्हा आपण तिला सगळी माहिती पाठ करायला द्यायला हवी.– आत्ताच.' कमालीच्या आशेनं तिचा चेहरा उजळला होता. मयादाकडे पाहत ती आग्रहानं म्हणाली, 'तूच एकटी आम्हाला मदत करू शकणार आहेस, मयादा.' समारानं म्हटलं होतं त्याआधीच आपली सुटका होईल अशी मयादाला आशा असल्यानं तिनं सगळे क्रमांक आत्तापासूनच पाठ करायला सुरुवात करायचं ठरवलं. 'हो. समारा, तुझं म्हणणं बरोबर आहे, आपण आजच रात्री या कामाला सुरुवात करू.'

'सगळ्यांत महत्त्वाची गोष्ट म्हणजे आमच्या कुटुंबीयांशी संपर्क साधून त्यांना आम्हांला नक्की कोणत्या ठिकाणी ठेवण्यात आलेलं आहे, ते सांगायचं. आमच्या सुटकेची ती पहिली पायरी आहे. मग त्यांना सांगायचं की आमची सुटका करण्याचा एकच मार्ग आहे आणि तो म्हणजे लाच देणं. जमीन जुमला, मोटारी-जे काही असेल ते सगळं विकून टाकायचं. इथला प्रत्येक पहारेकरी लाचखाऊ आहे.

'पण मयादा, जेव्हा तू टेलिफोन करशील तेव्हा चटकन बोलणं संपव. इराकमधले सर्व टेलिफोन टॅप केलेले आहेत, हे तुला माहीतच आहे. जे काही सांगायचं असेल ते झटकन सांग आणि टेलिफोन बंद कर. प्रश्न विचारतील याची वाट बघू नकोस आणि प्रश्नांना उत्तरंही देऊ नकोस. आमच्या प्रिय व्यक्तींना थोडा धीर द्यावा असं तुला वाटेलच पण तुझा प्रेमळपणा त्यांनाही तुरुंगात आणून ठेवेल, हे लक्षात ठेव.'

समारा सर्व बाजूंनी विचार करत होती, 'आजच्या दिवसात तुला जेवढे क्रमांक आणि पत्ते पाठ करता येतील तेवढे कर. उरलेले उद्या-त्यानंतर तू इथून जाईपर्यंत मी रोज तुझी परीक्षा घेईन. सगळ्या गोष्टी तुझ्या लक्षात राहायलाच हव्यात.' समारानं निश्चयच केला होता.

ती रात्र फार विलक्षण होती. कोठडीच्या अगदी मागच्या बाजूला मयादाला नेण्यात आलं. ५२ क्रमांकाच्या कोठडीतून बाहेर उमटणारं हे विचित्र पाठांतर कसलं आहे ते बघण्यासाठी कोणा पहारेकऱ्यानं येऊ नये म्हणून ही सावधगिरी घेण्यात आलेली होती.

समाराच्या मागेच आलिया उभी होती, तिचा सुंदर चेहरा अपेक्षेनं चमकत होता. तिच्या अटकेमुळे तिला तिच्या लाडक्या लेकीपासून, सुझनपासून जवळजवळ वर्षभर दूर राहावं लागलं होतं. मयादाची सुटका होणार या बातमीनं तिलाही आपल्या लाडक्या मुलीच्या भेटीची स्वप्नं दिसू लागली होती.

तिच्यानंतर होती राशा. ही घटना कितीही आनंदाची असली तरी तिच्या चेहऱ्यावरील आठ्या कायमच होत्या. त्या तशाच ठेवून तिनं घोगऱ्या आवाजात आपली माहिती मयादाला दिली.

या दोघींनी सांगितलेला प्रत्येक क्रमांक, प्रत्येक शब्द लक्षात ठेवायचाच असा मयादानं निश्चयच केला होता. आलिया आणि राशा या दोघी आता जवळजवळ तीन वर्षं इथे तुरुंगामध्ये होत्या आणि त्यांच्या सुटकेचा कोणताही मार्ग दिसत नव्हता, हे मयादाला ठाऊक होतं.

गंभीर पण प्रेमळ अशा डॉ. सब्बाहनं मयादाचं अंतर्वस्त्र तपासून तिनं आधी लिहिलेला स्वत:चा क्रमांक नीट आहे ना, हे बघून घेतलं. डॉ. सब्बाहच्या कुटुंबाला फोन होईपर्यंत हे वस्त्र धुवू नको असंही तिनं मयादाला निष्कारणच बजावलं.

एमाननं आपला चष्मा हातात घेऊन आपली माहिती अगदी स्वच्छ शब्दात मयादाला दिली.

हातानं बनवलेली जपमाळ पुन:पुन्हा हातामध्ये फिरवत वफाए आपली माहिती पुन:पुन्हा मयादाला सांगत राहिली. अखेरीस समाराला तिला सांगावं लागलं की ती नंतर मयादाकडून हे सगळं पाठ म्हणून घेणारच आहे, आता दुसरीला स्वत:ची माहिती सांगण्याची संधी दे एमान नावाची आणखी एक स्त्री त्यानंतर मयादाच्या समोर आली. फक्त २८ वर्षांची ही स्त्री. एलिथाबेथ टेलर या रंगारूपाची होती. गोरा वर्ण, काळेभोर केस आणि नीलमण्याच्या रंगाचे डोळे. एखाद्या किशोरीसारखी तिची लहानखुरी अंगयष्टी होती. स्वत:ची माहिती देतानाच तिनं तिला अटक का झाली हेही मयादा सांगितलं. 'मी कधी एखादा इराकी कायदा मोडण्याचं मनातही आणलं नव्हतं पण या छळ करणाऱ्यांचं म्हणणं होतं की मी सद्दाम हुसैनवर टीका केली.' सद्दाम हुसैन्वर टीका करण्याची शिक्षा जीभ कापली जाणं ही आहे हे मयादाला ठाऊक होतं त्यामुळे आपण लवकरात लवकर एमानच्या घरी फोन केला पाहिजे हे मयादाच्या लक्षात आलं.

मे ही सावळीशी, अखूड तपकिरी केसांची, बदामी डोळ्यांची आणि नाजूक चेहरेपट्टीची पस्तिशीची स्त्री होती. तिचा गुन्हा 'कम्युनिस्टांना पाठिंबा देण्याचा' होता, असं तिला सांगण्यात आलं होतं पण मेच्या माहितीप्रमाणे ती आजवर कोणा कम्युनिस्ट व्यक्तीला भेटलेलीही नव्हती. मे मयादाच्या शेजारी खूप वेळ बसून होती. मयादा आपला टेलिफोन क्रमांक ५२१-८४२९ विसरून जाईल, अशी तिला फार भीती वाटत होती.

मध्यरात्र उलटली आणि मग मात्र मयादाचं लक्ष विचलित होऊ लागलं. उरलेल्या सावल्या स्त्रियांना धीर देत समारानं त्यांना वचन दिलं. 'उद्या-उद्या तुम्ही सगळ्या जणी मयादाला स्वत:ची माहिती द्या.'

मयादा झोपण्यासाठी गेली तेव्हा आजच्या दिवसामध्ये इतकी चांगली गोष्ट घडून आलेली असतानाही तिचं मन निराशच होतं. सद्दामच्या तुरुंगांमध्ये कोणत्याही प्रकारची कसलीही खात्री देता येणार नाही, या जाणिवेनं ती फार धास्तावली होती. तिच्या सुटकेचा निर्णय उद्या फिरवण्यात आला तर? बलदीयातमधून ती प्रत्यक्ष बाहेर पडेपर्यंत तिचा तिच्या सुटकेच्या हुकमावर विश्वास बसणार नव्हता.

दुसऱ्या दिवशी पहाटे तिला जाग आली तीच मुळी तिच्या अश्रूंनी भिजलेल्या गालांच्या जाणिवेमुळे. सुरा हातात घेतलेला एक माणूस तिला तिच्या मुलांपासून दूर ठेवतो आहे, असं भयंकर स्वप्न तिला पडलं होतं.

त्या सकाळी आणखी एक आश्चर्य घडून आलं. पहाटेची प्रार्थना संपते न संपते तोच एका पहारेकऱ्यानं धाडकन ५२ क्रमांकाच्या कोठडीचं दार उघडलं आणि पुकारा केला.

'मयादा. बाहेर,'

मयादाला एवढा मोठा धक्का बसला की तिला हलताच येईनासं झालं.

तो पुन्हा ओरडून म्हणाला, 'मयादा-तुझी सुटका झाली आहे.'

अजून सर्व सावल्यांचे टेलिफोन क्रमांक मयादाला सांगितले गेलेले नाहीत, हे लक्षात असल्यामुळे समारा चटकन पुढे होऊन म्हणाली, 'ती स्वच्छतागृहात आहे, तिला थोडा वेळ द्या.'

पहारेकऱ्यानं घृणेनंच त्यांच्याकडे पाहिलं. 'पाच मिनिटं जास्त नाही.' असं सांगून त्यानं पुन्हा धाडकन दार बंद करून घेतलं.

एकदम सगळी गडबड उडाली. कोठडीच्या मागच्या बाजूला मयादाला घेत समारानं तिला सांगितलं, 'आत्तापर्यंत पाठ केलेले सगळे क्रमांक मला म्हणून दाखव बरं, एकदा-चटकन. तोपर्यंत मी उरलेल्या बायकांना गोळा करते.'' आता समाराही गोंधळून गेल्यासारखी दिसत होती, 'तुझी प्रसिद्ध अल-अस्करी बुद्धी आता पणाला लाव. आम्हांला संकटात टाकू नकोस.'

मयादाला त्या सर्व स्त्रियांच्या कहाण्या इतक्या पाठ होत्या की त्यांची किंवा त्यांच्या गावांची नावं विचारून घेण्याची गरजच नव्हती. त्यामुळे तिनं फक्त त्यांचे क्रमांक आणि महत्त्वाची नावं यांवरच लक्ष केंद्रित केलं. उरलेल्या सर्व स्त्रियांना समारा गोळा करत असतानाच मयादाला साराची एकदम आठवण झाली. साराला अजूनही चालता येत नव्हतं. ती धावतच साराच्या बिछान्याजवळ गेली. साराचा खांदा हलवत ती घाईनं म्हणाली, 'सारा. तुझ्या आईला कुठे फोन करू ते सांग–चटकन सांग.'

सावकाश मान वर उचलत सारा म्हणाली, ''हो मयादा-प्लीज-माझ्या आईला फोन कर-तिला सांग 'मला वाचव. माझा टेलिफोन क्रमांक आहे, ४२२-९१८२.

निवडुंगाच्या कुंडीशेजारच्या पिवळ्या भांड्याखाली ती घराची किल्ली ठेवते, हेही तिला सांग. म्हणजे तू माझ्याकडूनच आली आहेस यावर तिचा विश्वास बसेल.'

सारा इतकी अशक्त झाली होती की एवढ्या श्रमानं तिची मान डुगडुगू लागली.

तिला धीर देत मयादा म्हणाली, 'तुझी आई देईल बघ कुणाला तरी लाच आणि तुला इथून बाहेर काढेल, मला खात्री आहे.'

साराच्या गोड चेहऱ्यावर मंद हसू पसरलं, 'हो. माझी आई करेल ते. ती जमीन विकेल आणि माझ्या सुटकेचे पैसे गोळा करेल. एकदा तिला समजलं मी कुठे आहे ते की मग ती सगळं करेल.' मागे बिछान्यावर कोसळत सारा पुटपुटली, 'तिला सांग, मी तिची वाट पाहाते आहे, मी वाट पाहाते आहे.'

आत्तापर्यंत समारानं उरलेल्या सर्व स्त्रियांना एका ओळीत उभं केलं होतं.

'मयादा-ये इकडे–'

मयादा चटकन तिकडे गेली.

ओळीमध्ये रौला पहिलीच होती. मयादाच्या गळ्यात पडण्यासाठी ती खाली वाकली.

रौला पंचवीस वर्षांची अविवाहित साधीसुधी मुलगी होती. ती इस्लामी चळवळीची कार्यकर्ती असल्याचा तिच्यावर आरोप होता. ती कचेरीमध्येही कुराण वाचत असे आणि खूप वेळ प्रार्थनेमध्ये घालवत असे म्हणून तिच्या सहकाऱ्यांनी तिच्या विरुद्ध तक्रार केली होती, याची तिनं मयादाला आठवण करून दिली.

शक्य असेल तेवढं सगळं मी करीन, असं मयादानं तिला वचन दिलं.

अमानी ही ३२ वर्षांची एक विवाहित स्त्री होती. सावळा वर्ण, गुलाबी गाल आणि फिकट तपकिरी केस अशा अमानीचा गुन्हाही राशासारखाच होता-तिचा पासपोर्ट हरवला होता. म्हणून तिला कैदेमध्ये टाकण्यात आलं होतं.

हयात आणि आशिया एकमेकींचे हात धरून मोठ्या आशेनं मयादाकडे बघत उभ्या होत्या.

हातामध्ये असलेल्या अगदी थोड्याशा वेळामध्ये त्यांचे सगळ्यांचे क्रमांक पाठ करण्याचा कसोशीचा प्रयत्न मयादा करत होती.

पण बहुधा हे सगळं आपल्या लक्षात राहणार नाही आहे, या कल्पनेनं तिला अस्वस्थ वाटू लागलं. ती समाराला म्हणाली, 'डॉ. सब्बाहकडून ते पेन घेऊन ये-मी या सगळ्यांचे क्रमांक माझ्या अंतर्वस्त्रावर लिहून घेते.'

समारा लगेच ते पेन घेऊन आली खरी पण त्या पेनमधील शाई संपतच आलेली होती, कसेबसे आकडे उठत होते.

तेवढ्यात दार पुन्हा एकदा धाडकन उघडलं गेलं.

दरवाजामध्ये एक दुसराच पहारेकरी उभा होता-मयादाला नेण्यासाठी आलेला नव्हे-तो दुष्टपणे म्हणाला, ''समारा तुला बोलावणं आलंय.' समाराचा छळ करण्यासाठी तिला नेण्यात येणार होतं. सगळ्या घटनांना मिळालेली ही एक वेगळीच दिशा पाहून सगळ्याजणी हादरूनच गेल्या आणि त्यांच्या तोंडून बाहेर पडलेल्या एकाच मोठ्या उसाशानं ती कोठडी भरून गेली.

मयादाला नेण्यासाठी आलेला पहारेकरी आता या नव्या पहारेकऱ्याच्या पाठीमागे उभं राहून ओरडला, 'मयादा-चल लवकर-तुझी सुटका झाली आहे.'

५२ क्रमांकाच्या या कोठडीतील या सावल्या स्त्रियांच्या सहवासांमध्ये घालवण्याच्या घटका आता मोजक्याच राहिल्या होत्या आणि त्याही भराभर संपत आल्या होत्या. समाराचे हिरवेगार डोळे मयादाच्या नजरेला भिडले. तिचा चेहरा गंभीर होता. दोघेजणी एकमेकींकडे खऱ्याखुऱ्या ममतेनं बघत होत्या. समारानं हात पसरून मयादाला जवळ ओढून घेतलं. दोघींनी एकमेकींच्या गालांची चुंबनं घेतली. परस्परांना मिठी मारलेली असताना मयादा कुजबुजली,

'समारा. तुझ्या इतकी निःस्वार्थी स्त्री मी आजवर पाहिली नव्हती. तू माझ्यासाठी जे जे काही केलंस त्याबद्दल मी तुझी फार आभारी आहे. मी कधीच तुला विसरू शकणार नाही-आणि मी बाहेर जाऊन तुला मदत करीनच-अगदी नक्की.'

समाराचे डोळे पाण्यानं भरून आले. 'मला तुझी खूप आठवण येईल, मयादा.-तुझी आणि तुझ्या मजेदार गोष्टींची.'

'समारा' पाहारेकऱ्यानं चिडून पुन्हा एकदा हाक मारली आणि मयादाच्या मिठीतून समाराला खेचून बाहेर नेण्यासाठी तो कोठडीच्या मागच्या बाजूला आला.

त्या रागावलेल्या पहारेकऱ्याच्या खेचण्यानं समाराची पावलं जमिनीवरून निसटून फरफटत गेली.

मयादाही लगेच तिच्यापाठोपाठ निघाली. जाता जाता प्रत्येक सावलीला स्पर्श करतच ती पुढे जात होती. दुःखाच्या आसवांनी तिला दिसेनासं झालं. तिच्या स्वातंत्र्यानं तिला या विलक्षण स्त्रियांपासून दूर केलं होतं आणि आता ती आणि त्या सर्वजणी संपूर्णपणे वेगवेगळ्या जगांमध्ये जगणार होत्या.

तिच्यामागे कोठडीचं दार बंद झालं तेव्हा तिच्या कानावर पडलेले शेवटचे शब्द होते-मुनानं हलक्या आवाजात काकुळतीनं केलेली विनवणी- 'मयादा– आम्हाला विसरून जाऊ नकोस ग–'

गळ्यातील हुंदके दाबत असताना मयादाला जाणवलं जिवंत असेपर्यंत ती या स्त्रियांना विसरणं शक्यच नव्हतं.

आदल्या दिवशी तिला भेटलेला अधिकारी–मामून नावाचा, तो प्रचंड माणूस- मयादाची वाट पाहात उभाच होता.

'मी मामून-पुन्हा एकदा–आपण तुझ्या सगळ्या वस्तू घेऊ आणि मग मी तुला इथून बाहेर नेऊन सोडीन.'

मयादाचे कान मामूनचं बोलणं ऐकत होते पण नजर तिच्यापासून थोड्याच अंतरावर पुढे चालत असलेल्या समारावर खिळली होती. समाराच्या डोक्याच्या रुमालामधून काळ्यापांढऱ्या केसांची एक बट निसटली होती. आपण दोघी मैत्रिणी वेगवेगळ्या नशिबाकडे निघालो आहोत, या कल्पनेनं मयादाला भरून आलं.

आपल्यावर खिळलेली मयादाची नजर जाणवल्यामुळे समारानं शेवटची दृष्टभेट घेण्यासाठी मागे वळून पाहिलं. मयादाकडे संथ नजरेनं पाहताना तिच्या विलक्षण डोळ्यांमध्ये तिच्या सर्व भावना स्पष्ट उमटल्या होत्या. ती काहीतरी बोलली, पण मयादाला तिचे शब्द ऐकू आले नाहीत.

कॉरिडॉरच्या शेवटी समाराला छळाच्या खोलीमध्ये ढकलण्यात आलं.

मयादा तिच्यासाठी काहीही करू शकत नव्हती.

पहारेकरी तिच्याकडे पाहात घाईनं म्हणाला, 'सलाम वाट पाहतो आहे. आपण त्याला भेटू. तो तुला घरी नेईल.'

सुमारे एक महिन्यापूर्वी, तिला बलदीयातमध्ये आणलं गेलं, त्या दिवशी मयादाला ज्या खोलीत नेलं गेलं होतं त्या खोलीत तिला आताही नेण्यात आलं. काहीच बदललं नव्हतं. तोच फिकुटलेला माणूस त्याच गोल टेबलापाशी बसलेला होता. एका कपाटामध्ये थोडी शोधाशोध करून त्यामध्ये मयादाच्या वस्तू असलेली पिशवी काढून तिच्या हातात ठेवली. एक हुंकार देत त्यानं एका कागदाकडे खूण करत तिला म्हटलं, 'इथे सही कर.' सही केल्यानंतर मयादानं पिशवी उघडून बघितलं-सर्व वस्तू व्यवस्थित होत्या–तिची अंगठी, पैशाचं पाकीट, घड्याळ, कामाची वही, टेलिफोनची वही, ओळखपत्र, किल्ल्या, अगदी फेनं तिला लिहिलेली चिठ्ठीसुद्धा.

'माझ्यामागे ये.' मामूननं फर्मावलं. तिला अटक झाली त्या दिवशी ती ज्या वाटेनं आत आली होती त्याच वाटेनं ती बाहेर पडत होती. मामूनच्या मागून गप्पपणे चालत जात असताना तिला काहीच खरं वाटत नव्हतं.

बलदीयातमधून बाहेर पडत असताना, मयादाला तुरुंगाच्या प्रवेशद्वाराच्या खोलीमधूनच जावं लागलं. ती भली मोठी खोली शेकडो माणसांनी भरून गेलेली होती. हात पाठीमागे बांधलेली अवस्थेत सर्वजण जमिनीवर उकिडवे बसलेले होते. सर्वांचीच कागदपत्रं तयार व्हायची होती आणि कोणाचाही अजून छळ करण्यात आलेला नव्हता, तरीही त्या खोलीतील प्रत्येक चेहऱ्यावर कमालीचं दुःख कोरलं गेलेलं होतं. त्यांचे विस्फारलेले डोळे कमालीच्या भीतीनं भरलेले होते.

सापळ्यात सापडलेल्या या माणसांच्या गर्दीतून सावकाश वाट काढत बाहेर

जात असताना मयादाची नजर त्या चेहऱ्यांवर फिरत होती.

पुढे चालत असलेल्या मामूनला तिनं हलकेच विचारलं, 'हे सगळं काय आहे?'

मान थोडी फिरवत त्यानंही हलकेच उत्तर दिलं, "नंतर-नंतर-मोटारीत बसल्यावर सांगतो."

केव्हा गप्प बसावं हे मयादाला चांगलंच ठाऊक होतं. मामूनच्या मागून भराभर चालत ती बलदीयात तुरुंगाच्या दरवाजातून बाहेर पडली आणि त्याच्या प्रशस्त पायऱ्या उतरून खाली गेली. खाली पोचल्यावर उत्सुकतेनं चमकणाऱ्या डोळ्यांनी तिनं वर आकाशाकडे पाहिलं. डोळे दिपवून टाकणारा सूर्यप्रकाश पसरला होता. फार-फार सुंदर दृश्य होतं ते. मयादाचा चेहरा, डोळे आणि हृदयही आनंदानं हसू लागलं. ती खरोखरच मुक्त झाली होती. तिनं हात पसरून ऑगस्टमधील त्या उबदार सूर्यप्रकाशाचं स्वागत केलं. पक्ष्यांचा किलबिलाट कानावर पडल्यामुळं तिनं डोळे बारीक करून तो थवा कुठं दिसतो का ते पाहण्याचाही प्रयत्न केला.

'चल चल आता.' मामूननं घाई केली.

शक्य तेवढ्या वेगानं चालत मयादा त्याच्यामागोमाग निघाली, याहून चांगली गोष्ट तर अजून घडायचीच होती. ती घरी निघाली होती-फे आणि अलीजवळ चालली होती.

'माझी मोटार मोटारी उभ्या करण्याच्या भागामध्ये आहे. आपल्याला घाई करायला हवी.' मामूननं सांगितलं.

ती दोघं बाहेर पडत असातनाही कोणीतरी त्यांच्यावर नजर ठेवून असणार आणि ती मामूनशी सलगीनं वागते आहे, असं दिसलं तर तिला पुन्हा अटक होण्याची शक्यता आहे, हे मयादाला ठाऊक होतं. त्यामुळे ती मान खाली घालून मामूनच्या मागे झपाझप चालत राहिली. एका पांढऱ्या, १९९०च्या टोयोटा करोलाजवळ थांबत मामून म्हणाला, 'आलो आपण' मानेनं तिला खूण करत तो म्हणाला, 'मागच्या सीटवर बस.'

मोटारीच्या समोरच्या काचेमध्ये तुरुंगाचं मोठं थोरलं प्रवेशद्वार दिसू लागलं तसं मयादाचं हृदय धडधडू लागलं. या वेळेला ती योग्य दिशेनं चालली होती– बलदीयातच्या बाहेर. प्रवेशद्वाराच्या दोन्ही बाजूंना लावलेल्या सद्दामच्या भव्य चित्रांकडे तिनं एकवार वळून पाहिलं. त्या जुलमी हुकुमशहावर थुंकावं असं तिला वाटून गेलं. पण अर्थातच, तिनं तसं केलं नाही. दरवाजाशी थांबून मामूननं काही कागदपत्रं दाखवली आणि मगच तो आणि मयादा त्या काळ्या दरवाजामधून बाहेर पडू शकले.

राजमार्गावर पोचताच मयादा वेड्यासारखी मोठ्यानं हसू लागली, तिला

आपल्या हसण्यावर ताबाच मिळवता येईनासा झाला होता.

मागे वळून तिच्याकडे रोखून पाहात मामून म्हणाला, 'सलाम म्हणालाच होता-तू अगदी आनंदी स्त्री आहेस असं.'

या माणसाला चिडवण्याची अजिबात इच्छा नसल्यामुळे मयादानं मान मागे फेकत, आवाज न करता हसत आपलं मोठ्यानं हसणं कसंबसं थांबवलं पण अचानक बलदीयातमध्ये नुकत्याच पाहिलेल्या शेकडो दुर्दैवी इराकी लोकांचं भवितव्य काय असेल याचा विचार मनात येऊन ती एकदम स्तब्ध झाली.

'त्या माणसांना का पकडलं होतं? काही उठाव वगैरे झाला का?'

'नाही. कादुमिया विभागामध्ये कोणीतरी सरकारविरोधी पत्रकं वाटली. त्या विभागामध्ये त्यावेळी असलेल्या सर्व माणसांना आज सकाळीच अटक करण्यात आली.'

कादुमिया हा बगदादमधील शिया पंथीयांचा विभाग होता, हे मयादाला माहीत होतं.

'पण गुप्त पोलिसांनी त्या विभागातील सर्वच लोकांना का अटक केली? काही जणच ती पत्रकं वाटत असणार माझी खात्री आहे. त्यांच्यापैकी बहुतेक जण निरपराध असणार, रोजची कामं करत इकडेतिकडे जाणारी साधी माणसं असणार. आपलं सरकार असं का वागतं आहे?'

मामून कठोरपणे उत्तरला, 'मला विचारू नकोस. मी माझ्या मालकाचा गुलाम आहे. मला सांगितलेलं काम तेवढं मी करत असतो.' मान मागे वळवून तिच्याकडे बघत तो म्हणाला, 'हे बघ, ताई-माझं ऐक. सगळेच इराकी कैदेत आहेत. ते फक्त आळीपाळीनं एकेकाला आत घेत असतात आणि एकेकाला सोडत असतात, मलासुद्धा दोन वेळा कैद आणि छळ सोसावा लागलेला आहे.'

त्याचं म्हणणं पटून मयादानं मान डोलावली. एकही इराकी व्यक्ती सुरक्षित नव्हती. जेवढ्या लवकर जमेल तेवढ्या लवकर हा देश सोडून जायचं तिनं ठरवून टाकलं.

मामून पुन्हा बोलू लागला, 'आता मी काय सांगतो आहे ते महत्त्वाचं आहे-तुझा नवरा बगदाद अल-जदीदा इथे तुझी वाट बघतो आहे'– नवं बगदाद-बलदीयातपासून हा विभाग ३० मिनिटांच्या अंतरावर आहे, हे मयादाला ठाऊक होतं.

तिनं चटकन मामूनच्या बोलण्यामध्ये दुरुस्ती केली, 'माझा घटस्फोट झालेला आहे.' तिनं सांगितलं, 'सलाम हा माझा नवरा होता. पण आम्हांला दोन मुलं आहेत आणि मी त्याच्या वडिलांच्या घराशेजारच्या घरात राहाते. त्यामुळे आमचे संबंध अजून बरे आहेत.'

'तो तुझा पूर्वीचा नवरा राहणार नाही फार दिवस.' मामून कुत्सितपणे हसत म्हणाला.

त्याच्या बोलण्याचा उलगडा मयादाला चटकन झाला नाही. पण त्याचं स्पष्टीकरण विचारण्याएवढा वेळ मामूननं तिला दिलाच नाही. 'मी काय सांगतो आहे, ते नीट ऐक.' तो पुढे बोलतच होता. 'तू इराक सोडून जायचं नाहीस. मी एक-दोन दिवसातच तुला भेटायला येतो आणि सांगतो पुढे काय करायचं ते. लक्षात ठेव-तू इराक सोडून जाऊ शकत नाहीस. ही तात्पुरती सुटका आहे. बलदीयातच्या बाहेर राहायचं असेल तर मी सांगेन तसंच वागावं लागेल.'

मामून तिला धमकावत होता हे मयादाच्या लगेच लक्षात आलं. कैदेतून सुटका झालेल्या लोकांना असं तुरुंगाची भीती घालून धमकावल्याच्या अनेक कथा समाराकडून तिनं ऐकल्या होत्या. नुकत्याच सुटलेल्या कैद्यांना पुन्हा तुरुंगामध्ये टाकण्याची भीती घालून त्यांच्याकडून पैसे उकळून अनेक पहारेकरी श्रीमंत झाले होते.

ही नवीच काळजी तिनं 'नंतर बघू' असं ठरवत थोड्या वेळापुरती मनाबाहेर केली. सुटकेचा आनंद या माणसाच्या धमक्यांनी कमी होऊ द्यायचा नाही, असं तिनं ठरवूनच टाकलं. शिवाय कोणी काहीही सांगितलं, तरी तिच्या मुलांना घेऊन ती शक्य तेवढ्या लवकर इराक सोडून जाणारच होती-तिच्या आईनं तिला मदत केलीच असती.

मोटार चालवण्याकडे लक्ष केंद्रित करून, मामून गप्प होता. त्याच्या खांद्यावरून हात पुढे करून मोटारीचा कर्णा मोठ्यानं वाजवावा आणि खिडकीबाहेर तोंड काढून ओरडून जगाला सांगावं, मी सुटले आहे-असं मयादाला फार वाटत होतं पण तिनं तो मोह आवरला.

मोटारीत मागे रेलून बसून ती खिडकीबाहेर बघू लागली. मामूनला ऐकू जाऊ नये म्हणून ओठ घट्ट बंदच ठेवून ती स्वत: गाणं गुणगुणू लागली. आणखी खाली सरकून ती आकाशातील काही पांढऱ्या कापसी ढगांकडे पाहात राहिली.

मोटारीतून बाहेर उडी मारून बाहेरच्या मोकळ्या हवेत एक भरपूर श्वास घ्यावा अशी तिला फार इच्छा होत होती. पण तसं करणं तिला शक्य नव्हतं, निदान आत्ता तरी नाही म्हणून मग ती सरळ बसली आणि खिडकीतून दिसणाऱ्या दुकानांकडे आणि पादचारी लोकांकडे पाहू लागली. असं बगदादकडे बघताना तिला खूप बरं वाटत होतं. आपण जणू काही हे शहर प्रथमच पाहातो आहोत, असं तिला वाटत होतं. एका मोठ्या सुपर मार्केटसमोर बरेच लोक सामान भरण्याच्या छोट्या गाड्या ढकलत आत जाण्याच्या दरवाजाकडे मोठ्या अपेक्षेनं निघालेले दिसत होते. एक पांढऱ्या केसांच्या आजीबाई आपल्या चिमुकल्या आनंदी नातवाचं बोट धरून मजेत

चाललेल्या मयादाला दिसल्या. दोन-चार तरुण मुलं खेळाच्या सामानाच्या दुकानाबाहेर आतलं सामान निरखत उभी होती. त्यांच्याशेजारूनच दोन पुरुष एकमेकांशी गप्पा मारत, हसत चालले होते.

बलदीयात आणि बगदाद अल-जादीदा यांच्यामध्ये असलेल्या चार प्रमुख वाहतुकीच्या दिव्यांमुळे वाहतुकीचा वेग मंदावत होता. राजमार्गावर दुकाने आणि सुपर मार्केट्स होती आणि बाजूच्या लहान रस्त्यांवर शांत घरं होती.

बगदाद अल-जादीदाला पोचण्यास अजून दहा-पंधरा मिनिटं सहजच लागणार होती.

रस्त्याच्या कडेनं जाणारं स्त्रियांचं एक संपूर्ण कुटुंब मयादाच्या नजरेला पडलं. तिला थोडा हेवा वाटला. किती नशीबवान माणसं आहेत ही-फिरताहेत-बोलताहेत-एक संपूर्ण आयुष्य जगताहेत.–इथून अगदी थोड्याच अंतरावर समारा नावाच्या एका सुंदर शिया स्त्रीचा अमानुष छळ केला जातो आहे, याची त्यांना थोडीशीही कल्पना नाही.

मयादानं शांत बसून सर्व सावल्या स्त्रियांचे टेलिफोन क्रमांक आणि खास शब्द आठवून बघण्यास सुरुवात केली.

थोड्याच वेळात ती आणि मामून बगदाद अल-जादीदामध्ये येऊन पोचले. मयादाची नजर सलामवर लगेच पडली.

अल-खादरी-(हिरवाई) नावाच्या एका फुलांच्या दुकानाबाहेर तो त्याच्या पांढऱ्या ओल्डस मोबाईल मोटारीमध्ये बसला होता. काळ्या काचांचा चष्मा लावून तो बराच खाली सरकून मोटारीत बसलेला होता. मयादाला हसू आवरेनासं झालं. तो एखाद्या साध्या वेषातील गुप्त पोलिसासारखा दिसत होता.

सलाम त्याच्या मोटारीतून बाहेर पडत असतानाच तीही उडी मारतच मामूनच्या मोटारीतून बाहेर उतरली.

तिनं ओरडूनच विचारलं, 'मुलं कशी आहेत?'

तिच्या प्रश्नाला उत्तर न देता सलाम प्रचंड रागानं तिच्यावर ओरडू लागला. तिला अटक झालीच कशी हे त्याला कळत नव्हतं. 'महामूर्ख आहेस-अटक होतेच कशी अशी, चल, मागे बस पटकन,' त्यानं फर्मावलं.

मयादाला इतका आनंद झालेला होता की सलामच्या ओरडण्यानंही तिला काही वाटलं नाही. आता ती तिच्या मुलांच्या आणखी जवळ पोचली होती.

मोटार सुरू करत असतानाच सलाम म्हणाला, 'आपल्याला आता लगेच पुन्हा लग्न केलं पाहिजे.'

मयादाचे डोळे विस्फारले गेले, 'काय म्हणतोस काय तू सलाम?'

'मयादा, ही तात्पुरती सुटका आहे, हे विसरू नकोस. तुला पुन्हा अटक होऊ

शकते. तू, फे आणि अलीला घेऊन मला इराक सोडून जॉर्डनला जावं लागणार आहे. तुला एकटीला जाता येणार नाही.'

मयादाला त्याचं म्हणणं पटलं. बगदादच्या बाहेर पडण्यासाठी तिला कोणी 'महरम' नव्हता. तिला जर इराक सोडून जाण्याची इच्छा असेल-आणि तशी इच्छा होतीच तिची तर तिच्याजवळ लग्नाचा दस्त-ऐवज असणं फारच महत्त्वाचं होतं. तिनं पटकन मोहरा बदलला.

'हो-पण हे फक्त मुलांना इराकच्या बाहेर काढण्यापुरतंच असणार आहे. मी अम्मानमध्ये पोचल्याबरोबर आपण पुन्हा घटस्फोट घेऊ.

सलाम काहीच बोलला नाही.

'सलाम? अम्मानमध्ये पोचल्याबरोबर घटस्फोट घ्यायला तू तयार असलाच तरच– नाहीतर मी दुसरा कोणीतरी शोधते-इराकमधून बाहेर पडण्यापुरतंच माझ्याशी लग्न करायला तयार असणारा असा–'

'ठीक आहे. करीन तसं.' त्यानं कबूल केलं, 'पण आपल्याला घाई केली पाहिजे. तू स्वत:ला अटक करवून घेऊन जो गाढवपणा केला आहेस, त्यामुळे गुप्त पोलिस खातं पुन्हा आपल्या सर्वांच्या डोक्यावर येऊन बसेल.'

मयादा रागानं त्याच्या डोक्याकडे पाहत गप्प बसली. आपण आता या माणसाची बायको नाही आहोत, याचा तिला फार आनंद होत होता. इराकच्या बाहेर कोणत्याही सुरक्षित देशामध्ये मुलांना घेऊन पोचल्यानंतर एक क्षणभरही ती या माणसाची बायको राहणार नव्हती.

'सलाम-तू माझ्या प्रश्नाचं उत्तर दिलं नाहीयेस अजून-फे आणि अली कसे आहेत?' अगदी उतावळेपणानं सलाम म्हणाला, 'ठीक आहेत.'

वझीरिया प्लेसमधील तिच्या घराजवळ येतायेता ती थोडी सरसावून बसली आणि मोटारीच्या पुढच्या काचेतून घराकडे बघू लागली. तिच्या मुलांपैकी कोणीच तिच्या येण्याची वाट पाहत उभं असलेलं तिला दिसलं नाही. तिच्या पूर्वीच्या सासऱ्यांच्या गॅरेजशेजारी एक लहानसा, दुबळासा दु:खी मुलगा उभा असलेला तेवढा तिला दिसला असेल. अलीचा एखादा मित्र. तिच्या मनात आलं.

मोटार थांबताच सलामचा निरोपही न घेता मयादा घाईनं मोटारीतून खाली उतरली आणि स्वत:च्या घराकडे निघाली. तेथून निघून जाता जाता सलामनं ओरडून सांगितलं, 'आपण उद्या लग्न करू.' ते तिच्या कानावर पडलं.

त्या दुबळ्या मुलानं वर पाहिलं आणि तो धावतच मयादाकडे आला. हा तिचा अली होता?

'आई–आई–'

'अली' त्याचं नाव उच्चारताना मयादाचे ओठ थरथरत होते. रडत आणि

आईला हाक मारत अली तिच्या कुशीत शिरला. 'आई तू आलीस घरी–'

मयादाचा घसा दाटून आला होता, 'अली-मला बघू दे बरं तुझ्याकडे–तुझा चेहरा पाहू दे मला.'

तिचा गोड गुबगुबीत बाळाचा चेहरा असलेला मुलगा आता पार बदलून गेला होता. त्याच्या जागी एक गंभीर, निळ्या डोळ्यांखाली काळी वर्तुळं उमटलेला एक प्रौढ मुलगा आला होता.

'आई–मला वाटलं आता मला तू पुन्हा कधीच भेटणार नाहीस.'

मयादानं अलीला उचलूनच घेतलं. तिचं बाळ अशक्त झालं होतं. तिच्या गैरहजेरीत तिच्या लेकरांनी फार सोसलं होतं, हे तिला कळून चुकलं. तिला रडू कोसळलं.

अलीनं तिला घट्ट मिठी घातली आणि तिच्या चेहऱ्याभोवती हात ठेवत अली म्हणाला, 'आई, मी तुझे रात्रीचे कपडे घेतले आणि ते माझ्या उशीच्या खाली ठेवले. रोज रात्री मी देवाची प्रार्थना करायचो, देवा माझ्या आईला परत आण, देवा, माझ्या आईला परत आण. मग मला माझ्या सगळ्या आयुष्यात दुसरं काहीही नको. फक्त माझी आई हवीये.'

'तुझी आई आलीये आता परत, अली.'

त्याच्यामागे नजर टाकत मयादानं विचारलं, 'फे कुठे आहे? तुझी बहीण कुठे आहे, अली?'

'आमच्या वडिलांनी तिला मोहम्मद काकांकडे राहायला नेलं आहे,'

'का?' मयादाला राग आला. फेनं तिच्या वडिलांच्या वडिलांकडेच, तिच्या घराजवळच राहायला हवं होतं.

अलीला हातानं बरोबर घेत मयादा म्हणाली, 'चल, आपण तुझ्या आजोबांकडे-मोहीकडे जाऊ;' ते सलामचे वडील होते-मोही अल-हैमूद. 'ते फेला परत आणतील.'

दार न वाजवता मयादा आणि अली मोहीच्या घरामध्ये शिरले. पांढऱ्या डिशडाशमधील (इराकी पुरुषांचा पोशाख) मोही तिथेच उभा होता. मयादाला पाहताच त्यांच्या चेहऱ्यावर एक प्रसन्न हास्य पसरलं. 'हेला–हेला–हेला–,' ते ओरडले (सुस्वागतम्). मयादाजवळ येऊन त्यांनी तिच्या दोन्ही गालांचं चुंबन घेतलं. सलामच्या आईनं-जमीलानं हा आवाज ऐकला आणि ती स्वयंपाकघरातून बाहेर आली. मयादाच्या चेहऱ्याकडे पाहत ती आनंदानं म्हणाली, 'मी स्वप्नात तर नाहीये ना-मयादा खरोखरच परत आली की काय?'

मयादानं जमीलाला सांगितलं, 'मोहम्मदला फोन कर आणि फेला घरी पोचवायला सांग. तिची आई आलीये आता परत.'

'आपण त्याची वाट बघतो आहोत तोवर बस तरी, मयादा आणि काय काय घडलं ते सगळं सांग बरं' अली तिला चिकटूनच बसला होता. मयादानं त्या वृद्ध जोडप्याला बलदीयातमधील काही घटना सांगितल्या. आपल्या लहान मुलाला त्या भयानक प्रसंगाची कल्पना येऊ नये म्हणून तिनं बऱ्याच भयंकर गोष्टी गाळून टाकल्या.

तिची कहाणी संपत आली तेव्हा मोहीनं तिला विचारलं, 'तुला इराकमध्ये राहायचं आहे का?'

'नाही. इथे आम्हाला धोका आहे.' क्षणभर थांबून मयादा म्हणाली, 'मोही काका, जेथे छळाची घरं आहेत अशा देशामध्ये मी आणि माझी मुलं नाही राहू शकणार.'

मोहीनं मान डोलावली, एका खोट्या आरोपावरून एकदा त्यालाही अटक झाली होती आणि एक वर्षाची स्थान-बद्धताही भोगावी लागली होती. त्याला सद्दाम हुसैन आणि सर्वच सरकारी गोष्टींबद्दल कमालीचा तिरस्कार वाटत होता. 'जे काही करावं लागेल ते करायला मी तुला मदत करीन.'

तिचं लग्न झाल्यापासून मयादाला तिच्या प्रेमळ आणि शहाण्या सासऱ्याबद्दल प्रेम वाटत आलं होतं. मोही हा एक चांगला सद्गृहस्थ होता.

तेवढ्यात मयादाला मोटारीचा आवाज ऐकू आला आणि ती दरवाजाकडे धावली. सलामचा भाऊ, मोहम्मद मोटार चालवत होता. त्यानं मोटार पूर्णपणे थांबवण्याआधीच फे उडी मारून खाली उतरली.

मयादा बाहेर धावली, 'फे!'

'आई–आई' फे ओरडतच तिच्याकडे धावली.

'फे–फे–' आईला बघताच फे इतक्या जोरात ओरडली की शेजारचे लोक काय झालं ते बघायला बाहेर आले.

मयादानं आपल्या आधीच्या सासू-सासऱ्यांना हाक मारून सांगितलं, 'मी मुलांना घेऊन घरी जातेय, नंतर येते भेटायला.'

एका कुशीत मुलगी आणि दुसऱ्या कुशीत मुलगा घेऊन मयादा चटकन स्वत:च्या घराकडे वळली, 'आत चला, आत चला– बाहेर तमाशा नको आपला.'

घरामध्ये पाऊल टाकताच फेनं सुचवलं, 'आपण प्रार्थना करायला हवी. तू घरी आलीस म्हणून आपण देवाचे आभार मानायला हवेत, आई.'

मयादानं हातातील पिशवी खाली ठेवली आणि ती तिघंही हात, तोंड धुवून, मक्केकडे तोंड करून एका सरळ रेषेत उभी राहिली. गुडघे टेकून आणि डोकी जमिनीवर टेकवून, मयादा बलदीयातमधून परत आली म्हणून त्यांनी देवाचे आभार मानले.

पुन्हा एकदा मयादाचं जग सुंदर झालं होतं–पुन्हा एकदा.

■

१०.

प्रिय समारा

इराकी स्वातंत्र्य दिन.

एप्रिल ९, २००३.

मयादा अल अस्करी,

अम्मान, जॉर्डन.

प्रिय समारा.

एक अतिशय सुंदर दिवस उगवला आहे.

काल रात्री माझी वीस वर्षांची मुलगी फे रात्रभर जागत टेलिव्हिजन बघत बसली होती. इराक स्वतंत्र झाल्याची बातमी तिला ऐकायची होती. आज सकाळी सहा वाजायला पंधरा मिनिटं असताना तिनं मला उठवलं आणि ती कुजबुजली,

ममा, उठ.

मला वाटतं, संपलं सगळं,

माझी मुलगी मला काय सांगते आहे ते मला लगेच कळलं. पस्तीस वर्षांच्या दुष्ट आणि लहरी हुकूमशाहीनंतर–१७ जुलै १९६८ पासून थेट आजपर्यंत–सद्दाम हुसैनची माझ्या प्रिय देशावरची घट्ट असलेली पकड आज अखेरीस नष्ट झाली होती.

उडी मारूनच मी बिछान्यातून उठले आणि बैठकीच्या खोलीकडे धावले. मला ती सुखाची बातमी स्वत:च्या कानांनी ऐकायची होती. जेव्हा बातमी देणाऱ्यानं सांगितलं की बाथ पार्टीचे अधिकार नाहीसे झाले आहेत, तेव्हा तर मी अनेक वर्षांत हसले नव्हते, एवढ्या मोठ्याने हसायला सुरुवात केली. विजयाच्या हर्षाने फेनं मान मागे टाकून मोठ्यानं देवाच्या आभाराची एक प्रार्थनाही म्हणून टाकली आणि तीही मोठ्यानं हसू लागली. मीही तिच्या आवाजात आवाज मिसळून दिला. आम्ही दोघींनी इतका दंगा

करायला सुरुवात केली की अली आतल्या खोलीत झोपला होता, तो काय गडबड आहे ते बघायला उठून बाहेर आला. इराक स्वतंत्र झाल्याची बातमी ऐकून त्यानं तर अंगातला टीशर्ट काढून डोक्याभोवती गरागरा फिरवत स्वातंत्र्याचा नाच करायलाच सुरुवात केली.

आमची हृदयं आनंदानं जणू फुटायला आली होती. विजयोत्सव साजरा करून दमल्यानंतर मी आणि मुलांनी स्नान केलं आणि प्रार्थनेची तयारी केली. आम्ही एकत्रितपणे बसून मक्केकडे तोंड केलं आणि आमच्या देशाला एका भयानक दुःस्वप्नातून मोकळं केल्याबद्दल देवाचे आभार मानले.

प्रार्थना झाल्यानंतर मी हे भयानक दुःस्वप्न नक्की केव्हा सुरू झाल्याचं मला जाणवलं होतं ते फे आणि अलीला सांगितलं. मी तेव्हा फक्त १३ वर्षांची होते. आदल्याच आठवड्यात १९६८चा बाथ पार्टीचा उठाव झाला होता. माझे वडील तेव्हा हयात होते आणि आम्ही अजून बगदादमध्येच राहत होतो. माझ्या वडिलांचे एक जवळचे स्नेही, हाकी अल-बेरेझेन्शी नावाचे एक इराकी कुर्द गृहस्थ-त्या काळी ते भारतामध्ये इराकचे राजदूत होते–ते आमच्याकडे मेजवानीला आलेले होते. जुलै महिन्यातील एक उबदार रात्र होती. आम्ही बगिच्यामध्ये बसून तग्रिस नदीचं दृश्य बघत होतो. नुकत्याच झालेल्या बाथ पार्टीच्या उठावामुळे साहजिकच संभाषणाचा एकुलता एक विषय राजकारण हाच होता. माझ्या वडिलांना इराकची आणि इराकी जनतेची अतिशय काळजी वाटत होती. पण हाकींनी त्यांना धीर देत म्हटलं होतं, ''काळजी करू नका, निझार, हे तर कोल्ह्याच्या लग्नासारखं आहे. हा उठाव फार काळ टिकणार नाही.''

हाकींबद्दल पूर्ण आदर असूनही मला हे म्हटलंच पाहिजे की हे कोल्ह्याचं लग्न, संकटांनी भरलेलं, वादळांनी भरलेलं असं चांगलं पस्तीस वर्षं टिकलं. या काळात एका हिंस्त्र पशूनं इराकी जनतेच्या गळ्याला मगरमिठी घातलेली होती.

समारा, आज मी इतकी आनंदात आहे की मला त्याची लाजच वाटते आहे. कारण मला ठाऊक आहे की या स्वातंत्र्याच्या लढ्यात अनेक इराकी लोकांनी भयानक दुःखं सोसली आहेत. स्वातंत्र्य कधीच सहजासहजी मिळत नाही हे आपल्याला फार क्रूरपणे पटवून देण्यात आलेलं आहे.

समारा, तुझा सुंदर चेहरा आणि बलदीयातमधल्या ५२ क्रमांकाच्या कोठडीतील इतर सावल्या स्त्रियांचे चेहरे माझ्या डोळ्यांसमोर येत नाहीत, असा एकही दिवस जात नाही. आता अम्मानमध्ये राहात असताना रोज सकाळी माझ्या घरापासून माझ्या कचेरीकडे चालत जात असताना रस्त्याच्या कडेला बसून काहीबाही विकण्याचा व्यवसाय करत असलेल्या स्त्रियांचे चेहरे निरखून पाहण्यासाठी माझी पावलं आपोआपच हळू होतात. तू निसटली असशील का, हा प्रश्न माझ्या मनात येतो.

अम्मानला पोचून तू तुझा एकेकाळचा फायदेशीर, सिगरेटी विकण्याचा व्यवसाय पुन्हा सुरू केला असशील का, असंही माझ्या मनात येतं. कधीकधी तर अगदी तुझ्यासारखी, काही पांढऱ्या बटा काळ्याभोर केसात असलेली एखादी स्त्री बघून माझं हृदय एकदम धडधडलं आहे आणि मी त्या स्त्रीला मिठी घालायला पुढे धावले आहे. अगदी क्षणभर का होईना, तू सुखरूपपणे बलदीयातमधून बाहेर पडली असशील असं मला वाटतं आहे. पण आत्तापर्यंत तरी निराशाच माझ्या पदरी पडली आहे.

तू कुठे आहेस, समारा? आपल्या कुटुंबासोबत तूही इराकचा स्वातंत्र्यदिन साजरा करते आहेस का? की आज मला सुदैवानं जे स्वातंत्र्य मिळालं आहे, त्याची किंमत तू आपले प्राण देऊन चुकवली आहेस? हे युद्ध सुरूही होण्याच्या कितीतरी आधीच सद्दामच्या छळकर्त्यांनी बलदीयातमध्ये तुझा जीव घेतला होता का? इराकला लवकरच स्वातंत्र्य मिळणार आहे, हे तुला कळलंच नव्हतं का? आणि बाकीच्या सावल्या स्त्रिया कुठे आहेत? त्यांच्यापैकी कोण जगलं आणि कोण कोण मेलं? हे प्रश्न मला सतत सतावत असतात.

तुला आता कळलंच असेल की मी आता अम्मानमध्ये फे आणि अलीबरोबर राहाते. हे पत्र मी अम्मानमधल्या माझ्या प्रशस्त गच्चीवर बसून लिहिते आहे. इथं बसलं की मला खूप बरं वाटतं. कारण मी पूर्वेकडे म्हणजे इराककडे बघू शकते. पाचव्या वर्तुळाच्या जवळच्या जब्बाल अम्मान या रस्त्यावर आम्ही राहातो-बघ, तुला काही कळतंय का. माझ्या डाव्या हाताला मला इराककडे जाणारा रस्ता अगदी अंधुकसा दिसतो आहे. माझ्या उजव्या हाताला जेरुसलेमकडे जाणारा रस्ता आहे. आमच्या सभोवार खूप सुंदर सुंदर इमारती आणि हवेल्या आहेत. लालबुंद उतरत्या छपरांच्या पांढऱ्या शुभ्र इमारती. लखलखता सूर्यप्रकाश, वृक्ष आणि सुंदर घरं यांचं हे जग–अंधार पडल्यावर आकाश लाखो चमकत्या ताऱ्यांनी भरून जातं आणि अम्मानचे शेकडो दिवे त्यामध्ये भर घालतात.

इथं, या गच्चीत माझ्याबरोबर बसायला तुला नक्कीच आवडेल, समारा, बलदीयातच्या अनुभवानंतर हा एक स्वर्गच वाटतो, बघ.

माझ्या या गच्चीत चार पांढऱ्या खुर्च्या, एक गोल टेबल आणि एक बाक आहे. लाल, पांढऱ्या, गुलाबी आणि पिवळ्या फुलांची झाडं गच्चीच्या कडेनं लावली आहेत. त्यांचा सुगंध हवेत दरवळत असतो. ही रंगीबेरंगी झाडं गच्चीच्या कडांवरून खाली सुद्धा उतरली आहेत, त्यामुळे त्यांवर अनेक फुलपाखरं आणि मधमाशा रुंजी घालत असतात. मी आणि मुलं खूप वेळा इथं गच्चीवरच जेवण करतो. इराकवर पसरलेल्या आकाशाकडे टक लावून पाहाता पाहाता आम्ही फार मागे गेलेल्या दिवसांच्या आठवणी काढत राहातो–ते दिवस-जेव्हा इराकमध्ये

राहाणं म्हणजे-सुंदर अशा तग्रिसच्या किनाऱ्यावरील हिरव्यागार बगिच्यामध्ये फिरत घालवलेले ते सोनेरी दिवस–मजेत आयुष्य घालवणं होतं.

कधीकधी तर आम्ही टेलिव्हिजन संचच बाहेर गच्चीवर आणतो आणि व्हिडियोप्लेयरवर एखादा चित्रपट पाहतो. हवा चांगली, उबदार असते तेव्हा अली कधीकधी इथंच बाहेर झोपतो–आता चांगला १७ वर्षांचा झाला आहे ना तो. आता तुला कळलंच असेल की माझी जी सर्वांत मोठी काळजी होती तसं काही झालं नाही. माझ्या मुलांना अटक करण्यात आली नाही. त्यांना शारीरिक त्रासही देण्यात आला नाही. मी तर सततच याबद्दल देवाचे आभार मानत असते. माझ्या आईच्या नेहमीच्या सवयीप्रमाणेच तिनं त्या दिवशीही बाजी मारली. तिनंच माझी बलदीयातमधून सुटका करवली. इराकमधील जवळजवळ सर्वच महत्त्वाच्या व्यक्तींची आणि आईची ओळख होती. हे तुला ठाऊकच आहे. सुदैवानं तिच्याजवळ एक टेलिफोन क्रमांक अजून ठेवलेला होता, जनरल आणि डॉ. अबिद महमुद अल-तिक्रिती-सद्दामच्या अध्यक्षीय कचेरीमध्ये येणारे सर्व टेलिफोन प्रथम त्याच्याकडे जातात. (त्याला ओळखणारी माणसं त्याला अबिद हमूद म्हणून ओळखतात.)

बऱ्याच वर्षांपूर्वी आईची आणि त्याची भेट झाली होती. त्याच्या पीएच डी. परीक्षेतील तोंडी परीक्षा देण्याच्या वेळी त्यानं आईला मुद्दाम आमंत्रण केलं होतं. त्याला ती पदवी मिळाल्यानंतर त्यानं आईला आवर्जून सांगितलं होतं की कोणतंही काम पडलं तर मला जरूर फोन करा–अगदी कोणतंही काम आणि कधीही–आणि तिनं अगदी तसंच केलं. त्यानंही दिलेलं वचन पाळलं.

थोडीशी चौकशी करून मग डॉ. अबिदनं मला का अटक करण्यात आली ते आईला सांगितलं. बगदादमध्ये 'कोणीतरी' सरकारच्या विरोधात पत्रकं छापून वाटत होतं, पण हे सगळं कोण करतं आहे याचा गुप्त पोलिसांना काहीही थांगपत्ता लागत नव्हता. म्हणून मग त्यांनी त्या विभागातील १० छापखान्यांच्या मालकांना अटक केली होती. त्यांनी अटक केलेल्यांपैकी कोणी निरपराधी असेल तर त्यांना त्याची काहीच फिकीर नव्हती. त्या दहांपैकी मला वाटतं माझी एकटीचीच सुटका झाली, बाकी सगळे बहुतेक माझ्याइतकेच निरपराधी असूनही.

डॉ. अबिदनं आईला सांगितलं, मी सद्दामशी बोललो आहे आणि त्यांनी मयादाच्या तात्पुरत्या सुटकेच्या हुकमावर सही करण्यास मला परवानगी दिली आहे.' पण सद्दामला मी इराक सोडून पळून जाणार नाही असं, आईकडून वचन हवं होतं. ती पत्रकं जर माझ्या संगणकावर छापलेली आहेत असं सिद्ध झालं तर मला चौकशीसाठी परत बोलावून घेतलं जाईल म्हणजे त्यांना खरा गुन्हेगार शोधून काढणं सोपं जाईल, असंही त्यानं स्पष्ट केलं. या प्रकारामध्ये माझा काही सहभाग नसणार याबद्दल सद्दामला खात्री होती, परंतु शेवटी प्रश्न देशाच्या संरक्षणाचा होता

हे आईनं समजून घ्यावं, असा सद्दामचा निरोप होता.

माझ्या आईला खोटं बोललेलं मी कधीही पाहिलेलं नाही-अगदी एकदाही नाही–परंतु आता हे भयानक पर्याय सामोरे आल्यानंतर मात्र खोटं बोलण्यात तिनं क्षणाचाही विचार केला नाही, असं तिनं मला नंतर सांगितलं. माझ्या आईनं डॉ. अबिदच्या मार्फत सद्दामला ते वचन देऊन टाकलं. तिनं त्याला सांगितलं, 'मयादाच्या अंगात तिच्या वडिलांचं रक्त खेळतं आहे, ती कधीच कोणताही गुन्हा करणार नाही.' तिनं डॉ. अबिदला असंही सांगितलं की ही चौकशी पूर्ण होण्याआधी जर मयादा इराक सोडून पळाली तर मी तिचं नाव टाकीन.

दुर्दैवानं, माझ्या सुटकेची व्यवस्था थेट सद्दामपासून आणि त्याच्या राजवाड्यापासून खाली खाली अशी उतरत येते आहे, हे माझी 'चौकशी' झाली त्याच्या दुसऱ्या दिवसापर्यंत बलदीयातमध्ये कोणालाच ठाऊक नव्हतं. नाहीतर तो भयानक आणि यातनामय अनुभव घेण्याची पाळी माझ्यावर आलीच नसती. एकदा तो आदेश येऊन पोचल्यानंतर आवश्यक ते सगळे कागदपत्र तयार होईपर्यंत माझ्याकडे सरळ दुर्लक्षच करण्यात आलं. म्हणजेच, समारा, अगदी पहिल्यापासून तू म्हणत होतीस तेच बरोबर होतं. माझ्या लवकरच होऊ घातलेल्या सुटकेबद्दल बलदीयातमधील अधिकाऱ्यांना माहीतच नसतं तर त्यांनी माझा रोजच छळ केला असता.

पण एकदा माझी सुटका होणार असल्याची बातमी बलदीयातमध्ये पसरल्याबरोबर मला पैशासाठी धमक्या देण्यास सुरुवात झाली. माझ्या सुटकेचे कागदपत्रं पाहिल्याबरोबर तो हरामखोर मामून सरळ माझ्या घरी पोचला. त्याला ५०० डॉलर्स दिले तर तो माझ्या सुटकेची व्यवस्था करू शकेल, असं त्यानं माझ्या मुलांना सांगितलं. माझी मुलं एकदम गांगरली आणि त्यांनी त्यांच्या आजोबांकडे-सलामच्या वडिलांकडे हे पैसे मागितले. त्यांनीही ते पैसे दिले. ते पैसे मामूनला देण्यात आले.

सुदैवानं, माझ्या मुलांना आमचे शेजारी पैशाची मदत करत होते. त्यांना आमच्या दुर्दैवाची कहाणी कळली होती. रात्रीच्या वेळी लोक गुपचूप येऊन आमच्या बाहेरच्या काचेच्या दरवाजाच्या खाली नोटांनी भरलेले लिफाफे ठेवून जात असं मला फेनं सांगितलं.

मोटारीतून घरी जाताना मामूननं मला सांगितलं, तो येऊन सगळं ठाकठीक करून जाईपर्यंत मी घरातून बाहेर पडायचं नाही. तो पुढच्या अनेक आठवड्यांच्या भीती दाखवण्याची आणि पैसे उकळण्याची ही तयारी करत होता, हे मला कळायला अर्थातच काही मार्गच नव्हता. तो रोज काही ना काही कारण काढून माझ्या घरी यायचा आणि काहीतरी कारण सांगून पैसे मागायचा. 'या यंत्रात पुरेसं वंगण घातलं गेलं नाही तर मला पुन्हा अटक होऊ शकते.' हे तो मला सारखं सांगत असे. मुलांच्या वडिलांकडून त्याला जेव्हा कळलं की मी देश सोडून

जाण्याचा विचार करते आहे तेव्हा तर देश सोडायला बंदी असलेल्या भूतपूर्व कैद्यांच्या काळ्या यादीमध्ये माझं नाव घातलं जाईल अशी त्यानं मला धमकीच दिली. ही यादी सरकारच्या सर्व विभागांकडे आणि सीमासुरक्षा दलाकडे पाठवण्यात येते.

त्याच्या मागण्या पूर्ण करण्यासाठी आणि त्यानं माझ्याबद्दल सरकारला माहिती देऊ नये यासाठी पैसे उभे करण्यासाठी मी माझ्या घरातील सर्व चित्रं विकून टाकलीच शिवाय ओळखीच्या सर्व माणसांकडून पैसेही उसने घेतले. एवढं होऊनही अगदी शेवटच्या क्षणी त्यानं फेला अडकवून धरलंच आणि तिच्या सुटकेसाठी ५०,००० डॉलर्सची मागणीही केली. पण ती दुःखाची कहाणी मी नंतर सांगते.

बलदीयातमध्ये एका माणूस मात्र खरोखरच चांगला निघाला. हे तुला सांगताना मला खरंच फार बरं वाटतं आहे. तो तरुण डॉक्टर-हादी हमीद-ज्याच्या तपासणीच्या टेबलावरील धुळीत मी माझा टेलिफोन क्रमांक लिहून ठेवला होता-त्यानं खरोखरच त्या क्रमांकावर फोन केला.

देश सोडून जाण्याचा बेत पक्का करत असताना माझ्या मुलांच्या सुरक्षिततेखेरीज आणखी दोनच महत्त्वाच्या गोष्टी मला बगदादमध्ये अडवून ठेवत होत्या. सर्व सावल्या स्त्रियांच्या कुटुंबांना मला भेटून यायचं होतं आणि माझ्या वडिलांच्या कबरीचं एकवार दर्शनही घ्यायचं होतं.

बलदीयातमधून सुटका झाल्याच्या पहिल्या दिवशी मी फक्त माझ्या मुलांबरोबर त्यांना समजावत राहिले. सुटकेचा दुसरा दिवस मी सावल्या स्त्रियांच्या कुटुंबीयांशी संपर्क साधण्याचा प्रयत्न करण्यात खर्च केला आणि तिसऱ्या दिवशी मी माझ्या वडिलांचा अखेरचा निरोप घेतला.

समारा, जेव्हा तू मला सांगितलं होतंस की प्रत्येक कैद्याच्या घरच्या टेलिफोनवर गुप्त पोलिसांचा पहारा असणार तेव्हा ते मला अगदी पुरतं पटलं होतं. माझ्या स्वतःच्या टेलिफोनवरही त्यांचं लक्ष असणार हे जाणून मी बगदादमध्ये जो एकुलता एक 'पे-फोन' आहे—अल्विया क्लब-तिथं गेले. अल-फिरदौस चौकामध्ये शेरॅटन हॉटेल आणि मेरिडियन हॉटेल यांच्या जवळ हा जुना क्लब आहे. १९२४मध्ये ब्रिटिशांनी हा क्लब स्थापन केला. त्या काळात फारच थोड्या इराकी लोकांना या क्लबमध्ये नुसता प्रवेश करण्याची परवानगी होती. अर्थात काही थोड्या अपवादांमध्ये जाफर, नूरी आणि साती हे होते.. अगदी प्रारंभीच्या काळातील महत्त्वाच्या काही सभासदांमध्ये माझे हे पूर्वज मोडत असल्यामुळे मलाही तेथे जाता येत होतं.

अल्विया क्लबमधील या 'पे-फोन' मध्ये आता नाणी टाकावी लागत नाहीत. तर सतत डायल टोन येत असतो. सरकारने नेमलेला एक कर्मचारी त्या फोनवरून केल्या जाणाऱ्या फोनवरचं संभाषण ऐकत असतो. पण मी आणि मुलांनी एक

योजना आखली. (५२ क्रमांकाच्या कोठडीतील सावल्या स्त्रियांची हकीगत ऐकल्यानंतर मुलांनी मला मदत करण्याचं ठरवलं होतं आणि संकटाची पूर्ण जाणीव असूनही मी त्यांना मदत करण्याची परवानगी दिली होती. बलदीयातमध्ये मी एक फार महत्त्वाचा धडा शिकले होते आणि तो म्हणजे शक्य असेल त्या सर्व मार्गांनी प्रत्येक इराकी व्यक्तीनं सद्दामच्या जुलूमशाहीविरुद्ध लढा दिलाच पाहिजे.)

मला अटक झाली त्याच्या काही दिवसच आधी मी फेच्या सोळाव्या वाढदिवसानिमित्त अल्विया क्लबमध्ये एक पार्टी दिली होती. तेथे क्लबच्या कर्मचारी वर्गामधील काही लोकांशी फे आणि अलीची चांगली दोस्ती झाली होती. त्या दोस्तांमध्ये क्लबचा द्वारपाल आणि तरणतलावावरील जीवरक्षकही होते. मला जे टेलिफोन करायचे होते त्यासाठी मला लोकांचं लक्ष दुसरीकडे वेधून घेणं भागच होतं. त्यासाठी मी एक सुंदर केक बनवला. टेलिफोनवरील सर्व संभाषणं ऐकणाऱ्या कर्मचाऱ्यांसाठी या केकचा थोडा भाग घेऊन जायला मी फे आणि अलीला सांगितलं. मुलांनी सर्वच कर्मचाऱ्यांना एकत्र केलं आणि मोठ्यानं हसणं-बोलणं ऐकू येऊ लागताच मी टेलिफोनच्या खोलीत शिरले.

सर्वप्रथम मी साराच्या आईला फोन केला. तिनं लगेच फोन उचलला तेव्हा मला हायसं झालं. मी तिला सांगितलं, 'सारा अमीन अल- अम्मामध्ये आहे. जमीन वीक, एखाद्या अधिकाऱ्याला लाच दे आणि तुझ्या मुलीला तेथून बाहेर काढ– लगेच-ताबडतोब-तिला तुझी गरज आहे.'

साराची आई आश्चर्यानं किंचाळली, 'काय? माझी मुलगी ठीक आहे का?'

मी तिला आग्रहानं सांगितलं, 'तिला ताबडतोब बाहेर काढ. तिला लवकर बाहेर काढणं फार जरुरीचं आहे.' मग मला तू दिलेल्या धोक्याच्या सूचनेची आठवण झाली–प्रत्येक टेलिफोन लवकर संपव-म्हणून टेलिफोन बंद करण्याआधी मी साराच्या आईला शेवटची गोष्ट सांगितली, 'सारानं सांगितलं आहे, निवडुंगाच्या झाडाशेजारच्या पिवळ्या कुंडीखाली किल्ली ठेवली आहे.'

मला साराच्या आईशी खूप बोलावंसं वाटत होतं. तिला भेटावं असंही वाटत होतं. सारा त्या छळाला बळी पडण्याआधी लवकर काहीतरी करणं किती जरुरीचं आहे हे तिला पटवून देणं आवश्यक आहे असं मला वाटत होतं. तरीही मी मन आवरून फोन बंद केला.

त्यानंतर मी पाठ केलेल्या प्रत्येक क्रमांकावर फोन करण्यास सुरुवात केली. तुला आठवतच असेल की माझी सुटका इतक्या अचानकपणे झाली की मला आशिया, हयात आणि अन्वरचे टेलिफोन क्रमांक घ्यायला वेळच मिळाला नव्हता. माझे काही टेलिफोन लहान मुलांनी उचलले. त्यांना मी सांगत होते ते कळतही नव्हतं आणि कोणा मोठ्या माणसाला फोनवर बोलावणंही त्यांना मान्य होत

नव्हतं. काही फोन घाबरलेल्या प्रौढ व्यक्तींनी उचलले. पण एक सुटका झालेला कैदी मनाई असलेला फोन करतो आहे, हे लक्षात आल्याबरोबर त्यांनी फोन ठेवूनच दिला. मी फक्त पाचच कुटुंबांशी व्यवस्थित बोलू शकले, हे सांगताना मला फार वाईट वाटतं आहे.

समारा, आणखी एक दुःखाची गोष्ट तुला सांगताना माझं काळीज फाटून जातं आहे ग. तुझा टेलिफोन आता चालू राहिलेला नाही. तुझ्यासाठी मी कोणाशीही संपर्क साधू शकले नाही. म्हणूनच मी तुझ्याबद्दल इतकी काळजी करत राहिले आहे.

बलदीयातमधून बाहेर पडल्याच्या तिसऱ्या दिवशी मी माझ्या वडिलांच्या कबरीचं दर्शन घेण्यासाठी गेले. तीग्रस नदीवरील माझ्या बालपणातील घराच्या जवळच असलेल्या बाब अल-मुआदम कबरस्तानामध्ये त्यांची कबर आहे. इतक्या वर्षांमध्ये मी फारच कमी वेळा माझ्या वडिलांच्या कबरीचं दर्शन घ्यायला गेले आहे. त्यांची कबर ही माझ्या दृष्टीनं फार दुःखदायक अशी जागा आहे. आता इतक्या वर्षांनंतरही माझे वडील एका मातीच्या ढिगाखाली मृतावस्थेत आहेत ही गोष्ट मला अजूनही खरीच वाटत नाही.

मला कितीही दुःख वाटत असलं तरी आता माझ्या प्रेमळ, सौम्य पित्याचा अखेरचा निरोप घेण्याची वेळ आलेली आहे, हे मला फार तीव्रतेनं जाणवत होतं. कारण जोपर्यंत सद्दाम इराकवर राज्य करतो आहे, तोपर्यंत मी इराकमध्ये परत येणार नाही. मग भले माझं सबंध आयुष्य का संपून जाईना, हे मला चांगलंच कळून चुकलेलं होतं.

माझ्या वडिलांची कबर त्यांची आई फख्रिया अल-सैद हिच्या शेजारीच आहे. ती कबर एका शांत अशा जागी आहे आणि सावलीसाठी वर एक मोठं नारळाचं झाड आहे. त्यांच्या कबरीवरील मृत्युलेखही त्यांच्या विनंतीप्रमाणे अगदी साधा असा आहे. एका पांढऱ्या शुभ्र संगमरवरी शिलेवर कोरलं आहे.

येथे निजला आहे निझार जाफर अल-अस्करी.

१९२२मध्ये जन्मला आणि २ मार्च १९७४ या दिवशी मृत झाला.

अल्लाह त्याच्या आत्म्याला स्वर्गामध्ये विश्रांती देवो.

त्याच्या आत्म्यासाठी ही प्रार्थना. (अल-फातिहा)

मी माझ्या वडिलांच्या कबरीचं दर्शन घेण्यासाठी बऱ्याच दिवसांनी गेले असल्यामुळे या भेटीच्या वेळी जे विलक्षण दृश्य माझ्या नजरेला पडलं त्यानं मला धक्काच बसला.

१९५५मध्ये माझा जन्म झाल्यानंतर माझ्या आईनं आमच्या तीग्रस नदीवरील घराच्या बागेसाठी आफ्रिकन जाईचं एक झाड मागवलेलं होतं. या झाडाला अतिशय सुंदर, निळसर जांभळं केंद्र असलेली पांढरीशुभ्र फुलं येत असत आणि त्याची पानं

जाड आणि गडद हिरव्या रंगाची असत.

ते आफ्रिकन जाईचं झाड चांगलं सशक्त होतं आणि ते वाढतच गेलं. थोड्याच वर्षांत ते चांगलंच फोफावलं. सद्दामनं आमची तीग्रस नदीवरील घरं जप्त करण्याच्या कितीतरी आधी ते झाड म्हणजे एक भला मोठा वृक्षच झालेला होता. बऱ्याच लोकांना तो एक खराच वृक्ष असावा असंच वाटत असे.

मी लहान होते तेव्हा आमचा माळी या झाडाबद्दल नेहमी तक्रार करत असे. एखादं झाड इतक्या वेगानं आणि इतकं मोठं होताना त्यानं कधीच पाहिलेलं नाही, असं त्याचं म्हणणं होतं. हे झाड इतकं मोठं होणार आहे की एक दिवस ते सगळ्या बागेचा ताबा घेईल आणि मग घरातही घुसेल असं तो शपथेवर सांगत असे. अनेक वर्षांपूर्वी मी असं ऐकलं हेतं की ते झाड खरोखरच वाढत वाढत गेलं होतं आणि शेजारपाजारच्या बगिचांमध्ये घुसलं होतं. एखादी दंतकथा वाढत वाढत जाऊन सगळीकडे पसरावी तसं ते झाड बगिचाबगिचामध्ये पसरलं होतं.

ते झाड आता माझ्या वडिलांच्या कबरीपर्यंत पोचलं होतं. समारा, खरं वाटतंय का? तेच आफ्रिकन जाईचं झाड, माझे वडील त्या झाडाला कुरवाळत त्याचं कौतुक करत असत. ज्या झाडाचं एखादं फूल ते त्यांच्या 'मुलीं' पैकी एखादीसाठी खुडत असत. ते झाड आता शांतपणे त्यांच्या कबरीभोवती मिठी घालून बसलं होतं.

त्या कबाज पक्ष्याचं गाणं–या आफ्रिकन जाईचं हे भावनाशील वर्तन–समारा-माझा आता हळूहळू चमत्कारांवर विश्वास बसू लागला आहे.

माझ्या वडिलांचा निरोप घेऊन त्यांच्या आत्म्यासाठी प्रार्थना केल्यानंतर मी घरी आले आणि मग इराक सोडून पळून जाण्याच्या माझ्या बेताची नीट आखणी करू लागले.

समारा, या जाण्यामागे केवढा कडवटपणा भरलेला होता म्हणून सांगू -मला पुन्हा एकवार सलामशी लग्न करणं भागच पडलं. कारण लग्न झाल्याचे कागदपत्र असल्याखेरीज मला इराकच्या बाहेर प्रवास करण्याची परवानगी मिळणं शक्यच नव्हतं. त्याच्याशी पुन्हा लग्न करणं हे इतकं भयानक होतं की मला आता त्या गोष्टीचा विचारही करवत नाही. मला स्वतःला आणि माझ्या मुलांना वाचवण्यासाठी जे काही करणं आवश्यक होतं ते मी केलं, एवढंच पुरे.

सलामशी लग्न झाल्यानंतर मला इराकमधून बाहेर पडण्याचे मार्ग विकत घ्यावे लागले. प्रत्येक लहानसहान गोष्टीसाठी मामूननं भरपूर पैसे उकळले. जेव्हा त्यानं फेला इराकच्या बाहेर काढण्याची किंमत ५०,००० डॉलर्स इतकी लावली, तेव्हा मात्र मी खचून गेले. त्याला वाटत होतं की मी ही एवढी मोठी रक्कम कशीही उभी करू शकेन. मला फेसोबत इराकमध्येच राहावं लागणार की काय अशी भीती मला वाटू लागली. म्हणजे पुन्हा अटक होण्याची आणि पुन्हा एकदा बलदीयातमध्ये

रवानगी होण्याची अगदी खरीखुरी टांगती तलवार माझ्या डोक्यावर कायमचीच राहाणार होती. पण मला पुन्हा अटक होईल आणि मी तिच्यापासून पुन्हा एकदा दुरावेन याची फेला इतकी प्रचंड भीती वाटू लागली की तिनं हट्टच केला आणि मला सांगितलं की मी इराकमधून निघून जावं, ती तिच्या आजोबांच्या घरी अगदी सुखरूप राहील. तिनं मला पळून जायला भागच पाडलं, शिवाय एकदा मी अम्मानमध्ये पोचले की तिला सोडवून आणण्याचे अधिक चांगले प्रयत्न मी करू शकणार होते, असं तिचं म्हणणं होतं.

मी फार मोठ्या संकटात सापडले होते-अगदी बलदीयातमधील त्या सज्जन डॉक्टरसारखी माझी अवस्था झाली होती. माझी बुद्धी मला सांगत होती की इथून निघून जा. पण माझं हृदय हे ऐकायला तयार होत नव्हतं. हा एक भयंकर झगडा माझ्या मनात चाललेला होता आणि काय करावं ते मला कळेनासंच झालं होतं. आणि मग एक लहानसा चमत्कारच घडून आला. तू-समारा– तू एका रात्री माझ्या स्वप्नात आलीस आणि मला आग्रहानं सांगितलंस, "पळ-मयादा, इथून पळ काढ. अलीला, तुझ्या मुलाला तुझ्या बरोबर घे आणि फेच्या सुटकेसाठी अधिक पक्के पाय रोवून बोलणी कर. बलदीयातमध्ये परत गेलीस तर त्या दोघांसाठी काहीही करू शकणार नाहीस' आणि तुझी आकृती जसजशी फिकट होत गेली तसतसे तुझे शब्द मला पुन:पुन्हा ऐकू येत राहिले, 'पळ, पळ मयादा पळ.'

फेला मागे ठेवून जाण्याचा विचारही मला भयंकर वाटत होता, तरीही हे स्वप्न म्हणजे एक शकुन होता असंही मला वाटत होतं. मी पुन्हा एकदा बलदीयातमधलं जीवन जगून जिवंत बाहेर येऊ शकणार नाही, तेव्हा मी हा धोका पत्करू नये, असंच तू सुचवत होतीस हे मला जाणवलं होतं. तू जगातील सर्वांत व्यावहारिक आणि योग्य विचार करणारी स्त्री आहेस हेही मला पक्कं ठाऊक होतं. त्यामुळे स्वप्नात सांगितलं असलंस तरी तुझा सल्ला मानायचं मी ठरवलं. मी एकदा इराक सोडून गेले की मग इकडचा पहाड तिकडे करू शकेन याचीही मला खात्री होती.

अम्मानला जाणारी बस पकडण्यासाठी मी अल-नाधाला गेले ना, तो दिवस, समारा, माझ्या आयुष्यातील सर्वांत दु:खाचा दिवस होता. बस-स्टेशनवर लोकांची आणि फेरीवाल्यांची खूप गर्दी होती. भिंती सद्दामच्या कुरूप चित्रांनी भरल्या होत्या. सर्व इराकी लोकांनी सकाळी उठल्यावर तोंडे धुवावीत, रात्री दात घासावेत अशा पोरकट सूचना जागोजागी दिसत होत्या. त्या बघून मला इतका संताप आला होता की कोणालातरी एखादी चपराक हाणावी असं वाटू लागलं. खरं म्हणजे या सूचना तेथे लावणाऱ्या बाथ पार्टीच्या लोकांनाच ही चपराक मारावी असं वाटत होतं. बसस्टेशन फाटक्यातुटक्या सामानाचे ढीग जवळ घेऊन बसलेल्या कुटुंबांनी भरलेलं होतं. त्या सामानावरूनच स्पष्ट कळून येत होतं की हे सगळे लोक कायमचे

इराक सोडून चालले आहेत आणि त्यांना कोणी दोष दिला असता?

आणि अचानक बसस्टेशनचे दरवाजे धाडकन उघडून उदय सद्दाम हुसेन त्याच्या बगलबच्च्यांसह आत आला. कल्पना कर. आमची काय अवस्था झाली असेल? उदय स्वत: लंगडत होता, काठीच्या आधारानं चालत होता, तरी त्याच्या हातात एका प्रचंड आशियायी वाघाचा लगाम होता. त्या गुरगुरणाऱ्या, दात विचकणाऱ्या भयंकर जनावरापासून शक्य तेवढ्या दूर पळण्याचा प्रयत्न सगळे लोक करू लागले. उदय त्या वाघाला सर्व लोकांवर सोडून देतो की काय अशी भीती मला वाटू लागली. एखाद्या बगदादच्या रेस्टॉरंटमध्ये बसले असताना अनेक इराकी लोकांना उदयच्या वाघांशी सामना करावा लागल्याच्या खूप गोष्टी मी ऐकल्या होत्या. एका माणसानं तर सांगितलं होतं की त्याला वाचवलं असेल तर ते त्याच्या समोरच्या मांसाच्या महाग जेवणानं-त्यानं ते सगळं जेवण वाघाकडे फेकलं होतं म्हणून तो वाचला होता..

समारा, तोंड उघडं टाकून मी माझ्या सामानाशेजारी उभी होते. एवढ्या सगळ्या संकटांमधून सुखरूप बाहेर आल्यानंतर आता अल-नाधा बस स्टेशनमध्ये मी वाघाच्या तोंडी जाऊन मरणार हे मला खरंच वाटत नव्हतं. पण आश्चर्याची गोष्ट म्हणजे उदयनं आपल्या वाघाचा लगाम सोडला नाही. तरीही आपल्या कुटुंबाचं रक्षण करण्याचा प्रयत्न करणाऱ्या दोन प्रौढ माणसांना त्या वाघाच्या भल्या मोठ्या पंजाचा प्रसाद मिळालाच.

लंगडत लंगडत, लोकांवर थुंकत ओरडत उदय बसस्टेशनभर फिरला. इराक सोडून जात असल्याबद्दल त्यानं प्रत्येक माणसाला देशद्रोही ठरवून टाकलं. सुदैवानं मी आणि अली एका लांबलचक ओळीच्या शेवटी होतो. त्यामुळे त्या माथेफिरू माणसाला आमच्यापर्यंत येताच आलं नाही. त्या सगळ्या गोंधळात आणि धक्काबुक्कीमध्ये फे आणि तिचे वडील आमच्यापासून दूर ढकलले गेले होते. फेला काही होणार तर नाही ना, अशी मला फार भीती वाटत होती. पण तसं काही झालं नाही.

अगदी दमून जाईपर्यंत उदय थुंकत राहिला आणि मग त्या इमारतीमधून निघून गेला. इराक नावाच्या प्राणिसंग्रहालयात आणखी एक दिवस वाचलो याबद्दल देवाचे आभार मानतच लोक बसमध्ये चढू लागले.

अखेरीस एकदाचे मी आणि अली आमच्या बसमध्ये चढलो आणि मला हात हलवून रडत रडत निरोप देणाऱ्या माझ्या लेकीकडे पाहाता पाहाता माझे डोळे भरूनच आले. बिचारा अली- तेव्हा फक्त १२ वर्षांचा होता- एकाही मित्राचा निरोप घेता आला नाही म्हणून तोही खूप उदास झाला होता. दुर्दैवानं सलाम आमच्याबरोबर येणार होता म्हणजे हा प्रवास अधिकच त्रासदायक होणार होता.

अली आणि मी- आम्ही दोघंही दुःख, गोंधळ आणि सुटकेच्या भावनांनी इतके गांगरून गेलो होतो की, आम्ही एकमेकांशी किंवा सलामशी एक शब्दही बोललो नाही. मी तासचे तास बसच्या खिडकीतून बाहेर बघत राहिले होते. चंद्रप्रकाशात मोत्यासारख्या चमकणाऱ्या वाळवंटाचं सरकतं दृश्य पाहाण्यात मी गढून गेले होते. माझ्या मनात येत होतं या जमिनीवर राहाणाऱ्या माणसांचं काही होवो, जमीन मात्र तशीच राहते.

आम्ही इराकच्या सीमेजवळ येऊ लागलो आणि बलदीयातमधील माझ्या पहिल्या रात्री माझ्या छातीत जसं दुखलं होतं, तसंच आता पुन्हा दुखू लागलं. मामून अगदी सहज मला फसवू शकत होता, हे मला माहीत होतं. मयादा अल-अस्करी नावाची बाई बेकायदेशीर मार्गानं इराक सोडून पळून चालली आहे, असं त्यानं सीमेवरील अधिकाऱ्यांना कळवलेलं असलं तर? तसं जर झालेलं असेल तर समारा, तुला बलदीयातमध्ये आणलं जाण्याआधी ज्या रमादी तुरुंगात ठेवण्यात आलेलं होतं त्याच तुरुंगात माझी आणि अलीची रवानगी होईल, याची मला खात्री होती. सीमेवरील अधिकाऱ्यानं जेव्हा मला विचारलं, 'तू इराक सोडून का चालली आहेस?' तेव्हा भीतीनं माझा जीव गोळा झाला होता. मी कसंबसं उत्तर दिलं, 'अम्मानमध्ये माझी आई आजारी आहे. तिची काळजी घ्यायला मी चालले आहे.' माझ्या सांगण्याला कसलाही दुजोरा न देता कुत्सितपणे हसत सलाम माझ्या शेजारीच उभा होता. मी जणू एखादा खूनच केला असावा अशा नजरेनं त्या अधिकाऱ्यानं माझ्याकडे पाहिलं खरं, पण माझ्या पासपोर्टवर एकदाचा शिक्काही मारला आणि आम्ही निघालो. आमच्या पासपोर्टवर शिक्के मारले गेले आणि आम्ही जॉर्डनमध्ये प्रवेश केला तेव्हा माझ्या काळजावरचं एक प्रचंड ओझं दूर झालं. मी इराकमधून निसटले होते. मी स्वतःला बजावू लागले, आता सगळी ताकद एकवटून फेला इकडे आणण्यासाठी लागणारे पैसे मिळवण्याच्या कामाला सुरुवात करायची.

तुला सांगायला मला अतिशय खेद होतो आहे की मला कबूल केलेला घटस्फोट न देताच सलाम बगदादला परतला. पण समारा, याहूनही अधिक कडवट गोष्टी माझी वाट अम्मानमध्ये पाहात होत्या.

माझा तुरुंगातील भयानक अनुभव आणि इराकमधून पळ काढण्याच्या आमच्या बेतामुळे वाटणारी चिंता यानंतर माझ्या आईची झालेली पुनर्भेट फार सुखकारक होती. तिच्यासारखी हिंमतवान स्त्री मी अजून पाहिली नाही. तरी माझ्यासमोर अजून अनेक प्रश्न उभे होतेच. साती अल-हुसरी आणि जाफर अल-अस्करी यांची नात म्हणून अनेक फायदे मला नेहमीच मिळत आले होते, ते आता बंद झाले होते. माझी आर्थिक परिस्थिती फारशी चांगली नसल्यामुळे माझ्यावर खूपच बंधनं पडली होती. गेल्या अनेक वर्षांत माझ्या आईनं मी आणि माझी मुलं यांच्यासाठी खूप पैसे

खर्च केले होते. आता तिला स्वतःच्या उतारवयाचा विचार करणं भाग होतं, हे मला माहीत होतं. त्यामुळे तिच्याकडे आणखी पैसे मागण्याचा विचारही मी करू शकत नव्हते. माझ्या मुलाचा शिक्षणाचा खर्च आणि फेसाठी लागणार असलेले पैसे या दोन्ही गोष्टी मला फार मोठ्या संकटात टाकणाऱ्या होत्या. मामून अजूनही फेला धाक दाखवत होताच- मी इराक सोडून पळून गेले आहे, हे अधिकाऱ्यांना कळलं तर काय होईल याचा विचार कर, असं तिला सतत सांगून तो तिच्याकडून पैसे उकळतच होता.

पण सुदैवानं माझ्या आयुष्यात सुरुवातीपासूनच चमत्कार आणि संकटं एकमेकांच्या हातात हात घालूनच आली आहेत. संपूर्णपणे निराश होऊन मी सगळी आशा सोडून देणार तेवढ्यात आणखी एक चमत्कार घडून आला. मी इराक सोडल्यानंतर सुमारे वर्षभरानंतर एका जवळच्या स्नेह्याला माझी अडचण कळली आणि त्यानं मला फेला सोडवून आणण्यासाठी आवश्यक असलेले २५,००० डॉलर्स दिले. मामूननं हावरटपणे या रकमेला कबुली दिली आणि माझी मुलगी अम्मानमध्ये एकदाची माझ्याजवळ येऊन पोचली.

फे, अली आणि त्यांची आई ही तिघं आता एकत्र होती.

त्यानंतर आणखी एक संकट माझ्यावर कोसळलं. फे येऊन पोचल्यानंतर थोड्याच दिवसांनी माझ्या आईला स्तनाचा कर्करोग झाल्याचं निदान करण्यात आलं. त्या वेळी ती ७७ वर्षांची होती पण दिसायची चाळिशीची आणि एखाद्या तरुण मुलीसारखाच तिचा कार्यक्रम असे. तिचं दुखणं हा तिला फारच मोठा धक्का होता आणि मलाही. दुर्दैवानं तिचा रोग फार झपाट्यानं पसरला आणि पुढचं भयंकर वर्ष मी तिची मनापासून सेवा केली. पण जेव्हा तिचा मृत्यू झाला तेव्हा मी तिच्याजवळ होते आणि याबद्दल मी देवाचे आभारच मानते.

या सगळ्या घटनांमुळे आणि माझी बहीण दूर ट्युनिशियामध्ये राहात असल्याने आता आमचं कुटुंब फक्त तिघांचं उरलं आहे.

इतक्या सगळ्या संकटांमधून मार्ग काढत असतानाही आम्ही सगळे आनंदातच होतो याचं कारण म्हणजे आम्ही सगळे एकत्र होतो. जॉर्डनमध्ये आम्ही स्वतंत्र होतो, त्यामुळे कोणतीही वाईट गोष्ट आम्हांला फार काळ दुःखी ठेवू शकतच नव्हती.

मग राजकीय क्षेत्रामध्ये काहीतरी अद्भुत घडू लागलं. इराकला स्वतंत्र करण्याची बोलणी पुन्हा एकवार सुरू झाली. जेव्हा अमेरिकेचे अध्यक्ष जॉर्ज बुश आणि ब्रिटिश पंतप्रधान टोनी ब्लेअर इराकला सद्दाम हुसैनच्या जुलमी राजवटीमधून मुक्त करण्याबद्दल बोलू लागले, तेव्हा प्रथम आम्हांला त्याच गोष्टी पुन्हा उगाळल्या जाणार आहेत, असंच वाटत होतं. त्या गोष्टी तर आम्ही यापूर्वीही कितीतरी वेळा

ऐकल्या होत्या.

परंतु, आता काही आठवड्यांच्या लहानशा युद्धानंतर माझे इराकी देशबांधव स्वतंत्र झाले आहेत.

५२ क्रमांकाच्या कोठडीचं चित्र डोळ्यासमोर उभं राहिलं की माझ्या डोळ्यांतून उष्ण अश्रू वाहू लागतात. पण मी आणखी एखाद्या चमत्काराची वाट पाहाते आहे- तू आणि इतर स्त्रिया वाचल्या असल्याचा चमत्कार. मी तुला वचन देते की माझ्या मुलांना इथे सोडणं आणि इराकमध्ये प्रवास करणं सुरक्षित झालं की मी तुमचा सर्वांचा शोध घेण्यासाठी तेथे येईन. तू जर जिवंत असशील तर कधी ना कधी तुझी आणि माझी आणि मला भेटलेल्या आणि प्रिय झालेल्या त्या सर्व स्त्रियांची भेट होईलच आणि आपल्याला खूप आनंद होईल.

मी त्या दिवसाची आतुरतेनं वाट पाहीन.

तुझी आवडती मैत्रीण,

मयादा.

मयादानं समाराला लिहिलेल्या पत्रावर सही केली आणि ती खुर्चीवरून उठून गच्चीच्या कठड्यापाशी गेली. कठड्यावर हाताची कोपरं टेकून ती विचारमग्न अवस्थेत पूर्वेकडे पाहू लागली - इराकच्या दिशेला. चार वर्षांमध्ये आज प्रथमच ती तिच्या देशामध्ये जायला स्वतंत्र होती. काळ्याकुट्ट रात्रीनंतर सूर्य संपूर्ण तेजानं विजयानं तिच्या देशावर उगवला होता. संपूर्ण स्वातंत्र्याचा गोडवा चाखताना तिला जेवढं आनंदी असणं शक्य होतं तेवढं आनंदी वाटत होतं. युद्धाचा सारा क्षोभ आणि नुकताच मिळालेला विजय या साऱ्याच्या मागे तिला साती अल-हुसरी आणि जाफर अल-अस्करी यांचं अस्तित्व जाणवत होतं. अनेक वर्षांपूर्वी या थोर माणसांनी इराकी इतिहासातील अशाच एका फार महत्त्वाच्या काळात इराकची सेवा केली होती. तशीच आणखी थोर माणसं-ज्यांना इराकबद्दल प्रेम आहे, जी या कसोटीच्या काळामध्ये मजबूतपणे उभी राहू शकतील, जे इराकच्या उज्ज्वल भविष्यासाठी कष्ट करतील अशी थोर माणसं इथे निपजतील, अशी मयादाला आशा वाटत होती.

आधुनिक इराकच्या इतिहासामध्ये ही दुसरीच वेळ होती जेव्हा एक अगदी कोरं पान देशाच्या इतिहासात उघडलं गेलं होतं - इराकचा नवा इतिहास स्वत:वर कोरून घेण्यासाठी उत्सुक असलेलं कोरं पान. इराकचं भविष्य ज्यावर लिहिलं जाणार होतं असं एक कोरं पान.

पूर्वेकडे पाहता पाहता मयादा प्रार्थना करू लागली, 'त्या कोऱ्या पानावर लिहिणाऱ्या हाताला अल्लानं मार्ग दाखवावा.'

■

परिशिष्ट १

माननीय श्री. विन्स्टन चर्चिल यांनी १४ जून १९२१ या दिवशी हाऊस ऑफ कॉमन्समध्ये केलेल्या भाषणातील काही भाग.

अरब सैन्य आता बरेच तयार झालेले आहे. मेसापोटेमियाचे युद्ध राज्यमंत्री म्हणून काम पाहात असलेल्या जाफर पाशा यांच्या देखरेखीमध्ये हे सैन्य तयार केले जात आहे. समिती सदस्यांच्या डोळ्यासमोर या गृहस्थाचे रोमांचकारी आयुष्य होते की काय हे मला माहीत नाही, परंतु माझे सन्माननीय मित्र, रेकिन विभागाचे सदस्य सर सी टाउनसेन्ड यांना या व्यक्तीची संपूर्ण माहिती आहे, हे मला खात्रीने माहीत आहे. त्याने या युद्धाला सुरुवात केली ती आपल्याविरुद्ध दार्दनेलेसमध्ये लढाईत भाग घेऊन आणि त्याला याबद्दल जर्मन सैन्याचा 'आयर्न क्रॉस' मिळाला आहे. यानंतर तो पश्चिम वाळवंटाकडे आला आणि तेथे त्याने आपल्याविरुद्ध सेनूसी सैन्याचे नेतृत्व केले. माझ्या माहितीप्रमाणे तो तीन लढाया लढला. त्यांपैकी दोन लढायांमध्ये त्याचा विजय झाला. परंतु तिसऱ्या लढाईमध्ये त्याच्या दृष्टीने काहीतरी चूक झाली. डोर्सेटशर यॉमनरीने उघड्या मैदानात पाठलाग करून अखेरीस त्याला जखमी अवस्थेमध्ये कैद केले. युद्धकैदी म्हणून त्याला कायरोमध्ये नेऊन तेथील किल्ल्यांमध्ये बंदीत ठेवण्यात आले. त्याने तेथून पळून जाण्याचा प्रयत्न केला, परंतु शरीराने थोडा प्रशस्त असल्याने किल्ल्याच्या भिंतीवरून खाली उतरत असताना दोर तुटला आणि तो खंदकात पडला. त्याचा पाय मोडला. या दुखण्यावर तो रुग्णालयात उपचार करून घेत असतानाच त्याने वृत्तपत्रामध्ये वाचले की मक्का शहराचा शेरीफ राजे हुसेन यांनी तुर्की लोकांविरुद्ध युद्ध पुकारले आहे. आपण स्वत:ला समजत होतो त्याच्या विरुद्ध पक्षामध्येच आपण आहोत हे त्याला ताबडतोब कळून चुकले. त्याने लगेच मक्केतील अरब नेत्यांशी संधान बांधले आणि थोड्या सावध विचारानंतर त्याला त्यांच्या

सैन्यामध्ये एक तुकडी देण्यात आली. थोड्याच काळात तो एका विश्वासू अधिकाऱ्याच्या पदावर पोचला आणि पुढील दोन वर्षांमध्ये घडून आलेल्या लढायांमध्ये त्याने मोठा पराक्रम गाजवला. अखेरीस त्याला लॉर्ड अलेनबाय यांनी कंपॅनियनशिप ऑफ सेंट मायकेल आणि सेंट जॉर्ज ही पदवी देऊन गौरवले. ज्या डोर्सेटशर यॉमनरी पथकाने त्याला पाठलाग करून कैद केले होते त्यांचा मोठाच सहभाग असलेल्या पथकाने उभारलेल्या चौरसामध्ये हा समारंभ पार पडला. मेसापोटेमियन युद्ध राज्यमंत्र्यांचा इतिहास हा असा आहे. शिवाय तो मक्केच्या शेरीफचा प्रामाणिक अनुयायी आहे, ते वेगळेच.

मृत्युलेख

जाफर पाशा

इराकी सैनिक आणि राजकारणी

जनरल जाफर पाशा अल-अस्करी, इराकचे संरक्षण मंत्री यांना गेल्या गुरुवारच्या क्रांतिकारी उठावामध्ये गोळ्या घालण्यात आल्या. त्यांची सैनिकी कारकीर्द अतिशय विलक्षण अशी होती. प्रथम ब्रिटिशांच्या विरुद्ध आणि नंतर त्यांच्या समवेत. ते दोन वेळा लंडनमध्ये इराकी मंत्री होते आणि इराकी मंत्रिमंडळात पाच वेळा संरक्षण मंत्री होते. ते हुशार, दयाळू आणि कार्यक्षम असे सैनिक होते. एक कुशल संघटक होते आणि या देशामध्ये मोठा मित्रपरिवार असलेले एक हसतमुख, आनंदी असे गृहस्थ होते.

पाशा हे मूळचे बगदादचे होते. १८८०मध्ये जन्मलेल्या पाशांचे सैनिकी शिक्षण कॉन्स्टॅंटिनोपल येथील तुर्की सैनिकी विद्यापीठात झाले. ज्या युद्धामुळे त्यांना जर्मन आयर्न क्रॉस मिळाला, त्या युद्धामध्ये दामाद अन्वर पाशांनी त्यांची निवड एका कठीण कामासाठी केली. लिबियातील सेनुस्सी टोळ्यांना संघटित करण्याचे ते काम होते. (या वेळेपर्यंत सेनुस्सी लोक इटालियन अमलाखाली आलेले नव्हते. १९१२च्या युद्धान्वये इटालियन सैन्याने हा प्रदेश तुर्कांकडून मिळवला होता.) या संघटनामुळे पश्चिम वाळवंटाकडून इजिप्तला धमकावता येणे शक्य होणार होते. एका जर्मन पाणबुडीमधून त्यांना लिबियाच्या किनाऱ्यावर अत्यंत धोकादायक परिस्थितीमध्ये उतरवण्यात आले. त्यांनी सेनुस्सीना त्यांचा अधिकार मान्य करण्यास आणि त्यांच्या आज्ञा पाळण्यास राजी केले. यानंतर काही काळ ते ब्रिटिशांविरुद्ध वाळवंटी युद्ध करण्यात यशस्वी ठरले. परंतु २६ फेब्रुवारी १९१६ या दिवशी

डॉर्सेट यॉमनरी या पथकाने अगेजियाशी चाललेल्या युद्धात त्यांचा पाठलाग करून त्यांना अखेरीस बंदी बनवले.

युद्धकैदी म्हणून त्यांना कायरो शहरातील किल्ल्यात तुरुंगात ठेवण्यात आले. एका रात्री पांघरुणांचा दोर बनवून त्यांनी सुटका करून घेण्याचा प्रयत्न केला, परंतु अगदी अखेरच्या क्षणी पाशांच्या प्रचंड वजनाने दोर तुटला आणि ते खाली पडले. त्यांचा घोटा इतका दुखावला की त्यांना पळणे अशक्यच झाले. त्यांनी आपल्या पहारेकऱ्यांशी उत्तम संबंध राखलेले होते. फाटलेल्या पांघरुणाचे पैसे देण्याचीही तयारी त्यांनी दाखवली. त्यांची दुखापत बरी होताच त्यांची पॅरोलवर सुटका करण्यात आली. तुर्कांविरुद्ध अरब लोकांनी केलेल्या उठावाची बातमी कळताच त्यांनी हेजाझमध्ये राजे हुसेनच्या सैन्यामध्ये प्रवेश केला. अमीर फैझल आणि लॉरेन्स यांच्याबरोबर त्यांनी हेजाझी सैन्यामध्ये अधिकाराच्या जागेवर काम केले. दमास्कसचा पाडाव होईपर्यंत ते या सैन्यात होते.

दमास्कसची मोहीम संपण्याआधीच जनरल अलेनबाय यांनी पाशाना सन्मानित केले होते. पॅलेस्टाईनमधील बिर सालेम येथील आपल्या मुख्य कचेरीत हा समारंभ करण्यात आला. पाशांना ज्यांनी पकडले होते त्या डॉर्सेट यॉमनरी या पथकाची निवड या समारंभासाठीचा चौरस उभारण्यासाठी आणि पाशांना मानवंदना देण्यासाठी करण्यात आली होती, ही गोष्ट पाशांना फारच आवडली. त्यांची विनोदबुद्धी चांगलीच प्रखर असल्याने या समारंभासाठी त्यांनी आवर्जून त्यांना मिळालेला आयर्न क्रॉस छातीवर लावला होता.

अलेप्पोच्या पाडावानंतर अलेप्पोचे गव्हर्नर म्हणून त्यांची नेमणूक करण्यात आली. अमीर फैझल इराकचे राजे झाल्यानंतर त्यांनी इराकचे संरक्षणमंत्री म्हणून बगदादच्या नकीब यांच्या नेतृत्वाखालील दोन मंत्रिमंडळामध्ये ऑगस्ट १९२१ पासून नोव्हेंबर १९२२ पर्यंत काम केले. यानंतर सेंट जेम्सच्या दरबारामध्ये इराकी मंत्री म्हणून त्यांची नेमणूक करण्यात आली. लूसॅन येथील शांतिपरिषदेलाही ते याच नात्याने उपस्थित राहिले. तेथे जमलेल्या अनेक राजकारणी आणि इतर व्यक्तींवर त्यांच्या भव्य आणि हसतमुख व्यक्तिमत्त्वाचा चांगलाच प्रभाव पडला.

१९२३च्या डिसेंबरमध्ये राजे फैझल यांनी पाशांना बगदादमध्ये परत बोलावून घेतले. ऑगस्ट १९२४ पर्यंत त्यांनी इराकचे पंतप्रधान म्हणून काम केले आणि नंतर ते लंडनमधील वकिलातीमध्ये परतले. नोव्हेंबर १९२६ पासून जानेवारी १९२८ पर्यंत त्यांनी पुन्हा एकदा पंतप्रधान आणि विदेशमंत्री अशा दोन पदांवर काम केले. त्याच वर्षी लंडनमधील आपल्या वकिलातीकडे परत जात असताना त्यांचे विमान रमादीमध्ये थांबले असताना वहाबी हल्लेखोरांनी त्यांना जवळजवळ कैद केलेच होते. लंडनला परत आल्यानंतर पाशांनी इंग्लिश कायद्याचा अभ्यास

केला. १५ जानेवारी १९३० या दिवशी त्यांना ग्रेंज इन येथे बार-अॅट-लॉची पदवी देण्यात आली. पुढच्यात महिन्यात लॉर्ड अलेनबाय यांच्याबरोबर ते डॉर्सेट यॉमनरीच्या पुनर्भेट मेजवानीला पाहुणे म्हणून गेले. या पथकाबद्दल त्यांच्या मनात फार मोठी आदराची भावना होती. मार्च १९३०मध्ये त्यांना पुन्हा एकवार इराकचे संरक्षणमंत्री म्हणून काम पाहण्यासाठी इराकला बोलावण्यात आले. ऑक्टोबर १९३० पर्यंत जनरल नूरी पाशा अल-सैद यांच्या दोन मंत्रिमंडळामध्ये पाशांनी हे काम केले. जनरल नूरी अल-सैद यांच्या बहिणीशी जाफर यांचा विवाह झालेला होता. नोव्हेंबर १९३२ ते डिसेंबर १९३४मध्ये त्यांना इराकमध्ये बोलावून घेतले गेले तोपर्यंत ते त्यांना अतिशय आवडणाऱ्या लंडनमध्ये तेथील वकील म्हणून काम पाहात राहिले. डिसेंबर १९३४मध्ये त्यांना इराकमध्ये सेनेटर म्हणून नियुक्त करण्यात आले. १९३५च्या मार्चमध्ये त्यांनी आता नुकत्याच स्थानभ्रष्ट झालेल्या मंत्रिमंडळात संरक्षणमंत्री म्हणून प्रवेश केला. हे स्थान भूषवण्याची त्यांची ही पाचवी वेळ होती.

■

परिशिष्ट २

१९२१मध्ये इराकच्या स्थापनेपासून झालेले इराकचे राज्यप्रमुख.

१. **राजे फैझल पहिले** (१९२१-१९३३) हृदयविकाराने मृत्यू.
२. **राजे गाझी पहिले** (१९३३-१९३९) मोटार अपघातामध्ये मृत्यू.
३. **राजे फैझल दुसरे** (१९३९-१९५८) खून करण्यात आला.
४. **अब्दुल करीम कासीम** (१९५८-१९६३) खून करण्यात आला.
५. **अब्दुल सलाम आरिफ** (१९६३-१९६८) हेलिकॉप्टरच्या अपघातात मृत्यू.
६. **अब्दुल रहमान आरिफ** (१९६६-१९६८) २००३ मध्ये हयात होते.
७. **अहमद हसन अल-बाकिर** (१९६८-१९७९) नैसर्गिक मृत्यू.
८. **सद्दाम हुसैन** (१९७९-२००३) पुस्तक प्रकाशनाच्या वेळी यांच्याबद्दल काही माहिती उपलब्ध नाही.

डॅन हाजोस्त यांच्या सौजन्याने.

इराकमधील घटना क्रम.

१. एप्रिल १९२०	सॅन रेमो येथे दोस्त राष्ट्रांच्या शांतता परिषदेने मध्य पूर्वेवरील ब्रिटिश आणि फ्रेंच सत्तांना मान्यता दिली.
२. २३ ऑगस्ट १९२१	राजे फैझल यांना इराकचे राजे म्हणून घोषित करण्यात आले. मयादाच्या वडिलांच्या वडिलांची–जाफर पाशा अल-

	अस्करी यांची संरक्षणमंत्री या पदावर नेमणूक करण्यात आली. मयादाच्या आईच्या वडिलांची-साती अल-हुसरी यांची नेमणूक राजे फैझल यांचे शैक्षणिक बाबीमधील सल्लागार म्हणून नेमणूक करण्यात आली. मयादाच्या वडिलांचे काका-नूरी पाशा अल-सैद यांची चीफ ऑफ स्टाफ म्हणून नेमणूक झाली.
३. १९२७	इराकमधील किर्कूक येथे ब्रिटिशांना तेल सापडले.
४. १६ नोव्हेंबर १९३०	इंग्लंड-इराक यांच्यातील करार नूरी पाशा अल-सैद यांनी मंजूर केला.
५. ऑक्टोबर १९३२	इराकला औपचारिक स्वातंत्र्य देण्यात आले.
६. ८ सप्टेंबर १९३३	पहिले राजे फैझल यांचा मृत्यू, त्यांचे पुत्र गाझी यांना राज्याभिषेक.
७. ऑक्टोबर १९३६	इराकमधील पहिल्या सैनिकी उठावामध्ये मयादाचे आजोबा जाफर पाशा अल अस्करी यांचा खून करण्यात आला.
८. ११ ऑगस्ट १९३७	मोसल येथे जनरल बाकर सिद्की यांचा खून करण्यात आला.
९. डिसेंबर १९३८	नूरी पाशा अल-सैद इराकचे पंतप्रधान झाले.
१०. एप्रिल १९३९	पहिले राजे गाझी मोटार अपघातामध्ये मृत्यू पावले. त्यांच्या ४ वर्षांच्या मुलाला-दुसरा फैझल याला राज्याभिषेक करण्यात आला. प्रिन्स अब्द अल-इलाह यांची रीजंट म्हणून नेमणूक.
११. १ एप्रिल १९४१	सैन्याच्या उठावानंतर नूरी अल-सैद आणि ६ वर्षांचे राजे फैझल यांना पळून जाणे भाग पडले.
१२. जून १९४१	बगदादमध्ये कायदा आणि सुव्यवस्था मोडून पडली. इराकी ज्यू लोकांविरुद्ध एक सूडसत्र सुरू झाले. त्यामध्ये प्राणहानी झाली आणि अनेक लोक जखमी झाले.
१३. १४ जुलै १९५८	अब्दुल-करीम कासीम यांच्या नेतृत्वाखाली सैन्याच उठाव. राजे दुसरे फैझल, राज-घराण्यातील इतर व्यक्ती आणि पंतप्रधान नूरी

	अल-सैद यांची कत्तल.
१४. ७ ऑक्टोबर १९५९	बाथ पार्टीचा पहिला उठाव फसला. सद्दाम हुसैनचे इजिप्तमध्ये पलायन.
१५. १९ जून १९६१	ग्रेट ब्रिटनपासून आपण स्वतंत्र झाल्याची कुवेतची घोषणा.
१६. ८ फेब्रुवारी १९६३	बाथ पार्टीचा उठाव यशस्वी.
१७. १८ नोव्हेंबर १९६३	प्रतिउठावामध्ये बाथ पार्टीचा पराभव.
१८. १७ जुलै १९६८	अनेक उठावांनंतर अहमद हास्सन अल-बाकिरने बाथ पार्टी पुन्हा सत्तेवर आणली. बाकिरचा प्रतिनिधी या नात्याने सद्दाम सत्तेच्या शिडीवर दुसऱ्या क्रमांकावर असला तरी इराकमधील खरी सत्ता त्याच्याच हातात होती.
१९. १६ जुलै १९७९	अहमद हास्सन बाकिरच्या जागी सद्दाम हुसैन इराकचा अध्यक्ष झाला. बाथ पार्टीमध्ये 'स्वच्छता मोहीम.' अनेक सदस्यांना मृत्युदंड (१९८२ मध्ये बाकिरचा मृत्यू.)
२०. १ एप्रिल १९८०	इराणकडे कल असलेल्या अल-दवा या संघटनेने इराकचे उप-पंतप्रधान तारीक अझीझ यांच्या खुनाचा प्रयत्न केला. इराकने याचा ठपका इराणवर ठेवला. इराणमध्ये जन्म झालेल्या शिया व्यक्तींची सद्दामने इराकमधून हकालपट्टी केली.
२१. सप्टेंबू १९८०	इराण व इराकचे युद्ध सुरू झाले.
२२. ७ जून १९८१	बगदादजवळील ओसिराक येथील इराकच्या अणुनिर्मिती केंद्रावर इस्त्रायलने बाँबफेक केली.
२३. २१ मे १९८७	पर्शियन खाडीमध्ये यू एस एस स्टार्कवर हल्ला, ३७ ठार, युनायटेड स्टेट्सने इराणवर ठपका ठेवला. खरे तर हा हल्ला दोन इराकी क्षेपणास्त्रांनी केला होता.
२४. १९८७	कुर्दिश खेड्यांवर सद्दाम हुसैनने रासायनिक हल्ला केला. यामध्ये हजारोंचा मृत्यू.
२५. फेब्रुवारी १९८८	इराण आणि इराक यांच्यामधील नागरी युद्धास पुन्हा सुरुवात झाली. दोघांनीही परस्परांच्या

	नागरी जनतेवर हल्ले करण्यास सुरुवात केली.
२६. १६ मार्च १९८८	पुन्हा एकदा इराकने कुर्दिश खेड्यांवर रासायनिक हल्ले केले. आणखी हजारो लोक मरण पावले.
२७. ३ जुलै १९८८	यू एसएस विन्सेनेसने एका इराणी एअरबसवर तोफा डागल्या. २९० नागरिक ठार.
२८. २० ऑगस्ट १९८८	इराण-इराक युद्धामध्ये औपचारिक युद्धबंदी जाहीर.
२९. सप्टेंबर १९८९	एक ब्रिटिश पत्रकार फर्झाद बाझाफ्ट यावर हेरगिरीचा आरोप करून त्याला फाशी देण्यात आले.
३०. २ ऑगस्ट १९९०	इराकची कुवेतवर स्वारी. संयुक्त राष्ट्रसंघाचा ६६० क्रमांकाच्या ठरावानुसार सैन्य मागे घेण्यास सद्दाम हुसैनला सांगण्यात आले.
३१. ८ ऑगस्ट १९९०	इराकचा १९ वा विभाग म्हणून इराकने कुवेतवर अधिकार स्थापन केला.
३२. १७ जानेवारी १९९१	डेझर्ट स्टॉर्म या नावाने ओळखली जाणारी मोहीम सुरू झाली.
३३. २८ फेब्रुवारी १९९१	युद्ध थांबले.
३४. ३ एप्रिल १९९१	संयुक्त राष्ट्रसंघाच्या सुरक्षा समितीचा ६८७ क्रमांकाचा ठराव-शांततेच्या अटी निश्चित करण्यात आल्या. सर्व इराकी सैन्य कुवेतमधून बाहेर पडले. आर्थिक बंधने आणि इराकी सैन्य कमी करण्याची प्रक्रिया सुरू.
३५. १२ डिसेंबर १९९६	सद्दाम हुसेनचा सर्वांत थोरला मुलगा उदय त्याच्या खुनाच्या प्रयत्नात गंभीर जखमी.
३६. १ नोव्हेंबर १९९८	संयुक्त राष्ट्रसंघाच्या समितीचे सर्व निरीक्षक इराकमधून गेले.
३७. ३० जानेवारी २००२	आपल्या स्टेट ऑफ द युनियनच्या भाषणात अध्यक्ष बुश इराकला 'दुष्ट शक्तींच्या चक्राचा एक भाग' असे म्हणतात.
३८. १२ सप्टेंबर २००२	इराकविरुद्ध कारवाई करण्याचा बुश यांचा प्रस्ताव. 'आंतरराष्ट्रीय शस्त्र' निरीक्षकांना 'विना अट, येऊ देऊ' इराकची घोषणा.

३९. १० ऑक्टोबर २००२	इराकविरुद्ध बळाचा वापर करण्यास क्राँग्रेसने एका संयुक्त ठरावाद्वारे परवानगी दिली.
४०. १६ ऑक्टोबर २००२	संयुक्त राष्ट्रसंघाच्या शस्त्र तपासनिसांना येऊ देण्याचा प्रस्ताव इराकने पुन्हा एकवार मांडला. १००% मते मिळवून सद्दाम हुसेन पुन्हा एकदा सात वर्षांसाठी इराकच्या अध्यक्षपदी निवडून आला.
४१. २८ जानेवारी २००३	सद्दाम हुसैन शस्त्रे कमी करत नसल्याचा अध्यक्ष बुश यांचा आरोप.
४२. ५ फेब्रुवारी २००३	सेक्रेटरी ऑफ स्टेट कॉलिन पॉवेल उपग्रहाद्वारे काढण्यात आलेल्या छायाचित्रांचा वापर संयुक्त राष्ट्रसंघाच्या सुरक्षा समितीच्या बैठकीमध्ये आंतरराष्ट्रीय सहमती मिळवण्यासाठी करतात.
४३. ५ मार्च २००३	संयुक्त राष्ट्रसंघामध्ये इराकविरुद्ध सैन्याचा वापर करण्यास संमती देणारे विधेयक मंजूर होण्यास विरोध करणारा ठराव फ्रान्स, जर्मनी आणि रशिया संयुक्तपणे मांडतात.
४४. ७ मार्च २००३	युनायटेड स्टेट्स, ग्रेट ब्रिटन, स्पेन आणि पोर्तुगाल हे देश अझोरस येथील बैठकीमध्ये चर्चेसाठी एका दिवसाची मुदत देतात. 'कोणत्याही क्षणी युद्ध सुरू होईल.' या नेत्यांची सूचना.
४५. १७ मार्च २००३	सुरक्षा समितीकडे पाठवलेला आपला ठरावाचा मसुदा युनायटेड स्टेट्स आणि ब्रिटन मागे घेतात. शस्त्र निरीक्षकांना इराक सोडण्याची सूचना. अध्यक्ष बुश सद्दाम हुसैनला निर्वाणीची सूचना देतात. इराक सोडून जाण्यासाठी इराकी अध्यक्षांना ४८ तासांची मुदत देण्यात येते.
४६. २० मार्च २००३	संयुक्त आघाडीचे सैन्य इराकमधील 'विशिष्ट' स्थानांवर 'संधी मिळेल' तसे हल्ले चढवण्यास सुरुवात करते.
४७. २१ मार्च २००३	संयुक्त आघाडीचे भूदल इराकमध्ये प्रवेश करते.
४८. २५ मार्च २००३	बसरा या इराकच्या दोन क्रमांकाच्या शहरामध्ये

	संयुक्त आघाडीचे-विशेषत: ब्रिटिश सैन्य इराकी सैन्याला भिडते.
४९. २ एप्रिल २००३	अमेरिकन सैन्य बगदादच्या वेशीपर्यंत पोचते.
५०. ३ एप्रिल २००३	दक्षिण बगदादमधील 'सद्दाम हुसैन आंतरराष्ट्रीय विमानतळावर' अमेरिकन सैन्याने ताबा मिळवला.
५१. ९ एप्रिल २००३	बगदाद अमेरिकन सैन्याने जिंकले. सद्दाम हुसैनचे पुतळे पडण्यास सुरुवात.
५२. १३ एप्रिल २००३	सद्दाम हुसैनचे मूळ गाव तिक्रित अमेरिकन सैन्याच्या ताब्यात आले.
५३. १५ एप्रिल २००३	संयुक्त आघाडीच्या सैन्याने युद्ध संपल्याची घोषणा केली.

■

परिशिष्ट ३

इराकबद्दल थोडी माहिती.

शासन	: हे पुस्तक छापले जात असताना इराक लोकशाही शासन स्वीकारण्याची तयारी करत आहे.
लोकसंख्या	: २,४०,००,०००.
राजधानी	: बगदाद.
राजधानीची लोकसंख्या	: ५०,००,०००.
क्षेत्रफळ	: १६८,७६० चौरस मैल.
भाषा	: अरेबिक, आर्मेनियन, ॲसिरीयन, कुर्दिश.
धर्म	: ९५% मुस्लीम, (६०% शिया पंथीय आणि ३५% सुन्नी पंथीय), ५% ख्रिश्चन.
आयुष्यमान	: ५८ वर्षे
साक्षरता	: ६०%
अर्थव्यवस्था	: पेट्रोलियम, गहू, तांदूळ, भाजीपाला, खजूर, कापूस, बकऱ्या, गुरे.

शेजारी राष्ट्रांबद्दल थोडी माहिती.

१- इस्लामिक रिपब्लिक ऑफ इराण.

शासन	: इस्लामिक रिपब्लिक.
लोकसंख्या	: ६,५०,००,०००.
राजधानी	: तेहरान.
राजधानीची लोकसंख्या	: ७०,००,०००.
क्षेत्रफळ	: ६३६,३०० चौरस मैल.
भाषा	: पर्शियन, तुर्किक, कुर्दिश, अरेबिक आणि इतर.

धर्म : ९९% मुस्लीम, (९०% शिया पंथीय, ९% सुन्नी पंथीय), १% ख्रिश्चन.

आयुष्यमान : ६९ वर्षे.

साक्षरता : ७२%.

अर्थव्यवस्था : पेट्रोलियम, कापड, सिमेंट, गहू, तांदूळ इतर धान्ये, साखर, कंद, फळफळावळ, नट्स, दुग्धजन्य पदार्थ, लोकर, कापूस, कावियार.

२- हाशेमाइट किंग्डम ऑफ जॉर्डन.

शासन : घटनात्मक राजेशाही.

लोकंख्या : ५३,००,०००

राजधानी : अम्मान.

राजधानीची लोकसंख्या : ११,८२,०००

क्षेत्रफळ : ३५,६३८ चौरस मैल.

भाषा : अरेबिक, इंग्लिश.

धर्म : ९६% मुस्लीम (सुन्नी पंथाची संख्या अधिक), ४% ख्रिश्चन.

आयुष्यमान : ७० वर्षे.

साक्षरता : ८६.५%

अर्थव्यवस्था : फॉस्फेटच्या खाणी, पेट्रोलियम पदार्थांची रिफायनरीज, सिमेंट, छोटे व्यवसाय, गहू, बार्ली, टोमॅटो, खरबुजे, ऑलिव, बकऱ्या, मेंढ्या, कुक्कुटपालन, पर्यटन.

३- स्टेट ऑफ कुवेत.

शासन : घटनात्मक अमिरात.

लोकसंख्या : २३,००,०००.

राजधानी : कुवेत शहर.

राजधानीची लोकसंख्या : ८,५०,०००.

क्षेत्रफळ : ६,८८० चौरस मैल.

भाषा : अरेबिक, इंग्लिश.

धर्म : ८५% मुस्लीम (६०% सुन्नी पंथीय, २५% शिया पंथीय), १५%- इतर (ख्रिश्चन आणि हिंदू).

आयुष्यमान : ७७ वर्षे.

साक्षरता : ७८.५%

अर्थव्यवस्था : पेट्रोलियम, अन्नप्रक्रिया, मासे.

४- किंग्डम ऑफ सौदी अरेबिया.

शासन	:	राजेशाही.
लोकसंख्या	:	२,४०,००,०००.
राजधानी	:	रियाध.
राजधानीची लोकंख्या	:	४७,००,०००.
क्षेत्रफळ	:	७५६,९८६. चौरस मैल.
भाषा	:	अरेबिक.
धर्म	:	१००% मुस्लीम (९४% सुन्नी पंथीय, ६% शिया पंथीय.)
आयुष्यमान	:	७२ वर्षे.
साक्षरता	:	७८%
अर्थव्यवस्था	:	पेट्रोलियम, क्रूड ऑईल उत्पादन, सिमेंट, बांधकाम व्यवसाय, खते, गहू, बार्ली, खजूर, मांस, कुक्कुटपालन, अंडी, दूध.

५- सीरियन अरब रिपब्लिक.

शासन	:	हुकूमशाही.
लोकसंख्या	:	१,७५,००,०००.
राजधानी	:	दमास्कस.
राजधानीची लोकसंख्या	:	२,२०,०,०००.
क्षेत्रफळ	:	७१,४९८ चौरस मैल.
भाषा	:	अरेबिक, आर्मेनियन, फ्रेंच, आरमैक, कुर्दिश.
धर्म	:	८९% मुस्लीम (बहुसंख्य सुन्नी पंथीय, डूझे, १२% अलवाईट), १०% ख्रिश्चन.
आयुष्यमान	:	७० वर्षे.
साक्षरता	:	७१%
अर्थव्यवस्था	:	पेट्रोलियम, कापड, पेये, तंबाखू, खाण उद्योग, कापूस, कडधान्ये, चवळी, ऑलिव, मांस, कुक्कुटपालन.

६- रिपब्लिक ऑफ तुर्की.

शासन	:	लोकशाही.
लोकसंख्या	:	६,७५,००,०००.
राजधानी	:	अंकारा.
राजधानीची लोकसंख्या	:	३२,००,०००.
क्षेत्रफळ	:	३०१,३८३ चौरस मैल.

भाषा	:	तुर्की, कुर्दिश, अरेबिक, ग्रीक, आर्मेनियन.
धर्म	:	९७% मुस्लीम (बहुसंख्य सुन्नी पंथीय), १% ख्रिश्चन.
आयुष्यमान	:	६९ वर्षे.
साक्षरता	:	८५%
अर्थव्यवस्था	:	कापड, खाण उद्योग, पोलाद, पेट्रोलियम, लाकूड, कागद, तंबाखू, ऑलिव्ह, गुरे.

■

परिशिष्ट ४

व्यक्ती, स्थल नाम कोश.

अल-अस्करी, जाफर पाशा (१८८५-१९३६)- मयादा अल-अस्करीच्या वडिलांचे वडील. जाफर अल-अस्करी हा एका प्रतिष्ठित बगदादी घराण्यातील होता. पहिल्या महायुद्धामध्ये त्याने राजपुत्र फैझल आणि लॉरेन्स ऑफ अरेबिया यांच्याबरोबर हिजाझ सैन्यामध्ये अधिकारपदावर काम केले. युद्धानंतर त्याने राजे फैझल पहिले आणि राजे गाझी (दोघेही इराकचे राजे) यांची सेवा केली. त्यामध्ये ग्रेट ब्रिटनमधील इराकचा वकील, इराक शासनाचा संरक्षण मंत्री आणि इराकचा पंतप्रधान अशी महत्त्वाची पदे होती. १९३६ मध्ये राजे गाझी यांचे संरक्षण करताना त्याचा खून करण्यात आला.

अल-फा- इराकी पर्शियन खाडीवरील एक द्वीपकल्प. इराण-इराक युद्धात आणि दुसऱ्या खाडी युद्धात या द्वीपकल्पाच्या किनाऱ्याजवळील समुद्रातील तेल केंद्रांवर युद्ध झाले होते.

अल-हुसरी, साती (१८७९-१९६९)- मयादा अल-अस्करीच्या आईचे वडील, साती अल-अस्करी हा पहिल्या अरब राष्ट्रवाद्यांपैकी एक होता. वसाहतवाद आणि साम्राज्यवाद यामधून बाहेर पडण्यासाठी अरब जनतेला अरब राष्ट्रवाद हा एकच मार्ग उपलब्ध आहे असे सातीचे मत होते. तो एक शिक्षणतज्ज्ञ, लेखक आणि शासनातील अधिकारी होता. राजे फैझल पहिले यांचा तो जवळचा मित्र होता आणि अनेक पदांवर त्याने त्यांच्यासाठी कामही केले. साती अल-हुसरीच्या संबंधी लिहिल्या गेलेल्या पुस्तकांची आणि लेखांची संख्या शंभराहून अधिक आहे. आज प्रत्येक अरब देशामध्ये एक राजमार्ग, एक शाळा आणि एक प्रेक्षागृह या थोर माणसाच्या नावाने बांधले गेलेले दिसते.

अल-सौदी- सौदी अरेबियातील सत्तेवर असलेले राजघराणे.

अमेरिकन युनिव्हर्सिटी-बेरूत अमेरिकन प्रॉटेस्टंट मिशनच्या डॉ. डॅनियल ब्लिस यांनी स्थापन केलेले विद्यापीठ. संपूर्ण मध्य पूर्वेतून आलेल्या विद्यार्थ्यांमुळे या विद्यापीठाने अरब बुद्धिवंतांचा एक वर्ग निर्माण करण्यास हातभार लावला आहे.

अम्मान- जॉर्डनची राजधानी, लोकसंख्या ११,८२,०००.

अरब- सुमारे २,६०,००,००० लोकांचा एक भाषिक गट. हा गट मूळचा सौदी अरेबियातील हिजाझ भागातून आलेला असावा असे तज्ज्ञांचे मत आहे, कुर्द लोकांखेरीज बाकी सर्व इराकी जनता ही अरब आहे.

अरब लीग- रशियाच्या मध्य पूर्वेतील विस्ताराला आडकाठी करण्यासाठी इराक, इजिप्त, जॉर्डन, सौदी अरेबिया, लेबानन, सीरिया आणि येमेन या देशांनी या लीगची स्थापना केली.

अरब राष्ट्रवाद- परकीय सत्तेला विरोध अशी या शब्दाची व्याख्या केली जाते. प्रथम ओटोमन साम्राज्य आणि नंतर ग्रेट ब्रिटन आणि फ्रान्स यांच्या विरोधात अरब राष्ट्रवाद निर्माण केला गेला. साती अल-हुसरी, मयादाचे आजोबा हे अरब राष्ट्रवादाचे एक थोर प्रणेते मानले जातात.

अरब युनियन- १९८५मध्ये इराक आणि जॉर्डन यांनी एकत्र येऊन त्याच वर्षी स्थापन झालेल्या, नास्सेरच्या हुकुमतीखालील युनायटेड अरब रिपब्लिक ऑफ सीरिया आणि इजिप्त या युतीला शह देण्यासाठी स्थापन केलेली संघटना.

अरेबिक भाषा- सेमेटिक भाषा कुळातील हिब्रू आणि आमैक या भाषांची एक भगिनीभाषा. या भाषेचे लेखन उजवीकडून डावीकडे असे केले जाते. चौथ्या शतकाच्या आरंभापासूनच अरेबिक ही लेखी भाषा म्हणून वापरात आहे.

आर्मेनियन- पूर्व तुर्कीमधून आलेले हे इंडो-युरोपियन वंशाचे लोक आहेत. आज मध्यपूर्वेमध्ये बहुतांश आर्मेनियन लोक इराण आणि लेबाननमध्ये राहतात.

ॲसेरियन- ख्रिस्तपूर्व १२०० ते ६१२ या काळात मेसापोटेमियावर हल्ला करून तेथे साम्राज्य स्थापन केलेली जमात.

आयातोल्लाह रूहोल्लाह खोमैनी- (१९००-१९८९) शिया पंथाचा एक धर्मनेता. १९७९मध्ये इराणच्या शहाची राजवट उलथून टाकण्यामध्ये याचा फार मोठा वाटा होता. १९८९मध्ये त्याचा मृत्यू होईपर्यंत इराणवर खोमैनीचे राज्य होते.

अझर युनिवर्सिटी- ९७७मध्ये कायरो येथील अल-अझर मशिदीने स्थापन केलेले विद्यापीठ. या प्रकारची ही सर्व जगातील सर्वांत प्राचीन संस्था आहे. इस्लामच्या उच्च शिक्षणाचे हे एक आघाडीचे केंद्र आहे. मयादाच्या काही पूर्वजांनी या विद्यापीठामध्ये शिक्षण घेतले होते.

अझीझ तारिक- एक इराकी राजकारणी. हा मोसलमधील कॅथलिक ख्रिश्चन आहे. बाथ पार्टीचा सदस्य असून त्याने सद्दाम हुसेनचा उपाध्यक्ष म्हणून काम केलेले आहे. २००३मध्ये आघाडीच्या फौजांनी त्याला कैद केले.

बाथ- ७ एप्रिल १९४७ या दिवशी, मिशेल आफ्लक आणि सलाह-अद्-दिन अल-बितर या दोन सीरियन महाविद्यालयीन विद्यार्थ्यांनी या पक्षाची स्थापना केली. या पक्षाचे संपूर्ण नाव 'द अरब बाथ सोशलिस्ट रेसरेक्शन पार्टी' असे आहे. बाथ पार्टीच्या सिद्धांतांमध्ये समाजवादाशी वचनबद्धता राजकीय स्वातंत्र्य आणि अरब एकात्मता या गोष्टी येतात. सीरियामध्ये बाथ पार्टीचे राज्य आहे. २००३मध्ये आघाडीच्या सैन्याने सद्दाम हुसैनला पदच्युत केल्यानंतर इराकमधील बाथ पार्टीची सत्ता संपुष्टात आली.

बाथ सोशलिस्ट पार्टी, इराक- १९५०मध्ये इराकमध्ये या पार्टीची गुप्तपणे स्थापना करण्यात आली. १९६३ पर्यंत या पार्टीचे बळ वाढले आणि त्यांनी इराकची सत्ता काबीज केली. सातच महिन्यांत त्यांची सत्ता गेली. पण १९६८मध्ये बाथ पार्टी पुन्हा एकवार सत्तेवर आली आणि २००३ पर्यंत बाथ पार्टीचीच सत्ता इराकवर होती.

बॅबिलॉन- जगातील एक सर्वात प्राचीन आणि प्रमुख शहर. उफ्रातीस नदीच्या किनाऱ्यावर हे शहर वसलेले होते. परंतु आता उफ्रातीसचा मार्ग बदलला गेला आहे.

बगदाद - इराकची राजधानी- लोकसंख्या ५० लाख. तग्रीस नदीच्या काठावर हे शहर वसलेले आहे. एके काळी बगदाद हे अरब साम्राज्याचे केंद्र मानले जात असे. इ.स. ६३८ ते ११०० हा काळ भव्यता आणि संपन्नता या दृष्टीने कॉंस्टॅंटिनोपलचा सुवर्णकाळ होता. त्याच काळात बगदाद हे शिक्षणाचे, तत्त्वज्ञानाच्या अभ्यासाचे आणि व्यापाराचे केंद्र म्हणून प्रसिद्धी पावत होते.

बाकीर हास्सन- (१९१४-१९८२). १९६८ ते १९७९ पर्यंत बाथ पार्टीचा इराकचा अध्यक्ष आणि सद्दाम हुसैनचा दूरचा भाऊ.

बसरा- इराकमधील दुसऱ्या क्रमांकाचे शहर. दक्षिण इराकमधील शात अल-अरब जवळ हे शहर वसलेले आहे. शिया पंथाचे प्राबल्य असलेल्या प्रांताचे केंद्र.

बेरूत- लेबाननची राजधानी. त्या राष्ट्राचे प्रमुख बंदर असलेल्या बसराचा इतिहास फोनेशियन काळापर्यंत मागे जातो.

उफ्रातीस- इराक, पूर्व तुर्की आणि उत्तर सीरिया या देशांमधील दोन महत्त्वाच्या नद्यांपैकी एक नदी.

किंग फैझल पहिला- (१८८५-१९३३) किंग हुसैन बिन अली या

हिजाझ प्रांताच्या पहिल्या राजाचा तिसरा मुलगा. (हिजाझ म्हणजे आजचा सौदी अरेबिया.) तैफमध्ये जन्म झालेल्या फैझलचे शिक्षण कॉन्स्टॅंटिनोपलमध्ये झाले आणि ओटोमन साम्राज्याशी लढण्यासाठी त्याने ग्रेट ब्रिटनच्या टी. ई. लॉरेन्सशी (लॉरेन्स ऑफ अरेबिया) हातमिळवणी केली. तो सिरीया आणि इराकचा राजा झाला. मयादा अल-अस्करीच्या अनेक कुटुंबीयांशी त्याचा स्नेह होता.

किंग फैझल दुसरा- (१९३५-१९५८). किंग गाझी (पहिला) चा एकुलता एक मुलगा. त्याचे वडील मोटार अपघातात मृत्यू पावले तेव्हा तो फक्त ४ वर्षांचा होता. १४ जुलै १९५८ या दिवशी झालेल्या उठावामध्ये हा तरुण राजा मारला गेला.

किंग गाझी पहिला- (१९१२-१९३९) किंग फैझल (पहिला) चा एकुलता एक मुलगा. गाझीचा जन्म हिजाझमध्ये झाला आणि त्याला आपले आजोबा किंग हुसैन यांच्या देखरेखीखाली ठेवण्यात आले. कारण त्याचे वडील पहिल्या महायुद्धामध्ये अडकलेले होते. ३ एप्रिल १९३९ या दिवशी त्यांनी त्यांची मोटार एका दिव्याच्या खांबावर घातली आणि संशयास्पद रीतीने त्यांचा मृत्यू झाला. मयादाची आई सल्वा अल-अस्करी हिचे ते जवळचे स्नेही होते.

हम्मुराबी कोड- प्राचीन मेसापोटेमियामध्ये तयार झालेले कायदे. (आजचा इराक.) या कायद्यांन्वये कोणत्याही गुन्ह्याला शिक्षा देण्याची जबाबदारी कोणा एका व्यक्तीची नसून शासनाची आहे, असे निश्चित करण्यात आले.

हाशेमाईटस- प्रेषित मुहम्मदाचे वंशज असलेल्या एका प्रतिष्ठित सौदी अरेबियातील घराण्यातील राजे. या घराण्याने एकेकाळी सौदी अरेबियाच्या काही भागावर राज्य केले होते. सौदी अरेबियामध्ये आज राज्य करत असलेल्या राज्यकर्त्यांचे वडील अब्दुल अझीझ अल-सौद यांच्याकडून युद्धात पराभव पत्करावा लागल्यानंतर ब्रिटिशांनी या घराण्यातील व्यक्तींना इराक, ट्रान्सजॉर्डन आणि सीरियाचे राजे म्हणून नियुक्त केले. इराकच्या सिंहासनावर पहिला राजा फैझल याला बसवण्यात आले. (जॉर्डनचा आजचा राजा किंग अब्दुल्लाह हा हाशेमाईट आहे.)

हिजाझ- सौदी अरेबियाचा पश्चिम विभाग. ही इस्लामची जन्मभूमी आहे. इ.स. १५१७ पासून हिजाझ हा ओटोमन साम्राज्याचा एक भाग होता, परंतु पहिल्या महायुद्धानंतर राजा अली अल-हुसैन याच्या अमलाखाली हे एक स्वतंत्र राष्ट्र बनले. नंतर इराकचा राजा बनलेल्या पहिल्या राजा फैझलचे हे वडील. आजच्या सौदी अरेबियाच्या राजाचे वडील अब्दुल अझीझ बिन रहमान बिन सौद यांनी १९२६मध्ये हिजाझ जिंकून घेतले आणि स्वत:ला राजा घोषित केले. हिजाझ आणि नज्द हे दोन्ही एकत्र करून आजचा सौदी अरेबिया निर्माण केला गेला.

हुसैन सद्दाम- (१९३७—-) सद्दामचे वडील एक भूमिहीन शेतकरी होते.

त्याचा जन्म होण्याआधीच त्यांचा मृत्यू झाला. त्यामुळे सद्दामचे पालन पोषण त्याच्या काकांनी केले. बाथ पार्टीच्या मदतीने सद्दाम सत्तेवर आला आणि १९७९मध्ये इराकचा अध्यक्ष बनला. सर्व इराकी जनतेला सद्दामने भयानक भीतीच्या वातावरणात जगणे भाग पाडले. एवढेच नव्हे तर इराण आणि कुवेत या शेजाऱ्यांवर त्याने हल्लेही चढवले आणि हा सर्व भाग युद्धामध्ये ढकलला. २००३मध्ये आघाडीच्या सैन्याने सद्दामची सत्ता उलथवून दिली.

इराक रिपब्लिक ऑफ- १९२३मध्ये ब्रिटिश आणि फ्रेंच सत्तांनी भरवलेल्या एका परिषदेने आधुनिक इराकची निर्मिती केली. ओटोमन साम्राज्यातील बगदाद, बसरा आणि मोसल हे विभाग एकत्र करून हा देश निर्माण करण्यात आला.

इस्लाम- प्रेषित मुहम्मदाने स्थापन केलेला धर्म. एकाच ईश्वराच्या आज्ञेचे पालन करणे हा इस्लामचा गाभा आहे.

कुर्द- कुर्द जमातीचे लोक अरब, इराकी, तुर्की किंवा पर्शियनही नाहीत. २ कोटी ५ लाख लोकसंख्या असलेली ही जमात तुर्की, इराण, इराक आणि सीरिया या देशांमध्ये राहते. सद्दाम हसैनने या जमातीविरुद्ध प्रचंड सैनिकी चढाया केल्या. त्यात १९८८ मधील वायुहल्लेही आहेत.

कुवेत- १९ जून १९६१ या दिवशी स्थापन झालेले एक लहानसे राष्ट्र. इराकच्या दक्षिण सीमेवर हे वसलेले आहे. १९९०मध्ये इराकने कुवेतवर स्वारी केली आणि १९९१ च्या खाडी युद्धामध्ये आघाडीच्या सैन्याने इराकी सैन्याला हुसकून लावेपर्यंत ते इराकच्या ताब्यात होते. त्या वेळेपासून इराक आणि कुवेत यांच्यातील संबंध तणावाचेच आहेत.

लॉरेन्स ऑफ अरेबिया- (१८८८-१९३५) थॉमस एडवर्ड लॉरेन्स इंग्लंडमधील ऑक्सफर्ड येथे लहानाचा मोठा झाला. जीझस कॉलेजमधून त्याने मध्ययुगीन सैनिकी वास्तुकलेमध्ये पदवी मिळवली. १९११ ते १९१३ या काळात तो मेसापोटेमियामध्ये ऑक्सफर्ड पुरातत्त्वज्ञ म्हणून काम करत होता. पहिले महायुद्ध सुरू झाल्यानंतर त्याची नेमणूक कायरोमध्ये सैन्याच्या गुप्तहेर विभागात करण्यात आली. राजपुत्र फैझलशी त्याची फार चांगली मैत्री झाली (हा पुढे सीरिया आणि इराकचा राजा-किंग फैझल पहिला झाला). पहिल्या महायुद्धात लॉरेन्सने अरब सैन्य एकत्र करून त्यांच्या बरोबरीने ओटोमन सैन्याशी युद्ध केले. तेथे त्याची मैत्री मयादाचे आजोबा जाफर आणि तिच्या वडिलांचे काका नूरी यांच्याशी झाली. दैवदुर्विलास असा की युद्धामध्ये अनेक वेळा जिवावरच्या प्रसंगांतून वाचलेला लॉरेन्स इंग्लंडमध्ये एका मोटारसायकलच्या अपघातामध्ये मरण पावला. स्वत:च्या सैनिकी मोहिमांविषयी लॉरेन्सने अनेक लोकप्रिय पुस्तके लिहिली आहेत.

मेसोपोटेमिया- या ग्रीक शब्दाचा अर्थ आहे, 'दोन नद्यांमधील प्रदेश.' हा

तग्रीस आणि उफ्रातीस या दोन नद्यांमधील प्रदेश आहे. या भागामध्ये सुरुवातीच्या काळात अनेक संस्कृती झाल्या. आज हा भाग इराकमध्ये आहे.

मॉस्क. मशीद- इस्लामचे सार्वजनिक प्रार्थनेचे स्थळ.

मोसल- इराकमधील तिसऱ्या क्रमांकाचे शहर, लोकसंख्या १ कोटी ४ लाख. मोसल शहराचा इतिहास फार प्राचीन काळापर्यंत सापडतो. प्राचीन काळात हे एक महत्त्वाचे शहर होते.

मदर ऑफ ऑल बॅटल्स- ऑपरेशन डेझर्ट स्टॉर्मच्या काळात जमिनीवरील युद्धासाठी सद्दामने दिलेले नाव. या युद्धात पराभव झाल्यानंतर सद्दामने विजय झाल्याचे घोषित केले होते.

मुखाबरात- गुप्त पोलिस किंवा गुप्त हेरखात्यासाठी सर्व अरब देशांमध्ये वापरला जाणारा लोकप्रिय शब्द. सद्दाम हुसेनच्या कारकीर्दीमध्ये एकूण ५ गुप्तहेर खाती कार्यरत होती. त्या सर्वांसाठी 'मुखाबरात' हाच शब्द वापरला जाई.

मुस्लिम- इस्लाम धर्माचे पालन करणारी व्यक्ती.

नास्सेर गमाल अब्दुल (१९१८-१९७०)- इजिप्तचा पहिला स्वतंत्र अरब नेता. १९५६ ते १९७० पर्यंत अध्यक्ष म्हणून त्याने काम केले. १९७०मध्ये हृदयविकाराने मृत्यू पावला. १९५० च्या दशकात संपूर्ण अरब जगताच्या नेतेपदासाठी नास्सेरने इराकी नेत्यांशी स्पर्धा केली. मयादाच्या आईचे वडील, साती अल-हुसरीबद्दल नास्सेरला अतिशय आदर होता.

ऑपरेशन डेझर्ट शील्ड- १९९० आणि १९९१मध्ये सौदी अरेबियामध्ये अरब आणि पाश्चात्त्य देश यांनी एकत्रितपणे सैन्याची जुळणी केली. कुवेतमधून सद्दाम हुसैनचे सैन्य हाकलून काढायचे असा यामागील हेतू होता.

ऑपरेशन डेझर्ट स्टॉर्म- १६ जानेवारी १९९१ या दिवशी अरब-पाश्चात्त्य देशांच्या सैन्याने इराकवर बाँबहल्ले सुरू केले. २३ फेब्रुवारी १९९१ या दिवशी जमिनीवरील चढाईही सुरू झाली. जमिनीवरील ही लढाई फक्त १०० तास चालली. इराकविरुद्धच्या या लढाईत आघाडीच्या सैन्याचा विजय झाला.

ओटोमन्स- इ.स. १३०१मध्ये अनातोलियामध्ये आलेल्या तुर्की लोकांनी वसवलेले साम्राज्य. इ.स. १४५३मध्ये कॉंस्टॅंटिनोपल (आताचे इस्तंबूल) आणि इराकसह सर्व अरब जग जिंकले. हे साम्राज्य पुढे ४०० वर्षे टिकले. याला ओटोमन साम्राज्य असे नाव दिले गेले. पहिल्या महायुद्धात ओटोमन राज्यकर्त्यांनी दोस्तराष्ट्रांच्या विरोधात युद्ध केले. दोस्तराष्ट्रांच्या विजयानंतर १९१८मध्ये ओटोमन साम्राज्याचा औपचारिक अंत झाला. ओटोमन साम्राज्याच्या उरल्यासुरल्या प्रदेशातून आधुनिक तुर्की देश कोरून काढण्यात आला.

पहलवी, शाह मोहम्मद रेझा- (१९१९-१९८०) याचा जन्म तेहरानमध्ये

झाला. सप्टेंबर १९४१ मध्ये याच्या वडिलांनी याच्यासाठी सिंहासनाचा त्याग केला आणि हा इराणच्या गादीवर बसला. मुस्लिम धर्मगुरू खोमैनीचा हा कट्टर शत्रू होता. १६ जानेवारी १९७९ या दिवशी शाह इराण सोडून गेल्यानंतर खोमैनी इराणमध्ये आला आणि त्याने इराणची सत्ता बळकावली.

पॅन-अरबिझम- अरब जनतेच्या हितासाठी स्थापन झालेली एक आंतरराष्ट्रीय चळवळ. जगामध्ये एकच अरब राष्ट्र स्थापन व्हावे हा उद्देश.

पोर्टस्मथ करार- ग्रेट ब्रिटन आणि इराक यांच्या परस्परसंबंधांचे स्पष्टीकरण करणारा हा करार १९४८ मध्ये करण्यात आला. हा करार इराकी सार्वभौमत्वाला छेद देणारा आणि फक्त ग्रेट ब्रिटनचा फायदा करून देणारा असा होता. त्यामुळे इराकमध्ये संताप उसळला.

कुराण- इस्लामचा पवित्र धर्मग्रंथ. इस्लामचा मूलस्त्रोत मानला गेलेला हा ग्रंथ म्हणजे मुस्लिम समाजातील अखेरचा शब्द आहे. प्रेषित मुहम्मदाला त्याच्या आयुष्याच्या अखेरीच्या २० वर्षांमध्ये जे दैवी साक्षात्कार झाले ते सर्व या ग्रंथामध्ये नोंद केले गेलेले आहेत.

रिपब्लिकन गार्ड- सद्दाम हुसैनचे खास सुरक्षा पथक. यातील सर्व सैनिक इराकच्या सत्ताधारी पक्षाच्या पंथामधून, सुन्नी पंथामधून निवडलेले आणि सद्दामशी कमालीचे एकनिष्ठ असलेले असे होते.

शिया पंथीय- इतर अनेक बाबींप्रमाणे, प्रेषित मुहम्मदाचा खरा वारस कोण याबद्दल सुन्नी पंथाशी टोकाचे मतभेद असलेला इस्लामचा एक पंथ, त्यातील अनुयायी.

सुन्नी- संख्येच्या दृष्टीने पाहिले तर इस्लाममधील सर्वांत मोठा पंथ.

■ ■ ■